ಲೇಖಕರ ಪರಿಚಯ

ಎಚ್. ಪ್ರೇಮಾನಂದ ಕಾಮತ್-ಇದು ಕನ್ನಡ ಓದುಗರಿಗೆ, ಅದರಲ್ಲೂ ಕ್ರೀಡಾಪ್ರಿಯರಿಗೆ ಚಿರಪರಿಚಿತ ಹೆಸರು. ಕಳೆದ 35 ವರ್ಷಗಳಿಂದಲೂ ಈ ಹೆಸರು ಚಾಲ್ತಿಯಲ್ಲಿದೆ. ಕನ್ನಡದ ಹಿರಿಯ ಹಾಗೂ ಅನುಭವಿ ಕ್ರೀಡಾ ಬರಹಗಾರರಾಗಿರುವ ಇವರು ಉಡುಪಿ ಜಿಲ್ಲೆ ಕುಂದಾಪುರ ತಾಲೂಕಿನ ಹಾಲಾಡಿ ಎಂಬ ಪುಟ್ಟ ಹಳ್ಳಿಯವರು. ಕಳೆದ 26 ವರ್ಷಗಳಿಂದ 'ಉದಯವಾಣಿ' ಬಳಗದಲ್ಲಿ ಕರ್ತವ್ಯ ನಿಭಾಯಿಸುತ್ತ ಬಂದಿದ್ದಾರೆ. 1997ರಲ್ಲಿ 'ತರಂಗ'ದ ಉಪಸಂಪಾದಕರಾಗಿ ವೃತ್ತಿ ಜೀವನ ಆರಂಭ. 2002ರಿಂದ 'ಉದಯವಾಣಿ' ಮಣಿಪಾಲ ಆವೃತ್ತಿಯಲ್ಲಿ ಕ್ರೀಡಾ ಪುಟದ ನಿರ್ವಹಣೆ ಮಾಡುತ್ತಿದ್ದಾರೆ. ಈಗ ಹಿರಿಯ ಉಪಸಂಪಾದಕರು. ಒಂದೇ ಊರಿನಲ್ಲಿ, ಒಂದೇ ಪತ್ರಿಕಾ ಬಳಗದಲ್ಲಿ, ಒಂದೇ ವಿಭಾಗದಲ್ಲಿ ಕೆಲಸ ಮಾಡುತ್ತ ಬಂದಿರುವುದು ಇವರ ಪಾಲಿನ ಹೆಗ್ಗಳಿಕೆ.

1987ರಿಂದ 1997ರ ತನಕ ಒಂದು ದಶಕ ಕಾಲ ಹವ್ಯಾಸಿ ಬರಹಗಾರನಾಗಿದ್ದಾಗ ಇವರ ಸಾವಿರದಷ್ಟು ವಿವಿಧ ಲೇಖನಗಳು ಕನ್ನಡ ನಾಡಿನ ಬಹುತೇಕ ಎಲ್ಲ ಪತ್ರಿಕೆಗಳಲ್ಲೂ ಪ್ರಕಟಗೊಂಡಿವೆ. ಕ್ರೀಡಾ ಬರವಣಿಗೆ ಕೈಹಿಡಿದಾಗ ಇದನ್ನೇ ಗಟ್ಟಿ ಮಾಡಿಕೊಂಡರು.

ಸರಳವಾದ ಆಕರ್ಷಕ ಶೈಲಿ ಹಾಗೂ ಕುತೂಹಲ ಹುಟ್ಟಿಸುವ ವಿಷಯ ವೈವಿಧ್ಯಗಳಿಂದ ಕೂಡಿರುವ ಇವರ ಲೇಖನಗಳು, ವರದಿಗಾರಿಕೆ ಓದುಗರಿಗೆ ಅಚ್ಚುಮೆಚ್ಚು. ಕ್ರೀಡಾಪುಟ ಸದಾ ಹೊಸತನದಿಂದ ಕೂಡಿರಬೇಕೆಂಬ ಇವರ ಹಂಬಲಕ್ಕೆ ಉದಯವಾಣಿ, ತರಂಗ ಬಳಗ ಸದಾ ಪ್ರೋತ್ಸಾಹ ನೀಡುತ್ತ ಬಂದಿದೆ. 'ತರಂಗ'ದ ಮುಖಪುಟ ಕ್ರಿಕೆಟ್ ಲೇಖನಗಳು, 'ಉದಯವಾಣಿ'ಯ ವಿಶೇಷ ಕ್ರೀಡಾಪುಟಗಳೆಲ್ಲ ಇವರ ಕ್ರೀಡಾ ಪ್ರೀತಿಯ ದ್ಯೋತಕಗಳಾಗಿವೆ. 'ತರಂಗ'ದಲ್ಲಿ ಲೇಖನಮಾಲೆಯಾಗಿ ಪ್ರಕಟಗೊಂಡ 'ಕರ್ನಾಟಕದ ಕ್ರಿಕೆಟ್ ಕುಟುಂಬ' ಇವರ ವಿಭಿನ್ನ ಯೋಚನೆ ಹಾಗೂ ಪ್ರಯೋಗಕ್ಕೆ ಅತ್ಯುತ್ತಮ ನಿದರ್ಶನ.

ಈಗಲೂ ಅದೇ ಉತ್ಸಾಹ, ಅದೇ ಆಸಕ್ತಿ, ಅದೇ ಬದ್ಧತೆಯೊಂದಿಗೆ ದುಡಿಯುತ್ತಿರುವ ಇವರು ಸ್ನೇಹಜೀವಿ. ಎಷ್ಟೇ ಒತ್ತಡವಿದ್ದರೂ ಸದಾ ಕಾಲ ಎಲ್ಲರೊಂದಿಗೂ ಬಹಳ ಖುಷಿ ಖುಷಿಯಿಂದಲೇ ಇರುವುದು ಇವರ ಸ್ವಭಾವ.

ಎಂದೋ ಪ್ರಕಟವಾಗಬೇಕಿದ್ದ ಈ 'ಕ್ರಿಕೆಟಾಯಣ' ಈಗ ನಿಮ್ಮ ಕೈಲಿದೆ. ಅಂದಹಾಗೆ ಇದು ಇವರ ಮೊದಲ ಪುಸ್ತಕ.

ಕ್ರಿಕಟಾಯಣ

ಕ್ರಿಕೆಟ್ ಕೌತುಕಗಳ ಅನಾವರಣ

● ಎಚ್. ಪ್ರೇಮಾನಂದ ಕಾಮತ್

ವೀರಲೋಕ

ವೀರಲೋಕ ಬುಕ್ಸ್ ಪ್ರೈ.ಲಿ.

207, 2ನೇ ಮಹಡಿ, 3ನೇ ಮೇನ್, ಚಾಮರಾಜಪೇಟೆ

ಬೆಂಗಳೂರು–560018. ಮೊಬೈಲ್: 70221 22121

ಇಮೇಲ್: veeralokabooks@gmail.com

ವೆಬ್‌ಸೈಟ್: www.veeralokabooks.com

CRICKETAAYANA

A book about an unveiling the wonders of cricket

written by **H. Premanand Kamath**

Published by:

VEERALOKA BOOKS PVT. LTD.

207, 2nd Floor, 3rd Main

Chamarajpet, Bengaluru-560018

Mobile : +91 7022122121

E-mail : veeralokabooks@gmail.com

Website: www.veeralokabooks.com

Price : Rs. 230/-

Pages : 200

First Impression : 2023

Paper used : 70 GSM NS Maplitho

Book size : 1/8th Demy

ISBN : 978-93-94942-93-6

Cover page illustration by : Prashanth Vitla

ಅರ್ಪಣೆ...

1983ರಲ್ಲಿ ಏಕದಿನ ವಿಶ್ವಕಪ್ ಗೆದ್ದು
ಕ್ರೀಡಾಲೋಕವನ್ನೇ ಅಚ್ಚರಿಯಲ್ಲಿ ಕೆಡವಿ ಭಾರೀ ಸಂಚಲನ
ಮೂಡಿಸಿದ, ಭಾರತದ ಕ್ರೀಡೆಗೆ ವಿನೂತನ ದಿಶೆಯನ್ನು
ಕಲ್ಪಿಸಿದ, ನನ್ನಂತಹ ಸಾವಿರಾರು, ಲಕ್ಷಾಂತರ ಮಂದಿಗೆ
ಸ್ಫೂರ್ತಿಯಾದ ಮಹಾನ್ ಸವ್ಯಸಾಚಿ ಕಪಿಲ್‌ದೇವ್ ಮತ್ತು
ಅವರ ವಿಜಯೀ ತಂಡಕ್ಕೆ 'ಕ್ರಿಕೆಟಾಯಣ' ಅರ್ಪಣೆ.

ಪ್ರಕಾಶಕರ ನುಡಿ

ವೀರಲೋಕ ಎರಡನೇ ವರ್ಷದ ಸಂಭ್ರಮಕ್ಕೆ ಸಾಕ್ಷಿಯಾಗುತ್ತಿದೆ. ಸಂಭ್ರಮದ ಜೊತೆ ಜೊತೆಗೆ ಜವಾಬ್ದಾರಿಗಳೂ ಬೆನ್ನೇರಿವೆ. ಮೊದ ಮೊದಲು ಅಕ್ಷರ ಲೋಕಕ್ಕೆ ನಮ್ಮ ಬಗ್ಗೆ ಕುತೂಹಲವಿತ್ತು. ನಾವು ಏನು ಮಾಡಬಲ್ಲೆವು, ಏನೆಲ್ಲ ಮಾಡಲಾರೆವು ಎಂಬ ಅಂದಾಜಿತ್ತು. ಈಗ ನಾವು ಮಿತಿಗಳನ್ನು ದಾಟಿಕೊಳ್ಳಬೇಕಿದೆ. ಮತ್ತೆ ಮತ್ತೆ ಅಚ್ಚರಿಯೊಂದಿಗೆ ಓದುಗರ ಎದುರು ನಿಲ್ಲಬೇಕಿದೆ. ಅದು ನಮ್ಮ ಮುಂದಿರುವ ಸದ್ಯದ ಸವಾಲು.

ಕನ್ನಡದಲ್ಲಿ ಅಕ್ಷರ ಕೃಷಿ ಹುಲುಸಾಗಿದೆ. ಕೃತಿಗಳ ಸಂಖ್ಯೆ ಅಚ್ಚರಿಯನ್ನುವಷ್ಟು ವೃದ್ಧಿಯಾಗಿದೆ. ಆದರೆ, ಓದುಗರ ಸಂಖ್ಯೆ ಗಮನಿಸಿದಾಗ ಖೇದವಾಗುತ್ತದೆ. ಕೃತಿಗಳು ಹೆಚ್ಚಾದಂತೆ ಓದುಗ ದೊರೆಯ ಮನಸ್ಸೂ ವಿಶಾಲವಾಗಬೇಕಿತ್ತು. ಆದರೆ, ಓದುಗರಿಗೆ ಆಯ್ಕೆಗಳು ಹಲವು. ಪುಸ್ತಕವನ್ನೇ ಕಾದು ಕೂತು ಓದುವ ಕಾಲ ಕ್ಷೀಣಿಸುತ್ತಿದೆ. ಈ ಆತಂಕವನ್ನು ಲೇಖಕ ಮತ್ತು ಪ್ರಕಾಶಕ ಒಟ್ಟಾರೆ ಕೂತು ಬಗೆಹರಿಸಿಕೊಳ್ಳಬೇಕಿದೆ.

ನನ್ನ ಈ ಗ್ರಹಿಕೆ ತಪ್ಪೂ ಇರಬಹುದು. ಆದರೂ, ಈ ಮಾತನ್ನು ಹೇಳಲೇಬೇಕಿದೆ. ಬಹುತೇಕ ಲೇಖಕರು ಕೃತಿಗಳ ಸಂಖ್ಯೆಯ ಕಡೆ ಗಮನ ಹರಿಸುತ್ತಿದ್ದಾರೆ ವಿನಃ, ತಮ್ಮ ಹಿಂದಿನ ಕೃತಿಗೂ, ಹೊಸ ಕೃತಿಗೂ ನಡುವಿನ ಓದುಗರ ಸಂಖ್ಯಾ ವ್ಯತ್ಯಾಸವನ್ನು ಗಮನಿಸುತ್ತಿಲ್ಲ. ವರ್ಷಕ್ಕೋ, ಎರಡು ವರ್ಷಕ್ಕೋ ಒಂದೊಂದು ಕೃತಿಯನ್ನು ತರುವ ಲೇಖಕರನ್ನು ನಾವು ಕಂಡಿದ್ದೇವೆ. ಅವರ ಕೃತಿಗಾಗಿ ಲಕ್ಷಾಂತರ ಓದುಗರು ಕಾದುಕೊಂಡಿರುತ್ತಿದ್ದರು. ಪುಸ್ತಕ ಬಿಡುಗಡೆ ಮುನ್ನವೇ ಸಾವಿರಾರು ಪ್ರತಿಗಳು ಮುಂಗಡ ಕಾಯ್ದಿರಿಸುವಿಕೆ ಇರುತ್ತಿತ್ತು. ಇದೀಗ ಅದು ಬದಲಾಗಿದೆ.

ಒಂದೇ ಸಲಕ್ಕೆ ಒಬ್ಬರೇ ಲೇಖಕರ ಒಂದಕ್ಕಿಂತ ಹೆಚ್ಚು ಪುಸ್ತಕಗಳು ಏಕಕಾಲಕ್ಕೆ ಬಿಡುಗಡೆ ಆಗುತ್ತಿರುವುದನ್ನು ಕಾಣುತ್ತಿದ್ದೇವೆ. ಅದು ಲೇಖಕನ ಶಕ್ತಿಯೂ ಆಗಿರಬಹುದು. ಆದರೆ, ಓದುಗರು ಅಷ್ಟೇ ವೇಗದಲ್ಲಿ ಪುಸ್ತಕವನ್ನು ಕೊಳ್ಳುವ ಮತ್ತು ಓದುವ ಆಸಕ್ತಿಯನ್ನು ಹೊಂದಿರಲಾರರು. ಅಂತಹ ಓದುಗರು ಇದ್ದರೂ ಅದು ಬೆರಳಣಿಕೆಯಷ್ಟು ಮಾತ್ರ ಇರಬಹುದು. ಈ ರೀತಿ ಪುಸ್ತಕಗಳು ದಂಡಿ ದಂಡಿಯಾಗಿ ಬಂದಾಗ ಓದುಗರು ಕೂಡ ಏಕಕಾಲಕ್ಕೆ ಆಸಕ್ತಿಯನ್ನೇ ಕಳೆದುಕೊಂಡು ಬಿಡುವ ಅಪಾಯ ಹೆಚ್ಚು. 'ಅವರು ಪುಸ್ತಕ ಬರೀತಾನೇ ಇರ್ತಾರೆ. ತಗೊಂಡ್ರಾಯ್ತು ಬಿಡು' ಎಂದು ಆಡಿದ ಮಾತನ್ನು ನಾನೇ ಅನೇಕರಿಂದ ಕೇಳಿದ್ದೇನೆ. ಈ ಅಪಾಯವನ್ನೂ ನಾವು ದಾಡಿಕೊಳ್ಳಬೇಕಿದೆ. ಓದುಗರನ್ನು ಉಳಿಸಿಕೊಳ್ಳುವ ಜರೂರತ್ತು ನಮ್ಮುಂದಿದೆ.

ಓದುಗರನ್ನು ಉಳಿಸಿಕೊಂಡು, ಬೆಳೆಸುವುದಕ್ಕಾಗಿಯೇ ವೀರಲೋಕವು ತನ್ನ ಎರಡನೇ ವರ್ಷದಲ್ಲಿ ಕೆಲವು ಯೋಜನೆಗಳನ್ನು ಹಮ್ಮಿಕೊಂಡಿದೆ. ಸಾಂಪ್ರದಾಯಿಕ ಶೈಲಿಯ ಪುಸ್ತಕ ಬಿಡುಗಡೆ ಕಾರ್ಯಕ್ರಮಗಳನ್ನು ನವೆಂಬರ್ ನಂತರ ನಿಲ್ಲಿಸುತ್ತಿದ್ದೇವೆ. ಆ ಕೆಲಸವನ್ನು ಶಾಲಾ, ಕಾಲೇಜುಗಳಲ್ಲಿ, ಬೃಹತ್ ಕಾರ್ಪೋರೇಟ್ ಸಂಸ್ಥೆಗಳಲ್ಲಿ ಹಮ್ಮಿಕೊಳ್ಳಲು ಯೋಚಿಸುತ್ತಿದ್ದೇವೆ. ಹೂಗುಚ್ಛದ ಬದಲು 'ಪುಸ್ತಕಗುಚ್ಛ' ನೀಡುವ ಕುರಿತಾಗಿ ಒಂದೂವರೆ ವರ್ಷದಿಂದ ನಡೆಸಿದ ಅಧ್ಯಯನ, ಪ್ರಯತ್ನ ಮತ್ತು ಶ್ರಮ ಈಗ ಫಲ ಕೊಟ್ಟಿದೆ. ಪುಸ್ತಕಗುಚ್ಛದ ಪೇಟೆಂಟಿಗೂ ಅಪ್ಲೈ ಮಾಡಿದ್ದೇವೆ. ಕನ್ನಡ

ಪುಸ್ತಕಲೋಕದಲ್ಲಿ ಅದೊಂದು ಮಹತ್ತರ ಹೆಜ್ಜೆಯಾಗಲಿದೆ. ಜೊತೆಗೆ ಮುಂದಿನ ವರ್ಷದಿಂದ ಕನ್ನಡದ ಮಹತ್ತರ ಪುಸ್ತಕಗಳನ್ನು ಇಂಗ್ಲಿಷಿಗೆ ಅನುವಾದಿಸುವ, ಇ-ಬುಕ್‌ಗಳನ್ನಾಗಿಸುವ, ಆಡಿಯೋ ಬುಕ್‌ಗಳನ್ನಾಗಿಸುವ ಪ್ರಯತ್ನ ಸದ್ದಿಲ್ಲದೆ ಜಾರಿಯಲ್ಲಿದೆ. ಈ ಎಲ್ಲಕ್ಕಿಂತ ಮುಖ್ಯವಾಗಿ ವೀರಲೋಕ ವೆಬ್ ಸೈಟ್ ನಲ್ಲಿ ಲಕ್ಷಕ್ಕೂ ಹೆಚ್ಚು ಕನ್ನಡದ ಪುಸ್ತಕಗಳು ಒಂದೇ ಕಡೆ ಲಭ್ಯವಿರುವಂತೆ ಮಾಡುವ ಪ್ರಯತ್ನ ಕಳೆದ ಆರು ತಿಂಗಳಿದ ಅತ್ಯಂತ ತ್ವರಿತಗತಿಯಲ್ಲಿ ಈಡೇರುತ್ತಿದೆ. ಇದಿಷ್ಟು ವೀರಲೋಕ ಅಪ್ಡೇಟ್ಸ್.

ಈ ಸಂಗತಿಗಳ ನಡುವೆಯೇ... ಪ್ರೇಮಾನಂದ ಕಾಮತ್ ಅವರ 'ಕ್ರಿಕೆಟಾಯಣ' ಕೃತಿಯನ್ನು ಪ್ರಕಟಿಸಲು ಹರ್ಷಿಸುತ್ತೇವೆ. ನಾನು ದಿನಪತ್ರಿಕೆ ಕೈಗೆ ಬಂದ ಕೂಡಲೇ ಮುಖಪುಟ ಓದುವ ಶಾಸ್ತ್ರ ಮುಗಿಸಿ, ನೇರ ಹೋಗುತ್ತಿದ್ದದ್ದು ಹಿಂಬದಿ ಪುಟಕ್ಕೆ. ಏಕೆಂದರೆ ಅಲ್ಲಿ ಕ್ರಿಕೆಟ್ ಸುದ್ದಿಗಳಿರುತ್ತಿದ್ದವು. ಅಷ್ಟು ಅಚ್ಚುಮೆಚ್ಚಿನ ಕ್ರೀಡೆ ಅದು. ಕೇವಲ ನನಗೆ ಮಾತ್ರವಲ್ಲ ನಮ್ಮಿಡೀ ದೇಶಕ್ಕೆ ಅದೊಂದು ರೀತಿಯ ಅನಧಿಕೃತ ಧರ್ಮದಂತಿದೆ. ಅಷ್ಟ್ಯಾಕೆ ಕ್ರಿಕೆಟಿಗರನ್ನು ದೇವರು ಎಂದು ಕರೆದ ಚರಿತ್ರೆಯೂ ಭಾರತೀಯರಿಗಿದೆ. ಅಂತಹ ಕ್ರಿಕೆಟಿನ ಏಳ್ಗೆಯ ಪಯಣ ಅಷ್ಟು ಸಲೀಸಾಗಿರಲಿಲ್ಲ. ಅದು ವೃತ್ತಿಪರತೆಯನ್ನು ಮೈಗೂಡಿಸಿಕೊಂಡು ಪುಟಿದೆದ್ದ ಕಥೆ ಅತ್ಯಂತ ರೋಚಕವಾದುದು. ಆ ಕಥೆಗಳ ಬಗ್ಗೆ ಪ್ರೇಮಾನಂದ ಕಾಮತ್ ಅವರು ಅತ್ಯಂತ ಸ್ವಾರಸ್ಯವಾಗಿ ಇಲ್ಲಿ ಕಟ್ಟಿಕೊಟ್ಟಿದ್ದಾರೆ. ಪತ್ರಿಕೆಗಳಲ್ಲಿ ಕ್ರೀಡಾ ಸುದ್ದಿಗಳಿಗೆ ಸ್ಥಳಾವಕಾಶ ಸಿಗುವ ಹಂತದಿಂದ ಅದೊಂದು ಧರ್ಮದಂತೆ ಆಚರಿಸಲ್ಪಡುವ ತನಕದ ಜರ್ನಿಯನ್ನು ಅನೇಕ ವ್ಯಕ್ತಿ, ಘಟನೆಗಳ ಮೂಲಕ ಅವರು ಸೊಗಸಾಗಿ ನಿರೂಪಿಸಿದ್ದಾರೆ. ಇಂಗ್ಲೆಂಡ್ ದೇಶವನ್ನು ಕ್ರಿಕೆಟಿನ ಜನಕ ಎನ್ನುತ್ತಾರಾದರೂ ಏಕದಿನ ಕ್ರಿಕೆಟ್ ಹುಟ್ಟಿದ್ದು ಮುಂಬೈನಲ್ಲಿ ಎಂಬ ಸಂಗತಿ ನಿಮ್ಮ ಹುಬ್ಬೇರಿಸುತ್ತದೆ. ಕಪಿಲ್ ದೇವ್ ಅವರಿಗೆ ಕ್ರಿಕೆಟಿಗನಾಗುವ ಯೋಗ್ಯತೆ ಇಲ್ಲ ಲೇಖನ ನಿಮ್ಮಲ್ಲಿ ಹೊಸ ಸ್ಫೂರ್ತಿ ತುಂಬುತ್ತದೆ. ನ್ಯೂಜಿಲೆಂಡ್ ಆರುದಶಕಗಳಿಂದ ಅದೊಂದು ವಿಷಯಕ್ಕಾಗಿ ಕಣ್ಣೀರು ಹಾಕುತ್ತಿರುವುದು ನಿಮ್ಮನ್ನು ಅಚ್ಚರಿಗೆ ತಳ್ಳುತ್ತದೆ. ಒಂದೇ ಬಾಲಿಗೆ 286 ರನ್ ಗಳಿಸಿದ ಕಥೆ ನಿಮ್ಮನ್ನು ನಗೆಗಡಲಲ್ಲಿ ತೇಲಿಸುತ್ತದೆ. ಇವು ಕೇವಲ ಉದಾಹರಣೆಗೆ ಮಾತ್ರ ಹೇಳಿದ ಸಂಗತಿಗಳು ಇಂತಹ ಅದೆಷ್ಟೋ ಸಂಗತಿಗಳನ್ನು ಈ ಪುಸ್ತಕದಲ್ಲಿ ನೀವು ಓದಬಹುದು. ನಿಮಗೆ ಕ್ರಿಕೆಟಿನ ಬಗ್ಗೆ ಎಷ್ಟೇ ಮಾಹಿತಿ ಇದ್ದರೂ ಇಲ್ಲಿನ ಸಂಗತಿಗಳು ಅತ್ಯಂತ ಸ್ವಾರಸ್ಯ ಮತ್ತು ಸಂಗ್ರಹಯೋಗ್ಯವಾದವುಗಳು.

ಈ ಕೃತಿ ಹೊರಬರಲು ಸಾಕಷ್ಟು ಜನಗಳ ಶ್ರಮವಿದೆ. ಮುಖಪುಟ ಕಲಾವಿದರು, ಒಳಪುಟ ವಿನ್ಯಾಸಕರು, ನಮ್ಮ ಮುದ್ರಕರಾದ ರೀಗಲ್ ವೆಂಕಟೇಶ್ ಅವರು ಮತ್ತು ನನ್ನ ಸಹುದ್ಯೋಗಿಗಳಾದ ಆನಂದ್ ರಾಚ್, ಅನಂತ ಕುಣಿಗಲ್, ರಾಜುವಿಷ್ಣು, ವಿಶ್ವಜಿತ್ ಹೆಗಡೆ, ವಿಷ್ಣು ಗೋವಿಂದ್, ಮಮತಾ, ಪಾರ್ವತಿ, ರಾಘವ್ ಎಲ್ಲರಿಗೂ ಧನ್ಯವಾದಗಳು

ಓದುವ ಸುಖ ನಿಮ್ಮದಾಗಲಿ.

ನಿಮ್ಮ

–ವೀರಕಪುತ್ರ ಶ್ರೀನಿವಾಸ

ಟಾಸ್!

‘ಕ್ರಿಕೆಟಾಯಣ’ಕ್ಕೆ ಸ್ಫೂರ್ತಿಯಾದವರು...

ಚೆಂಡು ನಿಮ್ಮ ಅಂಗಳದಲ್ಲಿದೆ!

ಈವರೆಗೆ ನಾನು ಸಾವಿರಾರು ಕ್ರೀಡಾ ಲೇಖನಗಳನ್ನು ಬರೆದಿರಬಹುದು, ಈ 21 ವರ್ಷಗಳ ಅವಧಿಯಲ್ಲಿ ‘ಉದಯವಾಣಿ’ಯ ಸಾವಿರಾರು ಕ್ರೀಡಾಪುಟಗಳಿಗೆ ಜೀವ ತುಂಬಿರಬಹುದು, ಆದರೆ ಪುಸ್ತಕ ರಚನೆಯ ವಿಷಯಕ್ಕೆ ಬಂದಾಗ ನಾನು ಅದೆಷ್ಟೋ ಹಿಂದೆ.

ಆದರೆ ನನ್ನ ಅಷ್ಟೂ ಬರಹಗಳನ್ನು ಅಚ್ಚುಕಟ್ಟಾಗಿ ಸಂಗ್ರಹಿಸಿಟ್ಟುರುವುದನ್ನು ಕಾಣುತ್ತಲೇ ಇದ್ದ ಪತ್ನಿ ವಿನುತಾ, ಇದಕ್ಕೊಂದು ಪುಸ್ತಕ ರೂಪ ಕೊಡಬಾರದೇಕೆ ಎಂದು ಹುರಿದುಂಬಿಸುತ್ತಲೇ ಇದ್ದಳು. ‘ನಿಮ್ಮ ಫ್ರೆಂಡ್ಸ್ ಎಲ್ಲ ಎಷ್ಟೊಂದು ಪುಸ್ತಕ ಬರೆದಿದ್ದಾರೆ. ನಿಮ್ಮದು ಒಂದಾದರೂ ಇರಲಿ. ಕೊನೇಪಕ್ಷ ಆ ಕ್ರಿಕೆಟಾಯಣವನ್ನಾದರೂ ಪುಸ್ತಕ ಮಾಡಿ...’ ಎಂಬ ಆಕೆಯ ಒತ್ತಾಸೆಗೆ ಓಗೊಟ್ಟು ಧೈರ್ಯದಿಂದ ಮೊದಲ ‘ಎಸೆತ’ ಎದುರಿಸಿದೆ. ‘ಬ್ಯಾಟ್’ ಕೈಗೆ ಸಿಕ್ಕಿದ ಮೇಲೆ ಇನ್ನೇನಿದೆ! ಹೀಗಾಗಿ ಈ ಪುಸ್ತಕದ ಮೊದಲ ಶ್ರೇಯಸ್ಸು ಸಲ್ಲುವುದು ಆಕೆಗೇ.

ನನ್ನ ಲೇಖನಗಳ ಸಂಗ್ರಹವೇನೋ ದೊಡ್ಡದಿತ್ತು. ಆದರೆ ಇದರಲ್ಲಿ ಎಲ್ಲವನ್ನೂ ಪ್ರಕಟಿಸುವ ಹಾಗಿರಲಿಲ್ಲ, ಬಹುತೇಕ ಲೇಖನಗಳು ಸಕಾಲಿಕವೂ ಆಗಿರಲಿಲ್ಲ, ಹೀಗಾಗಿ ಎಲ್ಲ ಕಾಲಕ್ಕೂ ಸಲ್ಲುವ ಸ್ವಾರಸ್ಯಕರ ಲೇಖನಗಳನ್ನಷ್ಟೇ ಆರಿಸಬೇಕಿತ್ತು. ಈ ಕೆಲಸ ಮುಗಿದ ಬಳಿಕ ಅಂದು ಬರೆಯಬೇಕೆಂದೆನಿಸಿದ, ಆದರೆ ಬರೆಯಲು ಸಾಧ್ಯವಾಗದ ಕೆಲವು ಸ್ವಾರಸ್ಯಕರ ಲೇಖನಗಳನ್ನು ಈ ಪುಸ್ತಕಕೆಂದೇ ಬರೆಯಲು ಮುಂದಾದೆ. ಕ್ರಿಕೆಟ್ ಜಗತ್ತಿನ ಸ್ವಾರಸ್ಯಕ್ಕೆ, ಕೌತುಕಕ್ಕೆ ಕೊನೆ ಎಲ್ಲಿಯದು! ಒಂದು ಹಂತಕ್ಕೆ ಸಾಕೆನಿಸಿ 40-45ರಷ್ಟು ಪ್ರಮುಖ ಲೇಖನಗಳನ್ನು ಅಂತಿಮಗೊಳಿಸಿದೆ. ಇದಕ್ಕೆ ಸ್ವಲ್ಪ ಟಚ್‌ಅಪ್ ಕೊಟ್ಟೆ. ಇವೆಲ್ಲವನ್ನೂ ಮೂಲರೂಪದಿಂದ ಮುಕ್ತಗೊಳಿಸಬೇಕಿತ್ತು. ಈ ಕೆಲಸ ಸರಾಗವಾಗಿ ಆಯಿತು. ಗ್ಯಾಪ್ ಫಿಲ್ಲರ್‌ಗೆ ಹೇಗೂ ಚುಟುಕು ಚೂರುಗಳಿದ್ದವು.

ಈ ಸಂದರ್ಭದಲ್ಲಿ ಹಲವು ಪುಸ್ತಕಗಳನ್ನು ಪ್ರಕಟಿಸಿದ ಅನುಭವವುಳ್ಳ ನನ್ನ ಸ್ನೇಹಿತರು, ಆತ್ಮೀಯರು ನೀಡಿದ ಮಾರ್ಗದರ್ಶನವನ್ನು ಮರೆಯಲಾರೆ. ಬಿ. ಮಂಜುನಾಥ ಕಾಮತ್ ಹಾಲಾಡಿ, ಮು. ಶಶಿಧರ, ಮಾವೆಂಸ ಪ್ರಸಾದ್, ಅನಂತ್ ಭಟ್ ಹುದೆಂಗಜೆ, ಉಮೇಶ್ ಕೋಟ್ಯಾನ್, ಗಣೇಶ ಪ್ರಸಾದ್ ಪಾಂಡೇಲು ಮೊದಲಾದವರ ಹಾರೈಕೆ ಈ ಪುಸ್ತಕದ ಮೇಲಿದೆ. ಆರಂಭದ ದಿನಗಳಲ್ಲಿ ನನ್ನ ಬಹಳಷ್ಟು ಲೇಖನಗಳಿಗೆ ಚಿತ್ರಗಳನ್ನು ಕೊಟ್ಟು ಕೈ ಜೋಡಿಸಿದ ರವಿರಾಜ ಹಾಲಂಬಿ, ಹಾಲಾಡಿ 'ಬಿಂಬ ಸ್ಟುಡಿಯೋ'ದ ಗೆಳೆಯ ದಿನೇಶ ಹಾಲಂಬಿ, ಇಂದಿಗೂ ಸಿಕ್ಕರೆ ಕ್ರಿಕೆಟ್ ಕುರಿತು ಗಂಟೆಗಟ್ಟಲೆ ಪಟ್ಟಾಂಗ ಹೊಡೆಯುವ ಜನ್ನಾಡಿ ಮಂಜುನಾಥ ಶೆಣೈ, ಕಾಲೇಜು ದಿನಗಳಲ್ಲಿ ಕ್ರಿಕೆಟ್ ಬಿಟ್ಟು ಬೇರೇನೂ ಮಾತಾಡದ ದೋಸ್ತ್ ಕಿರಣ್‌ಶಂಕರ್ ಶೆಟ್ಟಿ ಅವರೆಲ್ಲರನ್ನೂ ಇಲ್ಲಿ ನೆನಪಿಸಿಕೊಳ್ಳುತ್ತಿದ್ದೇನೆ. ಇವರೆಲ್ಲರೂ ನನಗೆ ದೊಡ್ಡ ಸ್ಫೂರ್ತಿ ತುಂಬಿದವರು.

ನನ್ನ ಕ್ರೀಡಾ ಬರವಣಿಗೆಯ ಆರಂಭದ ದಿನಗಳಲ್ಲಿ ಪತ್ರಿಕೆಗಳಲ್ಲಿ ಕಾಣಿಸಿಕೊಳ್ಳುತ್ತಿದ್ದ ಕೆಲವು ಮುಖ್ಯ ಕ್ರೀಡಾ ಬರಹಗಾರರನ್ನು ಇಲ್ಲಿ ಉಲ್ಲೇಖಿಸಬೇಕು. ಒಬ್ಬರು ಮಹಾಬಲೇಶ್ವರ ರಾವ್, ಇವರು ಉಡುಪಿ ಬಿ ಎಡ್ ಕಾಲೇಜಿನ ಪ್ರಾಂಶುಪಾಲರಾಗಿದ್ದರು. ಹಾಗೆಯೇ ಮಣಿಪಾಲದ ಐಸಿಡಿಎಸ್‌ನಲ್ಲಿ ಉದ್ಯೋಗಿ ಆಗಿದ್ದ ಉಡುಪಿ ಅಶೋಕ ಬಾಳಿಗಾ, ಉದಯವಾಣಿಯ ಕ್ರೀಡಾ ವಿಭಾಗದಲ್ಲಿದ್ದ ರಾಘವ ನಂಬಿಯಾರ್. ಇವರು 'ರಾನಂ' ಹೆಸರಲ್ಲಿ ಬರೆಯುತ್ತಿದ್ದ ಕ್ರೀಡಾ ಲೇಖನಗಳನ್ನು ಅತ್ಯಂತ ಆಸಕ್ತಿಯಿಂದ ಓದುತ್ತಿದ್ದೆ. ಹಾಗೆಯೇ ಮನೋಹರ ಪ್ರಸಾದ್. ಇವರೊಂದು ರೀತಿಯ ಆಲ್‌ರೌಂಡರ್. ನನ್ನ ಕ್ರೀಡಾ ವರದಿಗಳನ್ನು ಮೆಚ್ಚಿ ಆಗಾಗ ಬೆನ್ನುತಟ್ಟಿ ಪ್ರೋತ್ಸಾಹಿಸುತ್ತಲೇ ಇರುತ್ತಾರೆ. ಇವರೆಲ್ಲರ ಕ್ರೀಡಾ ಲೇಖನಗಳನ್ನು ಓದಿಕೊಂಡು, ಸ್ಫೂರ್ತಿ ಪಡೆದು ಬೆಳೆದವನು ನಾನು. ಹೀಗಾಗಿ ಈ ಪುಸ್ತಕ ರಚನೆಯಲ್ಲಿ ಇವರ ಪಾತ್ರವೂ ದೊಡ್ಡದು.

ಓದನ್ನೇ ಹವ್ಯಾಸವಾಗಿ ಮಾಡಿಕೊಂಡಿದ್ದ ನನ್ನ ಕುಟುಂಬವನ್ನು ಸ್ಮರಿಸದೆ ಇರುವಂತಿಲ್ಲ, ತಂದೆ ಶ್ರೀಯುತ ಹಾಲಾಡಿ ಜಯವಂತ ಕಾಮತ್, ಅಮ್ಮ ನಿರ್ಮಲಾ ಜೆ. ಕಾಮತ್, ದೊಡ್ಡಪ್ಪ-ಚಿಕ್ಕಪ್ಪಂದಿರು, ಸೋದರಮಾವ ಪಿ. ವಾಸುದೇವ ಪ್ರಭು, ವಿಪರೀತ ಕ್ರಿಕೆಟ್ ಆಸಕ್ತಿ ಹೊಂದಿದ್ದ ಸೋದರತ್ತೆ ಮುಕ್ತಕ್ಕ ಮತ್ತು ಮಣಿಪಾಲದಲ್ಲಿದ್ದ ಅವರ 'ಪ್ರಭು ನ್ಯೂಸ್ ಏಜೆನ್ಸಿ', ಸಹೋದರಿಯರಾದ ಪೂರ್ಣಿಮಾ ಮತ್ತು ಪ್ರತಿಮಾ (ಇವರ ಹೆಸರಲ್ಲೂ ನಾನು ಸಾಕಷ್ಟು ಲೇಖನಗಳನ್ನು ಬರೆದಿದ್ದೆ), ಮಕ್ಕಳಾದ ರಮ್ಯಾ ಮತ್ತು ವಿನಾಯಕ, ಪರಿವಾರದ ಸದಸ್ಯರೆಲ್ಲರಿಗೂ ನಮನಗಳು.

ನನ್ನ ಬೆಳವಣಿಗೆಯಲ್ಲಿ ಪತ್ರಿಕಾ ಸಂಪಾದಕರ ಸಹಕಾರ, ಪ್ರೋತ್ಸಾಹ ಅಪಾರ. ಫ್ರೀಲ್ಯಾನ್ಸರ್

ಆಗಿದ್ದಾಗ ಅಲ್ಲಿ ದೊಡ್ಡದೊಂದು ಪತ್ರಿಕಾ ಬಳಗವೇ ಇತ್ತು. ಅನಂತರ ತರಂಗ, ಉದಯವಾಣಿ ಬಳಗ. ಶ್ರೀಯುತ ಸಂತೋಷ ಕುಮಾರ ಗುಲ್ವಾಡಿಯವರು ನನ್ನ ಮೊದಲ ಸಂಪಾದಕರು. ಸಾಪ್ತಾಹಿಕಕ್ಕೆ ಬಂದಾಗ ಶ್ರೀಯುತ ಎ. ಈಶ್ವರಯ್ಯ, ನಿತ್ಯಾನಂದ ಪಡ್ರೆ, ಉದಯವಾಣಿಯಲ್ಲಿ ಶ್ರೀಯುತರಾದ ಎನ್. ಗುರುರಾಜ್, ಬಾಲಕೃಷ್ಣ ಹೊಳ್ಳ, ಅರವಿಂದ ನಾವಡ ಅವರೆಲ್ಲ ನನ್ನ ಬರಹ ಹಾಗೂ ವರದಿಗಳಿಗೆ ನೀಡಿದ ಸಂಪೂರ್ಣ ಸ್ವಾತಂತ್ರ್ಯ ಸ್ಮರಣೀಯ. ಇವರಿಂದಾಗಿ ನಾನು ಉದಯವಾಣಿ ಬಳಗದಲ್ಲಿ ಬೆಳ್ಳಿ ಸಂಭ್ರಮ ಆಚರಿಸುವಂತಾಯಿತು ಎಂದು ಅತ್ಯಂತ ಖುಷಿಯಿಂದ ಹೇಳಬಯಸುತ್ತೇನೆ.

ಹಾಗೆಯೇ ವರದಿ ಹಾಗೂ ಬರವಣಿಗೆಯಲ್ಲಿ ನನಗೆ ಎದುರಾದ ಯಾವುದೇ ಸಮಸ್ಯೆಗಳಿದ್ದರೂ ಪರಿಹರಿಸುತ್ತಿದ್ದ ಕೆ. ಶಿವಶಂಕರ್ ಶರ್ಮ, ಪಿ. ಸತೀಶ್ ಮಲ್ಯ, ವಿಷ್ಣು ಭಟ್, ಗೋವಿಂದ ಉಪಾಧ್ಯಾಯ, ರಮಾನಾಥ ಶಾನುಭಾಗ್, ದಾಮೋದರ ಕಕ್ರಣ್ಣಾಯ ಅವರನ್ನೆಲ್ಲ ನೆನೆಯದೆ ಇರುವಂತಿಲ್ಲ. 'ರೂಪತಾರಾ'ದಲ್ಲಿ ಪ್ರೋತ್ಸಾಹ ಕೊಟ್ಟು ನನ್ನಿಂದ ಪದಬಂಧ, ಕ್ಯಾಸೆಟ್ ವಿಮರ್ಶೆ ಕಾಲಂ ಬರೆಸಿದ ಪಿ. ಸುರೇಶ್ ಮಲ್ಯ ಮತ್ತು ಉದಯಕುಮಾರ್ ಪೈ ಅವರಿಗೆ ಪ್ರಣಾಮಗಳು. ಇವರಿಬ್ಬರೂ ಈಗಿಲ್ಲ, ಆದರೆ 30 ವರ್ಷ ಉರುಳಿದರೂ ಅವರ ಕಾಲದಲ್ಲಿ ಆರಂಭಗೊಂಡ ರೂಪತಾರಾದ 'ಶಬ್ದವೇಧಿ' ಈಗಲೂ ಮುಂದುವರಿದುಕೊಂಡು ಹೋಗುತ್ತಿದೆ.

ತರಂಗದ ಕಾರ್ಯ ನಿರ್ವಾಹಕ ಸಂಪಾದಕಿ ಶ್ರೀಮತಿ ಸಂಧ್ಯಾ ಎಸ್. ಪೈ ಅವರ ಪ್ರೋತ್ಸಾಹ ಅನನ್ಯ. ಅವರೂ ನಾನೂ ಒಟ್ಟೊಟ್ಟಿಗೆ 1997ರಲ್ಲಿ ತರಂಗ ಪ್ರವೇಶಿಸಿದ್ದು ನನ್ನ ಪಾಲಿನ ಹೆಮ್ಮೆ.

ಹಾಗೆಯೇ ತರಂಗ, ಉದಯವಾಣಿ ಸಂಪಾದಕೀಯ ಬಳಗ, ಅಂದಿನ-ಇಂದಿನ ಎಲ್ಲ ಹಿರಿಯ-ಕಿರಿಯ ಸಹೋದ್ಯೋಗಿಗಳಿಗೆ, ಸ್ಪೋರ್ಟ್ಸ್ ಡೆಸ್ಕ್‌ನಲ್ಲಿ ನನ್ನೊಂದಿಗಿದ್ದ ಮಣಿಪಾಲ ಹಾಗೂ ಬೆಂಗಳೂರಿನ ಅಷ್ಟೂ ಮಂದಿ 'ಸಹ ಆಟಗಾರ'ರಿಗೆ, ಕ್ರೀಡಾಪುಟವನ್ನು ಅಂದವಾಗಿ ರೂಪಿಸುತ್ತಿದ್ದ ವಿನ್ಯಾಸಕಾರರಿಗೆ, ನನ್ನ ಕ್ರೀಡಾ ಬರಹಗಳನ್ನು ಕಾದು ಅತ್ಯಂತ ಆಸಕ್ತಿಯಿಂದ ಓದಿ ಪ್ರತಿಕ್ರಿಯಿಸುತ್ತಿದ್ದ ಅಂದಿನ ಕಾಲದ ಕ್ರೀಡಾಭಿಮಾನಿಗಳಿಗೆ, ನೆಚ್ಚಿನ ಓದುಗರಿಗೆ... ಎಲ್ಲರಿಗೂ ಹೃತ್ಪೂರ್ವಕ ಧನ್ಯವಾದಗಳು.

ಕಪಿಲ್‌ದೇವ್ ನಾಯಕತ್ವದ ಭಾರತ ತಂಡ 1983ರ ಏಕದಿನ ವಿಶ್ವಕಪ್ ಗೆದ್ದು 40 ವರ್ಷ ತುಂಬಿದ ಹಾಗೂ ಭಾರತದ ಆತಿಥ್ಯದಲ್ಲೇ ಮತ್ತೊಂದು ವಿಶ್ವಕಪ್ ಕ್ರಿಕೆಟ್ ಪಂದ್ಯಾವಳಿ ನಡೆಯುವ ಈ ಶುಭ ಸಂದರ್ಭದಲ್ಲಿ 'ಕ್ರಿಕೆಟಾಯಣ'ವನ್ನು ನಿಮ್ಮ ಕೈಗಿಡಲು ಬಹಳ ಖುಷಿಯಾಗುತ್ತಿದೆ. ನಿಮಗೆಲ್ಲರಿಗೂ ಇಷ್ಟವಾಗಲಿದೆ ಎಂಬುದು ನನ್ನ ನಂಬಿಕೆ. ಏನೇ ಅಭಿಪ್ರಾಯ, ಅನಿಸಿಕೆಗಳಿದ್ದರೂ ನೇರವಾಗಿ ತಿಳಿಸಿ. ಎಲ್ಲವನ್ನೂ ಕ್ರೀಡಾಸ್ಫೂರ್ತಿಯಿಂದಲೇ ಸ್ವೀಕರಿಸುತ್ತೇನೆ. ನಮಸ್ಕಾರಗಳು.

ವೀರಲೋಕಕ್ಕೆ ಬಹುಪರಾಕ್!

ಪುಸ್ತಕವೊಂದನ್ನು ರಚಿಸುವುದು ಕಷ್ಟವೆನಿಸದು. ಆದರೆ ಇದಕ್ಕೆ ಪ್ರಕಾಶಕರನ್ನು ಹುಡುಕುವುದೇ ದೊಡ್ಡ ಸವಾಲು. ಆದರೆ ಕನ್ನಡ ಪುಸ್ತಕಲೋಕದಲ್ಲಿ ಕಳೆದೊಂದು ವರ್ಷದಿಂದ 'ವೀರಲೋಕ ಪ್ರಕಾಶನ' ಲೇಖಕರ ಪಾಲಿಗೆ ವರವಾಗಿ ಬಂದಿದೆ. ಹೊಸ ಯೋಚನೆಗಳೊಂದಿಗೆ ಪ್ರಕಾಶಕ ಪ್ರಪಂಚವನ್ನು ಪ್ರವೇಶಿಸಿದ ವೀರಲೋಕ ಸಣ್ಣ ಅವಧಿಯಲ್ಲಿ ಅಸಾಮಾನ್ಯ ಸಾಧನೆ, ಸಾಹಸಗೈದಿದೆ. ಲೇಖಕರು ಮತ್ತು ಓದುಗರನ್ನು ಬರಸೆಳೆದುಕೊಂಡು ಕ್ರಾಂತಿಯನ್ನೇ ಉಂಟುಮಾಡಿದೆ. ಶ್ರೀಯುತ

ವೀರಕಪುತ್ರ ಎಂ. ಶ್ರೀನಿವಾಸ್ ಮತ್ತು ಅವರ ಇಡೀ ತಂಡದ ಸಾಹಸಕ್ಕೊಂದು ದೊಡ್ಡ ಸಲಾಂ. ನನ್ನ ಮೊದಲ ಪುಸ್ತಕವನ್ನು ಕೂಡ 'ವೀರಲೋಕ' ಪ್ರಕಾಶನವೇ ಹೊರತರಬೇಕೆಂಬುದು ದೊಡ್ಡ ಕನಸಾಗಿತ್ತು. ದೋಸ್ತ್ ಅನಂತ ಭಟ್ ಹುದೆಂಗಜೆ ಅವರಿಂದ ಇದು ನನಸಾಗಿದೆ ಎಂಬುದು ನನ್ನ ಪಾಲಿನ ಹೆಮ್ಮೆ. ಬಹುಶಃ ಇದು ವೀರಲೋಕದಿಂದ ಹೊರಬರುತ್ತಿರುವ ಮೊದಲ ಕ್ರೀಡಾ ಸಂಬಂಧಿ ಪುಸ್ತಕವಾಗಿರಲೂಬಹುದು. ಆಗ ನಮ್ಮ ಸಂತೋಷ ಖಂಡಿತವಾಗಿಯೂ ಇಮ್ಮಡಿಗೊಳ್ಳಲಿದೆ!

ಧನ್ಯವಾದಗಳು ವೀರಕಪುತ್ರ ಎಂ. ಶ್ರೀನಿವಾಸ ಸರ್. ನಿಮ್ಮ ಬೆನ್ನ ಹಿಂದೆ ನಿಂತಿರುವ ಇಡೀ ಪ್ರಕಾಶಕ ತಂಡಕ್ಕೆ ನನ್ನ ಹೃತ್ಪೂರ್ವಕ ನಮನಗಳು. ಹಾಗೆಯೇ ಅಪ್ಪಟ ಕನ್ನಡ ಪ್ರೀತಿಯಿಂದ ಪುಸಕ್ತವನ್ನು ಮಾರಾಟ ಮಾಡುತ್ತ ಓದುಗರ ಪಾಲಿನ ಸೇತು ಆಗಿರುವ ಎಲ್ಲ ಮಾರಾಟಗಾರರಿಗೂ ನನ್ನ ನಮಸ್ಕಾರಗಳು.

ಪ್ರೀತಿಯಿಂದ,

ಎಚ್. ಪ್ರೇಮಾನಂದ ಕಾಮತ್

'ದೇವಗಿರಿ'

ಅಂಚೆ: ಹಾಲಾಡಿ-28, ಕುಂದಾಪುರ ತಾಲೂಕು,

ಉಡುಪಿ ಜಿಲ್ಲೆ, ಪಿನ್: 576 222

ಮೊಬೈಲ್: 98445 49250

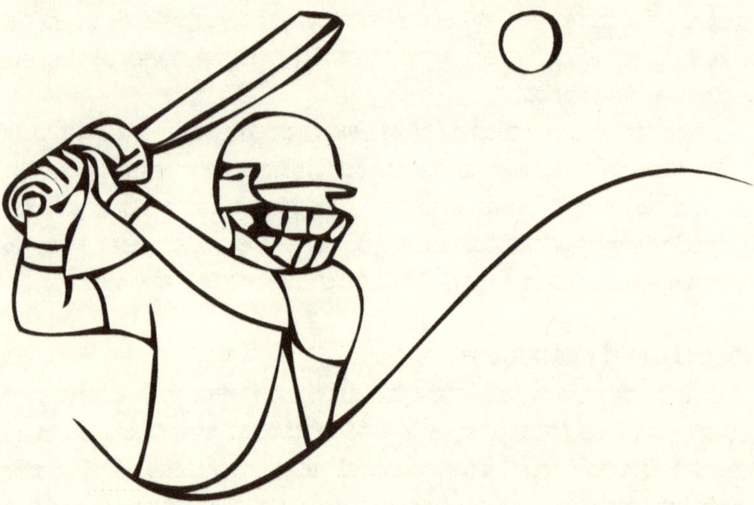

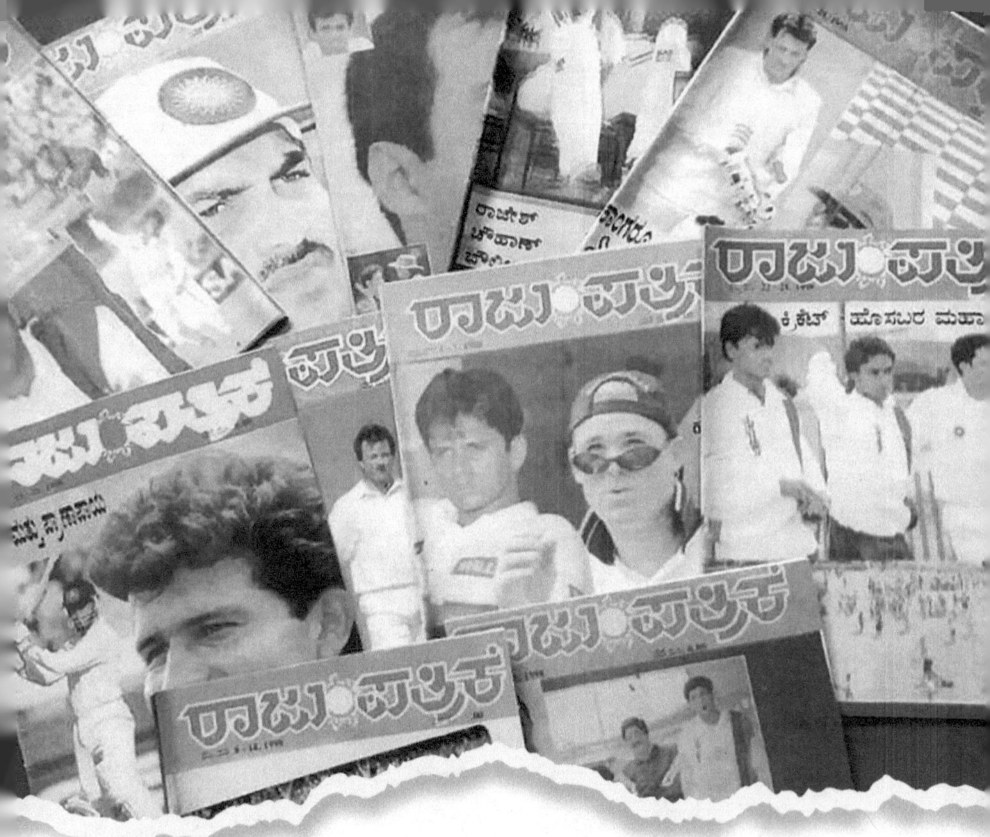

ರಾಜು ಪತ್ರಿಕೆ ಮತ್ತು 'ಕ್ರಿಕೆಟಾಯಣ'

ರಾಜು ಪತ್ರಿಕೆ!

ಹೆಸರೇ ವಿಚಿತ್ರವಾಗಿದೆಯಲ್ಲವೇ?! ಹೌದು... ಆದರೆ ಇದು ಕನ್ನಡ ನಾಡಿನ ಕ್ರೀಡಾಪ್ರಿಯರಲ್ಲಿ ಮೂಡಿಸಿದ ಛಾಪು ಅಸಾಮಾನ್ಯ.

ಅದು 80ರ ದಶಕ. ಕನ್ನಡ ಪತ್ರಿಕಾಲೋಕ ಉಚ್ಛ್ರಾಯದಲ್ಲಿದ್ದ ಕಾಲ. ಕನ್ನಡ ಓದುಗ ವರ್ಗ ಬಂದುದೆಲ್ಲವನ್ನೂ ತನ್ನ ತೆಕ್ಕೆಗೆ ಸೆಳೆದುಕೊಂಡು ಒಂದೇ ಗುಕ್ಕಿಗೆ ಓದು ಮುಗಿಸಿ, ಇನ್ನೇನಿದೆ ಎಂದು ಹುಡುಕುತ್ತಿದ್ದ ದಿನಗಳವು. ಸಾಪ್ತಾಹಿಕ ಪತ್ರಿಕೆಗಳಲ್ಲಿ ಕರ್ಮವೀರ, ಪ್ರಜಾಮತ, ಸುಧಾ, ತರಂಗ ಆಗಲೇ ಜನಪ್ರಿಯತೆಯ ಔನ್ನತ್ಯ ಕಂಡಿದ್ದವು. ಆದರೆ ಕ್ರೀಡಾಪತ್ರಿಕೆಗಳ ಕೊರತೆ ತೀವ್ರವಾಗಿತ್ತು.

ಇಂಥ ಕಾಲಘಟ್ಟದಲ್ಲೇ ಪತ್ರಕರ್ತ ಬಿ.ವಿ. ವೈಕುಂಠ ರಾಜು ಅವರು 'ವಾರಪತ್ರಿಕೆ' ಎಂಬ ಹೆಸರಲ್ಲೇ ವಾರಪತ್ರಿಕೆಯೊಂದನ್ನು ಹೊರತಂದರು. ರಾಜಕೀಯ ವಿಶ್ಲೇಷಣೆ, 'ಸಂಪಾದಕರ ಡೈರಿ' ಅಂಕಣದಿಂದ ಇದು ಬಹಳ ಬೇಗ ಜನಪ್ರಿಯಗೊಂಡಿತು.

ಇದರಿಂದ ಉತ್ತೇಜಿರಾದ ವೈಕುಂಠರಾಜು ಅವರು 'ಕಸ್ತೂರಿ' ಮಾದರಿಯಲ್ಲಿ ಡೈಜೆಸ್ಟ್ ಒಂದನ್ನು ಪ್ರಕಟಿಸಲಾರಂಭಿಸಿದರು. ಇದೇ 'ರಾಜು ಪತ್ರಿಕೆ'. ಆದರೆ ಇದು ನಿರೀಕ್ಷಿತ ಯಶಸ್ಸು ಪಡೆಯಲಿಲ್ಲ

ಮುಂದೆ ಇದನ್ನೇ ಕ್ರೀಡಾ ಹಾಗೂ ಸಿನೆಮಾ ಪತ್ರಿಕೆಯಾಗಿ ಪರಿವರ್ತಿಸಿದರು. ಈಗಿನ ತರಂಗ ಆಕಾರದಲ್ಲಿ ಬರಲಾರಂಭಿಸಿದ ಈ ಪತ್ರಿಕೆಯ ಅರ್ಧ ಭಾಗ ಕ್ರೀಡೆಗೆ, ಉಳಿದರ್ಧ ಭಾಗ ಸಿನೆಮಾ ರಂಗಕ್ಕೆ ಮೀಸಲಾಗಿತ್ತು. ಯಾವಾಗ ಓದುಗರು ಕ್ರೀಡಾ ಬರಹಗಳಿಗೆ ಹೆಚ್ಚಿನ ಬೇಡಿಕೆ ಸಲ್ಲಿಸಲಾರಂಭಿಸಿದರೋ, ಅಂದಿನಿಂದ ಇದು ಸಂಪೂರ್ಣ ಕ್ರೀಡಾ ಪತ್ರಿಕೆಯಾಗಿ ಬದಲಾಯಿತು. ಆದರೆ ಚಿತ್ರಲೋಕದ ನಂಟನ್ನು ಬಿಡಲಿಲ್ಲ, ಇದಕ್ಕಾಗಿ 'ಹರಿಣಿ' ಎಂಬ ಪ್ರತ್ಯೇಕ ಪತ್ರಿಕೆಯನ್ನು ಹೊರತಂದರು.

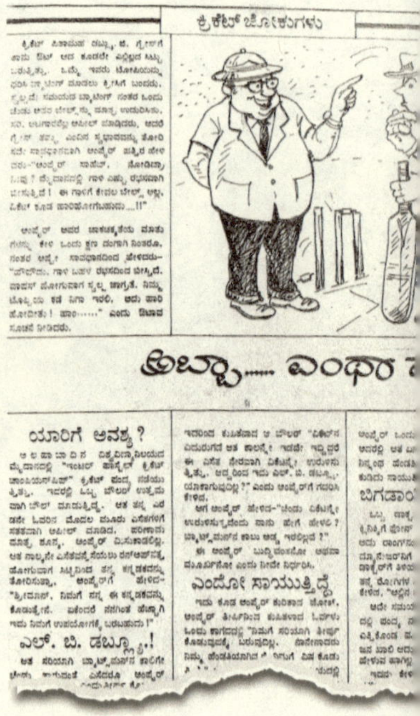

'ವಾರಪತ್ರಿಕೆ'ಯ 'ಕಚಗುಳಿ' ಅಂಕಣದಲ್ಲಿ ನನ್ನ ನಗೆಹನಿಗಳು ತಪ್ಪದೇ ಪ್ರಕಟಗೊಳ್ಳುತ್ತಿದ್ದವು. ಆಗಲೇ ಕ್ರೀಡಾ ಬರವಣಿಗೆಯಲ್ಲಿ ತೊಡಗಿಸಿಕೊಳ್ಳಬೇಕೆಂಬ ಕನಸು ಕಾಣುತ್ತಿದ್ದ ನನಗೆ 'ರಾಜು ಪತ್ರಿಕೆ' ದೊಡ್ಡದೊಂದು ಬ್ರೇಕ್ ಒದಗಿಸಿತು. ಆರಂಭದಲ್ಲಿ ಕ್ರಿಕೆಟ್‌ಗೆ ಸಂಬಂಧಿಸಿದ ನಗೆಹನಿಗಳನ್ನು ಕಳುಹಿಸಿದೆ. ಇದು 'ಕ್ರಿಕೆಟ್ ಜೋಕುಗಳು' ಎಂಬ ಹೆಸರಲ್ಲಿ ಪ್ರಕಟಗೊಳ್ಳತೊಡಗಿದವು. ಬಳಿಕ ಕ್ರಿಕೆಟ್‌ನ ನೈಜ ಸ್ವಾರಸ್ಯಕರ ಪ್ರಸಂಗಳ ಪುಟ್ಟ ಪುಟ್ಟ ಬರಹಗಳಿಗೂ ಜಾಗ ಸಿಕ್ಕಿತು. ಇದೇ 'ಕ್ರಿಕೆಟ್ ಸುದ್ದಿ-ಸ್ವಾರಸ್ಯ' ಎಂಬ ಅಂಕಣವಾಯಿತು.

'ರಾಜುಪತ್ರಿಕೆ' ನಿರೀಕ್ಷೆಗೂ ಮೀರಿ ಜನಪ್ರಿಯಗೊಂಡಿತು. ನಾನು, ಮಾವೆಂಸ ಪ್ರಸಾದ್, ದೀಪಾ ಹಿರೇಗುತ್ತಿ ಮೊದಲಾದವರೆಲ್ಲ ಇದಕ್ಕೆ ಖಾಯಂ ಆಗಿ ಬರೆಯುತ್ತಿದ್ದೆವು. ಸಂಪಾದಕರಾದ ವಿ. ಸನತ್ ಕುಮಾರ್ ಬಾಡಿಬಿಲ್ಡಿಂಗ್ ಬಗ್ಗೆ ಸೊಗಸಾಗಿ ಬರೆಯುತ್ತಿದ್ದರು. ಆರಂಭದಲ್ಲಿ ಮಾಸಪತ್ರಿಕೆಯಾಗಿದ್ದ ಅದು, ಓದುಗರ ಅಭಿರುಚಿ ಮತ್ತು ಬೇಡಿಕೆಗನುಸಾರವಾಗಿ ಪಾಕ್ಷಿಕವಾಗಿ ಬರತೊಡಗಿತು. ದಶಕಗಳ ಕಾಲ ಕನ್ನಡಿಗರ ಕ್ರೀಡಾಮಾನಸದಲ್ಲಿ ಅಚ್ಚೊತ್ತಿತು. ಮುಂದೆ ಇಬ್ಬರೂ ಕಾಲವಶರಾದರು. ಅದರಲ್ಲೂ ಸನತ್ ಕುಮಾರ್ ಅವರ ಅಕಾಲಿಕ ನಿಧನ ಕನ್ನಡ ಕ್ರೀಡಾ ಪತ್ರಿಕಾಲೋಕಕ್ಕೆ ಬರಸಿಡಿಲಿನಂತೆ ಬಂದೆರಗಿತು. 'ರಾಜು ಪತ್ರಿಕೆ'ಯೂ ಕಣ್ಮುಚ್ಚಿತು. ನನ್ನ ಅಕ್ಷರಪ್ರೀತಿಗೆ ನೀರೆರೆದು ಪೋಷಿಸಿ, ಇಂದು ಈ ಮಟ್ಟಕ್ಕೆ ತಂದು ನಿಲ್ಲಿಸಿದ ಇವರಿಬ್ಬರೂ ನನ್ನ ಪಾಲಿನ ಪ್ರಾತಃಸ್ಮರಣೀಯರು.

ಮುಂದೆ ನಾನು 1997ರಲ್ಲಿ 'ತರಂಗ' ಸೇರಿಕೊಂಡಾಗ ಕ್ರಿಕೆಟ್‌ನ ಈ ಸ್ವಾರಸ್ಯಕರ ಸಂಗತಿಗಳನ್ನು ವ್ಯರ್ಥಗೊಳಿಸಲು ಮನಸ್ಸಾಗಲಿಲ್ಲ. ಇದನ್ನೊಂದು ಅಂಕಣ ರೂಪದಲ್ಲಿ ಬರೆಯಲೇ ಎಂದು ಸಂಪಾದಕರಾದ ಶ್ರೀ ಸಂತೋಷಕುಮಾರ ಗುಲ್ವಾಡಿಯವರನ್ನು ಕೇಳಿದೆ. ಅವರು 'ಯಸ್' ಅಂದು ಬಿಟ್ಟರು. ಅಂಕಣದ ಹೆಸರನ್ನೂ ಅವರು ಓಕೆ ಮಾಡಿದರು. 'ತರಂಗ'ದ ಕೊನೆಯ ಪುಟದಲ್ಲಿ, ಎರಡು ವಾರಕ್ಕೊಮ್ಮೆ ಪ್ರಕಟವಾಗುತ್ತಿದ್ದ ಈ ಅಂಕಣವೇ 'ಕ್ರಿಕೆಟಾಯಣ'... ಈ ಪುಸ್ತಕಕ್ಕೆ ಸ್ಫೂರ್ತಿ!

ಈ ಪತ್ರಿಕೆಗಳಿಗೆ ನನ್ನ ನಮನಗಳು

... **ಹೀ**ಗೆ 'ರಾಜು ಪತ್ರಿಕೆ'ಯಿಂದ ಆರಂಭಗೊಂಡ ನನ್ನ ಕ್ರೀಡಾ ಬರವಣಿಗೆ ನಿಧಾನವಾಗಿ ಬೇರೆ ಪತ್ರಿಕೆಗಳಿಗೂ ವಿಸ್ತರಿಸಲ್ಪಟ್ಟಿತು. ಸಣ್ಣ ಮಟ್ಟದ ಲೇಖನದಿಂದ ಮೊದಲ್ಗೊಂಡು ಒಂದೆರಡು ಪುಟಗಳ ಗಾತ್ರಕ್ಕೆ ಹಿಗ್ಗಿತು. ಅಂದು ಕನ್ನಡದಲ್ಲಿ ಕ್ರೀಡಾ ಬರಹಗಾರರ ಸಂಖ್ಯೆ ಬಹಳ ವಿರಳವಿತ್ತು. ಪತ್ರಿಕೆಗಳಲ್ಲಿ ಕ್ರೀಡೆಗೆಂದೇ ನಿರ್ದಿಷ್ಟ ಸ್ಥಳ ಮೀಸಲಿಡುತ್ತಿರಲಿಲ್ಲ, ಮುಖಪುಟ ಲೇಖನಗಳ ಮಾತಂತೂ ಕೇಳಲೇ ಬೇಡಿ! ಇಂಥ ಕಾಲಘಟ್ಟದಲ್ಲಿ ನನ್ನ ಕ್ರೀಡಾ ಬರಹಗಳ ಹರವು ವಿಸ್ತಾರಗೊಳ್ಳುತ್ತಲೇ ಹೋದದ್ದು ಅದೃಷ್ಟವೆಂದೇ ಭಾವಿಸುತ್ತೇನೆ. ಬೇರೆಲ್ಲ ಬರಹಗಳನ್ನು ಬದಿಗೆ ಸರಿಸಿ ಕೇವಲ ಕ್ರೀಡಾ ಕೃಷಿಯನ್ನೇ ಮುಂದುವರಿಸಿ ಯಶಸ್ಸಿನ ಫಲ ಪಡೆದೆ.

ನನ್ನ ಕ್ರೀಡಾ ಬರಹಗಳಿಗೆ ಪ್ರೋತ್ಸಾಹ ನೀಡಿದ ಪತ್ರಿಕೆಗಳನ್ನು, ಅದರ ಸಂಪಾದಕರನ್ನು ಇಲ್ಲಿ ಸ್ಮರಿಸುವುದು ನನ್ನ ಕರ್ತವ್ಯ.

ವಡ್ಡರ್ಸೆ ರಘುರಾಮ ಶೆಟ್ಟರ 'ಮುಂಗಾರು' ದೈನಿಕದಲ್ಲಿ ಪ್ರತೀ ಶನಿವಾರ ಕ್ರೀಡಾ ಬರಹಗಳಿಗೆಂದೇ ಒಂದು ಪುಟ ಮೀಸಲಿಡುತ್ತಿದ್ದರು. ಇದರಲ್ಲಿ ನಾನು 'ಕ್ರಿಕೆಟ್ ವಾರ್ತಾ ಸಂಚಯ' ಎಂಬ ಅಂಕಣವನ್ನು 'ಕ್ರಿಕೆಟ್ ಅಭಿಮಾನಿ' ಎಂಬ ಹೆಸರಲ್ಲಿ ಬರೆಯುತ್ತಿದ್ದೆ. ಬಿ.ಬಿ. ಶೆಟ್ಟಿಗಾರ್ ಅವರು ಈ ಪುಟ ನೋಡಿಕೊಳ್ಳುತ್ತಿದ್ದರು. ಈ ಅಂಕಣ ವರ್ಷಗಟ್ಟಲೆ ಮುಂದುವರಿಯಿತು.

ಹಾಗೆಯೇ 'ಹೊಸ ದಿಗಂತ' ನನ್ನ ಲೇಖನಗಳನ್ನು ಪ್ರಕಟಿಸಿ ಪ್ರೋತ್ಸಾಹಿಸಿತು. ದೈನಂದಿನ ಪುಟಗಳಲ್ಲೂ ಕ್ರೀಡಾ ಬರಹಗಳಿಗೆ ಜಾಗ ಮಾಡಿಕೊಟ್ಟ ಪತ್ರಿಕೆ ಇದು. ಆಗ ದು.ಗು. ಲಕ್ಷ್ಮಣ ಅವರು ದಿಗಂತದ ಸಂಪಾದಕರಾಗಿದ್ದರು.

'ಸುಧಾ', 'ಪ್ರಜಾವಾಣಿ' ಪತ್ರಿಕೆಗಳು ಬೆನ್ನು ತಟ್ಟಿದ ರೀತಿಯನ್ನು ಮರೆಯುವಂತೆಯೇ ಇಲ್ಲ. 'ಸುಧಾ'ದವರಂತೂ ನನ್ನ ಲೇಖನವನ್ನು ಇನ್ನಷ್ಟು ಪಕ್ವಗೊಳಿಸಿ, ಅದಕ್ಕೆ ಇನ್ನಷ್ಟು ಸಂಗತಿಗಳನ್ನು ಸೇರಿಸಿ, ಅದನ್ನು ಪರಿಪೂರ್ಣಗೊಳಿಸಿ ಪ್ರಕಟಿಸಿದ ನಿದರ್ಶನಗಳು ಅದೆಷ್ಟೋ. ಅದು ನಾನೇ ಬರೆದ ಲೇಖನವೇ ಎಂಬಷ್ಟು ಅಚ್ಚರಿ ಹುಟ್ಟಿಸುವಷ್ಟು, ಅನುಮಾನ ಕಾಡುವಂತೆ ಇರುತ್ತಿತ್ತು. ಜತೆಗೆ ದೊಡ್ಡ ಮೊತ್ತದ ಸಂಭಾವನೆ!

ಗೋವಾದಿಂದ ಹೊರಬರುತ್ತಿದ್ದ 'ಸಾಪ್ತಾಹಿಕ ಕೇಸರಿ ಘರ್ಜನೆ', 'ಸಂಯುಕ್ತ ಕರ್ನಾಟಕ', 'ಕರ್ಮವೀರ', ಚಂದ್ರಶೇಖರ ಪಾಟೀಲರ 'ಸಂಕ್ರಮಣ', ಇಂದೂಧರ ಹೊನ್ನಾಪುರ ಸಂಪಾದಕತ್ವದ 'ಸುದ್ದಿ ಸಂಗಾತಿ' ಪತ್ರಿಕೆಗಳೆಲ್ಲ ನಿರಂತರವಾಗಿ ನನ್ನ ಕ್ರೀಡಾ ಬರಹಗಳನ್ನು ಪ್ರಕಟಿಸಿ ಬೆಂಬಲ ಕೊಟ್ಟವು.

ಆದರೂ ಒಂದು ದೊಡ್ಡ ಕೊರಗು ಕಾಡುತ್ತಲೇ ಇತ್ತು. ಖ್ಯಾತ ಪತ್ರಿಕೆಗಳಾದ 'ಉದಯವಾಣಿ', 'ತರಂಗ'ಗಳಿಗೆ ಕಳುಹಿಸಿದ ಕ್ರೀಡಾ ಲೇಖನಗಳೆಲ್ಲ ಹೋದಷ್ಟೇ ವೇಗದಲ್ಲಿ ವಾಪಸ್ ಬರುತ್ತಿದ್ದವು! ಆದರೆ ನಿರಾಶನಾಗಲಿಲ್ಲ, ನನ್ನ ಬರಹಗಳ ಗುಣಮಟ್ಟವನ್ನು ಪರೀಕ್ಷಿಸಲು ಇದು ಸುಸಮಯ ಎಂದು ಭಾವಿಸಿದೆ.

ಮಣಿಪಾಲವೆಂಬ ಮಾಯಾಲೋಕದಲ್ಲಿ...

ನನ್ನ ಬದುಕಿಗೆ ಮತ್ತು ಕ್ರೀಡಾ ಬರಹಗಳಿಗೆ ದೊಡ್ಡದೊಂದು ತಿರುವು ನೀಡಿದ್ದು ಮಣಿಪಾಲ ಮತ್ತು ಇಲ್ಲಿ ಸೋದರ ಮಾವ ನಡೆಸಿಕೊಂಡು ಬರುತ್ತಿದ್ದ 'ಪ್ರಭು ನ್ಯೂಸ್ ಏಜೆನ್ಸಿ'.

ಅದು 1987. ಆಗಷ್ಟೇ ದೀಪಾವಳಿ ಕಳೆದಿತ್ತು. ಹಾಲಾಡಿಯ ನಮ್ಮ ಅಂಗಡಿಯ ಪಕ್ಕದಲ್ಲಿದ್ದ ಅಬ್ದುಲ್ಲ ಸಾಹೇಬರ ಅಂಗಡಿಗೆ ಮಣಿಪಾಲದಿಂದ ದೂರವಾಣಿ ಕರೆಯೊಂದು ಬಂತು. ಮಾವನಿಗೆ ಸೌಖ್ಯವಿಲ್ಲ, ನೀನು ಬಂದು ಸ್ವಲ್ಪ ಜವಾಬ್ದಾರಿ ತಗೋ ಎಂದು ಸೋದರತ್ತೆ ಹೇಳಿದ್ದರು. ಒಲ್ಲದ ಮನಸ್ಸಿನಿಂದಲೇ ಹೊರಟೆ. ಆದರೆ ಈ ಕರೆ ನನ್ನ ಭವಿಷ್ಯಕ್ಕೊಂದು ದಾರಿದೀಪವಾಗಲಿದೆ ಅಂದು ಆಗ ಭಾವಿಸಿರಲಿಲ್ಲ, ನಾನು ಪೇಪರ್ ಬಾಯ್ ಪ್ಲಸ್ ಸ್ಪೋರ್ಟ್ಸ್ ರೈಟರ್ ಆಗಿ ಬೆಳವಣಿಗೆ ಕಾಣತೊಡಗಿದೆ.

ಮಾಮನವರ ಪೇಪರ್ ಅಂಗಡಿಯಲ್ಲಿ ಹಿಂದಿ, ಇಂಗ್ಲಿಷ್ ಸೇರಿದಂತೆ ಎಲ್ಲ ಪ್ರಮುಖ ಪತ್ರಿಕೆಗಳು ಬರುತ್ತಿದ್ದವು. ಕೆಎಂಸಿ, ಎಂಐಟಿ, ಸಿಂಡಿಕೇಟ್ ಬ್ಯಾಂಕ್ ಪ್ರಧಾನ ಕಚೇರಿ ಜೊತೆಗೆ ಐಸಿಡಿಎಸ್, ಮಹಾರಾಷ್ಟ್ರ ಅಪೆಕ್ಸ್ ಉಚ್ಛ್ರಾಯದಲ್ಲಿದ್ದ ಕಾಲವದು. ದಿನಕ್ಕೆ ಸಾವಿರದಷ್ಟು ದೈನಿಕಗಳು ಮಾರಾಟವಾಗುತ್ತಿದ್ದವು. ನನ್ನ ಕ್ರೀಡಾ ಬರಹಗಳಿಗೆ ಬೇಕಿದ್ದ ಅಗತ್ಯ ಸರಕುಗಳು ಸುಲಭದಲ್ಲಿ ಸಿಗತೊಡಗಿದವು. ಇಂಟರ್‌ನೆಟ್, ಗೂಗಲ್ ಇಲ್ಲದ ಕಾಲದಲ್ಲಿ ನನಗೆ ಹಿಂದಿ, ಇಂಗ್ಲಿಷ್ ಪತ್ರಿಕೆಗಳೇ ದಾರಿದೀಪವಾದವು.

ಪೇಪರ್ ಲೈನ್ ಮಾಡಲು 4 ಹುಡುಗರು ಅನಿವಾರ್ಯವಾಗಿದ್ದರು. ಇವರ ಜತೆಗೆ ನಾನೂ ಸೇರಿಕೊಂಡೆ. ಎಲ್ಲರೂ ಒಂದೊಂದು ದಿಕ್ಕಿಗೆ ಸೈಕಲ್ ಏರಿ ಹೊರಟರೆ, ನಾನು ಉದಯವಾಣಿ, ತರಂಗ ಕಚೇರಿಗಳನ್ನು ಆಯ್ದುಕೊಂಡೆ. ಎಲ್ಲವನ್ನೂ ಸೂಕ್ಷ್ಮವಾಗಿ ಗಮನಿಸಿದೆ. ಸಂಪಾದಕರಾದ ಎನ್. ಗುರುರಾಜ್ ಸರ್, ಸಂತೋಷಕುಮಾರ ಗುಲ್ವಾಡಿ ಸರ್ ಅವರನ್ನೆಲ್ಲ ಕಂಡಾಗ ಒಂಥರ ರೋಮಾಂಚನ. ಆದರೆ ಎಲ್ಲೂ ನಾನು ನನ್ನ ಪರಿಚಯ ಹೇಳಿಕೊಳ್ಳಲಿಲ್ಲ.

ಅದು ಒಂದೊಂದು ಹೊತ್ತಿಗೆ ಒಂದೊಂದು ಪೇಪರ್ ಬರುತ್ತಿದ್ದ ಕಾಲ. ಮುಂಬೈ ಆವೃತ್ತಿಯ ಪತ್ರಿಕೆಗಳಂತೂ ಮಣಿಪಾಲ ತಲುಪುವಾಗ ಸಂಜೆ ಆಗುತ್ತಿತ್ತು. ಆಗಲೂ ನಾನು ಟೈಮ್ಸ್ ಆಫ್ ಇಂಡಿಯಾ, ಇಕನಾಮಿಕ್ ಟೈಮ್ಸ್ ತೆಗೆದುಕೊಂಡು ಉದಯವಾಣಿ ಕಚೇರಿಗೆ ಕೊಟ್ಟು ಬರುತ್ತಿದ್ದೆ. ಧಣಿಗಳಾದ ಮೋಹನದಾಸ್ ಪೈಯವರು 'ಟೈಮ್ಸ್'ಗಾಗಿ ಕಾದು ಕುಳಿತಿರುತ್ತಿದ್ದರು. ಆಗ ಉದಯವಾಣಿ ಮತ್ತು ಟೈಮ್ಸ್ ಆಫ್ ಇಂಡಿಯಾ ನಡುವೆ ಲೇಖನಗಳ ಒಡಂಬಡಿಕೆ ಇತ್ತು. ಷೇರು ವಿಭಾಗ ನೋಡಿಕೊಳ್ಳುತ್ತಿದ್ದ ವಕ್ವಾಡಿ ಶ್ರೀನಿವಾಸ ಭಟ್ಟರಿಗೆ ಇಕಾನಾಮಿಕ್ ಟೈಮ್ಸ್ ಬೇಕಿತ್ತು.

ಆದರೆ ಉದಯವಾಣಿ, ತರಂಗದಲ್ಲಿ ನನ್ನ ಲೇಖನ ಬರಬೇಕಲ್ಲ... ಹೇಗೆ? ತರಂಗದಲ್ಲಂತೂ ಗುಲ್ವಾಡಿಯವರು ಹೊಸ ಹೊಸ ಪ್ರಯೋಗ ಮಾಡುತ್ತ ಬಂದಿದ್ದರು. ಲೇಖನದೊಂದಿಗೆ ಲೇಖಕರ ವಿಳಾಸ, ಫೋಟೊ ಕೂಡ ಬರುತ್ತಿತ್ತು. ಇದನ್ನು ಕಂಡ ನನ್ನ ನಿರೀಕ್ಷೆಗೆ ತಾಳ್ಮೆಯೇ ಇರಲಿಲ್ಲ, ತರಂಗ

ಪುಟದಲ್ಲಿ ನನ್ನ ಲೇಖನ, ಫೋಟೊ ಕೂಡ ಮೂಡಿಬರಬೇಕೆಂಬ ಹಂಬಲ ಹೆಚ್ಚುತ್ತ ಹೋಯಿತು.

ಆಗ ನೆರವಿಗೆ ಬಂದವರೇ ಉಡುಪಿ ಅಶೋಕ ಬಾಳಿಗ. ಕ್ರಿಕೆಟ್ ಬಗ್ಗೆ ಬರೆಯುತ್ತಿದ್ದರು. ಅಂಕಿ ಅಂಶಗಳ ಉತ್ತಮ ಸಂಗ್ರಹ ಹೊಂದಿದ್ದರು. ಐಸಿಡಿಎಸ್‌ನಲ್ಲಿ ಕೆಲಸ ಮಾಡುತ್ತಿದ್ದ ಅವರು ನಮ್ಮ 'ಪ್ರಭು ಬಿಲ್ಡಿಂಗ್ಸ್'ನಲ್ಲಿದ್ದ 'ಶಾರದಾ ಭವನ'ಕ್ಕೆ ಊಟಕ್ಕೆ ಬರುತ್ತಿದ್ದರು. ಅವರ ಪರಿಚಯ ಆಯಿತು.

'ಉದಯವಾಣಿಯಲ್ಲಿ ನಿತ್ಯಾನಂದ ಪಡ್ರೆ ಅಂತ ಇದ್ದಾರೆ. ಅವರನ್ನು ಭೇಟಿಯಾಗಿ ಮಾತಾಡು' ಎಂದರು. ಮರುದಿನವೇ ಪೇಪರ್ ತೆಗೆದುಕೊಂಡು ಹೋದೆ. ಎದುರಲ್ಲೇ ಕುಳಿತು ಬರೆಯುತ್ತಿದ್ದವರ ಕೈಗೆ ಅಂದಿನ ಪತ್ರಿಕೆಗಳನ್ನು ಕೊಡುತ್ತ, 'ಸರ್, ಇಲ್ಲಿ ನಿತ್ಯಾನಂದ ಪಡ್ರೆ ಅಂದರೆ ಯಾರು?' ಎಂದು ಕೇಳಿದೆ. ಅವರು ಏನೂ ಮಾತಾಡದೆ, ತಲೆಯನ್ನೂ ಮೇಲೆತ್ತದೆ, ಕೈಯಲ್ಲೇ ಸನ್ನೆ ಮಾಡಿ 'ಅವರೇ' ಎಂದು ಸೂಚಿಸಿದರು. ಹಾಗೆ ಹೇಳಿದವರು ಬೇರೆ ಯಾರೂ ಅಲ್ಲ, ಸಂಪಾದಕರಾದ ಎನ್. ಗುರುರಾಜ್ ಸರ್!

ಪಡ್ರೆಯವರ ಪರಿಚಯ ಮಾಡಿಕೊಂಡೆ. ನಾನೇ ಪ್ರೇಮಾನಂದ ಕಾಮತ್, ಕ್ರೀಡಾ ಲೇಖಕ ಅಂತ ತಿಳಿದು ಅಚ್ಚರಿಗೊಂಡರು. ಗುರುರಾಜ್ ಅವರನ್ನೂ ಕರೆದು ಪರಿಚಯಿಸಿದರು. ಅವರೂ ಆಶ್ಚರ್ಯಪಟ್ಟರು. ಬಂಧ ಗಟ್ಟಿಗೊಂಡಿತು.

'ಕ್ರೀಡಾ ಲೇಖನಗಳಿಗೆ ಒಂದು ಜಾಗ ಮಾಡಿ, ಯಾರ ಲೇಖನವನ್ನಾದರೂ ಪ್ರಕಟಿಸಿ...' ಎಂಬುದಷ್ಟೇ ನನ್ನ ಮನವಿ ಆಗಿತ್ತು.

ಆಗ ರವಿವಾರದ ಉದಯವಾಣಿಯ 3ನೇ ಪುಟ ಲೇಖನ, ಧಾರಾವಾಹಿ ಹಾಗೂ ಟೈಮ್ಸ್‌ನ ಅನುವಾದಿತ ಬರಹಕ್ಕಾಗಿ ಮೀಸಲಾಗಿತ್ತು. ಇದರಲ್ಲೇ ಕ್ರೀಡಾ ಬರಹಗಳಿಗೆ ಸ್ಥಳಾವಕಾಶ ಕಲ್ಪಿಸಿದರು. ನನಗೆ ಸಾಕಷ್ಟು ಅವಕಾಶ ಸಿಕ್ಕಿತು. ಮುಖ್ಯವಾಗಿ ಗುಣಮಟ್ಟವನ್ನು ಕಾಯ್ದುಕೊಳ್ಳಬೇಕಿತ್ತು. ಇದರಲ್ಲಿ ಯಶಸ್ವಿಯಾದೆ.

ಮುಂದಿನ ಸರದಿ 'ತರಂಗ'. ಮಣಿಪಾಲಕ್ಕೆ ಬರುವ ಮುನ್ನ ನನ್ನ ಒಂದೇ ಒಂದು ಕ್ರೀಡಾ ಲೇಖನ ತರಂಗದಲ್ಲಿ ಪ್ರಕಟವಾಗಿತ್ತು. ಅದು ಸಂಜಯ್ ಮಾಂಜ್ರೇಕರ್ ಕುರಿತ ಒಂದು ಪುಟದ ಬರಹ.

ಆಗ ತರಂಗಕ್ಕೆ ಎಲ್ಲ ಪೇಪರ್, ಪುಸ್ತಕಗಳನ್ನು ನಮ್ಮ ಏಜೆನ್ಸಿಯೇ ಸಪ್ಲೈ ಮಾಡುತ್ತಿತ್ತು ತಾನೆ? ಇದಕ್ಕೆ ದಿನವೂ ಸಹಿ ತೆಗೆದುಕೊಳ್ಳಬೇಕಿತ್ತು. ಗುಲ್ವಾಡಿಯವರ ಪಿಎ ಆಗಿದ್ದ ನಾರಾಯಣ ಕುಡ್ವ ಅವರು ಈ ಕೆಲಸ ಮಾಡುತ್ತಿದ್ದರು. ಅವರಿಗೆ ಒಮ್ಮೆ ನನ್ನ ಪರಿಚಯ ಹೇಳಿದೆ. 'ಹೌದಾ...' ಎನ್ನುತ್ತ ತರಂಗ ಸಂಪಾದಕೀಯ ಬಳಗದ ಪರಿಚಯ ಮಾಡಿಸಿದರು. ಜೊತೆಗೆ ಸಂಪಾದಕರದ್ದೂ. ಗುಲ್ವಾಡಿಯವರು ನನ್ನೊಂದಿಗೆ ಕೊಂಕಣಿಯಲ್ಲೇ ಮಾತಾಡುತ್ತಿದ್ದರು. 'ದೇವಾ... ತೂ ಬರೆತಾ ರಾಬ್. ಖಂಡಿತ್ ಚಾನ್ಸ್ ದಿವ್ಯಾಂ...' ಎನ್ನುತ್ತ ಹಸ್ತಲಾಘವ ಮಾಡಿದರು. ಅಲ್ಲಿಗೆ ತರಂಗವೂ ಕೈ ಹಿಡಿಯಿತು.

'ನಿಜ, ನಮ್ಮಲ್ಲಿ ಕ್ರೀಡೆಗೆ ನೀಡುತ್ತಿರುವ ಪ್ರೋತ್ಸಾಹ ಬಹಳ ಕಡಿಮೆ. ನೀನು ಸಾಂದರ್ಭಿಕ ಲೇಖನಗಳನ್ನು ಬರೆ. ಪ್ರಕಟಿಸೋಣ...' ಎಂಬ ಗುಲ್ವಾಡಿಯವರು ಆಡಿದ ಮಾತುಗಳು ಈಗಲೂ ಕಿವಿಯಲ್ಲಿದೆ!

ಮುಂದಿನದು ಇತಿಹಾಸ...

ತರಂಗ
ಸಂಪುಟ 16 ● ಸಂಚಿಕೆ 10
ಮಾರ್ಚ್ 8, 1998

ಸಂಪಾದಕರು
ಉಪಸಂಪಾದಕರು
ತಿಲಕನಾಥ ಮಂಜೇಶ್ವರ
ಅನಿತಾ ಪಿಂಟೋ
ಬಿ. ಗಣಪತಿ
ಮನೋರಮಾ ಹೆಜಮಾಡಿ
ಎಚ್. ಪ್ರೇಮಾನಂದ ಕಾಮತ್

ತರಂಗಾಂತರಂಗ
ಲೇಖನಗಳು
21 ಚುನಾವಣೆ – '98:
ಪ್ರಧಾನಿ ಗದ್ದುಗೆಗೆ ಗುದ್ದಾಟ
23 "ಬಿ.ಜೆ.ಪಿ. ರಂಗಕ್ಕೇ ಸ್ಪಷ್ಟ ಬಹುಮತ ಖಚಿತ"
– ಅಟಲ್ ಬಿಹಾರಿ ವಾಜಪೇಯಿ
26 ಸೋನಿಯಾ ಗಾಂಧಿ ಭಾರತದ ಮುಂದಿನ ಪ್ರಧಾನಿ ಆಗಬಹುದೇ?
★ ತಿಲಕನಾಥ ಮಂಜೇಶ್ವರ
ಮುಂದಿನ ಪ್ರಧಾನಿ ಪಟ್ಟಕ್ಕೆ ಮಹಾ 'ಕ್ಯೂ'

ಉಪಸಂಪಾದಕರ ಕುರ್ಚಿಯಲ್ಲಿ!

ಓದಿದ್ದು ಪಿಯು ತನಕ, ಸಾಲದ್ದಕ್ಕೆ ಸೈನ್ಸ್ ಬೇರೆ, ಮಾರ್ಕ್ಸ್ ಮುನ್ನೂರರ ಗಡಿ ದಾಟಿರಲಿಲ್ಲ, ಆಗಲೇ ಡಿಗ್ರಿ ಬೇಡ ಎಂಬ ನಿರ್ಧಾರ ತೆಗೆದುಕೊಂಡಾಗಿತ್ತು. ಅನಂತರದ ಕೆಲಸ ಅಂಗಡಿ ಹಾಗೂ ಪೇಪರ್ ಲೈನ್. ಆದರೆ 1996ರಲ್ಲಿ 'ಪ್ರಭು ನ್ಯೂಸ್ ಏಜೆನ್ಸಿ'ಯನ್ನು ಕೊನೆಗೊಳಿಸುವುದು ಅನಿವಾರ್ಯವಾಗಿತ್ತು. ನನಗೊಂದು ಉದ್ಯೋಗ, ಸಂಪಾದನೆ ಬೇಕಲ್ಲ...

ಯಾವಾಗ ಮಣಿಪಾಲ ಬಳಗದವರು 'ತರಂಗ' ಪತ್ರಿಕೆಯನ್ನು ಹೊರತಂದರೋ ಆಗಲೇ ನಾನು ಇದರ ಮೇಲೆ ಕಣ್ಣಿಟ್ಟಿದ್ದೆ, ಕೆಲವು ದಿನಗಳ ಮಟ್ಟಿಗಾದರೂ ಇಲ್ಲಿನ ಸಂಪಾದಕೀಯ ವಿಭಾಗದ ಕುರ್ಚಿಯಲ್ಲಿ ಕುಳಿತುಕೊಳ್ಳಬೇಕು ಎಂಬ ಬಯಕೆ ನನ್ನದಾಗಿತ್ತು. ಮಣಿಪಾಲಕ್ಕೆ ಬಂದ ಮೇಲಂತೂ ಈ ಆಸೆ ತೀವ್ರಗೊಳ್ಳುತ್ತ ಹೋಯಿತು. ಕೊನೆಗೂ ಇದು 1997ರ ನವೆಂಬರ್ ಎರಡರಂದು ಸಾಕಾರಗೊಂಡಾಗ ನನ್ನ ಖುಷಿಗೆ ಸೀಮೆ ಎಂಬುದಿರಲಿಲ್ಲ.

ಇದಕ್ಕಿದ್ದ ಅರ್ಹತೆಯೆಂದರೆ ಬರಣಿಗೆಯೊಂದೇ. ಅದೂ ಕ್ರೀಡಾ ಬರಹಗಳಾದ್ದರಿಂದ ಇದರ ತೂಕ, ಆಕರ್ಷಣೆ, ಓದುಗರ ಬಳಗ ಹೆಚ್ಚೇ ಇತ್ತು. 'ತರಂಗ' ಸೇರುವ ಮೊದಲೇ ಒಂದು ಸಾವಿರದಷ್ಟು ಲೇಖನಗಳು ಕನ್ನಡದ ವಿವಿಧ ಪತ್ರಿಕೆಗಳಲ್ಲಿ ಪ್ರಕಟವಾಗಿದ್ದವು. ಇದರಲ್ಲಿ ತರಂಗದ ಪಾಲೂ ದೊಡ್ಡದಿತ್ತು. ಸಾಕಷ್ಟು ಮುಖಪುಟ ಕ್ರೀಡಾ ಲೇಖನಗಳು ಪ್ರಕಟಗೊಂಡಿದ್ದವು. ಸಾವಿರ ಲೇಖನ ಪೂರ್ತಿಗೊಂಡಾಗ 'ತರಂಗ'ದಲ್ಲೇ ನನ್ನ ಸಾಧನೆಯ ಕುರಿತು ಪುಟ್ಟ ಬರಹವೊಂದು ಮೂಡಿಬಂದಿತ್ತು. ಇದರ ಖುಷಿಗಾಗಿ ನಾನು ಪಾರ್ಟಿಯನ್ನೂ ನೀಡಿದ್ದೆ!

ಹೀಗಾಗಿ 'ತರಂಗ' ಸೇರುವುದು ನನಗೆ ಸಮಸ್ಯೆಯೇ ಆಗಿರಲಿಲ್ಲ, ಪೈ ಧಣಿಗಳ ಮುದ್ರೆ ಬೀಳುವುದೊಂದು ಬಾಕಿ ಇತ್ತು. ಆಗ ನಾನು ಮೊದಲು ಸಂಪರ್ಕಿಸಿದ್ದು ಶ್ರೀ ಅಶೋಕ ಪೈ ಅವರನ್ನು. ಇವರು ಉದಯವಾಣಿ ಧಣಿಗಳಾದ ಶ್ರೀ ಮೋಹನದಾಸ ಪೈ ಅವರ ಸಹೋದರ. 'ಮಣಿಪಾಲ್ ಕೋ ಆಪರೇಟೀವ್ ಬ್ಯಾಂಕ್'ನ ನಿರ್ದೇಶಕರಾಗಿದ್ದರು. ನಮ್ಮ ಪ್ರಭು ಬಿಲ್ಡಿಂಗ್‌ನ ಜಾಗವನ್ನು ಇವರೇ ಖರೀದಿಸಿದ್ದರು. ಕೆಲಸ ಕೇಳಲು ಹೋದಾಗ ಅವರು ಹೇಳಿದ್ದಿಷ್ಟು- 'ನೀನು ತರಂಗದಲ್ಲಿ ಹೋಗಿ ಕುಳಿತುಕೋ. ಗುಲ್ವಾಡಿಯವರಿಗೆ ನಾನು ಹೇಳುತ್ತೇನೆ...'

ಆದರೆ ಅದು ಹೇಗೆ ಸಾಧ್ಯವಿತ್ತು?

ಶ್ರೀ ಮೋಹನದಾಸ ಪೈ ಅವರಲ್ಲಿ ಲೇಖನಗಳ ಸಂಗ್ರಹ ಹಿಡಿದು ಹೋದೆ. 'ಈಗ ತರಂಗದಲ್ಲಿ ಹುದ್ದೆ ಖಾಲಿ ಇಲ್ಲ, ಆದರೆ ನೀನು ಬರೆಯುವುದನ್ನು ನಿಲ್ಲಿಸಬೇಡ. ನಾವೇ ಕರೆಯುತ್ತೇವೆ...' ಎಂದರು. ಶ್ರೀ ಸತೀಶ್ ಪೈಯವರಲ್ಲಿ ಕೇಳಿಕೊಂಡಾಗ, 'ಮೊದಲು ಪ್ರೂಫ್ ರೀಡಿಂಗ್ ಮಾಡು, ಅನಂತರ ನೋಡೋಣ' ಎಂದುಬಿಟ್ಟರು.

ಆಗಷ್ಟೇ ಶ್ರೀಮತಿ ಸಂಧ್ಯಾ ಪೈ ಅವರು ತರಂಗಕ್ಕೆ ಬಂದು ಉಸ್ತುವಾರಿ ನೋಡಿಕೊಳ್ಳಲಾರಂಭಿಸಿದ್ದರು. ಅವರು ಸ್ವಲ್ಪ ಕಾದು ನೋಡಲು ಸೂಚಿಸಿದರು. ಮುಂದೆ ನರೇಂದ್ರ ರೈ ದೇರ್ಲ ಅವರಿಂದ ತೆರವಾದ ಸ್ಥಾನಕ್ಕೆ ನನ್ನನ್ನು ಆಯ್ಕೆ ಮಾಡಿದರು.

ನನಗೆ ಅಪಾಯಿಂಟ್‌ಮೆಂಟ್ ಲೆಟರ್ ಕೊಟ್ಟವರು ಶ್ರೀ ಗೌತಮ್ ಪೈ ಅವರು. ಅವರೊಡನೆ ಮಾತಮಾಡಿದ ಮರುದಿನವೇ ನೇಮಕಾತಿ ಪತ್ರ ನನ್ನ ಕೈ ಸೇರಿತ್ತು. ನನ್ನ ಅರ್ಹತೆ ಜರ್ನಲಿಸಂ ಸರ್ಟಿಫಿಕೇಟ್ ಅಲ್ಲ, ಆ ಸಾವಿರ ಲೇಖನಗಳು!

'ತರಂಗ'ದಲ್ಲೂ ನನಗೆ ನೆಚ್ಚಿನ ಕ್ರೀಡಾ ವಿಭಾಗವೇ ಸಿಕ್ಕಿತು ಎಂದು ಬೇರೆ ಹೇಳಬೇಕಿಲ್ಲ. ಜತೆಗೆ ಓದುಗರ ಪತ್ರಗಳ ವಿಭಾಗವಾದ 'ಜನಮನ', 'ನಾಡಿಮಿಡಿತ', ಚಿತ್ರ-ಲೇಖನಗಳನ್ನು ನೋಡಿಕೊಳ್ಳುವ ಅವಕಾಶಗಳೂ ಒದಗಿ ಬಂದವು. ಎಲ್ಲವನ್ನೂ ಬಹಳ ಖುಷಿಯಿಂದ, ಅತ್ಯಂತ ಶ್ರದ್ಧೆಯಿಂದ, ಬದ್ಧತೆಯಿಂದ ಮಾಡತೊಡಗಿದೆ. ಗುಲ್ವಾಡಿ ಟೀಮ್‌ನ ನೆಚ್ಚಿನ ಸದಸ್ಯನೆನಿಸಿಕೊಂಡೆ.

ತರಂಗ ಕ್ರೀಡಾ ವಿಭಾಗವನ್ನು ನಾನೊಬ್ಬನೇ ಆಕ್ರಮಿಸಿಕೊಳ್ಳಲಿಲ್ಲ, ಚೆನ್ನಾಗಿ ಬರೆಯುವ ಬೇರೆ ಬೇರೆ ಕ್ರೀಡಾ ಲೇಖಕರಿಗೆ ಅವಕಾಶ ಕೊಟ್ಟೆ. ಅವರಿಗೆ ನಿರ್ದಿಷ್ಟ ವಿಷಯ ನೀಡಿ ಬರೆಯಿಸಿದೆ. ಇವರಲ್ಲಿ ಪ್ರಮುಖ ಮೂವರೆಂದರೆ ಮಾವೆಂಸ ಪ್ರಸಾದ್, ದೀಪಾ ಹಿರೇಗುತ್ತಿ ಮತ್ತು ಟಿ.ಆರ್. ಸುಧಾಕರ ಶೆಟ್ಟಿ. ಇವರಿಂದ ತರಂಗದ ಕ್ರೀಡಾಪುಟ ಹೆಚ್ಚು ಆಕರ್ಷಕಗೊಂಡಿತು.

ತಿಲಕನಾಥ ಮಂಜೇಶ್ವರ, ಅನಿತಾ ಪಿಂಟೋ, ಬಿ. ಗಣಪತಿ, ಯು.ಬಿ. ರಾಜಲಕ್ಷ್ಮೀ, ನನಗಿಂತ ಸ್ವಲ್ಪ ಮೊದಲು ಸೇರಿಕೊಂಡಿದ್ದ ಮನೋರಮಾ ಹೆಜಮಾಡಿ, ಪುಟ ವಿನ್ಯಾಸ ಮಾಡುತ್ತಿದ್ದ ಬಿ. ಮಾಧವರಾಯ ಪ್ರಭು, ಜೇಮ್ಸ್ ವಾಜ್, ಕಲಾವಿದರಾದ ಜಯದೇವ, ಮೋನಪ್ಪ ಶ್ಯಾಮಸುಂದರ್, ಪ್ರೂಫ್ ರೀಡಿಂಗ್ ತಜ್ಞ ರಾಮ ಭಟ್, ನರಸಿಂಹ ಆಚಾರ್ಯ, ಮಂಜುನಾಥ, ರಮೇಶ್, ಪ್ರತಿಮಾ, ಗುಲ್ವಾಡಿಯವರ ಮತ್ತೋರ್ವ ಪಿಎ ಆಗಿದ್ದ ರೇಣುಕಾ ಅವರಿಂದ ತರಂಗ ಟೀಮ್ ಅತ್ಯಂತ ಸಮೃದ್ಧವಾಗಿತ್ತು. ಜೊತೆಗೆ ಪತ್ರಿಕೆಯ ಪ್ರಸಾರವೂ ಎರಡು ಲಕ್ಷಗಳ ಗಡಿ ತಲುಪಿತ್ತು. ಇಂಥದೊಂದು ಕೌಟುಂಬಿಕ ವಾತಾವರಣದಲ್ಲಿ ನಾನು ಆ ಐದು ವರ್ಷಗಳನ್ನು ಅತ್ಯಂತ ಖುಷಿಯಿಂದಲೇ ಕಳೆದೆ.

ಧಣಿಗಳ ಕ್ರೀಡಾಪ್ರೀತಿ ನಮಗೆಲ್ಲ ಸ್ಫೂರ್ತಿ

ಪತ್ರಿಕೆಗಳ ಮಾಲಕರೊಬ್ಬರು ನಮ್ಮ ಬೆಂಬಲಕ್ಕೆ ನಿಂತರೆ ಯಾವುದೇ ಸಾಹಸಕ್ಕೂ ಧೈರ್ಯದಿಂದ ಮುನ್ನುಗ್ಗಬಹುದು. ಈ ವಿಷಯದಲ್ಲಿ ನಾನು ನಿಜಕ್ಕೂ ಅದೃಷ್ಟಶಾಲಿ. ಬೆಂಗಳೂರಿಗೆ ತೆರಳಿ 'ತರಂಗ'ದ ವಿಶ್ವಕಪ್ ಸಂಚಿಕೆಗಾಗಿ ಮಾಜಿ ಕ್ರಿಕೆಟಿಗರ ಸಂದರ್ಶನಕ್ಕೆ, 'ಕರ್ನಾಟಕದ ಕ್ರಿಕೆಟ್ ಕುಟುಂಬ' ಎಂಬ ವಿನೂತನ ಲೇಖನಮಾಲೆಗೆ ಸ್ಫೂರ್ತಿ ತುಂಬಿದವರು ಉದಯವಾಣಿಯ ಧಣಿಗಳಾದ ಶ್ರೀಯುತ ಮೋಹನದಾಸ ಪೈಯವರು ಎಂಬುದನ್ನು ಇಲ್ಲಿ ಬಹಳ ಹೆಮ್ಮೆಯಿಂದ ಹೇಳುತ್ತಿದ್ದೇನೆ.

ಮೋಹನದಾಸ ಪೈಯವರ ಕ್ರೀಡಾಪ್ರೀತಿ ವಿಪರೀತ. ನಮ್ಮಂಥ ಕ್ರೀಡಾ ಬರಹಗಾರರಿಗೆ, ವರದಿಗಾರರಿಗೆ ಅವರು ಸದಾ ಸ್ಫೂರ್ತಿ. ದಿನದ ಕ್ರೀಡಾ ಆಗುಹೋಗುಗಳ ಬಗ್ಗೆ ಅವರು ನಮ್ಮೊಡನೆ ಚರ್ಚಿಸುವುದು, ಸೂಕ್ತ ಸಲಹೆ ಸೂಚನೆ ಕೊಡುವುದು, ತಪ್ಪಿದ್ದರೆ ತಿದ್ದಿಕೊಳ್ಳುವಂತೆ ಸೂಚಿಸುವುದು... ಇದೆಲ್ಲವೂ ದಿನಚರಿಯೇ ಆಗಿತ್ತು.

ಮೋಹನದಾಸ ಪೈಯವರು ದಿನಂಪ್ರತಿ ಮಧ್ಯಾಹ್ನ ಮೂರು ಗಂಟೆಯ ಹೊತ್ತಿಗೆ ಕಚೇರಿಗೆ ಆಗಮಿಸುತ್ತಿದ್ದರು. ಜೊತೆಯಲ್ಲಿ ಶ್ರೀಯುತ ಸತೀಶ್ ಪೈಯವರೂ ಇರುತ್ತಿದ್ದರು. ಮೊದಲು ಜಾಹೀರಾತು ವಿಭಾಗದ ಆರೂರು ಗುರುರಾಜರೊಂದಿಗೆ ಚರ್ಚೆ. ಬಳಿಕ ಸಂಪಾದಕರಾದ ಎನ್. ಗುರುರಾಜ್ ಅವರೊಂದಿಗೆ ಮಾತುಕತೆ. ಅನಂತರ ನಮ್ಮ ಸರದಿ. ಶಂಕರ್ ಅಥವಾ ನನ್ನನ್ನು ಕರೆಯುತ್ತಿದ್ದರು.

ಶಂಕರ್ ಅಂದರೆ ಶಂಕರನಾರಾಯಣ ಭಟ್. ಅವರು ಸೀನಿಯರ್. ನನಗಿಂತ ಐದಾರು ವರ್ಷಗಳ ಮೊದಲೇ ಉದಯವಾಣಿ ಕ್ರೀಡಾಪುಟ ನಿರ್ವಹಿಸುತ್ತಿದ್ದರು. ನಾನು ತರಂಗದಿಂದ ಉದಯವಾಣಿಗೆ ಬಂದದ್ದು 2002ರ ಜೂನ್‌ನಲ್ಲಿ, ನಾವು 15 ವರ್ಷಗಳ ಕಾಲ ಒಟ್ಟಿಗೇ ಇದ್ದೆವು. ಶಿಫ್ಟ್‌ನಂತೆ ಕೆಲಸ ನಿಭಾಯಿಸುತ್ತಿದ್ದೆವು. ಶಂಕರ್ ಬರುವುದು 5 ಗಂಟೆಗಾದ್ದರಿಂದ ಮೋಹನದಾಸ ಪೈಯವರು ಕರೆಯುವಾಗ ನಾನೇ ಹೋಗುತ್ತಿದ್ದೆ.

ಜತೆಗೆ ಪುಟ ವಿನ್ಯಾಸಕಾರರಿಗೂ ಆಹ್ವಾನವಿರುತ್ತಿತ್ತು. ಆಗ ತೇಜ್‌ಪಾಲ್ ಪೊಳಲಿ ಕ್ರೀಡಾಪುಟದ

ವಿನ್ಯಾಸಕರಾಗಿದ್ದರು. ನಾವು ಹೋಗುವಾಗ ಕ್ರೀಡಾಪುಟಗಳನ್ನು ಟೇಬಲ್ ಮೇಲೆ ಹಾಸಿಕೊಂಡು ಕುಳಿತಿರುತ್ತಿದ್ದರು. ನನ್ನೊಂದಿಗೆ ಕೊಂಕಣಿಯಲ್ಲೇ ಮಾತುಕತೆ. 'ಯೋರೆ...ಬೈಸ್...' (ಬಾ... ಕುಳಿತುಕೊ...) ಎಂಬ ಆತ್ಮೀಯತೆ.

ಆಗಷ್ಟೇ ಉದಯವಾಣಿಯ ಕ್ರೀಡಾಪುಟಗಳನ್ನು ಎರಡಕ್ಕೆ ಹೆಚ್ಚಿಸಲಾಗಿತ್ತು. ಮೂರನೇ ಪುಟದೊಂದಿಗೆ ಎರಡನೇ ಪುಟವೂ ಕ್ರೀಡೆಗೆ ಮೀಸಲಾಗಿತ್ತು. ಜತೆಗೆ ವರ್ಣಮಯ ಮುದ್ರಣ. ವಿನ್ಯಾಸವೂ ಸೂಪರ್ ಆಗಿರುತ್ತಿತ್ತು. ಮೊದಲ ಪುಟ ಮಗುಚಿದೊಡನೆ ಭವ್ಯವಾದ 'ಕ್ರೀಡಾಂಗಣ' ತಲೆಯೆತ್ತಿ ನಿಲ್ಲುತ್ತಿತ್ತು. ಈ ಖುಷಿಯೆಲ್ಲ ಅವರ ಮಂದಹಾಸದಲ್ಲಿ ವ್ಯಕ್ತವಾಗುತ್ತಿತ್ತು.

ಮೋಹನದಾಸ ಪೈಯವರ ಕ್ರಿಕೆಟ್ ಪ್ರೀತಿ ಸಾಟಿಯಿಲ್ಲದ್ದು, ಭಾರತದ ಸಾಧನೆಯೆಲ್ಲ ಅಂದು ಮುಖ ಪುಟದ ಎಂಟು ಕಾಲಂ ಸುದ್ದಿ. ಇದಕ್ಕೆ ಉತ್ತಮ ಉದಾಹರಣೆ 2004ರ ಭಾರತ-ಪಾಕಿಸ್ಥಾನ ಸರಣಿ.

2007ರ ವಿಶ್ವಕಪ್ ವೇಳೆ ಉದಯವಾಣಿಯ ಕ್ರೀಡಾಪುಟದಲ್ಲಿ ಹೆಚ್ಚಳವಾಗಿತ್ತು. ಆಗ ನಾನು ಮತ್ತು ಶಂಕರ್ ವಾರದ ರಜೆಯನ್ನೂ ತೆಗೆದುಕೊಳ್ಳದೆ ವಿಶ್ವಕಪ್ ಕವರೇಜ್ ಕೊಟ್ಟಿದ್ದೆವು. ಎರಡು ಪುಟಗಳನ್ನು ಇಬ್ಬರೇ ನಿಭಾಯಿಸುವುದು ಸುಲಭವಲ್ಲ, ಇದು ಸಾಧ್ಯವೂ ಅಲ್ಲ ಎಂಬುದು ಮೋಹನದಾಸ ಪೈಯವರಿಗೆ ತಿಳಿದಿತ್ತು. ಇನ್ನೊಬ್ಬರನ್ನು ತೆಗೆದುಕೊಳ್ಳಿ, ಇದಕ್ಕಾಗಿ ಜಾಹೀರಾತು ನೀಡಿ, ಆಯ್ಕೆಯನ್ನೂ ನೀವೇ ಮಾಡಿಬಿಡಿ, ನಾನು ಆರಿಸುವುದು... ನಿಮಗೆ ಸರಿಹೊಂದದಿರುವುದು... ಕೊನೆಗೆ ನನ್ನನ್ನು ದೂರುವುದು... ಇದೆಲ್ಲ ಬೇಡ ಎಂಬುದು ಅವರ ನೇರ ಮಾತುಗಳಾಗಿದ್ದವು. ಯಾವ ಮಾಲಕರು ಇಷ್ಟೊಂದು ಸ್ವಾತಂತ್ರ್ಯ ನೀಡುತ್ತಾರೆ ಹೇಳಿ!

ಆಗ ಬಂದವರೇ ಪ್ರಸಾದ್ ಉಜಿರೆ. ಬೆಂಗಳೂರು ಆವೃತ್ತಿ ಸೇರಿದಂತೆ ಆಗ ಉದಯವಾಣಿ ಕ್ರೀಡಾಪುಟಕ್ಕೆ ಬರೋಬ್ಬರಿ ಆರು ಮಂದಿ! ಇಲ್ಲಿ ಶಂಕರ್, ನಾನು, ಪ್ರಸಾದ್; ಬೆಂಗಳೂರಿನಲ್ಲಿ ಪರಮೇಶ್ವರ ಗುಂಡ್ಕಲ್, ಮಲ್ಲಿಕಾಚರಣ್ ವಾಡಿ ಮತ್ತು ರಾಘವೇಂದ್ರ ಗಣಪತಿ. ಬೆಂಗಳೂರಿನಿಂದ ವಾರಕ್ಕೊಮ್ಮೆ 'ಕ್ರೀಡಾ ಸಂಪದ' ಎಂಬ 4 ಪುಟಗಳ ಪುರವಣಿ ಪ್ರಕಟಗೊಳ್ಳುತ್ತಿತ್ತು. ಭರಪೂರ ಕ್ರೀಡಾ ಮಾಹಿತಿಯನ್ನು ಇದು ಹೊಂದಿರುತ್ತಿತ್ತು.

2011ನೇ ಇಸವಿ ಉದಯವಾಣಿ ಕ್ರೀಡಾಪುಟದ ಸುವರ್ಣಯುಗವೇ ಸರಿ. ಅಂದು ಭಾರತ ಎರಡನೇ ಸಲ ಏಕದಿನ ವಿಶ್ವಕಪ್ ಗೆದ್ದಿತ್ತು. ಬೆಂಗಳೂರು ಆವೃತ್ತಿ ತನ್ನ ಅಷ್ಟೂ ಪುಟಗಳನ್ನು ವಿಶ್ವಕಪ್ ಜಯಭೇರಿಗೆ ಮೀಸಲಿರಿಸಿತ್ತು. 'ಗುಡ್ ಮಾರ್ನಿಂಗ್ ವಿಶ್ವವಿಜೇತರೇ...' ಎಂಬ ಶೀರ್ಷಿಕೆ ಬೆಳ್ಳಂಬೆಳಗ್ಗೆ ಕ್ರಿಕೆಟ್ ಪ್ರೇಮಿಗಳ ಹೃದಯದಲ್ಲಿ ಅಚ್ಚೊತ್ತಿತ್ತು.

ಮಣಿಪಾಲ ಆವೃತ್ತಿಯಲ್ಲೂ ವಿಶ್ವಕಪ್ ಗೆಲುವಿನ ಆರು ಪುಟಗಳಿದ್ದವು. ಮರುದಿನ 'ವಿಶ್ವವಿಜೇತ ಭಾರತ' ಎಂಬ ನಾಲ್ಕು ಪುಟಗಳ ವಿಶೇಷ ಪುರವಣಿಯನ್ನು ಹೊರತರಲಾಗಿತ್ತು. ಎಲ್ಲವೂ ಮೋಹನದಾಸ ಪೈಯವರು ಉಮೇದು!

ಓದುಗರು ಏನು ಬಯಸುತ್ತಾರೋ ಅದನ್ನು ಧಾರಾಳವಾಗಿ ನೀಡಿ, ವರದಿ ಆಕರ್ಷಕ ವಾಗಿರಲಿ, ವಿಭಿನ್ನವಾಗಿರಲಿ, ಸರಳವಾಗಿರಲಿ, ತಪ್ಪುಗಳಾಗದಿರಲಿ... ಇದು ಧಣಿಗಳು ನಮಗೆ ನೀಡುತ್ತಿದ್ದ ಸಲಹೆ. ವೃತ್ತಿ ಬದುಕಿನಲ್ಲಿ ಇದನ್ನು ಪಾಲಿಸಿಕೊಂಡು ಬಂದಿದ್ದೇನೆ ಎಂಬ ಸಂತೃಪ್ತಿ, ಸಮಾಧಾನ ಹಾಗೂ ಖುಷಿ ನನ್ನದು.

ಭಾರತದಲ್ಲಿ ಕ್ರಿಕೆಟೋದಯ

ಭಾರತಕ್ಕೆ ಕ್ರಿಕೆಟ್ ಎನ್ನುವುದು ಬ್ರಿಟಿಷರಿಂದ ಬಂದ ಬಳುವಳಿ. ಭಾರತವನ್ನು ಆಳಲು ಬಂದ ಆಂಗ್ಲರು ತಮ್ಮ ಕಾಲಯಾಪನೆಗಾಗಿ ಕ್ರೀಡೆಯನ್ನು ಅವಲಂಬಿಸುತ್ತಿದ್ದರು. ಆ ಕಾಲದಲ್ಲಿ ಅವರ ತಾಯ್ನಾಡಿನಲ್ಲಿ ಭಾರೀ ಜನಾಕರ್ಷಣೆ ಪಡೆಯುತ್ತಿದ್ದ ಈ ಚೆಂಡುದಾಂಡಿನ ಆಟ ಭಾರತದ ಗಡಿಯನ್ನೂ ಪ್ರವೇಶಿಸಿತು. ಈ ಆಟದ ಸೆಳೆತಕ್ಕೆ ಭಾರತೀಯರೂ ಮಾರು ಹೋದರು. ಅಂದಿನಿಂದ ಇಲ್ಲಿ ಕ್ರಿಕೆಟ್ ಬೇರು ಬಿಡಲಾರಂಭಿಸಿತು. ಈಗ ಹೆಮ್ಮರವಾಗಿದೆ.

ನಮ್ಮಲ್ಲಿ ಕ್ರಿಕೆಟಿನ ಇತಿಹಾಸ ಎಂದಿನಿಂದ ಮೊದಲ್ಗೊಳ್ಳುತ್ತದೆ? ಇದನ್ನು ಅರಿಯಬೇಕಾದರೆ ನಾವು ಸರಿಯಾಗಿ ಮೂರು ಶತಮಾನಗಳಷ್ಟು ಹಿಂದಿನ ಕಾಲದ ಕ್ರೀಡಾ ಚರಿತ್ರೆಯನ್ನೊಮ್ಮೆ ಕೆದಕಬೇಕಾಗುತ್ತದೆ. ಕ್ರಿ.ಶ. 1721ರ ಸುಮಾರಿಗೆ ಗುಜರಾತಿನ ಕಾಂಬೇ ಬಂದರು ಪ್ರದೇಶದ ಕಾರ್ಮಿಕರು ಒಂದು ರೀತಿಯ ವಿಚಿತ್ರ ಆಟಕ್ಕೆ ಮರುಳಾದ ಬಗ್ಗೆ ಸ್ಪಷ್ಟವಾದ ದಾಖಲೆಗಳಿವೆ. ಒಬ್ಬ ಚೆಂಡನ್ನು ಎಸೆಯುವುದು, ಇನ್ನೊಬ್ಬ ಅದನ್ನು ಅಗಲವಾದ ಹಲಗೆಯಿಂದ ಬಾರಿಸುವುದು. ಆ ಚೆಂಡು ಹಿಡಿಯಲು ಮೈದಾನದಲ್ಲಿ ಒಂದಿಷ್ಟು ಮಂದಿ ಧಾವಿಸುವುದು... ಹೀಗೆ ಸಾಗುತ್ತಿತ್ತು ಆಟ. ಇದು ಯಾವ ಆಟವೆಂಬುದು ಅವರಿಗೇ ತಿಳಿದಿರಲಿಲ್ಲ, ಅಂದು ಈ ಕೆಲಸಗಾರರು ವೀಕ್ಷಿಸಿದ ಪಂದ್ಯವೇ ಭಾರತದ ನೆಲದಲ್ಲಿ ನಡೆಯಲ್ಪಟ್ಟ ಮೊಟ್ಟಮೊದಲ ಕ್ರಿಕೆಟ್ ಪಂದ್ಯ. ಇದನ್ನು ಆಡಿದವರು 'ಈಸ್ಟ್ ಇಂಡಿಯಾ' ಕಂಪೆನಿಯ ನಾವಿಕರು!

ಇದಕ್ಕೆ ಮರುಳಾದ ಭಾರತೀಯರೂ ಚೆಂಡು-ದಾಂಡು ಹಿಡಿದು ವಿಶಾಲವಾದ ಜಾಗವೆಲ್ಲಿದೆ ಎಂದು ಹುಡುಕಿ ಈಸ್ಟ್ ಇಂಡಿಯಾ ಕಂಪೆನಿಯವರ ಆಟವನ್ನು ತಾವೂ ಆಡತೊಡಗಿದರು. ಈ ಆಟಕ್ಕೆ ಬ್ರಿಟಿಷರೇ ನಮ್ಮವರಿಗೆ ಗುರುಗಳಾದರು.

ಈ ರೀತಿಯಾಗಿ ಭಾರತದಲ್ಲಿ ಕ್ರಿಕೆಟ್ ಬೆಳೆಯುತ್ತ ಹೋದರೂ ಇದಕ್ಕೆ ಸಂಬಂಧಿಸಿದಂತೆ ಯಾವುದೇ ಸಂಸ್ಥೆಯಾಗಲಿ, ಕ್ಲಬ್ ಆಗಲಿ ಕೂಡಲೇ ತಲೆ ಎತ್ತಲಿಲ್ಲ, ಇದಕ್ಕೆ 1872ರವರೆಗೆ ಕಾಯಬೇಕಾಯಿತು. ಅಂದು ಕಲ್ಕತ್ತಾದಲ್ಲಿ 'ಕಲ್ಕತ್ತಾ ಕ್ರಿಕೆಟ್ ಕ್ಲಬ್' ಉದಯವಾಯಿತು. ಭಾರತದ ಉದ್ದಗಲಕ್ಕೂ ಕ್ರಿಕೆಟನ್ನು ಪ್ರಚುರಪಡಿಸುವಲ್ಲಿ ಈ ಕ್ಲಬ್ ನಿರ್ವಹಿಸಿದ ಪಾತ್ರ ಅಮೋಘ. ಕ್ರಿಕೆಟ್ ಬಗ್ಗೆ ಎಲ್ಲ ಮಾಹಿತಿ ನೀಡಬಲ್ಲ 119 ಪುಟಗಳ ಪುಸ್ತಕವೊಂದು ಈ ಕ್ಲಬ್ ವತಿಯಿಂದ ಮುದ್ರಿಸಲ್ಪಟ್ಟಿತು. 'ಫ್ರೀ ಸ್ಕೂಲ್ ಕಲ್ಕತ್ತಾ' ಪ್ರಕಾಶನದಿಂದ ಹೊರಬಂದ ಈ ಪುಸ್ತಕವೇ ಭಾರತದ ಅಂದಿನ ಕ್ರಿಕೆಟಾಸಕ್ತರಿಗೆ ದಾರಿದೀಪವೆನಿಸಿತು. ಆದರೆ ಭಾರತದಲ್ಲಿ ಕ್ರಿಕೆಟಿಗೆ ಸಂಬಂಧಿಸಿದಂತೆ ಬಿಡುಗಡೆಯಾದದ್ದು ಇದೇ ಮೊದಲ ಪುಸ್ತಕವೇನಲ್ಲ, ಇದಕ್ಕೂ ಹಿಂದೆ, ಅಂದರೆ 1867ರಲ್ಲಿ ಆಗ್ರಾದ ಪ್ರಕಾಶನ ಸಂಸ್ಥೆಯೊಂದು ಕ್ರಿಕೆಟಿನ ನಿಯಮಗಳನ್ನೊಳಗೊಂಡ ಪುಸ್ತಕವೊಂದನ್ನು ಬಿಡುಗಡೆಗೊಳಿಸಿತ್ತು.

ಕೆಲವು ಪ್ರಥಮಗಳು

ಆರಂಭದಲ್ಲಿ ಭಾರತದ ಕ್ರಿಕೆಟ್ ಎನ್ನುವುದು ಸಂಪೂರ್ಣವಾಗಿ ಆಂಗ್ಲರಿಂದಲೇ ತುಂಬಿತುಳುಕುತ್ತಿತ್ತು. ಹೆಸರಿಗಷ್ಟೇ ಇಂಡಿಯನ್ ಕ್ರಿಕೆಟ್, ಕಾರುಬಾರೆಲ್ಲ ಬ್ರಿಟಿಷರದ್ದೇ. ಹೀಗಾಗಿ ಭಾರತದ ನೆಲದಲ್ಲಿ ದಾಖಲಿಸಲ್ಪಟ್ಟ ಪ್ರಥಮ ಶತಕ, ದ್ವಿಶತಕ, ತ್ರಿಶತಕಗಳಿಗೆಲ್ಲ ಆಂಗ್ಲರೇ ವಾರಸುದಾರರು. ಈ ಸೆಂಚುರಿಗಳ ದಾಖಲೆಗಳೆಲ್ಲ ಕ್ರಮವಾಗಿ ರಾಬರ್ಟ್ ವಾನ್ಸಿಟಾರ್ಟ್, ಪ್ರೈವೆಟ್ ಶೇರಿಂಗ್ ಮತ್ತು ಎಚ್.ಎಸ್. ಫೌಕ್ ಎಂಬ ಮೂವರು ಆಂಗ್ಲರ ಹೆಸರಿನಲ್ಲಿ ಬರೆಯಲ್ಪಟ್ಟಿದೆ.

ಭಾರತದ ಚೊಚ್ಚಲ ಟೈ ಪಂದ್ಯದ ದೃಷ್ಟಾಂತ ಕಾಣಸಿಗುವುದು 1868ರಲ್ಲಿ. ಅಂದು 5ನೇ 'ರಾಯಲ್ ಲಾಸರ್ಸ್' ಮತ್ತು 102ನೇ 'ಫೆಸಿಲಿಯರ್ಸ್' ತಂಡಗಳ ಮಧ್ಯೆ ನಡೆದ ಪಂದ್ಯ ರೋಮಾಂಚನದ ಪರಾಕಾಷ್ಠೆಗೇರಿ ಸಮಗೊಂಡಿತು. ಸ್ಕೋರ್, ರಾಯಲ್ ಲಾಸರ್ಸ್ –114 ಮತ್ತು 95. ಫೆಸಿಲಿಯರ್ಸ್–119 ಮತ್ತು 90.

ಭಾರತೀಯ ಕ್ರಿಕೆಟ್ ತಂಡವೊಂದು ಪ್ರಥಮ ಬಾರಿಗೆ ವಿದೇಶಕ್ಕೆ ಪ್ರವಾಸ ಹೊರಟದ್ದು 1886ರಲ್ಲಿ. ಅಂದು ಡಾ। ಡಿ.ಎಚ್. ಪಟೇಲ್ ಅವರ ಮುಂದಾಳತ್ವದಲ್ಲಿ ಇಂಡಿಯನ್ ಕ್ರಿಕೆಟ್ ತಂಡ ಲಂಡನ್ನಿಗೆ ಪ್ರಯಾಣ ಬೆಳೆಸಿತ್ತು. ಇದು ಭಾರತದ್ದೇ ಕ್ರಿಕೆಟ್ ತಂಡವಾದರೂ ಇದರಲ್ಲಿ ಪೂರ್ತಿ ಭಾರತೀಯ ಆಟಗಾರರೇ ತುಂಬಿರಲಿಲ್ಲ, ಆಂಗ್ಲರದ್ದೇ ಸಿಂಹಪಾಲು.

ಕೇವಲ ಭಾರತೀಯ ಕ್ರಿಕೆಟಿಗರನ್ನೇ ಹೊಂದಿದ್ದ ತಂಡವೊಂದರ ಪ್ರಥಮ ವಿದೇಶಿ ಪ್ರವಾಸ 1911ರಲ್ಲಿ ಪಾಟಿಯಾಲ ಮಹಾರಾಜರ ನಾಯಕತ್ವದಲ್ಲಿ ಏರ್ಪಟ್ಟಿತ್ತು. ಅದೇ ರೀತಿ ನಮ್ಮಲ್ಲಿಗೆ ವಿದೇಶಿ ತಂಡವೊಂದರ ಆಗಮನದ ದೃಷ್ಟಾಂತ 1889ರಲ್ಲಿ ಲಭಿಸುತ್ತದೆ. ಅಂದು ಬ್ರಿಟಿಷ್ ತಂಡವೊಂದು ನಮ್ಮ ನೆಲದಲ್ಲಿ ಕಾಲಿಟ್ಟಿತ್ತು.

ಭಾರತವು ತನ್ನ ಚೊಚ್ಚಲ ಟೆಸ್ಟ್ ಪಂದ್ಯವನ್ನು 1932ರ ಜೂನ್ 25ರಿಂದ 28ರ ತನಕ ಇಂಗ್ಲೆಂಡ್ ವಿರುದ್ಧ ಲಾರ್ಡ್ಸ್ ಮೈದಾನದಲ್ಲಾಡಿತು. ನಾಯಕರಾಗಿದ್ದವರು ಕರ್ನಲ್ ಸಿ.ಕೆ. ನಾಯ್ಡು. ಆರಂಭದಲ್ಲೇ ಸೋಲನುಭವಿಸಿದ ನಮ್ಮವರು ವಿಜಯವೊಂದರ ದಾಖಲೆಗಾಗಿ 20 ವರ್ಷಗಳ ತನಕ ಕಾಯಬೇಕಾಯಿತು. ಕೊನೆಗೂ 1952ರ ಫೆಬ್ರವರಿಯಲ್ಲಿ ಇಂಗ್ಲೆಂಡ್ ವಿರುದ್ಧವೇ ಮದ್ರಾಸಿನಲ್ಲಿ ನಮ್ಮ ಕ್ರಿಕೆಟಿಗರು ವಿಜಯ ದುಂದುಭಿ ಮೊಳಗಿಸುವಲ್ಲಿ ಯಶಪಡೆದರು.

ರಾಷ್ಟ್ರೀಯ ಪಂದ್ಯಾವಳಿಗಳಲ್ಲಿ ಮುಂಚೂಣಿಯಲ್ಲಿ ಕಾಣಸಿಕೊಳ್ಳುವ ರಣಜಿ ಟ್ರೋಫಿ ಕ್ರಿಕೆಟ್ ಟೂರ್ನ್‌ಮೆಂಟ್ ಮೊದಲ ಬಾರಿಗೆ 1934ರ ನವೆಂಬರ್ 4ರಂದು ಮೈಸೂರು ಮತ್ತು ಮದ್ರಾಸ್ ಪಂಗಡಗಳ ಮಧ್ಯೆ ಮದ್ರಾಸಿನ ಚಿಪಾಕ್ ಸ್ಟೇಡಿಯಂನಲ್ಲಿ ನಡೆಯಿತು. ಈ ಪಂದ್ಯಾವಳಿಯ ಪ್ರಪ್ರಥಮ ಎಸೆತವನ್ನು ಎಂ.ಜೆ. ಗೋಪಾಲನ್ ಅವರು ಎಸೆದರೆ ಅದನ್ನು ಎದುರಿಸಿ ಆಡಿದ ಹಿರಿಮೆ ಎನ್. ಕರ್ಟನ್ ಅವರದ್ದು. ಮೊದಲ ಬಾರಿಗೆ ಈ ಟ್ರೋಫಿಯನ್ನು ಎತ್ತಿದ ಕೀರ್ತಿ ಮುಂಬಯಿಗೆ ಸಲ್ಲುತ್ತದೆ.

ಹೀಗೆ ಸಾಗುತ್ತ ಬಂದ ಭಾರತೀಯ ಕ್ರಿಕೆಟ್ ಎನ್ನುವುದು ಈಗ ಐಪಿಎಲ್‌ಮಯವಾಗಿದೆ!

ಏಕದಿನ ಕ್ರಿಕೆಟ್ ಜನ್ಮತಾಳಿದ್ದು ಭಾರತದಲ್ಲಿ!

ಕ್ರಿಕೆಟ್ ಜನಕರು ಎಂಬ ಖ್ಯಾತಿ ಸಂಪೂರ್ಣವಾಗಿ ಸಲ್ಲುವುದಿದ್ದರೆ ಅದು ಇಂಗ್ಲೆಂಡಿಗೆ. ಟೆಸ್ಟ್ ಹಾಗೂ ಏಕದಿನ ಕ್ರಿಕೆಟ್‌ಗಳೆರಡರ ಜನ್ಮದಾತ ರಾಷ್ಟ್ರವೆಂಬ ಹೆಗ್ಗಳಿಕೆ ಇಂಗ್ಲೆಂಡ್‌ನದ್ದು. ಇದು ಕ್ರಿಕೆಟ್ ಇತಿಹಾಸದೊಂದಿಗೆ ಬೆಸೆದಿರುವ ಸತ್ಯ. ಆದರೆ ಇದರಲ್ಲಿ ಎಷ್ಟರ ಮಟ್ಟಿಗೆ ನಿಜವಿದೆ? ಇದು ಪ್ರಶ್ನೆ. ಅನೇಕರಿಗೆ ಇದು ವಿಚಿತ್ರವಾಗಿ ಕಾಣಬಹುದು. ಆದರೆ ಭಾರತದ, ಅದರಲ್ಲೂ ಮುಂಬಯಿಯ ಕ್ರಿಕೆಟ್ ಚರಿತ್ರೆಯನ್ನು ಒಮ್ಮೆ ಅವಲೋಕಿಸಿದಾಗ ಈ ಪ್ರಶ್ನೆಯ ಮೌಲ್ಯ ಅರಿವಾಗುತ್ತದೆ.

ದಾಖಲೆಗಳ ಪ್ರಕಾರ 1963ರಲ್ಲಿ ಇಂಗ್ಲೆಂಡ್‌ನಲ್ಲಿ ಆರಂಭವಾದ 'ಜಿಲೆಟ್ ಕಪ್' ಪಂದ್ಯಾವಳಿಯೇ ವಿಶ್ವದ ಮೊಟ್ಟ ಮೊದಲ ಒನ್ ಡೇ ಕ್ರಿಕೆಟ್ ಟೂರ್ನಮೆಂಟ್. ಆದರೆ ಇದಕ್ಕೂ ಸುಮಾರು ಒಂದೂವರೆ ದಶಕಗಳ ಮೊದಲೇ ಭಾರತೀಯರೊಬ್ಬರಿಗೆ ಇದೇ ಮಾದರಿಯ ಪಂದ್ಯಗಳ ಆಲೋಚನೆ ಹೊಳೆದಿತ್ತು. ಅಷ್ಟೇ ಅಲ್ಲ, ಇದನ್ನು ಅವರೂ ಕಾರ್ಯರೂಪಕ್ಕೂ ಇಳಿಸಿದ್ದರು. ವರ್ಷಂಪ್ರತಿ ಕ್ರಿಕೆಟ್ ಪಂದ್ಯಾವಳಿಯನ್ನು ನಡೆಸುತ್ತ ಬಂದಿದ್ದರು. ಆದರೆ ಇವರ ಸಾಧನೆಗೆ ಸೂಕ್ತ ಪ್ರತಿಫಲ ಸಿಗದ ಕಾರಣ ಕ್ರಿಕೆಟ್ ಪುಟಗಳಲ್ಲಿ ಜಾಗ ಗಿಟ್ಟಿಸಲಾಗಲಿಲ್ಲ!

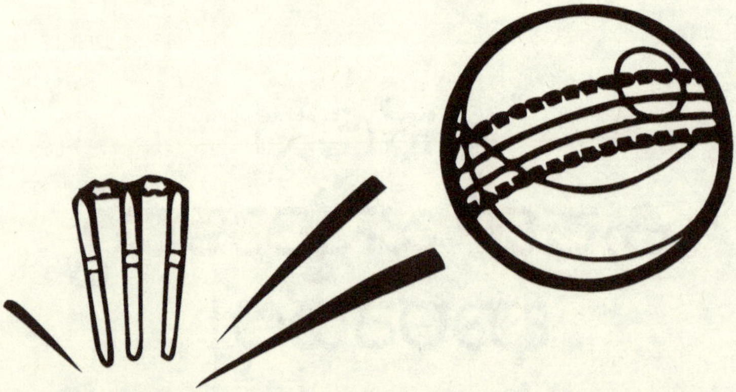

60 ವರ್ಷಗಳ ಹಿಂದೆ...

ಇದು ಸರಿಯಾಗಿ 60 ವರ್ಷಗಳ ಹಿಂದಿನ ಕತೆ. ಟೆಸ್ಟ್ ಪಂದ್ಯಗಳ ಮೇಲೆ ಆಗಲೇ ಅಪಾರ ಮಂದಿಗೆ ವೈರಾಗ್ಯ ಮೂಡಿತ್ತು. ಆಗ ಮುಂಬಯಿಯ 22ರ ಹರೆಯದ ಓರ್ವ ತರುಣನಲ್ಲಿ ಹೊಸ ವಿಚಾರವೊಂದು ಹೊಳೆಯಿತು. ಒಂದೇ ದಿನದಲ್ಲಿ ಫಲಿತಾಂಶವನ್ನು ಕಾಣಬಲ್ಲ ರೀತಿಯಲ್ಲಿ ಪಂದ್ಯದ ಗಾತ್ರವನ್ನು ಕುಗ್ಗಿಸಿದರೆ ಹೇಗೆ ಎಂದು ಯೋಚಿಸತೊಡಗಿದರು. ಗೆಳೆಯರಲ್ಲೂ ಸಮಾಲೋಚಿಸಿದರು. ಅವರಿಂದಲೂ ಸೈ ಎನಿಸಿಕೊಂಡರು. ಆಗ ಹುಟ್ಟಿದ್ದೇ ಏಕದಿನ ಕ್ರಿಕೆಟ್!

ಮುಂದೆ ಇಂದು ಪಂದ್ಯಾವಳಿಯ ರೂಪ ಪಡೆದು ಮುಂಬಯಿ ಟೂರ್ನಿಗಳಲ್ಲೇ ಅಗ್ರಜನೆನಿಸಿತು. ಇದೇ 'ತಾಲೀಮ್ ಶೀಲ್ಡ್' ಕ್ರಿಕೆಟ್ ಪಂದ್ಯಾವಳಿ. ಇದರ ಸೃಷ್ಟಿಕರ್ತರಾದ ಆ 22 ವರ್ಷದ ಯುವಕನ ಹೆಸರು ಮನೋಹರ ನಾರಾಯಣ ಮೋರೆ.

ಮೋರೆಯವರು ಇಂಥದೊಂದು ಮಾದರಿಯ ಕ್ರಿಕೆಟ್ ಪಂದ್ಯವನ್ನು ಹುಟ್ಟುಹಾಕಲು ಇನ್ನೂ ಒಂದು ಕಾರಣವಿತ್ತು. ಅದೆಂದರೆ, ಅವರ ಆತ್ಮೀಯರಾಗಿದ್ದ ಪದ್ಮಾಕರ್ ತಾಲೀಮ್ ಅವರ ಅಕಾಲಿಕ ನಿಧನ. ಅಗಲಿದ ಈ ಗೆಳೆಯನಿಗೆ ಏಕದಿನ ಕ್ರಿಕೆಟ್ ಪಂದ್ಯಾವಳಿಯೊಂದನ್ನು ಸಮರ್ಪಿಸುವುದು ಇವರ ಉದ್ದೇಶವಾಗಿತ್ತು. ಸ್ನೇಹಿತರಾದ ರಮೇಶ್ ಡೋಂಡೆ ಮತ್ತು ಬಾಲಚಂದ್ರ ಎಂ. ಪಾಟೀಲ್ ಅವರು ಮೋರೆಗೆ ಸರ್ವರೀತಿಯಲ್ಲೂ ಸಹಕಾರವಿತ್ತು ಪ್ರೋತ್ಸಾಹಿಸಿದರು. ಈ ರೀತಿಯಾಗಿ 1948ರಲ್ಲಿ ತಲಾ ಒಂದೊಂದು ಇನ್ನಿಂಗ್ಸ್‌ನ ಕ್ರಿಕೆಟ್ ಪಂದ್ಯ ಹುಟ್ಟಿಕೊಂಡಿತು. ಪದ್ಮಾಕರ್ ತಾಲೀಮ್ ಅವರ ನೆನಪಿಗಾಗಿ ಇದು 1951ರಲ್ಲಿ 'ತಾಲೀಮ್ ಶೀಲ್ಡ್' ಎಂಬ ಹೆಸರನ್ನು ಪಡೆದುಕೊಂಡಿತು.

ಸೀಮಿತ ಓವರ್‌ಗಳ ಈ ಕ್ರಿಕೆಟ್ ಪಂದ್ಯ ಎಷ್ಟು ಜನಪ್ರಿಯವಾಯಿತೆಂದರೆ, ಪ್ರತೀ ವರ್ಷ 80ಕ್ಕೂ ಹೆಚ್ಚು ತಂಡಗಳು ಇದರಲ್ಲಿ ಭಾಗವಹಿಸುವ ಉತ್ಸಾಹ ತೋರಿದವು. ಇದರ ಪ್ರಭಾವಕ್ಕೊಳಗಾದ ಮುಂಬಯಿ ಕ್ರಿಕೆಟ್ ಮಂಡಳಿ ಇದೇ ಮಾದರಿಯಲ್ಲಿ ಪುರುಷೋತ್ತಮ್ ಶೀಲ್ಡ್, ಕಾಮ್ರೇಡ್ ಶೀಲ್ಡ್ ಮೊದಲಾದ ಕ್ರಿಕೆಟ್ ಪಂದ್ಯಾವಳಿಗಳನ್ನು ಆಯೋಜಿಸತೊಡಗಿತು. 1962ರಲ್ಲಿ ಮೋರೆ ಅವರ 'ತಾಲೀಮ್ ಶೀಲ್ಡ್' ಪಂದ್ಯಾವಳಿಯ ಉಸ್ತುವಾರಿಯನ್ನೂ ತಾನೇ ವಹಿಸಿಕೊಂಡಿತು.

ಹುಟ್ಟಿತ್ತೊಂದು ಜಿಲೆಟ್ ಕಪ್

1981ರ ತನಕ ಎಲ್ಲವೂ ಸುಸೂತ್ರವಾಗಿತ್ತು. ಈ ನಡುವೆ 1963ರಲ್ಲಿ ಇಂಗ್ಲೆಂಡ್‌ನಲ್ಲಿ ಆರಂಭಗೊಂಡ 'ಜಿಲೆಟ್ ಕಪ್' ಕ್ರಿಕೆಟ್ ಪಂದ್ಯಾವಳಿ ವಿಶ್ವದ ಮೊಟ್ಟಮೊದಲ ನಿಗದಿತ ಓವರ್‌ಗಳ ಟೂರ್ನಮೆಂಟ್ ಎಂದು ಅಂತಾರಾಷ್ಟ್ರೀಯ ಕ್ರಿಕೆಟ್ ಕೌನ್ಸಿಲ್‌ನ ಮಾನ್ಯತೆ ಪಡೆಯಿತು. ಇದರ ವಿರುದ್ಧ ಮೋರೆ ಅವರು ದಾವೆ ಹೂಡಲು ಮುಂದಾದದರು. ತಾಲೀಮ್ ಶೀಲ್ಡ್ ಕ್ರಿಕೆಟ್ ಪಂದ್ಯಾವಳಿ 1951ರಿಂದಲೇ ಆರಂಭವಾದ್ದರಿಂದ ಈ ಶ್ರೇಯಸ್ಸು ತನಗೆ ಸೇರಬೇಕೇ ಹೊರತು ಜಿಲೆಟ್ ಕಪ್ ಆಯೋಜಕರಿಗಲ್ಲ ಎಂಬುದು ಅವರ ವಾದವಾಗಿತ್ತು.

ಇದೇ ಸಂದರ್ಭದಲ್ಲಿ ಮುಂಬಯಿ ಕ್ರಿಕೆಟ್ ಮಂಡಳಿ ಒಂದು ಪರಿವರ್ತನೆಗೆ ಮುಂದಾಯಿತು. ತಾಲೀಮ್ ಶೀಲ್ಡ್ ಪಂದ್ಯವನ್ನು ಒಂದೂವರೆ ದಿನಕ್ಕೆ ವಿಸ್ತರಿಸಬೇಕೆಂಬ ನಿರ್ಣಯವನ್ನು ಕೈಗೊಂಡಿತು. ಆದರೆ ಈ ಬದಲಾವಣೆಗೆ ಮೋರೆಯವರು ಸಮ್ಮತಿಸಲಿಲ್ಲ, ಕೊನೆಗೆ ಬಿ.ಸಿ.ಎ. (ಬಾಂಬೆ ಕ್ರಿಕೆಟ್ ಅಸೋಸಿಯೇಶನ್) ಸಮಿತಿಯಲ್ಲಿದ್ದ ವಿಜಯ್ ಮರ್ಚಂಟ್ ಅವರ ಮಾತಿಗೆ ಗೌರವ ಕೊಟ್ಟ ಮೋರೆ ಒಲ್ಲದ ಮನಸ್ಸಿನಿಂದಲೇ ಈ ಬದಲಾವಣೆಗೆ ಸಮ್ಮತಿ ಸೂಚಿಸಿದರು.

ಆದರೆ ಇದರಿಂದ ಯಾವುದೇ ಲಾಭವಾಗಲಿಲ್ಲ, ಆಗ ಮಂಡಳಿ ಮತ್ತೊಂದು ಬದಲಾವಣೆಗೆ ಮುಂದಾಯಿತು. 3 ವರ್ಷಕ್ಕೊಮ್ಮೆ ಈ ಪಂದ್ಯಾವಳಿಯನ್ನು ನಡೆಸಿದರೆ ಸಾಕು ಎಂದು ಸೂಚಿಸಿತು. ಮೊದಲೇ ಮಂಡಳಿ ಮೇಲೆ ಅಸಮಾಧಾನ ಹೊಂದಿದ್ದ ಮೋರೆಯವರು ಇದನ್ನು ಖಂಡತುಂಡವಾಗಿ ನಿರಾಕರಿಸಿದರು. ಬಿ.ಸಿ.ಎ. ತಾಲೀಮ್ ಶೀಲ್ಡ್ ಕ್ರಿಕೆಟ್ ಪಂದ್ಯಾವಳಿಯನ್ನು ನಿಲ್ಲಿಸಲು ನಿರ್ಧರಿಸಿತು!

ಮುಂದೇನು ಎಂದು ಯೋಚಿಸುತ್ತಿದ್ದಾಗ ಅದೃಷ್ಟವೋ ಎಂಬಂತೆ ಭಾರತೀಯ ಕ್ರಿಕೆಟ್ ಮಂಡಳಿಯೊಂದಿಗೆ ಉತ್ತಮ ಬಾಂಧವ್ಯ ಹೊಂದಿದ್ದ ಡಾ. ಅರುಣ್ ಶಂಸಿ ಅವರು ಮೋರೆಯವರಿಗೆ ಸಾಥ್ ಕೊಟ್ಟರು. ಇವರು ಮೋರೆಯವರನ್ನು ರಾಷ್ಟ್ರೀಯ ಕ್ರಿಕೆಟ್ ಮಂಡಳಿಯ ಸಹಾಯಕ ಎನ್.ಡಿ. ಕರ್ಮಾಕರ್ ಅವರಿಗೆ ಪರಿಚಯಿಸಿದರು. ಇದರಿಂದ ಮೋರೆಯವರ ಹೋರಾಟಕ್ಕೆ ಮತ್ತೆ ಚಾಲನೆ ಸಿಕ್ಕಿತು.

ಮತ್ತೆ ಹೋರಾಟ ಆರಂಭ

ಕರ್ಮಾಕರ್ ಮಾಡಿದ ಮೊದಲ ಕೆಲಸವೆಂದರೆ, ಎಲ್ಲ ದೇಶಗಳ ಕ್ರಿಕೆಟ್ ಮಂಡಳಿಗಳಿಗೆ ಸ್ಪಷ್ಟ ದಾಖಲೆಗಳ ಸಹಿತ ಪತ್ರ ಹಾಕಿದ್ದು. ಬಳಿಕ ವಿದೇಶಿ ಕ್ರಿಕೆಟ್ ಪತ್ರಿಕೆಗಳಿಗೂ ತಾಲೀಮ್ ಶೀಲ್ಡ್ ಹುಟ್ಟಿನ ಕುರಿತು ಮಾಹಿತಿ ಒದಗಿಸಿದರು. ಇದಕ್ಕೆ ತ್ವರಿತವಾಗಿ ಸ್ಪಂದಿಸಿದ ಪತ್ರಿಕೆಯೆಂದರೆ 'ವಿಸ್ಡನ್ ಕ್ರಿಕೆಟ್ ಮಂತ್ಲಿ'. 1986ರ ಆ. 26ರಂದು ಮೋರೆಯವರಿಗೆ ಪತ್ರವೊಂದನ್ನು ಬರೆದ ಇದರ ಸಂಪಾದಕರು ಸಕಲ ಸಾಕ್ಷ್ಯಾಧಾರಗಳೊಂದಿಗೆ ತಮ್ಮೊಡನೆ ವ್ಯವಹರಿಸಲು ಸೂಚಿಸಿದರು. ಕೂಡಲೇ ಮುಂಬಯಿ-ಲಂಡನ್ ನಡುವೆ ಪತ್ರ ವ್ಯವಹಾರ ಮೊದಲ್ಗೊಂಡಿತು. 1986ರ ಸೆ. 25ರ ಪತ್ರದಲ್ಲಿ ಜಿಲೆಟ್ ಕಪ್‌ಗಿಂತಲೂ ಮೊದಲು ತಾಲೀಮ್ ಶೀಲ್ಡ್ ಪಂದ್ಯಾವಳಿ ಮೊದಲ್ಗೊಂಡಿದ್ದು ನಿಜ ಎಂದು ವಿಸ್ಡನ್ ಪತ್ರಿಕಾ ಬಳಗ ಒಪ್ಪಿಕೊಂಡಿತು. ಆಸ್ಟ್ರೇಲಿಯ ಕ್ರಿಕೆಟ್ ಮಂಡಳಿಯ ಅಧ್ಯಕ್ಷ ಎಫ್.ಡಬ್ಲ್ಯು. ಬಾನೆಟ್ ಕೂಡ ಪತ್ರದ ಮೂಲಕ ಮೋರೆಯವರಿಗೆ ಅಭಿನಂದನೆ ಸಲ್ಲಿಸಿದ್ದು ಈ ನಡುವಿನ ಮತ್ತೊಂದು ಪರಿಣಾಮಕಾರಿ ಬೆಳವಣಿಗೆ.

ಮೋರೆ ಗೆಲ್ಲಲಿಲ್ಲ...

ಹಾಗಾದರೆ ಮೋರೆಯವರು ತಮ್ಮ ಹೋರಾಟದಲ್ಲಿ ಜಯಶಾಲಿಯಾದರೆ?

ಇಲ್ಲ! ಲಂಡನ್‌ನ ಮೆರಿಲ್‌ಬಾನ್ ಕ್ರಿಕೆಟ್ ಕ್ಲಬ್‌ನ (ಎಂ.ಸಿ.ಸಿ.) ಅಂದಿನ ಸಹಾಯಕ ಸಚಿವ ಜೆ.ಆರ್. ಸ್ಟೀಫನ್‌ಸನ್ ಮಾತ್ರ ಇದನ್ನು ಒಪ್ಪಲು ತಯಾರಿರಲಿಲ್ಲ. ಜಿಲೆಟ್ ಕಪ್ ಪಂದ್ಯಾವಳಿಯೇ ವಿಶ್ವದ ಮೊಟ್ಟಮೊದಲ ಏಕದಿನ ಟೂರ್ನಿ ಎಂದೇ ಪಟ್ಟು ಹಿಡಿದರು. ಇದರಿಂದ ವಿಪರೀತ ಸಂಕಟ ಅನುಭವಿಸಿದ ಮೋರೆಯವರು ಈ ಘಟನಾವಳಿಯನ್ನು ಬೆಳೆಸಲು ಬಯಸಲಿಲ್ಲ. ಈ ಸಂದರ್ಭದಲ್ಲಿ ನಮ್ಮ ಕ್ರಿಕೆಟ್ ಮಂಡಳಿ ಮೋರೆಯವರ ಬೆಂಬಲಕ್ಕೆ ನಿಂತಿದ್ದರೆ ಬಹುಶಃ ಏಕದಿನ ಕ್ರಿಕೆಟ್ ಪಂದ್ಯಾವಳಿಯ ಜನ್ಮದಾತ ರಾಷ್ಟ್ರವೆಂಬ ಹಿರಿಮೆ ಗೌರವ ಭಾರತದ್ದಾಗುತ್ತಿತ್ತೋ ಏನೋ. 1987ರಿಂದ ತಾಲೀಮ್ ಶೀಲ್ಡ್ ಕ್ರಿಕೆಟ್ ಟೂರ್ನಿ ಪುನರಾರಂಭವಾದದ್ದಷ್ಟೇ ಮನೋಹರ ನಾರಾಯಣ ಮೋರೆ ಪಾಲಿನ ಸಮಾಧಾನ.

ಸರಿಯಾಗಿ 30 ವರ್ಷಗಳ ಹಿಂದೆ (ಜುಲೈ 1993) 'ರಾಜು ಪತ್ರಿಕೆ'ಯಲ್ಲಿ ಪ್ರಕಟಗೊಂಡ ಈ ಲೇಖನ ಈಗಲೂ ಚರ್ಚೆಗೆ ಅರ್ಹ.

WILLS WORLD CUP 1996

ಕರ್ನಾಟಕದ ಕ್ರಿಕೆಟ್ ದಿಗ್ಗಜರೊಂದಿಗೆ ವಿಶ್ವಕಪ್ ಮಾತುಕತೆ

ಆಗಿನ್ನೂ 'ತರಂಗ' ಸೇರಿರಲಿಲ್ಲ, ಆದರೆ ಪ್ರಕಟಗೊಂಡ ಕ್ರೀಡಾ ಬರಹಗಳಿಗೆ ಲೆಕ್ಕವಿರಲಿಲ್ಲ, ಸಾಕಷ್ಟು ಮುಖಪುಟ ಲೇಖನಗಳನ್ನೂ ಪ್ರಕಟಿಸಿ ಪ್ರೋತ್ಸಾಹಿಸಿದ್ದರು ಗುಲ್ವಾಡಿಯವರು. 1992ರ ಏಕದಿನ ವಿಶ್ವಕಪ್‌ನಿಂದ ಮೊದಲ್ಗೊಂಡು ಪ್ರತೀ ವಿಶ್ವಕಪ್ ಕ್ರಿಕೆಟ್ ಸಂದರ್ಭದಲ್ಲೂ ಒಂದಲ್ಲ ಒಂದು ಪ್ರಯೋಗ ಮಾಡುತ್ತಲೇ ಇತ್ತು ತರಂಗ.

ಭಾರತದ ಆತಿಥ್ಯದ 1996ರ ವಿಲ್ಸ್ ವಿಶ್ವಕಪ್ ವೇಳೆ ಒಂದಲ್ಲ, ಎರಡಲ್ಲ, ಮೂರು ವಿಶೇಷ ಸಂಚಿಕೆಗಳನ್ನು ಹೊರತಂದಿತ್ತು ತರಂಗ! ಒಂದರಲ್ಲಿ ಅಂದಿನ ವಿಶ್ವಕಪ್ ಕೂಟದ ಸಂಪೂರ್ಣ ಚಿತ್ರಣವಾದರೆ, ಇನ್ನೊಂದು ಸಂಚಿಕೆ ಓದುಗರಿಂದ ಆಹ್ವಾನಿಸಲ್ಪಟ್ಟ ಸಮೀಕ್ಷೆಗೆ ಮೀಸಲಾಗಿತ್ತು. ಇಂಥದೊಂದು ಪ್ರಯೋಗ ಕನ್ನಡ ಪತ್ರಿಕೋದ್ಯಮದಲ್ಲೇ ಮೊದಲಾದ ಕಾರಣ ಓದುಗರು ದೊಡ್ಡ ಮಟ್ಟದಲ್ಲೇ ಸ್ಪಂದಿಸಿದ್ದರು.

ತರಂಗದ ಇನ್ನೊಂದು ಸಂಚಿಕೆ ಮಾಜಿ ಕ್ರಿಕೆಟಿಗರ ಅಭಿಪ್ರಾಯಕ್ಕೆ ಮೀಸಲಾಗಿತ್ತು. ಇದು ನನ್ನದೇ ಐಡಿಯಾ. ನಾನಂದು ಗುಲ್ವಾಡಿಯವರು ಕೊಟ್ಟ ಪತ್ರವೊಂದನ್ನು ಹಿಡಿದು ಬೆಂಗಳೂರಿಗೆ

ಬಸ್ ಹತ್ತಿದ್ದೆ. ಯಾರದೇ ವಿಳಾಸವಾಗಲೀ, ದೂರ ವಾಣಿ ಸಂಖ್ಯೆಯಾಗಲೀ ಇರಲಿಲ್ಲ. ಒಂಥರ ಹುಚ್ಚು ಧೈರ್ಯ!

ಅಲ್ಲಿ ಡಾ। ಕೆ. ಚಂದ್ರಪಾಲ್ ಸಿಂಗ್ ಜೊತೆಯಾದರು. ಅವರು ಖ್ಯಾತ ಛಾಯಾಚಿತ್ರಕಾರ ಬಿ. ಕೇಸರ್ ಸಿಂಗ್ ಅವರ ಮಗ. ಹೆಬ್ಬಾಳದ ಕೃಷಿ ಕಾಲೇಜ್‌ನಲ್ಲಿ ಉಪನ್ಯಾಸಕರಾಗಿದ್ದರು. ಅವರೂ ಉತ್ತಮ ಫೊಟೋಗ್ರಾಫರ್. ಗುಲ್ವಾಡಿಯವರು ಇವರ ಪರಿಚಯ ಮಾಡಿಕೊಟ್ಟಿದ್ದರು.

ಯಾರನ್ನು ಸಂದರ್ಶಿಸುವುದು? ಹೊಟೇಲ್ ರೂಮ್‌ನಲ್ಲಿದ್ದ ಟೆಲಿಫೋನ್ ಡೈರಿ ಹಿಡಿದು ಕ್ರಿಕೆಟಿಗರ ನಂಬರ್ ಹುಡುಕಿದೆ. ಕೆಲವರದು ಸಿಕ್ಕಿತು. ಬಳಿಕ ಕೆಎಸ್‌ಸಿಎ ಸ್ಟೇಡಿಯಂಗೆ ಹೋಗಿ ಅಲ್ಲಿನ ಅಧಿಕಾರಿಗಳನ್ನು ಭೇಟಿಯಾಗಿ ವಿಷಯ ತಿಳಿಸಿದೆ. ಅವರು ಕೆಲವರ ವಿಳಾಸ ನೀಡಿ ಸಹಕರಿಸಿದರು. ಬಳಿಕ ಚಂದ್ರಪಾಲ್ ಸಿಂಗ್ ಅವರ ಸ್ಕೂಟರ್‌ನಲ್ಲಿ ಸುತ್ತಾಟ ಮೊದಲ್ಗೊಂಡಿತು.

ಆಗ ಸಿಕ್ಕವರೇ ವಿಶ್ವವಿಖ್ಯಾತ ಕ್ರಿಕೆಟಿಗರಾದ ಬಿ.ಎಸ್. ಚಂದ್ರಶೇಖರ್, ಇ.ಎ.ಎಸ್. ಪ್ರಸನ್ನ ಮತ್ತು ಬೃಜೇಶ್ ಪಟೇಲ್. ಈ ಕ್ರಿಕೆಟ್ ದಿಗ್ಗಜರನ್ನೆಲ್ಲ ಹತ್ತಿರದಿಂದ ನೋಡುವಾಗ ಏನೋ ರೋಮಾಂಚನ, ಅದೇನೋ ಪುಳಕ! ನನ್ನ ಇಷ್ಟು ಕಾಲದ ಕ್ರಿಕೆಟ್ ಬರವಣಿಗೆ ಸಾರ್ಥಕ್ಯ ಕಂಡಿತೆಂಬ ಧನ್ಯತಾಭಾವ!

ಇಲ್ಲಿ ಒಂದು ವಿಷಯ ಹೇಳಲೇಬೇಕು. ನಾವು ಇವರ‍್ಯಾರಲ್ಲೂ ಸಂದರ್ಶನಕ್ಕಾಗಿ ಪೂರ್ವ ಅನುಮತಿ (ಅಪಾಯಿಂಟ್‌ಮೆಂಟ್) ಕೇಳಿರಲಿಲ್ಲ. ನೇರವಾಗಿ ಅವರ ಮನೆಗಳಿಗೆ ಹೋಗಿದ್ದೆವು. ಬೃಜೇಶ್ ಪಟೇಲ್ ಕಚೇರಿಯಲ್ಲಿ ಸಿಕ್ಕಿದರು.

ಭಾರೀ ಹುರುಪಿನಲ್ಲಿ ಪ್ರಸನ್ನ

ಭಾರತದ ಸ್ಪಿನ್ ಮೋಡಿಕಾರ ಪ್ರಸನ್ನ ಅವರ ಇಂದಿರಾನಗರದ ಮನೆಗೆ ಹೋದಾಗ ಅವರು ಸಂಜೆಯ ವಾಕ್ ಹೋಗಿದ್ದರು. 'ಏನು, ತಮ್ಮ ಸವಾರಿ ಈ ಕಡೆ ಬಂತು?' ಎಂದು ಭಾರೀ ಪರಿಚಿತರಂತೆ ಮಾತಿಗೆ ಆರಂಭಿಸಿದರು. ಅಂದು ಒಳ್ಳೆಯ ಹುರುಪಿನಲ್ಲಿದ್ದರು. ಅವರ ಉತ್ಸಾಹ, ಲವಲವಿಕೆಯೆಲ್ಲ ಯಾವ ಮಟ್ಟದಲ್ಲಿತ್ತೆಂದರೆ, ತನಗೇನಾದರೂ ಈ ವಿಶ್ವಕಪ್‌ನಲ್ಲಿ ಆಡುವ ಅವಕಾಶ ಸಿಕ್ಕಿದರೆ ಆಫ್ ಸ್ಪಿನ್ ಎಸೆತಗಳಿಂದ ಭಾರತವನ್ನು ವಿಶ್ವ ಚಾಂಪಿಯನ್ ಪಟ್ಟದಲ್ಲಿ ಕೂರಿಸುವುದು ಖಂಡಿತ ಎಂಬಂತಿತ್ತು! ಹೀಗಾಗಿ ನಾವು ಕೂಡ ಧೈರ್ಯದಿಂದ ಪ್ರಶ್ನೆಗಳ ಬಾಣವನ್ನು ಎಸೆಯತೊಡಗಿದೆವು. ಕ್ಷೇತ್ರರಕ್ಷಣೆಯೇ ಭಾರತದ ದೊಡ್ಡ ಸಮಸ್ಯೆ ಎಂಬುದು ಅವರ ಅಭಿಪ್ರಾಯವಾಗಿತ್ತು.

ಪ್ರಸನ್ನ ಸಾಯಿಬಾಬಾರ ಮಹಾಭಕ್ತರು. ಹಾಲ್‌ನಲ್ಲೇ ಸಾಯಿಬಾಬಾರ ದೊಡ್ಡ ಫೋಟೊ ಒಂದಿತ್ತು. ಇದರ ಎದುರೂ ನನ್ನದೊಂದು ಫೋಟೊ ಇರಲಿ ಎಂದು ನಗುತ್ತಲೇ ಪೋಸ್ ನೀಡಿದ್ದರು ಪ್ರಸನ್ನ.

ಪ್ರತ್ಯಕ್ಷರಾದರು ಚಂದ್ರಶೇಖರ್!

ಬಿ.ಎಸ್. ಚಂದ್ರಶೇಖರ್ ಅವರನ್ನು ಕಂಡಾಗ ಉಂಟಾದ ಖುಷಿ ಹೇಳತೀರದು. ತಮ್ಮ ಪೋಲಿಯೊಪೀಡಿತ ಕೈಯನ್ನೇ ಬೌಲಿಂಗ್ ಮಂತ್ರದಂಡವಾಗಿ ಮಾಡಿಕೊಂಡು ಕ್ರಿಕೆಟ್ ಜಗತ್ತಿನ

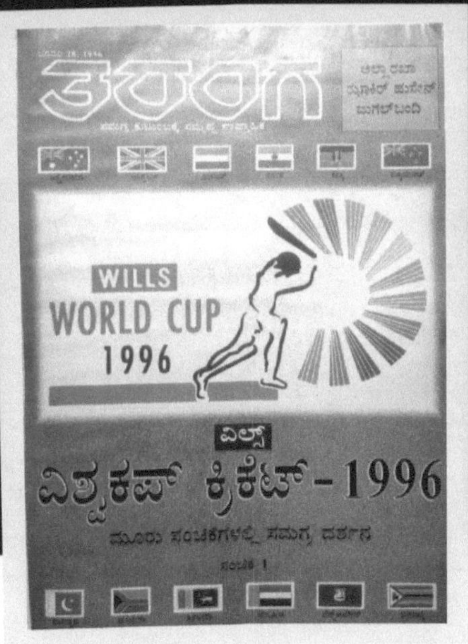

ಭಾರತದ ಆತಿಥ್ಯದ 1996ರ ವಿಲ್ಸ್ ವಿಶ್ವಕಪ್ ವೇಳೆ ಒಂದಲ್ಲ ಎರಡಲ್ಲ ಮೂರು ವಿಶೇಷ ಸಂಚಿಕೆಗಳನ್ನು ಹೊರತಂದಿತ್ತು ತರಂಗ! ಒಂದರಲ್ಲಿ ಅಂದಿನ ವಿಶ್ವಕಪ್ ಕೂಟದ ಸಂಪೂರ್ಣ ಚಿತ್ರಣವಾದರೆ, ಇನ್ನೊಂದು ಸಂಚಿಕೆ ಓದುಗರಿಂದ ಆಹ್ವಾನಿಸಲ್ಪಟ್ಟ ಸಮೀಕ್ಷೆಗೆ ಮೀಸಲಾಗಿತ್ತು.

ಘಟಾನುಘಟಿ ಆಟಗಾರರನ್ನೆಲ್ಲ ಕುಣಿಸಿದ ಗೂಗ್ಲಿ ಮಾಂತ್ರಿಕ ಈ ಚಂದ್ರಶೇಖರ್. ವಿಶ್ವದ ಲೆಗ್‌ಸ್ಪಿನ್ ಪರಂಪರೆಯ ಬಹುದೊಡ್ಡ ಹೆಸರು. ಇವರ ಬಗ್ಗೆ ಓದಿ, ರೇಡಿಯೋ ಕಮೆಂಟ್ರಿ ಕೇಳಿ ತಿಳಿದಿತ್ತೇ ಹೊರತು ಹತ್ತಿರದಿಂದ ನೋಡುವ, ಮಾತಾಡುವ ಅವಕಾಶ ಲಭಿಸಿತೆಂದು ಕನಸಿನಲ್ಲೂ ಎಣಿಸಿರಲ್ಲಿ.

ಆಗಷ್ಟೇ ಭೀಕರ ರಸ್ತೆ ಅಪಘಾತದಿಂದ ಚೇತರಿಸಿಕೊಂಡು ಜಯನಗರದ ನಿವಾಸದಲ್ಲಿ ಲವಲವಿಕೆಯಿಂದ ಓಡಾಡಿಕೊಂಡಿದ್ದರು. ಹೋಗಿ ಕಾಲಿಂಗ್ ಬೆಲ್ ಒತ್ತಿದಾಗ ಸ್ವತಃ 'ಚಂದ್ರು' ಅವರೇ ಪ್ರತ್ಯಕ್ಷರಾದರು. ಇದು ಕನಸೋ, ನನಸೋ ಎಂದು ನಂಬಲಾಗದ ಕ್ಷಣ ಅದಾಗಿತ್ತು!

ತರಂಗದಿಂದ ಸಂದರ್ಶನಕ್ಕಾಗಿ ಬಂದ ವಿಷಯ ತಿಳಿಸಿದೆವು. 'ಹೌದಾ, ಒಳ್ಳೆಯದು. ಆದರೆ ನೀವು ನಾಳೆ ಬಂದರೆ ವಿಸ್ತೃತ ಮಾತುಕತೆ ನಡೆಸಬಹುದು' ಎಂದರು. ನಾವು ಆಯ್ತು ಎಂದು ಸಮ್ಮತಿಸಿ ಬಂದೆವು.

'ಭಾರತ ತಂಡಕ್ಕೆ ಕಪ್ ಎತ್ತುವ ಉತ್ತಮ ಅವಕಾಶವಿದೆ' ಎಂಬುದು ಚಂದ್ರಶೇಖರ್ ಅವರ ಅಭಿಪ್ರಾಯವಾಗಿತ್ತು.

ಏಕದಿನ ಕ್ರಿಕೆಟ್ ಆಡಬೇಕು, ವಿಶ್ವಕಪ್‌ನಲ್ಲಿ ಆಡಬೇಕೆಂಬ ಆಸೆ ಇರಲಿಲ್ಲವೇ ಎಂದು ಕೇಳಿದ

ಪ್ರಶ್ನೆಗೆ ಅಷ್ಟೇ ಕೂಲ್ ಆಗಿ ಉತ್ತರಿಸಿದರು. 'ಹೌದು, ಆಸೆ ಎನ್ನುವುದು ಎಲ್ಲರಿಗೂ ಇರುತ್ತೆ. ಚಾನ್ಸ್ ಕೊಟ್ಟಿದ್ದರೆ ನಾನು ಖಂಡಿತ ಒನ್‌ಡೇ ಆಡುತ್ತಿದ್ದೆ. ಆದರೆ ಆಡದಿರುವ ಬಗ್ಗೆ ಬೇಸರವೇನೂ ಇಲ್ಲ. ಕ್ರಿಕೆಟ್‌ನಲ್ಲಿ ಇದೆಲ್ಲ ಸಹಜ...' ಎಂದಿದ್ದರು.

ಮಾತು ವೈಯಕ್ತಿಕ ವಿಷಯದತ್ತ ಹೊರಳಿತು. ಚಂದ್ರಶೇಖರ್ ಸಿಂಡಿಕೇಟ್ ಬ್ಯಾಂಕ್ ಉದ್ಯೋಗಿ ಆಗಿದ್ದವರು. ಇದನ್ನು ಹೇಳಿಕೊಂಡರು. ಮಣಿಪಾಲದ ಪ್ರಧಾನ ಕಚೇರಿಗೂ ಒಂದೆರಡು ಸಲ ಬಂದಿದ್ದೆ ಎಂದರು.

ನಮ್ಮ ಚಂದ್ರು ಅದೆಷ್ಟು ಸರಳ! ತಾನೋರ್ವ ವಿಶ್ವ ದರ್ಜೆಯ ಕ್ರಿಕೆಟರ್ ಎಂಬ ಅಂಶ ಅವರ ನಡೆ, ನುಡಿಯಲ್ಲಿ ಎಲ್ಲೂ ಕಂಡುಬರಲಿಲ್ಲ. ಒಂದು ಪಂದ್ಯ ಆಡಿದೊಡನೆ ದೊಡ್ಡ ಬಿಲ್ಡಪ್ ಕೊಡುವ ಈಗಿನ ಕ್ರಿಕೆಟಿಗರು ಚಂದ್ರಶೇಖರ್ ಅವರಿಂದ ಕಲಿಯುವುದು ಬಹಳಷ್ಟಿದೆ.

ಮೊದಲ ವಿಶ್ವಕಪ್ ಪಂದ್ಯವನ್ನು ನೆನಪಿಸಿದ ಪಟೇಲ್

ವಿಶ್ವಕಪ್ ಇತಿಹಾಸದ ಪ್ರಥಮ ಪಂದ್ಯದಲ್ಲೇ ಆಡಿದ ಹೆಗ್ಗಳಿಕೆ ಬ್ರಿಜೇಶ್ ಪಟೇಲ್ ಅವರದು. ಅದು ಐತಿಹಾಸಿಕ ಲಾರ್ಡ್ಸ್‌ನಲ್ಲಿ 1975ರ ಜೂನ್ 7ರಂದು ನಡೆದ ಭಾರತ–ಇಂಗ್ಲೆಂಡ್ ನಡುವಿನ ಮುಖಾಮುಖಿ. ಇಂಗ್ಲೆಂಡ್ 4 ವಿಕೆಟಿಗೆ 334 ರನ್ ಪೇರಿಸಿತ್ತು. ಬ್ರಿಜೇಶ್ ಪಟೇಲ್ ಅವರಿಗೂ ಈ ಮೊತ್ತವನ್ನು ಬೆನ್ನಟ್ಟಿಕೊಂಡು ಹೋಗುವ ಅವಕಾಶ ಲಭಿಸಿತ್ತು. ಆದರೆ ಯಶಸ್ಸು ಸಿಕ್ಕಿರಲಿಲ್ಲ. ಪೂರ್ತಿ 60 ಓವರ್ ಆಡಿದ ಭಾರತದ ಸ್ಕೋರ್ 3ಕ್ಕೆ 132 ರನ್. ಇನ್ನಿಂಗ್ಸ್ ಆರಂಭಿಸಿದ ಸುನೀಲ್ ಗಾವಸ್ಕರ್ 36 ರನ್ ಮಾಡಿ ಅಜೇಯರಾಗಿದ್ದರು. ಇವರೊಂದಿಗೆ ಬ್ರಿಜೇಶ್ ಪಟೇಲ್ 16 ರನ್ ಗಳಿಸಿ ಔಟಾಗದೆ ಉಳಿದಿದ್ದರು.

ಮೊದಲು ಈ ಪ್ರಶ್ನೆಯನ್ನೇ ಮುಂದಿಟ್ಟಿದ್ದೆ.

'ಇದೊಂಥರ ಫನ್ನಿ ಗೇಮ್ ಆಗಿತ್ತು. ನಾವ್ಯಾರೂ ಇದಕ್ಕೆ ಹೊಂದಿಕೊಂಡಿರಲಿಲ್ಲ. ಗಾವಸ್ಕರ್ ಅವರ ಅಜೇಯ 36 ರನ್ನುಗಳ ಉದಾಹರಣೆಯನ್ನೇ ತೆಗೆದುಕೊಂಡರೆ ನಮಗೆ ಏಕದಿನದಲ್ಲಿ ಎಷ್ಟು ಆಸಕ್ತಿ ಇತ್ತೆಂಬುದು ತಿಳಿಯುತ್ತದೆ. ಇದು ನನಗೂ ಅನ್ವಯಿಸುವ ಮಾತು. ಟೆಸ್ಟ್‌ನಿಂದ ಏಕದಿನ ಶೈಲಿಗೆ ಪರಿವರ್ತನೆ ಹೊಂದಲು ಅಗತ್ಯವಿದ್ದ ಸಿದ್ಧತೆಯನ್ನೇ ನಾವು ಮಾಡಿಕೊಂಡಿರಲಿಲ್ಲ..' ಎಂದರು.

ಅಂದಿನ ವಿಶ್ವಕಪ್‌ನಲ್ಲಿ ಮೊಹಮ್ಮದ್ ಅಜರುದ್ದೀನ್ ಭಾರತದ ನಾಯಕರಾಗಿದ್ದರು. ಇವರ ತಂಡಕ್ಕೆ ನಿಮ್ಮೆಲ್ಲರ ಬೆಂಬಲವಿರಲಿ ಎಂದು ಬ್ರಿಜೇಶ್ ಪಟೇಲ್ ಅಂದಿನ ಸಂದರ್ಶನದಲ್ಲಿ ಹಾರೈಸಿದ್ದರು.

ಈ ಮೂರು ಸಂದರ್ಶನಗಳನ್ನು ಹೊತ್ತು ಮಣಿಪಾಲಕ್ಕೆ ಮರಳಿದೆ. 'ತರಂಗ'ದ ಮೂರೂ ವಿಶ್ವಕಪ್ ಸಂಚಿಕೆಗಳು ಕನ್ನಡ ಪತ್ರಿಕಾಲೋಕದಲ್ಲಿ ಭಾರೀ ಸಂಚಲನ ಮೂಡಿಸಿದ್ದವು. ಸಾಮಾನ್ಯವಾಗಿ ಇಂಗ್ಲಿಷ್ ಪತ್ರಿಕೆಗಳಲ್ಲೇ ಇದನ್ನೆಲ್ಲ ಓದಬೇಕಾಗಿದ್ದ ಕಾಲದಲ್ಲಿ ತರಂಗ ನಡೆಸಿದ ಈ ಪ್ರಯೋಗ ಕ್ರಿಕೆಟ್ ಅಭಿಮಾನಿಗಳೆಲ್ಲರ ಅಪಾರ ಮೆಚ್ಚುಗೆಗೆ ಪಾತ್ರವಾಗಿತ್ತು.

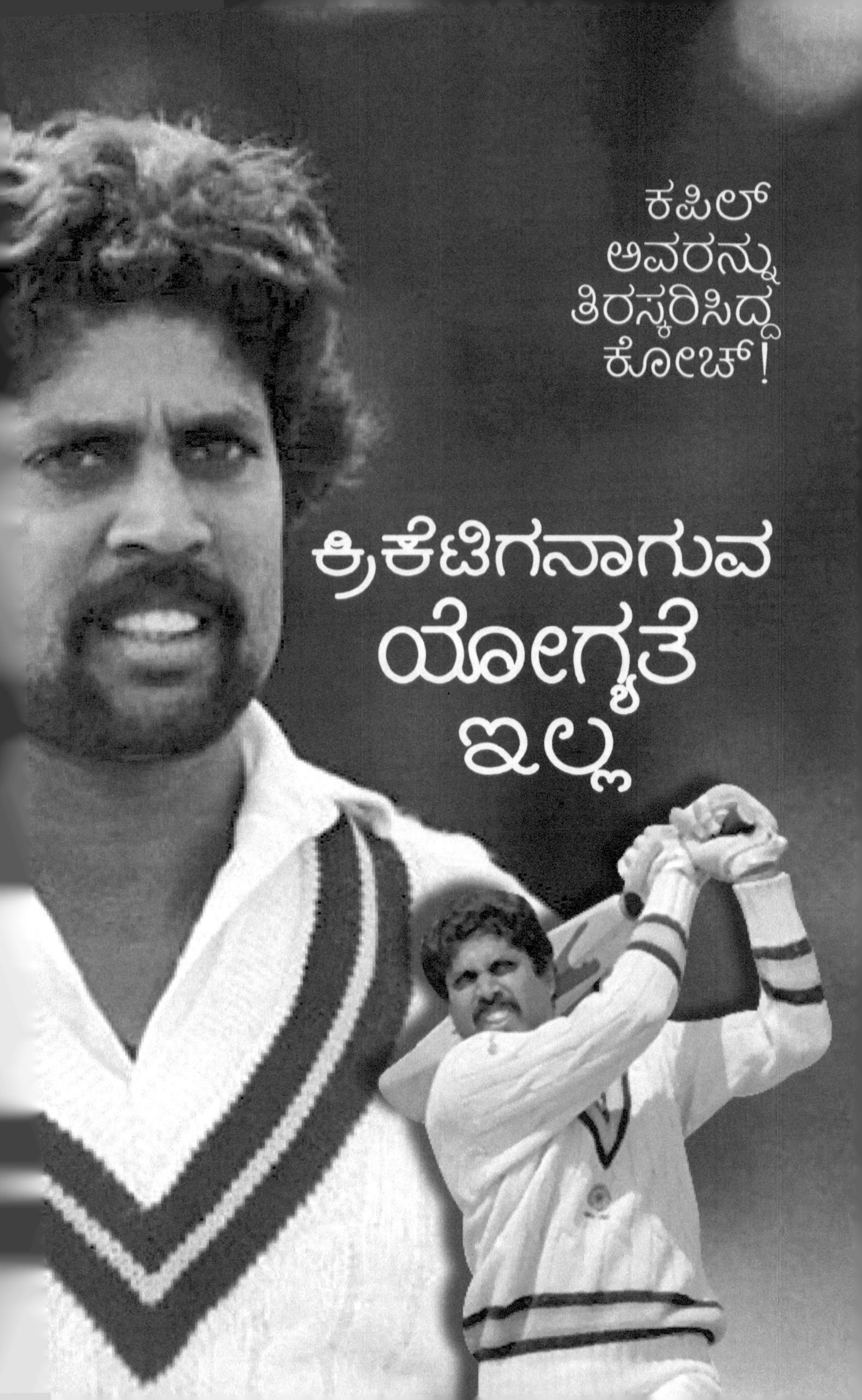

ಕಪಿಲ್ ಅವರನ್ನು ತಿರಸ್ಕರಿಸಿದ್ದ ಕೋಚ್!

ಕ್ರಿಕೆಟಿಗನಾಗುವ ಯೋಗ್ಯತೆ ಇಲ್ಲ

ಭಾರತೀಯ ಕ್ರಿಕೆಟನ್ನು ಅದೆಷ್ಟೋ ಮಂದಿ ಶ್ರೀಮಂತಗೊಳಿಸಿರಬಹುದು, ಆದರೆ ಇವರಲ್ಲಿ ದೇಶದ ಪ್ರಪ್ರಥಮ 'ಕ್ರಿಕೆಟ್ ರೋಲ್ ಮಾಡೆಲ್' ಎಂಬ ಹೆಗ್ಗಳಿಕೆ ಸಲ್ಲುವುದು ನಿಸ್ಸಂಶಯವಾಗಿಯೂ ಕಪಿಲ್‌ದೇವ್ ಅವರಿಗೆ. ಹರ್ಯಾಣದ ಈ ಹರಿಕೇನ್, ಸ್ವಿನ್ ತವರೆನಿಸಿದ ಭಾರತದ ವಿಶ್ವದಾಖಲೆಯ ವೇಗಿಯ ಮಟ್ಟಕ್ಕೆ ಬೆಳೆದವರು. ಜತೆಗೆ ಭಾರತಕ್ಕೆ ಮೊದಲ ವಿಶ್ವಕಪ್ ತಂದಿತ್ತ ಸಾಹಸಿ. ಇವರ ಮೇಲಿನ ಪ್ರೀತಿ, ಅಭಿಮಾನ ಬೆಳೆಯಲು ಇನ್ನೇನು ಬೇಕು!

ಕಪಿಲ್ ಅವರ ಈ ಬೆಳವಣಿಗೆಯ ಪರಿಯೇ ಅದ್ಭುತ, ರೋಮಾಂಚನ. ಇದನ್ನವರು ತಮ್ಮ 'ಕ್ರಿಕೆಟ್ ಮೈ ಸ್ಟೈಲ್' ಮತ್ತು 'ಬೈ ಗಾಡ್ಸ್ ಡಿಕ್ರಿ' ಕಥನಗಳಲ್ಲಿ ಸೊಗಸಾಗಿ ಬಣ್ಣಿಸಿದ್ದಾರೆ.

ಯೋಗ್ಯತೆ ಇಲ್ಲ ಎಂದ ಕೋಚ್!

ಕಪಿಲ್‌ದೇವ್ ಮೊದಲ ಸಲ ಅಭ್ಯಾಸಕ್ಕಿಳಿದ ಕ್ರಿಕೆಟ್ ಅಂಗಳ 'ಚಂಡೀಗಢ ಕ್ರಿಕೆಟ್ ಕ್ಲಬ್ ಗ್ರೌಂಡ್'. ಇಲ್ಲಿನ ಏಕೈಕ ಕೋಚ್ ದೇಶಪ್ರೇಮ್ ಆಜಾದ್. ಇವರ ಬಳಿ ಕಪಿಲ್ ತಮ್ಮ ಕ್ರಿಕೆಟ್ ಬಯಕೆಯನ್ನು ತೋಡಿಕೊಂಡಾಗ ಬಂದದ್ದು ನಕಾರಾತ್ಮಕ ಉತ್ತರ. ಕಪಿಲ್ ಅವರ ಕೆದರಿದ ತಲೆಗೂದಲು, ಒಣಗಿದ ಕಪ್ಪು ತುಟಿಯನ್ನು ಕಂಡ ಆಜಾದ್‌ಗೆ ಏನನಿಸಿತೋ, ಈತ ಧೂಮ್ರಪಾನಿಯೇ ಇರಬೇಕೆಂದು ಭಾವಿಸಿ 'ನಿನ್ನಲ್ಲಿ ಕ್ರಿಕೆಟಿಗನಾಗುವ ಯಾವ ಯೋಗ್ಯತೆಯೂ ಇಲ್ಲ' ಎಂದು ಹೇಳಿ ವಾಪಸ್ ಕಳಿಸಿದರು!

ಶಿಸ್ತಿನ ಸಿಪಾಯಿ...

ಬಾಲಕ ಕಪಿಲ್ ಅಂದಿನಿಂದಲೇ ಶಿಸ್ತಿನ ಸಿಪಾಯಿ ಆಗತೊಡಗಿದರು. ಕ್ರಿಕೆಟರ್

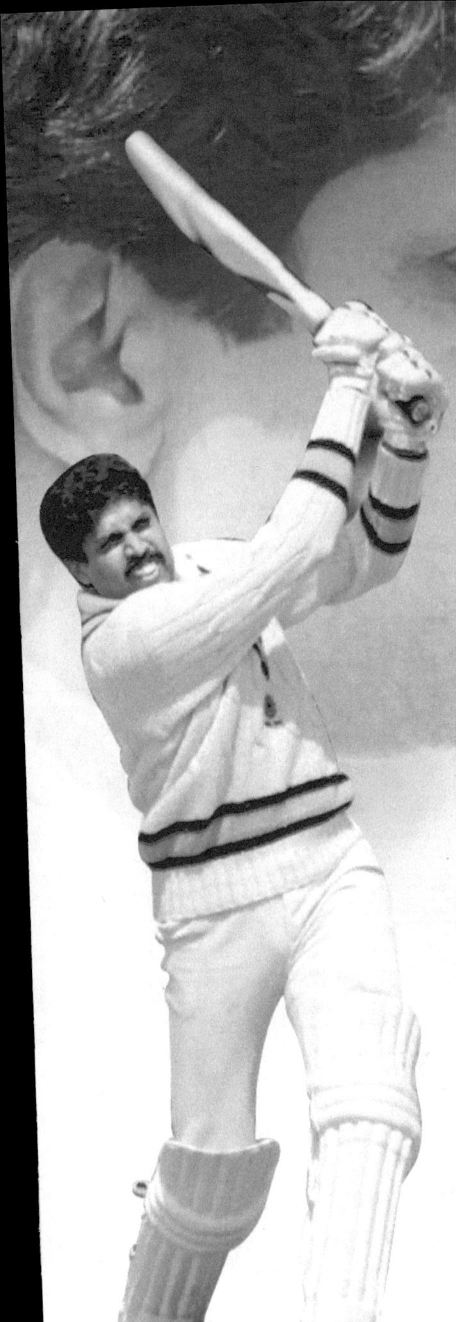

175

1983ರ ವಿಶ್ವಕಪ್
ಲೀಗ್ ಪಂದ್ಯದಲ್ಲಿ
ಜಿಂಬಾಬ್ವೆ ವಿರುದ್ಧ ಅಜೇಯ
175 ರನ್ ಬಾರಿಸಿದ್ದು
ಭಾರತದ ಏಕದಿನ ಇತಿಹಾಸದ
ಪ್ರಪ್ರಥಮ ಶತಕ.

ಆಗಬೇಕೆಂಬ ಮಹದಾಸೆಯನ್ನು ಅಣ್ಣನಲ್ಲಿ ತೋಡಿಕೊಂಡರು. ಆತನಿಂದ ತಂದೆಗೆ ವಿಷಯ ಮುಟ್ಟಿತು. ಅವರು ದೇಶಪ್ರೇಮ್ ಆಜಾದರ ಮನ ಒಲಿಸಲು ಯಶಸ್ವಿಯಾದರು.

ಆಜಾದರರದು ಕಟ್ಟುನಿಟ್ಟಿನ ಶಿಸ್ತು. ಒಂದು ದಿನ ತರಬೇತಿಗೆ ವಿಳಂಬವಾಗಿ ಆಗಮಿಸಿದರೆ ಆತ ಏಳು ದಿನ ಬರುವಂತಿಲ್ಲ! ಒಮ್ಮೆ ಕಪಿಲ್‌ಗೂ ಇದರ ಅನುಭವವಾಯಿತು. ಇದು ಅವರಿಗೆ ಪಾಠವೂ ಆಯಿತು. ಅಂದಿನಿಂದ ಶಾಲೆಯಿಂದ ಸೈಕಲ್ ಏರಿ ವೇಳೆಗೆ ಸರಿಯಾಗಿ ಅಭ್ಯಾಸಕ್ಕೆ ಹಾಜರಾಗತೊಡಗಿದರು.

ಆಜಾದರಿಗೆ ನಿಧಾನವಾಗಿ ಕಪಿಲ್ ಮೇಲೆ ನಂಬಿಕೆ ಮೂಡಿತು. ಈತನಲ್ಲಿ ಪ್ರತಿಭೆ ಇದೆ, ಬೆಳೆಯುವ ಲಕ್ಷಣವಿದೆ ಎಂಬುದನ್ನು ಅರಿತರು. ಒಂದೊಂದೇ ಬೌಲಿಂಗ್ ದೋಷವನ್ನು ಹಂತ ಹಂತವಾಗಿ ನಿವಾರಿಸತೊಡಗಿದರು. ಆದರೆ ಬ್ಯಾಟಿಂಗಿನಲ್ಲಿ ಯಾವುದೇ ಹಸ್ತಕ್ಷೇಪ ಮಾಡಲಿಲ್ಲ. ಕಪಿಲ್ ಅವರದು ಆಕ್ರಮಣಕಾರಿ ಬ್ಯಾಟಿಂಗ್ ಆಗಿತ್ತು. 1983ರ ವಿಶ್ವಕಪ್ ಲೀಗ್ ಪಂದ್ಯದಲ್ಲಿ ಜಿಂಬಾಬ್ವೆ ವಿರುದ್ಧ ಭಾರತ ತೀವ್ರ ಬ್ಯಾಟಿಂಗ್ ಕುಸಿತ ಅನುಭವಿಸಿದಾಗ ಕಪಿಲ್ ಏಕಾಂಗಿಯಾಗಿ ಹೋರಾಡಿ ಅಜೇಯ 175 ರನ್ ಬಾರಿಸಿದ್ದು ಇದಕ್ಕೊಂದು ಉತ್ತಮ ನಿದರ್ಶನ. ಇದು ಭಾರತದ ಏಕದಿನ ಇತಿಹಾಸದ ಪ್ರಪ್ರಥಮ ಶತಕ ಎಂಬುದನ್ನು ಮರೆಯುವಂತಿಲ್ಲ!

ಮುಂಬಯಿಯತ್ತ ಪಯಣ...

15ರ ಹರೆಯದಲ್ಲೇ ಕಪಿಲ್‌ಗೆ ಮುಂಬಯಿ ಕ್ರಿಕೆಟ್ ಶಿಬಿರವೊಂದರಲ್ಲಿ ಪಾಲ್ಗೊಳ್ಳುವ ಅವಕಾಶ ಸಿಕ್ಕಿತು. ಅಂದು ಬಿಸಿಸಿಐ 24 ಮಂದಿ ಪ್ರತಿಭಾನ್ವಿತ ಕ್ರಿಕೆಟಿಗರಿಗಾಗಿ ಈ ಶಿಬಿರ ಏರ್ಪಡಿಸಿತ್ತು. ಮಾಜಿ ಕ್ರಿಕೆಟಿಗ ಹೇಮು ಅಧಿಕಾರಿ, ತಾರಾಪೂರ್ ತರಬೇತಿಯ ಉಸ್ತುವಾರಿ ವಹಿಸಿದ್ದರು.

ಮೊದಲ ದಿನದ ಕಠಿನ ತರಬೇತಿಯ ಕಷ್ಟ ಅನುಭವಿಸಿದ ಕಪಿಲ್‌ಗೆ ಸಾಕು ಸಾಕಾಯಿತು. ಊಟಕ್ಕೆ ಎರಡು ಚಪಾತಿ, ಒಂದು ಚಮಚ ತುಪ್ಪವನ್ನಷ್ಟೇ ನೀಡಿದಾಗ ಕಪಿಲ್ ಮುನಿಸಿಕೊಂಡು ಕೂತದ್ದೂ ಉಂಟು. 'ನಾನೊಬ್ಬ ವೇಗದ ಬೌಲರ್, ನನಗೆ ಈ ಆಹಾರ ಸಾಲದು' ಎಂದಾಗ 'ಈ ದೇಶದಲ್ಲಿ ವೇಗಿಗಳು ಇರಲೇ ಇಲ್ಲ ಎಂದು ಭಾವಿಸಬೇಡ...' ಎಂದು ತಾರಾಪೂರ್ ವ್ಯಂಗ್ಯವಾಡಿದರು. ಆ ಗಳಿಗೆಯಲ್ಲೇ ಕಪಿಲ್ ತಾನು ಭಾರತದ ಸ್ಟಾರ್ ವೇಗಿ ಆಗಬೇಕೆಂಬ ಛಲ ತೊಟ್ಟರು. ಬಳಿಕ ತಾರಾಪೂರ್‌ಗೆ ಧನ್ಯವಾದವನ್ನೂ ಅರ್ಪಿಸಿದ್ದರು.

ಜೊತೆಗೂಡಿದ ಯೋಗರಾಜ್

ಆಗ ಕಪಿಲ್‌ಗೆ ಜೊತೆ ಕೊಟ್ಟವರು ಯೋಗರಾಜ್ ಸಿಂಗ್. ಇವರು ಬೇರೆ ಯಾರೂ ಅಲ್ಲ, ಸ್ಟಾರ್ ಆಲ್‌ರೌಂಡರ್ ಯುವರಾಜ್ ಸಿಂಗ್ ಅವರ ತಂದೆ. ಅದ್ಭುತ ಫೀಲ್ಡರ್. ಕಪಿಲ್-ಯೋಗರಾಜ್ ಜೋಡಿ ಬಹಳಷ್ಟು ಸಲ ಭಾರತದ ಬೌಲಿಂಗ್ ಆರಂಭಿಸಿದ ನಿದರ್ಶನವಿದೆ. ಯೋಗರಾಜ್ ಅವರದು ಇನ್ನೂ ಕಠಿನ ದುಡಿಮೆ. ಕಪಿಲ್‌ಗಿಂತ ಬರೋಬ್ಬರಿ ಎರಡು ಪಟ್ಟು ಹೆಚ್ಚು ಅಭ್ಯಾಸ ನಡೆಸುತ್ತಿದ್ದರು. ಆದರೆ ಭಾರತೀಯ ಕ್ರಿಕೆಟಿನ ಹೀರೋ ಆಗುವ ಯೋಗ ಇದ್ದದ್ದು ಮಾತ್ರ ಕಪಿಲ್‌ದೇವ್‌ಗೆ!

ಮುಂದೆ ಕಪಿಲ್ 1977-78ರ ಆಸ್ಟ್ರೇಲಿಯ ಪ್ರವಾಸಕ್ಕಾಗಿ ಮದ್ರಾಸಿನಲ್ಲಿ ಆಯೋಜಿಸಿದ ಶಿಬಿರಕ್ಕೆ ಆಯ್ಕೆಯಾಗುತ್ತಾರೆ. ಆದರೆ ತಂಡದ ಬಾಗಿಲು ತೆರೆಯಲಿಲ್ಲ. ಬಳಿಕ ಪೂರ್ವ ಆಫ್ರಿಕಾಕ್ಕೆ ತೆರಳುವ 'ಕ್ರಿಕೆಟ್ ಕ್ಲಬ್ ಆಫ್ ಇಂಡಿಯಾ' ತಂಡದಲ್ಲಿ ಕಪಿಲ್ ಕಾಣಿಸಿಕೊಳ್ಳುತ್ತಾರೆ. ಮುಂದಿನದು ಇತಿಹಾಸ!

ನೀನು ಕಪಿಲ್ ಹಸ್ತಾಕ್ಷರ ಪಡೆ...

1983ರಲ್ಲಿ ಭಾರತ ವಿಶ್ವಕಪ್ ಗೆದ್ದ ಕ್ಷಣವದು. ನಾಯಕ ಕಪಿಲ್‌ದೇವ್ ಅವರನ್ನು ಅಭಿನಂದಿಸಿದ ಮೊದಲ ವೆಸ್ಟ್ ಇಂಡೀಸ್ ಕ್ರಿಕೆಟಿಗನೆಂದರೆ ಸರ್ ಗ್ಯಾರಿ ಸೋಬರ್ಸ್.

ಸೋಬರ್ಸ್ ಲಾರ್ಡ್ಸ್ ಗ್ಯಾಲರಿಯಲ್ಲಿ ಕಪಿಲ್ ಅವರ ಬೆನ್ನು ತಟ್ಟಿ ಶುಭ ಹಾರೈಸುತ್ತಿದ್ದಾಗ ಕ್ರಿಕೆಟ್ ಅಭಿಮಾನಿಯೋರ್ವನ ಆಗಮನವಾಯಿತು. ಆತನಿಗೆ ಸೋಬರ್ಸ್ ಹಸ್ತಾಕ್ಷರ ಬೇಕಿತ್ತು. ಆಗ ಸೋಬರ್ಸ್ 'ನೋಡು, ಇವತ್ತು ಭಾರತೀಯ ಕ್ರಿಕೆಟಿಗರ ದಿನ. ಅವರು ವಿಶ್ವ ಚಾಂಪಿಯನ್ ಆಗಿದ್ದಾರೆ. ತಂಡದ ನಾಯಕ ಕಪಿಲ್‌ದೇವ್ ಇಲ್ಲಿಯೇ ಇದ್ದಾರೆ. ನೀನು ಹಸ್ತಾಕ್ಷರ ಪಡೆಯಬೇಕಾದದ್ದು ಅವರದ್ದು, ನನ್ನದಲ್ಲ...' ಎಂದು ಹೇಳಿದವರೇ ಅಲ್ಲಿಂದ ಹೊರನಡೆದರು. ಕ್ರೀಡಾಸ್ಫೂರ್ತಿಯೆಂದರೆ ಇದು!

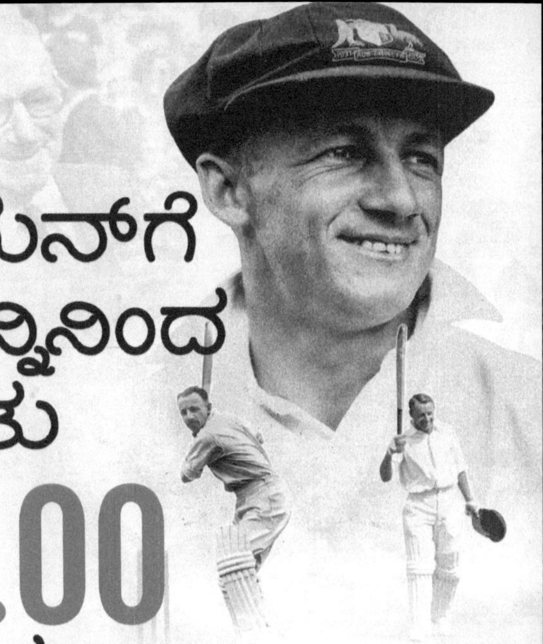

ಬ್ರಾಡ್‌ಮನ್‌ಗೆ ನಾಲ್ಕೇ ರನ್ನಿನಿಂದ ತಪ್ಪಿತು 100.00 ಸರಾಸರಿ

ಸರ್ ಡೊನಾಲ್ಡ್ ಬ್ರಾಡ್‌ಮನ್!

ವಿಶ್ವ ಕ್ರಿಕೆಟಿನ ಬಹು ದೊಡ್ಡ ಹೆಸರಿದು. ಟೆಸ್ಟ್ ಕ್ರಿಕೆಟಿನ ರನ್ ಯಂತ್ರ. ನಾವೆಲ್ಲ ಕೆಲವು ವರ್ಷಗಳ ಹಿಂದೆ ಸಚಿನ್ ತೆಂಡುಲ್ಕರ್ ಅವರನ್ನು ಯಾವ ರೀತಿ ಆರಾಧಿಸುತ್ತಿದ್ದೆವೋ, 1928-1948ರ ಅವಧಿಯಲ್ಲಿ ಆಸ್ಟ್ರೇಲಿಯದ ಬ್ರಾಡ್‌ಮನ್ ಹೆಸರೂ ಲೋಕಪ್ರಿಯವಾಗಿತ್ತು. ಬ್ಯಾಟ್ಸ್‌ಮನ್ ಅಂದರೆ ಬ್ರಾಡ್‌ಮನ್, ಇವರನ್ನು ಮೀರಿಸುವವರು ಬರಲಾರರು ಎಂಬಷ್ಟು ಖ್ಯಾತಿ ಇವರದಾಗಿತ್ತು.

52 ಟೆಸ್ಟ್ ಪಂದ್ಯ, 80 ಇನ್ನಿಂಗ್ಸ್‌ಗಳಿಂದ 6,996 ರನ್. ಸಿಡಿಸಿದ್ದು 29 ಶತಕ. ಇದರಲ್ಲಿ 10 ದ್ವಿಶತಕ, 2 ತ್ರಿಶತಕ! ಒಮ್ಮೆ 299ರಲ್ಲಿ ಅಜೇಯ. ಪ್ರಥಮ ದರ್ಜೆ ಕ್ರಿಕೆಟ್‌ನಲ್ಲಿ 338 ಇನ್ನಿಂಗ್ಸ್‌ಗಳಿಂದ ಪೇರಿಸಿದ್ದು ಬರೋಬ್ಬರಿ 28,067 ರನ್. ಇದಕ್ಕೆ 117 ಶತಕಗಳ ಮೆರುಗು. ಸರ್ವಾಧಿಕ ಗಳಿಕೆ ಅಜೇಯ 452 ರನ್. ಬ್ರಾಡ್‌ಮನ್ ಬ್ಯಾಟಿಂಗ್ ಮಹಿಮೆಗೆ ಇಷ್ಟು ನಿದರ್ಶನ ಸಾಕು.

99.94ಕ್ಕೆ ನಿಂತ ಸರಾಸರಿ

ಆದರೆ ಯಾವುದೇ ಕ್ರಿಕೆಟಿಗನ ಬದುಕು ಪರಿಪೂರ್ಣವಾಗಿರದು ಎಂಬ ಮಾತಿದೆ. ಇದಕ್ಕೆ ಬ್ರಾಡ್‌ಮನ್ ಕೂಡ ಹೊರತಲ್ಲ. ಇವರ ಅಮೋಘ ದಾಖಲೆಯೊಂದಕ್ಕೆ ಅಡ್ಡಿಯಾದದ್ದು ನಾಲ್ಕೇ ನಾಲ್ಕು ರನ್. ತಮ್ಮ ಕಟ್ಟಕಡೆಯ ಟೆಸ್ಟ್ ಇನ್ನಿಂಗ್ಸ್‌ನಲ್ಲಿ ಬರೀ ನಾಲ್ಕು ರನ್ ಮಾಡಿದ್ದರೆ ಬ್ರಾಡ್‌ಮನ್ ಅವರ ಬ್ಯಾಟಿಂಗ್ ಸರಾಸರಿ ನೂರರ ಗಡಿ ತಲಪುತ್ತಿತ್ತು. ಆದರೆ ಆ ಇನ್ನಿಂಗ್ಸ್‌ನಲ್ಲಿ ಬ್ರಾಡ್‌ಮನ್ ಶೂನ್ಯಕ್ಕೆ ಔಟಾದರು; ಅವರ ಸರಾಸರಿ 99.94ಕ್ಕೆ ನಿಂತು ಬಿಟ್ಟಿತು!

ಅದು 1948ರ ಆ್ಯಶಸ್ ಸರಣಿಯ ಓವಲ್ ಟೆಸ್ಟ್. ಬ್ರಾಡ್‌ಮನ್ ಸಾರಥ್ಯದ ಆಸ್ಟ್ರೇಲಿಯ ಈ ಪಂದ್ಯವನ್ನು ಇನ್ನಿಂಗ್ಸ್ ಹಾಗೂ 149 ರನ್ನುಗಳಿಂದ ಜಯಿಸಿತ್ತು. ಮೊದಲೇ ಘೋಷಿಸಿದಂತೆ ಇದು ಬ್ರಾಡ್‌ಮನ್ ಅವರ ವಿದಾಯ ಪಂದ್ಯವೂ ಆಗಿತ್ತು.

ದ್ವಿತೀಯ ಎಸೆತದಲ್ಲೇ ಬೌಲ್ಡ್!

ಇಲ್ಲಿ ಆಸ್ಟ್ರೇಲಿಯಕ್ಕೆ ದ್ವಿತೀಯ ಸರದಿಯಲ್ಲಿ ಬ್ಯಾಟಿಂಗ್ ಮಾಡುವ ಅವಕಾಶ ಸಿಗಲಿಲ್ಲ. ಇಂಗ್ಲೆಂಡಿನ 52 ರನ್ನುಗಳಿಗೆ ಉತ್ತರವಾಗಿ ಆಸೀಸ್ 389 ರನ್ ಪೇರಿಸಿತ್ತು. ಆದರೆ ಬ್ರಾಡ್‌ಮನ್ ಮಾತ್ರ ತಾನೆದುರಿಸಿದ ದ್ವಿತೀಯ ಎಸೆತದಲ್ಲೇ ಎರಿಕ್ ಹೊಲ್ಲೀಸ್ ಎಸೆತದಲ್ಲಿ ಖಾತೆ ತೆರೆಯದೆ ಬೌಲ್ಡ್ ಆಗಿದ್ದರು! ಬ್ರಾಡ್‌ಮನ್‌ಗೆ ನೂರರ ಸರಾಸರಿ ಮರೀಚಿಕೆಯೇ ಆಯಿತು. ಆದರೆ ಅವರ ಈ 99.94ರ ಬ್ಯಾಟಿಂಗ್ ಸರಾಸರಿ ಇಂದಿಗೂ ಟೆಸ್ಟ್ ಇತಿಹಾಸದಲ್ಲಿ ವಿಶ್ವದಾಖಲೆಯೇ ಆಗಿ ಉಳಿದಿದೆ ಎಂಬುದನ್ನು ಮರೆಯುವಂತಿಲ್ಲ.

9.50 ಕನಿಷ್ಠ ಸರಾಸರಿ

1928–29ರ ಆ್ಯಶಸ್ ಸರಣಿಯ ಬ್ರಿಸ್ಬೇನ್ ಪಂದ್ಯದಲ್ಲಿ ಟೆಸ್ಟ್ ಕ್ಯಾಪ್ ಧರಿಸಿದ ಡಾನ್ ಬ್ರಾಡ್‌ಮನ್ ಇಲ್ಲಿ ಕ್ರಮವಾಗಿ 18 ಮತ್ತು ಒಂದು ರನ್ ಮಾಡಿ ಔಟಾಗುತ್ತಾರೆ. ಮೊದಲ ಟೆಸ್ಟ್ ಆಡಿ ಮುಗಿಸುವಾಗ ಅವರ ಬ್ಯಾಟಿಂಗ್ ಸರಾಸರಿ 9.50 ಆಗಿತ್ತು. ಇದೇ ಬ್ರಾಡ್‌ಮನ್ ಅವರ ಟೆಸ್ಟ್ ಬದುಕಿನ ಕನಿಷ್ಠ ಸರಾಸರಿ!

ಮೆಲ್ಬರ್ನ್‌ನಲ್ಲಿ ನಡೆದ ದ್ವಿತೀಯ ಟೆಸ್ಟ್ ಪಂದ್ಯದಲ್ಲಿ 79 ಹಾಗೂ 112 ರನ್ ಬಾರಿಸುವುದರೊಂದಿಗೆ ಅವರ ಸರಾಸರಿ 50ರ ಗಡಿ ದಾಟುತ್ತದೆ (52.50). ಮತ್ತೆಂದೂ ಅವರ ಬ್ಯಾಟಿಂಗ್ ಸರಾಸರಿ 50ಕ್ಕಿಂತ ಕೆಳಗೆ ಕುಸಿಯಲೇ ಇಲ್ಲ. ಬ್ರಾಡ್‌ಮನ್ ಅವರ ಬ್ಯಾಟಿಂಗ್ ಸರಾಸರಿ ಮೊದಲ ಸಲ ನೂರರ ಗಡಿ ದಾಟಿದ್ದು 1930ರ ಆ್ಯಶಸ್ ಸರಣಿಯ ಅಂತಿಮ ಟೆಸ್ಟ್ ಪಂದ್ಯದಲ್ಲಿ. ಈ ಪಂದ್ಯ ಓವಲ್‌ನಲ್ಲಿ ನಡೆದಿತ್ತು. ಬ್ರಾಡ್‌ಮನ್ ಭರ್ಜರಿ 232 ರನ್ ಬಾರಿಸಿದ್ದರು. ಸರಾಸರಿ 103.00ಕ್ಕೆ ನೆಗೆದಿತ್ತು. ಕೇವಲ 15ನೇ ಇನ್ನಿಂಗ್ಸ್‌ನಲ್ಲಿ ಅವರು ಈ ಪರಾಕ್ರಮ ಮೆರೆದಿದ್ದರು. ಈ ಕಿರು ಅವಧಿಯಲ್ಲಿ 1,442 ರನ್ ಪೇರಿಸಿದ್ದರು.

ಇದೇ ಲಯದಲ್ಲಿ ಸಾಗಿದ ಬ್ರಾಡ್‌ಮನ್ ಕೊನೆಯ ಸರಣಿ ತನಕವೂ ರನ್ ಮಳೆ ಸುರಿಸುತ್ತಲೇ ಇದ್ದರು. ಆದರೆ ಕೊನೆಯ ಇನ್ನಿಂಗ್ಸ್ ಮಾತ್ರ ಕೈಕೊಟ್ಟಿತು!

26 ಆಲೌಟ್

6 ದಶಕಗಳಿಂದ ನ್ಯೂಜಿಲ್ಯಾಂಡಿಗೆ ಅಂಟಿದ ಶಾಪ!

'**ನ್ಯೂ**ಜಿಲ್ಯಾಂಡ್ ಕ್ರಿಕೆಟಿನ ಅಭಿಮಾನಿಯಾಗಿ ನಾನು ಪ್ರಾಮಾಣಿಕವಾಗಿ ಹೇಳುತ್ತಿದ್ದೇನೆ, ಯಾರಾದರೂ ಈ ದಾಖಲೆಯನ್ನು ನಮ್ಮಿಂದ ಕಿತ್ತುಕೊಳ್ಳಲಿ...'-ಇದು ಕಿವೀಸ್ ಕ್ರಿಕೆಟ್ ಸಪೋರ್ಟರ್ಸ್‌ಗ್ರೂಪಿನ ಪೌಲ್ ಫೋರ್ಡ್ ಅವರ ನೋವಿನ ನುಡಿ.

ಫೋರ್ಡ್ ಇನ್ನೂ ಮುಂದುವರಿದು ಹೇಳುತ್ತಾರೆ, 'ನಿಜಕ್ಕೂ ಇದು ನಾಚಿಕೆಗೇಡು. ದಯವಿಟ್ಟು ಯಾವುದಾದರೂ ಒಂದು ತಂಡ 25 ರನ್ನಿಗೆ ಆಲೌಟ್ ಆಗಲಿ...'

ಪೌಲ್ ಫೋರ್ಡ್ ಯಾವ ಘಟನೆಯ ಬಗ್ಗೆ ಹೇಳುತ್ತಿದ್ದಾರೆ ಎಂದು ಕ್ರಿಕೆಟ್ ಅಭಿಮಾನಿಗಳಿಗೆ ಈಗ ಅರ್ಥವಾಗಿರಬಹುದು. ಹೌದು, ಟೆಸ್ಟ್ ಇತಿಹಾಸದಲ್ಲಿ ಕನಿಷ್ಠ 26 ರನ್ನಿಗೆ ಆಲೌಟಾದ ಕಳಂಕವನ್ನು ಕಳೆದ 68 ವರ್ಷಗಳಿಂದಲೂ ಮೆತ್ತಿಕೊಂಡಿರುವ ನ್ಯೂಜಿಲ್ಯಾಂಡ್ ಕ್ರಿಕೆಟ್ ಬಗ್ಗೆ ಅವರು ತೀವ್ರ ನೊಂದು ನುಡಿದಿದ್ದಾರೆ.

2020ರ ಅಡಿಲೇಡ್ ಟೆಸ್ಟ್‌ನಲ್ಲಿ ಭಾರತ 19 ರನ್ನಿಗೆ 6 ವಿಕೆಟ್ ಉದುರಿಸಿಕೊಂಡಾಗ ನ್ಯೂಜಿಲ್ಯಾಂಡಿನ ದಾಖಲೆ ಅಳಿಸಿ ಹೋದೀತು ಎಂಬುದರ ಸೂಚನೆ ಲಭಿಸಿದ್ದು ನಿಜ. ಆದರೆ ವಿರಾಟ್ ಕೊಹ್ಲಿ ಪಡೆ ಈ ಅವಮಾನದಿಂದ ಪಾರಾಯಿತು. ಅಷ್ಟೇ ಟೀಮ್ ಇಂಡಿಯಾ ಪಾಲಿನ ಸಮಾಧಾನ.

ಆಕ್ಲೆಂಡ್‌ನಲ್ಲಿ ಶೋಚನೀಯ ಆಟ

ನ್ಯೂಜಿಲ್ಯಾಂಡಿನ ಈ ಶೋಚನೀಯ ಬ್ಯಾಟಿಂಗಿನತ್ತ ಹಿನ್ನೋಟ ಹರಿಸುವುದಾದರೆ...

ಅದು 1955ರ ಪ್ರವಾಸಿ ಇಂಗ್ಲೆಂಡ್ ಎದುರಿನ ಟೆಸ್ಟ್ ಸರಣಿ. ನ್ಯೂಜಿಲ್ಯಾಂಡಿಗೆ ಜೆಫ್ ರೆಬೋನ್, ಇಂಗ್ಲೆಂಡಿಗೆ ಲೆನ್ ಹಟನ್ ನಾಯಕರಾಗಿದ್ದರು. ಆಕ್ಲೆಂಡ್‌ನಲ್ಲಿ ಇತ್ತಂಡಗಳು ದ್ವಿತೀಯ ಟೆಸ್ಟ್ ಪಂದ್ಯವನ್ನು ಆಡಲಿಳಿದಿದ್ದವು.

ಟಾಸ್ ಗೆದ್ದು ಮೊದಲು ಬ್ಯಾಟಿಂಗ್ ನಡೆಸಿದ ನ್ಯೂಜಿಲ್ಯಾಂಡ್ ಸರಿಯಾಗಿ 200 ರನ್ನಿಗೆ ಆಲೌಟ್ ಆಯಿತು. ಜವಾಬಿತ್ತ ಇಂಗ್ಲೆಂಡ್ 246 ರನ್ ಗಳಿಸಿತು.

ಮುಂದಿನದು ನ್ಯೂಜಿಲ್ಯಾಂಡ್ ಕ್ರಿಕೆಟಿನ ಅತ್ಯಂತ ಸಂಕಷ್ಟದ ಸಮಯ. ಅದು ಆಂಗ್ಲರ ಘಾತಕ ಬೌಲಿಂಗ್ ದಾಳಿಯೋ, ನ್ಯೂಜಿಲ್ಯಾಂಡ್ ಬ್ಯಾಟ್ಸ್‌ಮನ್‌ಗಳ ಬೇಜವಾಬ್ದಾರಿಯ ಆಟವೋ ಗೊತ್ತಿಲ್ಲ, ಕ್ಲಬ್ ತಂಡಕ್ಕಿಂತಲೂ ಕಳಪೆಯಾಗಿತ್ತು ಆತಿಥೇಯರ ಬ್ಯಾಟಿಂಗ್. ಸರಿಯಾಗಿ 27 ಓವರ್‌ಗಳಲ್ಲಿ ನ್ಯೂಜಿಲ್ಯಾಂಡ್ ಜುಜುಬಿ 26 ರನ್ನಿಗೆ ಆಲೌಟ್ ಆಗಿತ್ತು! ಫಲಿತಾಂಶ–ಇಂಗ್ಲೆಂಡಿಗೆ ಇನ್ನಿಂಗ್ಸ್ ಹಾಗೂ 20 ರನ್ ಗೆಲುವು!

ಬಾಬ್ ಆ್ಯಪಲ್‌ಯಾರ್ಡ್ 4 ಹಾಗೂ ಬ್ರಿಯಾನ್ ಸ್ಟೆಥಂ 3 ವಿಕೆಟ್ ಕಿತ್ತು ಕಿವೀಸ್ ಕತೆ ಮುಗಿಸಿದ್ದರು. ಪಂದ್ಯದಲ್ಲಿ ಇವರಿಬ್ಬರದು ತಲಾ 7 ವಿಕೆಟ್ ಬೇಟೆ. 11 ರನ್ ಮಾಡಿದ ಆರಂಭಕಾರ ಬರ್ಟ್ ಸಟ್‌ಕ್ಲಿಫ್ ಅವರದೇ ಹೆಚ್ಚಿನ ಗಳಿಕೆ. ಉಳಿದವರ್ಯಾರೂ ಎರಡಂಕೆಯ ಗಡಿ ದಾಟಲಿಲ್ಲ,

ಕಳಂಕದಿಂದ ಪಾರಾದ ಇಂಗ್ಲೆಂಡ್

2018ರಲ್ಲಿ ಇದೇ ಆಕ್ಲೆಂಡ್ ಅಂಗಳದಲ್ಲಿ ನ್ಯೂಜಿಲ್ಯಾಂಡ್ ಪ್ರವಾಸಿ ಇಂಗ್ಲೆಂಡಿಗೆ ತಿರುಗೇಟು ನೀಡುವ ಸಾಧ್ಯತೆ ಕಂಡುಬಂದಿತ್ತು. ಈ ಡೇ–ನೈಟ್ ಪಂದ್ಯದಲ್ಲಿ ಇಂಗ್ಲೆಂಡ್ ಒಂದು ಹಂತದಲ್ಲಿ 23 ರನ್ನಿಗೆ 8 ವಿಕೆಟ್ ಉದುರಿಸಿಕೊಂಡಿತ್ತು. ತನ್ನ ಕಳಪೆ ದಾಖಲೆಯ ಕಳಂಕದಿಂದ ಮುಕ್ತಗೊಳ್ಳುವ ಕ್ಷಣಕ್ಕಾಗಿ ನ್ಯೂಜಿಲ್ಯಾಂಡಿಗರೆಲ್ಲರೂ ಎಲ್ಲರೂ ತುದಿಗಾಲಲ್ಲಿ ನಿಂತಿದ್ದರು. ಆದರೆ 58ರ ತನಕ ಸಾಗಿದ ಇಂಗ್ಲೆಂಡ್ ಈ ಕಂಟಕದಿಂದ ಪಾರಾಯಿತು.

ಅಡಿಲೇಡ್‌ನಲ್ಲಿ ಭಾರತ ಕೂಡ 26ರ ಗಡಿ ದಾಟಿತು. ನ್ಯೂಜಿಲ್ಯಾಂಡಿನ ಪ್ರಾರ್ಥನೆ ಮತ್ತೆ ಫಲಿಸದೇ ಹೋಯಿತು!

ಕ್ರಿಕೆಟ್‌ನಲ್ಲಿ ದಾಖಲೆಗಳಿರುವುದೇ ಮುರಿಯುವುದಕ್ಕಂತೆ. ಕಾದು ನೋಡೋಣ, 26 ರನ್ನಿನ ಕಳಂಕದಿಂದ ನ್ಯೂಜಿಲ್ಯಾಂಡ್ ಕೂಡ ಒಂದು ದಿನ ಮುಕ್ತವಾದೀತು!

ಕ್ರಿಕೆಟ್ ವಿಲನ್ ಹೆರಾಲ್ಡ್ ಲಾರ್‌ವುಡ್

ಇಂಗ್ಲೆಂಡಿನ ಘಾತಕ ವೇಗಿ ಹೆರಾಲ್ಡ್ ಲಾರ್‌ವುಡ್ ಗತಕಾಲದ ಕ್ರಿಕೆಟ್ ಪ್ರಿಯರಿಗೆಲ್ಲಗೊತ್ತು. ಬಾಡಿಲೈನ್ ಬೌಲಿಂಗ್ ಮತ್ತು ಲಾರ್‌ವುಡ್ ಒಂದಕ್ಕೊಂದು ಬಿಟ್ಟಿರಲಾಗದ ನಂಟು. ವಿವಾದಗಳಿಂದಲೇ ಸುದ್ದಿಯಾದ ಇವರನ್ನು 'ಕ್ರಿಕೆಟಿನ ಖಳನಾಯಕ' ಎಂದೇ ಕ್ರೀಡಾ ಜಗತ್ತು ಗುರುತಿಸುತ್ತಿದೆ. ಅವರು ಗತಿಸಿ 27 ವರ್ಷಗಳಾದರೂ ಈ ಕಳಂಕ ಮಾತ್ರ ಹೋಗಿಲ್ಲ, ಬಹುಶಃ ಹೋಗುವುದೂ ಇಲ್ಲ.

ಹಾಗಾದರೆ ಹೆರಾಲ್ಡ್ ಲಾರವುಡ್ ನಿಜಕ್ಕೂ ಕ್ರಿಕೆಟಿನ ಖಳನಾಯಕನೇ? ಎದುರಾಳಿ ಬ್ಯಾಟ್ಸ್‌ಮನ್‌ಗಳ ದೇಹವನ್ನೇ ಗುರಿಯಾಗಿಸುವ ಬಾಡಿಲೈನ್ ಬೌಲಿಂಗ್ ಇವರೇಕೆ ಮಾಡಬೇಕಿತ್ತು? ಇದೊಂದು ರೋಚಕ ಕಥನ.

ಹೆರಾಲ್ಡ್ ಲಾರ್‌ವುಡ್ ಟೆಸ್ಟ್ ಪದಾರ್ಪಣೆ ಮಾಡಿದ್ದು 1926ರ ಆ್ಯಶಸ್ ಸರಣಿಯಲ್ಲಿ, ಆಗ ಇವರು ಭೀತಿ ಹುಟ್ಟಿಸುವ ಬೌಲರ್ ಆಗಿರಲಿಲ್ಲ, ಆದರೆ ಇವರ ಎಸೆತಗಳು ಪ್ರಚಂಡ ವೇಗದಿಂದ ಕೂಡಿದ್ದು ಮಾತ್ರ ಸುಳ್ಳಲ್ಲ, 1932-33ರ ವಿವಾದಾತ್ಮಕ ಬಾಡಿಲೈನ್ ಸರಣಿಗಿಂತ ಮೊದಲು ಆಡಿದ 16 ಟೆಸ್ಟ್‌ಗಳಲ್ಲಿ ಲಾರ್‌ವುಡ್ ಕೆಡವಿದ್ದು 45 ವಿಕೆಟ್ ಮಾತ್ರ. ಜತೆಗೆ ತಂಡದ ಖಾಯಂ ಸದಸ್ಯನೂ ಆಗಿರಲಿಲ್ಲ, ಇಂಥ ಬೌಲರ್ ಓರ್ವ ನಾಯಕನ ಆಣತಿಯನ್ನು ಪಾಲಿಸಲು ಹೋಗಿ ವಿಲನ್ ಆದದ್ದು ಮಾತ್ರ ಕ್ರಿಕೆಟಿನ ದುರಂತವೇ ಆಗಿದೆ.

ಬಲಿಪಶುವಾದ ಬೌಲರ್

1930ರಲ್ಲಿ ತನ್ನದೇ ನೆಲದಲ್ಲಿ ಅನುಭವಿಸಿದ 2-1 ಅಂತರದ ಆ್ಯಶಸ್ ಸರಣಿ ಸೋಲಿಗೆ ಹೇಗಾದರೂ ಮಾಡಿ ಆಸ್ಟ್ರೇಲಿಯದಲ್ಲೇ ಸೇಡು ತೀರಿಸಿಕೊಳ್ಳಬೇಕು ಎಂಬ ಇಂಗ್ಲೆಂಡ್ ನಾಯಕ ಡಗ್ಲಾಸ್ ಜಾರ್ಡಿನ್ ಅವರ ಹುಚ್ಚು ಹಠಕ್ಕೆ ಬಲಿಪಶುವಾದವರೇ ಹೆರಾಲ್ಡ್ ಲಾರ್‌ವುಡ್!

ಕಾಂಗರೂಗಳನ್ನು ಸೋಲಿಸಬೇಕಾದರೆ ಅವರ ಬಲಾಢ್ಯ ಬ್ಯಾಟಿಂಗ್ ಸರದಿಯ ನಡು ಮುರಿಯ ಬೇಕು, ಇದಕ್ಕೆ ಆಟಗಾರರ ನಡುವನ್ನೇ ಮುರಿಯ ಬೇಕು. ಇಂಥದೊಂದು ದುಷ್ಟ ಆಲೋಚನೆ ಹೊತ್ತ ಡಗ್ಲಾಸ್ ಜಾರ್ಡಿನ್ ಪಡೆ 1933ರಲ್ಲಿ ಆಸ್ಟ್ರೇಲಿಯಕ್ಕೆ ಬಂದಿಳಿದಿತ್ತು. ಹಿಂದಿನ ಆ್ಯಶಸ್ ಸರಣಿಯಲ್ಲಿ 139.14ರ ಸರಾಸರಿಯಲ್ಲಿ 974 ರನ್ ಸೂರೆಗೈದ ಡಾನ್ ಬ್ರಾಡ್‌ಮನ್ ಅವರನ್ನು

ನಿಯಂತ್ರಿಸುವುದು ಆಂಗ್ಲರ ಮೊದಲ ಗುರಿ ಆಗಿತ್ತು. ಇದಕ್ಕಾಗಿ ಕ್ರೀಡಾ ಸ್ಫೂರ್ತಿಯನ್ನೇ ಮರೆಯಲು ಅವರು ಸಿದ್ಧರಾಗಿ ಬಂದಿದ್ದರು!

ಕಪ್ತಾನನ ಕುಟಿಲ ಯೋಜನೆ

ಡಗ್ಲಾಸ್ ಜಾರ್ಡಿನ್ ಬಳಿ ಇದ್ದ ಅಸ್ತ್ರವೆಂದರೆ ಹೆರಾಲ್ಡ್ ಲಾರ್‌ವುಡ್. ಆದರೆ ಈ ಸರಣಿಗಾಗಿ ಲಾರ್‌ವುಡ್ ಆಯ್ಕೆ ಆಗಿರಲಿಲ್ಲ. ಆಯ್ಕೆಗಾರರ ಮೇಲೆ ಒತ್ತಡ ಹೇರಿದ ಜಾರ್ಡಿನ್, ಈ ಘಾತಕ ವೇಗಿಯನ್ನು ತಂಡಕ್ಕೆ ಸೇರಿಸಿಕೊಳ್ಳುವಲ್ಲಿ ಯಶಸ್ವಿಯಾಗಿದ್ದರು! ಹೊಟೇಲಿನ ಕೋಣೆಯಲ್ಲಿ ವಿಶೇಷ ಭೋಜನ ಕೂಟವೊಂದನ್ನು ಏರ್ಪಡಿಸಿದ ಜಾರ್ಡಿನ್, ಲಾರ್‌ವುಡ್‌ಗೆ ತನ್ನ ಕುತಂತ್ರಗಳನ್ನೆಲ್ಲ ವಿವರಿಸಿದ್ದರು.

ಬ್ಯಾಟ್ಸ್‌ಮನ್‌ಗಳ ಮೈಯನ್ನೇ ಗುರಿಯಾಗಿಸಿಕೊಂಡು ಅಪಾಯಕಾರಿ ಶಾರ್ಟ್ ಪಿಚ್ ಎಸೆತಗಳನ್ನು ಎಸೆಯುವುದು ಈ ಕುಟಿಲ ಯೋಜನೆಯಾಗಿತ್ತು. ಬ್ಯಾಟಿನಿಂದ ಈ ಎಸೆತಗಳನ್ನು ಎದುರಿಸಲು ಸಾಧ್ಯವೇ ಆಗಬಾರದಿತ್ತು...

ಅಡಿಲೇಡ್‌ನಲ್ಲಿ ನಡೆದ 4ನೇ ಟೆಸ್ಟ್ ಪಂದ್ಯದಲ್ಲಿ ಲಾರ್‌ವುಡ್ ಒಲ್ಲದ ಮನಸ್ಸಿನಿಂದಲೇ ಇಂಥ ಅಪಾಯಕಾರಿ ಎಸೆತಗಳಿಗೆ ಮುಂದಾಗಬೇಕಾಯಿತು. ಆಗವುಡ್‌ಫೋರ್ಡ್, ಓಲ್ಡ್‌ಫೀಲ್ಡ್ ಮೊದಲಾದ ಅಗ್ರ ಕ್ರಮಾಂಕದ ಆಸೀಸ್ ಆಟಗಾರರು ಮೈಗೆ ಹೊಡೆತ ತಿಂದು ವಾಪಸಾಗಬೇಕಾಯಿತು.

ಮುಂದಿನೆರಡು ಟೆಸ್ಟ್‌ಗಳಲ್ಲೂ ಈ ಭಯಾನಕ ಬೌಲಿಂಗ್ ಪುನರಾವರ್ತನೆಗೊಂಡಿತು. ಆಸೀಸ್ ಆಟಗಾರರೆಲ್ಲ ಪೆಟ್ಟು ತಿಂದು ಕ್ರೀಸ್ ಬಿಡತೊಡಗಿದರು. ಜಾರ್ಡಿನ್ ಯೋಜನೆ ಅತ್ಯಂತ ಯಶಸ್ವಿಯಾಗಿತ್ತು. ಇಂಗ್ಲೆಂಡ್ 4–1 ಅಂತರದಿಂದ ಸರಣಿ ವಶಪಡಿಸಿಕೊಂಡು ಬೀಗಿತು.

ಆದರೆ ಲಾರ್‌ವುಡ್ ಭವಿಷ್ಯ ಮಾತ್ರ ಮೂರಾ ಬಟ್ಟೆಯಾಯಿತು. ಅವರು ಇಂಗ್ಲೆಂಡ್ ಅಭಿಮಾನಿಗಳ ಪಾಲಿಗೂ ಕ್ರಿಮಿನಲ್ ರೀತಿಯಲ್ಲಿ ಕಂಡರು. ಬೆದರಿಕೆಯ ಕರೆಗಳ ಜತೆಗೆ ಮನೆ ಮೇಲೆ ಕಲ್ಲುಗಳನ್ನೂ ತೂರಲಾಯಿತು. ಮುಂದಿನ ವರ್ಷ ಆಸ್ಟ್ರೇಲಿಯ ತಂಡದ ಆಗಮನವಾದಾಗ ಲಾರ್‌ವುಡ್ ಅವರನ್ನು ಕೇಳುವವರೇ ಇರಲಿಲ್ಲ!

ಅಂದಿನ ಘಟನೆಗೆ ಕ್ಷಮೆಯಾಚಿಸಿ ಲಿಖಿತ ಹೇಳಿಕೆ ನೀಡುವಂತೆ ಇಂಗ್ಲೆಂಡ್ ಆಯ್ಕೆ ಸಮಿತಿ ಲಾರ್‌ವುಡ್‌ಗೆ ಸೂಚಿಸಿತು. ಆದರೆ ಇದರಲ್ಲಿ ತನ್ನ ತಪ್ಪೇನೂ ಇಲ್ಲ, ನಾಯಕ ಹೇಳಿದ ಕೆಲಸವನ್ನು ನಾನು ನಿರ್ವಹಿಸಿದ್ದೇನೆ, ಆತನಿಂದಲೇ ಕ್ಷಮೆ ಕೇಳಿ ಎಂದು ಮಾರುತ್ತರ ನೀಡಿದರು.

ಆಸ್ಟ್ರೇಲಿಯದಲ್ಲಿ ವಾಸ್ತವ್ಯ

1950ರಲ್ಲಿ ಇಂಗ್ಲೆಂಡ್ ತೊರೆದ ಲಾರ್‌ವುಡ್, ಕುಟುಂಬ ಸಮೇತರಾಗಿ ಆಸ್ಟ್ರೇಲಿಯಕ್ಕೆ ಹೋಗಿ ನೆಲೆ ನಿಂತದ್ದು ಅಚ್ಚರಿಯಾಗಿ ಕಂಡಿತು. ಆದರೆ ಆಸೀಸ್ ಜನತೆ ಮಾತ್ರ ಇವರನ್ನು ಖಳನಂತೆ ಕಾಣಲಿಲ್ಲ. ಲೇಖಕ ಕೆವಿನ್ ಪಾರ್ಕಿಂಗ್ಸ್ ಈ ಆಂಗ್ಲ ಕ್ರಿಕೆಟಿಗನ ಆತ್ಮಚರಿತ್ರೆ ಬರೆದದ್ದೇ ಇದಕ್ಕೆ ಸಾಕ್ಷಿ.

1993ರಲ್ಲಿ ಬ್ರಿಟನ್ ಮಹಾರಾಣಿ ಲಾರ್‌ವುಡ್‌ಗೆ 'ಮೆಂಬರ್ ಆಫ್ ಬ್ರಿಟಿಷ್ ಎಂಪಾಯರ್' ಪ್ರಶಸ್ತಿ ನೀಡಿ ತನ್ನ ಅಭಿಮಾನವನ್ನು ತೋರಲೆತ್ನಿಸಿದರು. ಆದರೆ ಆಗಲೇ ಲಾರ್‌ವುಡ್ ನ್ಯುಮೋನಿಯಾದಿಂದ ಹಾಸಿಗೆ ಹಿಡಿದಿದ್ದರು. 1995ರಲ್ಲಿ ವಿಲನ್ ಕಳಂಕವನ್ನು ಮೆತ್ತಿಕೊಂಡೇ ಇಹಲೋಕದ ಇನ್ನಿಂಗ್ಸ್ ಮುಗಿಸಿದರು.

ಮೊದಲ ಟೆಸ್ಟ್ ಪಂದ್ಯದಲ್ಲೇ ನಾಯಕತ್ವದ ಯೋಗ!

ರಾಷ್ಟ್ರೀಯ ಕ್ರಿಕೆಟ್ ತಂಡದ ನಾಯಕತ್ವ ವಹಿಸುವುದೊಂದು ಅದೃಷ್ಟ ಕೆಲವೊಮ್ಮೆ ಇದು ಯೋಗ್ಯತೆಯ ಮೇರೆಗೆ ಲಭಿಸುತ್ತದೆ; ಕೆಲವೊಮ್ಮೆ ಆಕಸ್ಮಿಕವಾಗಿ ಒಲಿಯುತ್ತದೆ. ಇನ್ನು ಕೆಲವು ಸಲ ಪದಾರ್ಪಣ ಟೆಸ್ಟ್ ಪಂದ್ಯದಲ್ಲೇ ರಾಜಯೋಗ ಒಲಿಯುವುದೂ ಉಂಟು!

ರಾಷ್ಟ್ರವೊಂದು ಟೆಸ್ಟ್ ಮಾನ್ಯತೆ ಪಡೆದು ತನ್ನ ಮೊದಲ ಟೆಸ್ಟ್ ಆಡಲಿಳಿಯುವಾಗ ಆ ತಂಡದ ನಾಯಕನಿಗೂ ಇದು ಮೊದಲ ಅನುಭವವಾಗಿರುತ್ತದೆ. ಇದು ಬೇರೆ ಸಂಗತಿ. ಆಸ್ಟ್ರೇಲಿಯದ ಡೇವ್ ಗ್ರೆಗರಿ ಮತ್ತು ಇಂಗ್ಲೆಂಡಿನ ಜೇಮ್ಸ್ ಲಿಲ್ಲಿವೈಟ್ ಟೆಸ್ಟ್ ಕ್ರಿಕೆಟಿನ ಪ್ರಪ್ರಥಮ ನಾಯಕರು. 1877ರಲ್ಲಿ ಆಸ್ಟ್ರೇಲಿಯ ಮತ್ತು ಇಂಗ್ಲೆಂಡ್ ನಡುವೆ ಟೆಸ್ಟ್ ಇತಿಹಾಸದ ಮೊದಲ ಪಂದ್ಯ ನಡೆದಾಗ ಇವರಿಬ್ಬರು ತಂಡಗಳ ಸಾರಥ್ಯ ವಹಿಸಿದ್ದರು. ಇದು ಎಲ್ಲರ ಪಾಲಿಗೂ ಚೊಚ್ಚಲ ಟೆಸ್ಟ್ ಆಗಿತ್ತು. ಹಾಗೆಯೇ ಭಾರತದ ಪಾಲಿನ ಹೆಗ್ಗಳಿಕೆ ಕರ್ನಲ್ ಸಿ.ಕೆ. ನಾಯ್ಡು ಅವರಿಗೆ ಸಲ್ಲುತ್ತದೆ.

ನ್ಯೂಜಿಲ್ಯಾಂಡಿನ ಲೀ ಜರ್ಮನ್

ಎಲ್ಲ ಟೆಸ್ಟ್ ದೇಶಗಳ ಮೊದಲ ಪಂದ್ಯಗಳ ನಿದರ್ಶನಗಳನ್ನು ಹೊರತುಪಡಿಸಿ ಅವಲೋಕಿಸಿದರೆ ತಮ್ಮ ಮೊದಲ ಪಂದ್ಯದಲ್ಲೇ ನಾಯಕತ್ವದ ಕಿರೀಟ ಧರಿಸಿದ ಅನೇಕರು ಕಂಡುಬರುತ್ತಾರೆ. 1995ರಲ್ಲಿ ಭಾರತದೆದುರಿನ ಸರಣಿಗಾಗಿ ನ್ಯೂಜಿಲ್ಯಾಂಡ್ ತಂಡದ ನಾಯಕರಾದ ಲೀ ಜರ್ಮನ್ ಇವರಲ್ಲೊಬ್ಬರು.

ಹಿಂದಿನ ನಾಯಕ ಕೆನ್ ರುದರ್‌ಫೋರ್ಡ್ ಸತತ ವೈಫಲ್ಯ ಅನುಭವಿಸಿದ ಬಳಿಕ ಅಲ್ಲಿನ ಕ್ರಿಕೆಟ್

ಮಂಡಳಿ ಇಂಥದೊಂದು ಅಚ್ಚರಿಯ ಹೆಜ್ಜೆ ಇರಿಸಿತ್ತು. ಆದರೆ ಆಗ ನ್ಯೂಜಿಲ್ಯಾಂಡ್ ತಂಡದ ನಾಯಕತ್ವದ ರೇಸ್‌ನಲ್ಲಿ ಮಾರ್ಟಿನ್ ಕ್ರೋವ್, ಕ್ರಿಸ್ ಹ್ಯಾರಿಸ್, ಆ್ಯಡಂ ಪರೋರೆ, ಗೆವಿನ್ ಲಾರ್ಸನ್ ಮೊದಲಾದ ಅನುಭವಿಗಳಿದ್ದರು. ಆದರೆ ಇವರನ್ನೆಲ್ಲ ಕೈಬಿಟ್ಟು ಇನ್ನೂ ಟೆಸ್ಟ್ ಪಂದ್ಯವನ್ನೇ ಆಡದ ವಿಕೆಟ್ ಕೀಪರ್ ಲೀ ಜರ್ಮನ್ ಅವರನ್ನು ಕಪ್ತಾನನ ಕುರ್ಚಿಯಲ್ಲಿ ಕೂರಿಸಲಾಗಿತ್ತು. ಆಗ ಜರ್ಮನ್ ಕೂಡ ಇದನ್ನು ನಂಬುವ ಸ್ಥಿತಿಯಲ್ಲಿ ಇರಲಿಲ್ಲ!

ಮಹಾರಾಜ ಆಫ್ ವಿಜಯನಗರಂ

ಟೆಸ್ಟ್ ಇತಿಹಾಸದಲ್ಲಿ ಲೀ ಜರ್ಮನ್ ಅವರಂತೆ ಮೊದಲ ಪಂದ್ಯದಲ್ಲೇ ನಾಯಕರಾದ ಅನೇಕ ಆಟಗಾರರಿದ್ದಾರೆ. ಸುಮಾರು 22 ನಾಯಕರು ಈ ಯಾದಿಯಲ್ಲಿ ಕಾಣಿಸಿಕೊಳ್ಳುತ್ತಾರೆ. ಇಲ್ಲಿ ಇಂಗ್ಲೆಂಡಿನದು ಸಿಂಹಪಾಲು (12). ದಕ್ಷಿಣ ಆಫ್ರಿಕಾದ 7, ವೆಸ್ಟ್ ಇಂಡೀಸಿನ ಇಬ್ಬರು ಹಾಗೂ ಭಾರತದ ಮಹಾರಾಜ ಆಫ್ ವಿಜಯನಗರಂ ಉಳಿದವರು.

‘ವಿಜಿ’ ಎಂದೇ ಕರೆಯಲ್ಪಡುತ್ತಿದ್ದ ವಿಜಯನಗರಂ 1936ರ ಇಂಗ್ಲೆಂಡ್ ಪ್ರವಾಸದ ಲಾರ್ಡ್ಸ್ ಟೆಸ್ಟ್ ಪಂದ್ಯದಲ್ಲಿ ಪದಾರ್ಪಣೆ ಮಾಡಿ ತಂಡದ ನಾಯಕತ್ವವನ್ನೂ ವಹಿಸಿದರು. ಭಾರತ ಈ ಪಂದ್ಯವನ್ನು 9 ವಿಕೆಟ್‌ಗಳಿಂದ ಸೋತಿತು.

ಅನಂತರದ ಮ್ಯಾಂಚೆಸ್ಟರ್ ಹಾಗೂ ಓವಲ್ ಟೆಸ್ಟ್ ಪಂದ್ಯಗಳಲ್ಲೂ ವಿಜಯನಗರಂ ಅವರೇ ಭಾರತ ತಂಡದ ನಾಯಕರಾಗಿದ್ದರು. ಇದರಲ್ಲಿ ಮ್ಯಾಂಚೆಸ್ಟರ್ ಟೆಸ್ಟ್ ಡ್ರಾಗೊಂಡರೆ, ಓವಲ್‌ನಲ್ಲಿ ಭಾರತ ಮತ್ತೆ 9 ವಿಕೆಟ್‌ಗಳ ಸೋಲನುಭವಿಸಿತು. ಅಲ್ಲಿಗೆ ವಿಜಯನಗರಂ ಅವರ ಟೆಸ್ಟ್ ಬದುಕು ಕೂಡ ಕೊನೆಗೊಂಡಿತು.

ಗಾಯಾಳಾದುದಕ್ಕೆ ಇವರೆಲ್ಲರೂ ಸಾಕ್ಷಿ...

ವಾಲೀ ಗ್ರೌಟ್ ಆಸ್ಟ್ರೇಲಿಯದ ಖ್ಯಾತ ವಿಕೆಟ್ ಕೀಪರ್. ಒಮ್ಮೆ ಇವರು ಪಂದ್ಯದ ವೇಳೆ ಗಾಯಾಳಾಗಿ ಹೊರಬಿದ್ದರು. ಮುಂದಿನ ಕೆಲವು ಪಂದ್ಯಗಳಲ್ಲಿ ಆಡಲು ಸಾಧ್ಯವಾಗಲಿಲ್ಲ. ಇದರಿಂದ ಅವರಿಗೆ ಆರ್ಥಿಕ ಸಮಸ್ಯೆ ಎದುರಾಯಿತು. ಚಿಕಿತ್ಸೆಯ ವೆಚ್ಚವನ್ನು ಪಡೆಯಲು ವಿಮಾ ಕಚೇರಿಗೆ ಅರ್ಜಿ ಹಾಕಿದರು. ಅದು ತಿರಸ್ಕೃತವಾಗಿ ಬಂತು. ಕಾರಣ, ಇದರಲ್ಲಿ ‘ಸಾಕ್ಷಿದಾರರು’ ಎಂಬ ಕಾಲಂ ಅನ್ನು ಗ್ರೌಟ್ ಖಾಲಿ ಬಿಟ್ಟಿದ್ದರು. ಇದರಿಂದ ಆಕ್ರೋಶಗೊಂಡ ವಾಲೀ ಗ್ರೌಟ್ ಈ ಕಾಲಂ ತುಂಬಿಸಿ ಮರಳಿ ವಿಮಾ ಕಚೇರಿಗೆ ಕಳುಹಿಸಿದರು. ಆಗ ಇದು ಸ್ವೀಕೃತವಾಯಿತು. ಅಂದಹಾಗೆ ‘ಸಾಕ್ಷಿದಾರರು’ ಕಾಲಂನಲ್ಲಿ ಗ್ರೌಟ್ ಏನು ಬರೆದಿದ್ದರು ಎಂಬುದನ್ನು ಗಮನಿಸಿ– ‘3,722 ಮಂದಿ ಪ್ರೇಕ್ಷಕರು, 22 ಮಂದಿ ಆಟಗಾರರು, 4 ಮೀಸಲು ಆಟಗಾರರು, ಇಬ್ಬರು ಅಂಪಾಯರ್ಸ್, 6 ಮಂದಿ ಗೇಟ್‌ಕೀಪರ್ಸ್ ಹಾಗೂ ಟಿಕೆಟ್ ಪಡೆಯದೇ ಮರದ ಮೇಲೆ ಕದ್ದು ಕುಳಿತು ಆಟ ವೀಕ್ಷಿಸುತ್ತಿದ್ದ ನಾಲ್ಕಾರು ಮಂದಿ...!’

ಒಂದೇ ಎಸೆತದಲ್ಲಿ 286 ರನ್!

ಇದೊಂದು ಕುತೂಹಲಭರಿತ ಕ್ರಿಕೆಟ್ ಲೆಕ್ಕ. ಒಬ್ಬ ಬ್ಯಾಟ್ಸ್‌ಮನ್ ಔಟಾಗದೆ, ಒಂದೂ ಕ್ರಮವಲ್ಲದ ಎಸೆತವನ್ನು ಎದುರಿಸದೆ (ನೋಬಾಲ್, ವೈಡ್... ಇತ್ಯಾದಿ), 50 ಓವರ್ ಪೂರ್ತಿ ಆಡಿದರೆ ಎಷ್ಟು ರನ್ ಗಳಿಸಬಲ್ಲ ಎಂಬುದೇ ಈ ಪ್ರಶ್ನೆ! ಇದರ ಸರಿ ಉತ್ತರ 1,653 ರನ್ ಎಂದಾಗ ದಿಗಿಲು ಬೀಳುವುದು ಸುಳ್ಳಲ್ಲ. ಇದು ಹೇಗೆ ಸಾಧ್ಯ ಎಂಬುದು ನಿಮ್ಮ ಲೆಕ್ಕಾಚಾರಕ್ಕೆ ಬಿಟ್ಟ ಸಂಗತಿ. ಇರಲಿ...

ಗರಿಷ್ಠ ಎಷ್ಟು ರನ್ ಸಾಧ್ಯ?

ಇಲ್ಲಿ ಇನ್ನೊಂದು ಪ್ರಶ್ನೆ ಇದೆ. ಒಂದು ಎಸೆತದಲ್ಲಿ ಆಟಗಾರನೋರ್ವ ಗರಿಷ್ಠ ಎಷ್ಟು ರನ್ ಬಾರಿಸಬಲ್ಲ? ಇದರ ಉತ್ತರ 286 ರನ್ ಎಂದಾಗ 'ಹೇಗಪ್ಪ ಇದು ಸಾಧ್ಯ...' ಎಂದು ಎಲ್ಲರೂ ತಲೆ ಕೆರೆದುಕೊಳ್ಳುವುದರಲ್ಲಿ ಅನುಮಾನವಿಲ್ಲ. ಆದರೆ ಕ್ರಿಕೆಟ್ ನಿಯಮಗಳು ಜಾರಿಗೆ ಬರಬೇಕಾದ ಮೊದಲೇ ಇಂಥದೊಂದು ಘಟನೆ ಸಂಭವಿಸಿತ್ತು. ಆಗ ಎಸೆತವೊಂದಕ್ಕೆ 286 ರನ್ ಹರಿದು ಬಂದಿತ್ತು. ಈ ಸ್ವಾರಸ್ಯಕರ ಘಟನೆ ಹೀಗಿದೆ.

ಇದು 1894ರಷ್ಟು ಹಿಂದೆ ಆಸ್ಟ್ರೇಲಿಯದ ವಿಕ್ಟೋರಿಯಾ ಮತ್ತು ಬ್ಯೋನ್‌ಬರಿ ತಂಡಗಳ ನಡುವೆ ಸಾಗಿದ ಪಂದ್ಯವಾಗಿತ್ತು. ಈ ಮುಖಾಮುಖಿಯ ಮೊದಲ ಎಸೆತವನ್ನೇ ವಿಕ್ಟೋರಿಯಾದ ಆರಂಭಕಾರ ಬಿರುಸಿನಿಂದ ಎತ್ತಿ ಬಾರಿಸಿದ. ಆಗಸಕ್ಕೆ ನೆಗೆದ ಚೆಂಡು ಕ್ರೀಡಾಂಗಣವನ್ನು ದಾಟಿ ಮರವೊಂದರಲ್ಲಿ ಸಿಕ್ಕಿಹಾಕಿಕೊಂಡಿತು. ಕ್ಷೇತ್ರರಕ್ಷಕರೆಲ್ಲ ಚೆಂಡು ತರಲು ಮರದ ಸುತ್ತ ಜಮಾಯಿಸಿದರು. ಆದರೆ ಮರದ ಮೇಲಿಂದ ಚೆಂಡನ್ನು ಹೇಗೆ ತೆಗೆಯುವುದೆಂದು ಯಾರಿಗೂ ಹೊಳೆಯಲಿಲ್ಲ. ಹೀಗೆಯೇ ಬಹಳ ಹೊತ್ತು ಕಳೆಯಿತು. ಮರ ಏರಲು ಏಣಿಯನ್ನು ತರಲಾಯಿತು. ಆದರೆ ಈ ಪ್ರಯತ್ನ ವಿಫಲವಾಯಿತು. ಕೊನೆಗೆ ಬಂದೂಕಿನಿಂದ ಗುಂಡು ಹಾರಿಸಿ ಚೆಂಡನ್ನು ಕೆಳಕ್ಕೆ ಬೀಳಿಸುವಲ್ಲಿ ಯಶಸ್ಸು ಕಂಡರು!

ನಿಲ್ಲದ ಓಟ...

ಆದರೆ ಇದೇ ವೇಳೆ ಕ್ರೀಸಿನಲ್ಲಿದ್ದ ಬ್ಯಾಟ್ಸ್‌ಮನ್‌ಗಳು ಸುಮ್ಮನುಳಿದಿರಲಿಲ್ಲ. ಅವರು ಓಡುತ್ತಲೇ ಇದ್ದರು! ಓಡಿ ಓಡಿ 286 ರನ್ ಗಳಿಸಿದ್ದರು. ಆ ಕಾಲದಲ್ಲಿ ಸ್ಪಷ್ಟವಾದ ಕ್ರಿಕೆಟ್ ನಿಯಮ ಜಾರಿಯಲ್ಲಿ ಇರಲಿಲ್ಲವಾದ್ದರಿಂದ ಇದು ಸಾಧ್ಯವಾಗಿತ್ತು.

ಸ್ವಾರಸ್ಯ ಇಲ್ಲಿಗೇ ಮುಗಿಯಲಿಲ್ಲ. ವಿಕ್ಟೋರಿಯಾ ತಂಡದ ನಾಯಕ ಇಲ್ಲಿಗೇ ಇನ್ನಿಂಗ್ಸ್ ಡಿಕ್ಲೇರ್ ಮಾಡಿದ. ಸ್ಕೋರ್ ಒಂದು ಎಸೆತದಲ್ಲಿ ನೋಲಾಸ್ 286! ಹೀಗೆ ಒಂದೇ ಎಸೆತದಲ್ಲಿ ಸರ್ವಾಧಿಕ 286 ರನ್ ಒಟ್ಟುಗೂಡಿದ್ದು ಇಂದಿಗೂ 'ವಿಶ್ವದಾಖಲೆ'ಯಾಗಿ ಉಳಿದಿದೆ.

ಬಹುಶಃ ಕ್ರಿಕೆಟಿನ ಈ ದಾಖಲೆ ಕ್ರಿಕೆಟ್ ಇರುವಷ್ಟು ಕಾಲ ಶಾಶ್ವತ!

ಏಕದಿನ, ಈಗಿನ ಟಿ20 ಕ್ರಿಕೆಟ್‌ಗಳೆಲ್ಲ ಪಕ್ಕಾ ಬ್ಯಾಟ್ಸ್‌ಮನ್‌ಗಳ ಆಟ. ಬೌಂಡರಿ, ಸಿಕ್ಸರ್‌ಗಳ ಸುರಿಮಳೆಗೆ ಕ್ರಿಕೆಟ್ ಅಭಿಮಾನಿ ಫಿದಾ ಆಗುತ್ತಾನೆ. ಬೌಲರ್‌ಗಳು ದಂಡಿಸಿಕೊಳ್ಳುತ್ತ ಇರುವುದು ಮಾತ್ರ ಕಣ್ಣಿಗೆ ಕಾಣಿಸದು!

ಈ ಹೊಡಿಬಡಿ ಕ್ರಿಕೆಟ್‌ನಲ್ಲೂ ದೊಡ್ಡ ಹೊಡೆತಗಳನ್ನು ಬಾರಿಸಲಾಗದ ಬಹಳಷ್ಟು ಕ್ರಿಕೆಟಿಗರಿದ್ದಾರೆ. ಇವರು ತಮ್ಮ ಏಕದಿನ ಬಾಳ್ವೆಯಲ್ಲಿ ಒಂದೂ ಸಿಕ್ಸರ್ ಹೊಡೆದಿಲ್ಲ. ಈ ಯಾದಿಯ ಮುಂಚೂಣಿಯಲ್ಲಿ ಕಾಣಿಸಿಕೊಳ್ಳುವ ಆಟಗಾರನೆಂದರೆ ಭಾರತದ ಆಲ್‌ರೌಂಡರ್ ಮನೋಜ್ ಪ್ರಭಾಕರ್.

ಪ್ರಭಾಕರ್ 1987ರಲ್ಲಿ ಏಕದಿನಕ್ಕೆ ಕಾಲಿಟ್ಟರು. ಆರಂಭದಲ್ಲಿ ಇವರದು ಕೆಳ ಕ್ರಮಾಂಕದ ಬ್ಯಾಟಿಂಗ್. ಅದೇ ವರ್ಷ ಪಾಕಿಸ್ತಾನ ವಿರುದ್ಧದ ಪಂದ್ಯದಲ್ಲಿ ಓಪನರ್ ಆಗಿ ಭಡ್ತಿ ನೀಡಲಾಯಿತು. ಇಲ್ಲಿ ಭರ್ಜರಿ ಪ್ರದರ್ಶನ ನೀಡಿದ ಪ್ರಭಾಕರ್ 121 ಎಸೆತಗಳಿಂದ 106 ರನ್ ಬಾರಿಸಿದರು. ಇದರಲ್ಲಿ 13 ಬೌಂಡರಿ ಮಾತ್ರ ಒಳಗೊಂಡಿತ್ತು. ಸಿಕ್ಸರ್ ಇರಲಿಲ್ಲ.

ಈ ಓಪನಿಂಗ್ ಯಶಸ್ಸಿನ ಹೊರತಾಗಿಯೂ ಪ್ರಭಾಕರ್‌ಗೆ ಮುಂದಿನ 5-6 ವರ್ಷಗಳ ಕಾಲ ಮತ್ತೆ ಕೆಳ ಕ್ರಮಾಂಕವೇ ಗತಿಯಾಯಿತು. 1993ರಲ್ಲಿ ಟೆಸ್ಟ್ ಹಾಗೂ ಏಕದಿನಗಳೆರಡರಲ್ಲೂ ಓಪನಿಂಗ್ ಅವಕಾಶ ಪಡೆದರು.

130 ಏಕದಿಗಳ 98 ಇನ್ನಿಂಗ್ಸ್‌ಗಳಿಂದ 1,858 ರನ್ ಗಳಿಸಿದ್ದು ಪ್ರಭಾಕರ್ ಸಾಧನೆ. ಇದರಲ್ಲಿ 2 ಶತಕ, 11 ಅರ್ಧ ಶತಕ ಸೇರಿದೆ. ಇದರಲ್ಲಿ ಆರಂಭಿಕನಾಗಿ ಪೇರಿಸಿದ ರನ್ 1,400ಕ್ಕೂ ಅಧಿಕ. ಆದರೆ ಇಷ್ಟೊಂದು ಏಕದಿನ ಪಂದ್ಯಗಳನ್ನಾಡಿದರೂ ಪ್ರಭಾಕರ್ ಬ್ಯಾಟಿನಿಂದ ಒಂದೂ ಸಿಕ್ಸರ್ ಸಿಡಿಯದಿದ್ದುದು ಮಾತ್ರ ಅಚ್ಚರಿ!

ಇವರು ಏಕದಿನದಲ್ಲಿ ಸಿಕ್ಸರ್ ಬಾರಿಸಲೇ ಇಲ್ಲ!

ಆ್ಯಂಡಿ ಮತ್ತು ಮೆಕ್‌ಗ್ರಾತ್

ಇಂಗ್ಲೆಂಡಿನ ಜೇಮ್ಸ್ ಆ್ಯಂಡರ್ಸನ್, ಆಸ್ಟ್ರೇಲಿಯದ ಗ್ಲೆನ್ ಮೆಕ್‌ಗ್ರಾತ್ ಕೂಡ ಏಕದಿನ ಪಂದ್ಯಗಳಲ್ಲಿ ಸಿಕ್ಸರ್ ಹೊಡೆದವರಲ್ಲ, ಇವರಿಬ್ಬರೂ ಬೌಲರ್‌ಗಳೆಂಬುದು ಬೇರೆ ಮಾತು. ಆದರೂ ಕ್ರಮವಾಗಿ 194 ಮತ್ತು 250ಕ್ಕೂ ಹೆಚ್ಚು ಏಕದಿನ ಪಂದ್ಯಗಳನ್ನಾಡಿದ ಅನುಭವಿಗಳೆಂಬುದನ್ನು ಮರೆಯುವಂತಿಲ್ಲ.

ಡಿಯಾನ್ ಇಬ್ರಾಹಿಂ

ಜಿಂಬಾಬ್ವೆಯ ಆಲ್‌ರೌಂಡರ್ ಡಿಯಾನ್ ಇಬ್ರಾಹಿಂ ಕೂಡ ಈ ಸಾಲಿಗೆ ಸೇರುವ ಆಟಗಾರ. 82 ಏಕದಿನ ಪಂದ್ಯಗಳನ್ನಾಡಿರುವ ಇಬ್ರಾಹಿಂ 1,443 ರನ್ ಪೇರಿಸಿದ್ದಾರೆ. 104 ಬೌಂಡರಿ ಸಿಡಿಸಿದ್ದಾರೆ. ಆದರೆ ಸಿಕ್ಸರ್ ಬಾರಿಸಲು ಮಾತ್ರ ಇವರಿಂದ ಸಾಧ್ಯವಾಗಲೇ ಇಲ್ಲ!

ಬಾಯ್ಕಾಟ್ ಕೂಡ ಬಾರಿಸಿಲ್ಲ

ಏಕದಿನ ಕ್ರಿಕೆಟಿನ ಆರಂಭಿಕ ದಿನಗಳಲ್ಲಿ, 60 ಓವರ್‌ಗಳ ಪಂದ್ಯಗಳನ್ನು ಆಡಿದ್ದ ಇಂಗ್ಲೆಂಡಿನ ಓಪನರ್ ಜೆಫ್ ಬಾಯ್ಕಾಟ್ ಅವರಿಗೂ ಸಿಕ್ಸರ್ ಮರೀಚಿಕೆಯೇ ಆಗಿತ್ತು. 34 ಇನ್ನಿಂಗ್ಸ್‌ಗಳಿಂದ 1,082 ರನ್ ಬಾರಿಸಿದ್ದು ಇವರ ಸಾಧನೆ. ಹೀಗಾಗಿ ಏಕದಿನದಲ್ಲಿ ಸಿಕ್ಸರ್ ಬಾರಿಸದೆಯೇ ಸಾವಿರ ರನ್ ಪೂರ್ತಿಗೊಳಿಸಿದ ಮೂವರು ಆಟಗಾರರ ಯಾದಿಯಲ್ಲಿ ಬಾಯ್ಕಾಟ್ ಕೂಡ ಕಾಣಿಸಿಕೊಂಡಿದ್ದಾರೆ.

ಕ್ರಿಕೆಟ್ ನೇರ ಪ್ರಸಾರದ ಇಣುಕು ನೋಟ

ಒಂದು ಕಾಲವಿತ್ತು. ಕ್ರಿಕೆಟ್ ಪಂದ್ಯಗಳ ವರದಿಗಳನ್ನು ಬಾನುಲಿ ಸುದ್ದಿಗಳಲ್ಲಿ ಆಲಿಸಬೇಕಿತ್ತು, ಇಲ್ಲವೇ ಮರುದಿನ ದಿನಪತ್ರಿಕೆಗಳ ಕ್ರೀಡಾಪುಟಗಳಲ್ಲಿ ಕಣ್ಣು ಹಾಯಿಸಬೇಕಿತ್ತು. ಆದರೂ ರೋಮಾಂಚನಕ್ಕೇನೂ ಕೊರತೆ ಇರಲಿಲ್ಲ.

ಬಳಿಕ ರೇಡಿಯೋದಲ್ಲಿ ವೀಕ್ಷಕ ವಿವರಣೆಯ ದಿನಗಳು ಆರಂಭವಾದವು. ವೆಸ್ಟ್ ಇಂಡೀಸ್‌ನಲ್ಲಿ ನಡೆಯುವ ಪಂದ್ಯಗಳಾದರೆ ರಾತ್ರಿಯಿಡೀ ರೇಡಿಯೋವನ್ನು ದಿಂಬಿನ ಬಳಿ ಇರಿಸಿಕೊಂಡು ಪಂದ್ಯದ ರಸದೌತಣವನ್ನು ಸವಿಯಬೇಕಿತ್ತು. ಆಸ್ಟ್ರೇಲಿಯ-ನ್ಯೂಜಿಲ್ಯಾಂಡ್‌ಗಳಲ್ಲಾದರೆ ಬೆಳಗಿನ ಜಾವ ಬೇಗನೇ ಎದ್ದು ರೇಡಿಯೋ ಟ್ಯೂನ್ ಮಾಡಬೇಕಿತ್ತು. ಆ ಮಜವೇ ಬೇರೆ. ಹಿಂದಿ ಮತ್ತು ಇಂಗ್ಲಿಷ್‌ಗಳಲ್ಲಿ ಕಮೆಂಟ್ರಿ ಕಿವಿಗೆ ಅಪ್ಪಳಿಸುತ್ತಿರುವಾಗ ಆ ಪಂದ್ಯದ ದೃಶ್ಯವೇ ಕಣ್ಮುಂದೆ ಸುಳಿಯುತ್ತಿತ್ತು. ಜತೆಗೆ ನಮ್ಮ ಇಂಗ್ಲಿಷ್ ಮತ್ತು ಹಿಂದಿ ಭಾಷೆಗಳೆರಡೂ ಸುಧಾರಣೆಗೊಂಡಿದ್ದನ್ನು ಮರೆಯುವಂತಿಲ್ಲ.

ಲೈವ್ ಶೋ ಜಮಾನ

ಆದರೆ ಇಂದಿನದು ನೇರ ಪ್ರಸಾರ ಯುಗ. ಲೈವ್ ಶೋ ಜಮಾನಾ. ಟೆಲಿವಿಷನ್, ಮೊಬೈಲ್, ವೆಬ್‌ಸೈಟ್, ಕಂಪ್ಯೂಟರ್ ಪರದೆ ಮೇಲೆ ಎಲ್ಲ ಕ್ರೀಡೆಗಳ ತಾಜಾ ದೃಶ್ಯಾವಳಿ ತೆರೆದುಕೊಳ್ಳುತ್ತ ಇರುತ್ತದೆ. ಒಂದು ಕಾಲದಲ್ಲಿ ಯಾರದೋ ಮನೆಗೆ ಹೋಗಿ ಟಿವಿಯಲ್ಲಿ ಮ್ಯಾಚ್ ನೋಡಿ ಬಂದದಿದ್ದರೆ, ಇಂದು ಕೂತಲ್ಲಿ-ನಿಂತಲ್ಲೇ ಲೈವ್ ನೋಡಬಹುದು. ಹೀಗೆ ಭಾರತದಲ್ಲಿ ಕ್ರಿಕೆಟ್ ಟೆಸ್ಟ್ ಪಂದ್ಯವೊಂದು ನೇರ ಪ್ರಸಾರ ಕಂಡು 57 ವರ್ಷ ತುಂಬಿತು ಎಂಬುದನ್ನು ನೆನಪಿಸಲು ಈ ಪೀಠಿಕೆ ಹಾಕಬೇಕಾಯಿತು.

1966ರಲ್ಲಿ ಮೊದಲ ಪ್ರಸಾರ

ಅದು 1966ರ ಋತು. ಪ್ರವಾಸಿ ವೆಸ್ಟ್ ಇಂಡೀಸ್ ಮತ್ತು ಭಾರತೀಯ ಕ್ರಿಕೆಟ್ ನಿಯಂತ್ರಣ ಮಂಡಳಿ ನಡುವಿನ ಅಭ್ಯಾಸ ಪಂದ್ಯ ಹೊಸದಿಲ್ಲಿಯಲ್ಲಿ ನಡೆಯುತ್ತಿತ್ತು. ಇದಕ್ಕೊಂದು ಐತಿಹಾಸಿಕ ಮಹತ್ವವಿದೆ. ಈ ಪಂದ್ಯದ ಮೂಲಕ ಭಾರತದ ಟೆಲಿವಿಷನ್ ಪರದೆಯಲ್ಲಿ (ದೂರದರ್ಶನ)

ಮೊದಲ ಸಲ ಕ್ರಿಕೆಟ್ ಪಂದ್ಯವೊಂದು ನೇರ ಪ್ರಸಾರ ಕಂಡಿತ್ತು. ಬ್ರಿಟಿಷ್ ಟೆಲಿವಿಷನ್ ಮೊದಲ ಬಾರಿಗೆ ಕ್ರಿಕೆಟ್ ಪಂದ್ಯವನ್ನು ನೇರ ಪ್ರಸಾರ ಮಾಡಿದ 28 ವರ್ಷಗಳ ಬಳಿಕ ಭಾರತದಲ್ಲಿ ಕ್ರಾಂತಿಯ ಹೆಜ್ಜೆ ಮೂಡಿತ್ತು. ಇದರ ರೂವಾರಿಗಳೆಂದರೆ ವೀಕ್ಷಕ ವಿವರಣಕಾರರಾದ ದೇವರಾಜ್ ಪುರಿ, ಜೋಗಾ ರಾವ್, ಫತೇಸಿಂಗ್ ರಾವ್ ಗಾಯಕ್ವಾಡ್, ನರೋತ್ತಮ್ ಪುರಿ ಮೊದಲಾದವರು.

ದಿಲ್ಲಿ ಪಂದ್ಯಕ್ಕೆ ಪ್ರಸಾರ ಯೋಗ

ಭಾರತದ ಟೆಸ್ಟ್ ಪಂದ್ಯಕ್ಕೆ ನೇರ ಪ್ರಸಾರದ ಯೋಗ ಕೂಡಿಬಂದದ್ದು 1969–70ರಲ್ಲಿ. ಅಂದು ಬಿಲ್ ಲಾರೀ ಸಾರಥ್ಯದ ಆಸ್ಟ್ರೇಲಿಯ ತಂಡ ಭಾರತಕ್ಕೆ ಬಂದಾಗ ಹೊಸದಿಲ್ಲಿಯಲ್ಲಿ ನಡೆದ ಟೆಸ್ಟ್ ಪಂದ್ಯಕ್ಕೆ ಈ ಅದೃಷ್ಟ ಒಲಿಯಿತು. ಆದರೆ ಇದನ್ನು ವೀಕ್ಷಿಸುವ ಅವಕಾಶ ಲಭಿಸಿದ್ದು ದಿಲ್ಲಿಯ ಆಸುಪಾಸಿನ ವೀಕ್ಷಕರಿಗೆ ಮಾತ್ರ. ಇದಕ್ಕೆ ಎರಡು ಕಾರಣ. ಒಂದು, ಲಕ್ಸುರಿಯಾಗಿದ್ದ ಟೆಲಿವಿಷನ್ ಕೆಲವೇ ಶ್ರೀಮಂತರ ಮನೆಗಳಲ್ಲಿ ಇದ್ದದ್ದು. ಇನ್ನೊಂದು, ದೂರದರ್ಶನ ಮತ್ತು ದಿಲ್ಲಿ ಕ್ರಿಕೆಟ್ ಮಂಡಳಿ (ಡಿಡಿಸಿಎ) ನಡುವಿನ ಜಟಾಪಟಿ!

ಈ ಪಂದ್ಯದ ನೇರ ಪ್ರಸಾರಕ್ಕಾಗಿ ಡಿಡಿಸಿಎ 5 ಸಾವಿರ ರೂ. ನಿಗದಿಪಡಿಸಿದರೆ, ದೂರದರ್ಶನ ಒಂದೂವರೆ ಸಾವಿರಕ್ಕಿಂತ ಹೆಚ್ಚು ಕೊಡುವುದಿಲ್ಲ ಎಂದು ಪಟ್ಟು ಹಿಡಿದಿತ್ತು. ಇಂದಿನ ಕೋಟಿ ಕೋಟಿ ರೂ. ಮೊತ್ತದ ಐಪಿಎಲ್ ಪ್ರಸಾರ ಹಕ್ಕನ್ನು ಇದರೊಂದಿಗೆ ಹೋಲಿಸಿ ನೋಡಿ!

ಯುಪಿ ಸರಕಾರದ ಕ್ರಿಕೆಟ್ ಪ್ರೀತಿ

1972–73ರಲ್ಲಿ ಟೋನಿ ಲೂಯಿಸ್ ನಾಯಕತ್ವದ ಇಂಗ್ಲೆಂಡ್ ತಂಡ ಭಾರತಕ್ಕೆ ಬಂದಾಗ ಕಾನ್ಪುರದ 'ಗ್ರೀನ್‌ಪಾರ್ಕ್ ಸ್ಟೇಡಿಯಂ'ಗೆ ಟೆಸ್ಟ್ ಆತಿಥ್ಯ ಲಭಿಸಿತ್ತು. ಟಿಕೆಟ್‌ಗಳೆಲ್ಲ ಭರದಿಂದ ಮಾರಾಟವಾಗಿದ್ದವು. ವೀಕ್ಷಕರು ನಿರಾಸೆಯಿಂದ ವಾಪಸಾಗುತ್ತಿದ್ದರು. ಇದನ್ನು ಗಮನಿಸಿದ ಯುಪಿ ಸರಕಾರ ತಾನೇ ಪಂದ್ಯದ ಪ್ರಸಾರಕ್ಕೆ ಮುಂದಾಯಿತು. ವಿಶೇಷ ಟ್ರಾನ್ಸ್‌ಮೀಟರ್ ಒಂದನ್ನು ಅಳವಡಿಸಿ, ಕಂಪೆನಿಯೊಂದರಿಂದ 300 ಟಿವಿಗಳನ್ನು ಬಾಡಿಗೆ ಖರೀದಿಸಿ ಕಾನ್ಪುರದ ಗಲ್ಲಿ ಗಲ್ಲಿಗಳಲ್ಲಿ ಇರಿಸಿತು. ಇದರಿಂದ ಸ್ಟೇಡಿಯಂನ 7 ಕಿ.ಮೀ. ವ್ಯಾಪ್ತಿ ತನಕ ಪಂದ್ಯವನ್ನು ವೀಕ್ಷಿಸಲು ಸಾಧ್ಯವಾಗಿತ್ತು.

ಭಾರತ- ಪಾಕಿಸ್ಥಾನ ಸರಣಿ ಪ್ರಸಾರ

1978–79ರಲ್ಲಿ ಮೊದಲ ಬಾರಿಗೆ ವಿದೇಶದ ಟೆಸ್ಟ್ ಪಂದ್ಯಗಳು ದೂರದರ್ಶನದ ಪರದೆಯಲ್ಲಿ ಮೂಡಿಬಂದವು. ಇದಕ್ಕೆ ಸಾಕ್ಷಿಯಾದದ್ದು ಭಾರತ–ಪಾಕಿಸ್ಥಾನ ಸರಣಿ. 17 ವರ್ಷಗಳ ಬಳಿಕ ಭಾರತ–ಪಾಕ್ ತಂಡಗಳೆರಡು ಪರಸ್ಪರ ಮುಖಾಮುಖಿಯಾದ ಸರಣಿಯೂ ಇದಾಗಿತ್ತು.

ಇಂದು ಕ್ರಿಕೆಟ್ ಪ್ರಸಾರಕ್ಕೆ ದೂರದರ್ಶನದ ಹಂಗಿಲ್ಲ, ಇದಕ್ಕೆಂದೇ ಹತ್ತಾರು ಕ್ರೀಡಾ ಚಾನೆಲ್‌ಗಳಿವೆ. ಹಾಗೆಯೇ ಭಾರತದಲ್ಲಿ ಕ್ರಿಕೆಟ್ ನೇರ ಪ್ರಸಾರಕ್ಕೆ 50 ವರ್ಷ ದಾಟಿತು ಎಂಬ ಸಂಗತಿ ದೂರದರ್ಶನದವರಿಗೂ ನೆನಪಿರಲಿಕ್ಕಿಲ್ಲ!

4 ಟೆಸ್ಟ್ 774 ರನ್ ಗಾವಸ್ಕರ್ ದಿ ಗ್ರೇಟ್!

1971 ಸರಿಯಾಗಿ 50 ವರ್ಷಗಳ (ಇದಕ್ಕೂ ತುಸು ಹೆಚ್ಚು) ಹಿಂದಿನ ಘಟನೆ. ಆಗ ಭಾರತ ಕ್ರಿಕೆಟ್ ತಂಡ ವೆಸ್ಟ್ ಇಂಡೀಸ್ ಪ್ರವಾಸದಲ್ಲಿತ್ತು. ಭಾರತದ ಪಾಲಿಗೆ ಇದೊಂದು ಐತಿಹಾಸಿಕ ಸರಣಿ. ಇದಕ್ಕೆ ಕಾರಣಗಳು ಅನೇಕ. ಆದರೆ ಭಾರತದ ಚಾರಿತ್ರಿಕ ಸಾಧನೆಯ ಹಿಂದಿರುವುದು ಒಬ್ಬನೇ ಒಬ್ಬ ಕ್ರಿಕೆಟಿಗ. ಅದು ಸುನೀಲ್ ಮನೋಹರ್ ಗಾವಸ್ಕರ್!

21 ವರ್ಷದ ಸುನೀಲ್ ಗಾವಸ್ಕರ್ ಪಾಲಿಗೆ ಇದು ಪದಾರ್ಪಣ ಸರಣಿಯಾಗಿತ್ತು. ಅಂದಿನ ದಿನವನ್ನು ಗಾವಸ್ಕರ್ ತಮ್ಮ 'ಸನ್ನಿ ಡೇಸ್' ಪುಸ್ತಕದಲ್ಲಿ ಹೀಗೆ ತೆರೆದಿಟ್ಟಿದ್ದಾರೆ...

'ಅಶೋಕ್ ಮಂಕಡ್ 3 ರನ್ ತೆಗೆದುಕೊಂಡ ಬಳಿಕ ನಾನು ಸ್ಟ್ರೈಕ್ ತೆಗೆದುಕೊಂಡೆ. ನನಗೋ ಒಂಥರ ಭಯ. ನಾನು ಎದುರಿಸಬೇಕಿದ್ದ ಬೌಲರ್ ವಾನ್‌ಬರ್ನ್ ಹೋಲ್ಡರ್. ಮೊದಲ ಎಸೆತ ಲೆಗ್‌ಸ್ಟಂಪ್ ಮೇಲೆ ಬಂತು. ಚೆಂಡು ನನ್ನ ಲೆಗ್‌ಗಾರ್ಡ್ ಸವರಿ ಫೈನ್‌ಲೆಗ್‌ನತ್ತ ಹೋಯಿತು. 2 ಲೆಗ್‌ಬೈ ಸಿಕ್ಕಿತು. ಆದರೆ ಅಂಪಾಯರ್ ಯಾವುದೇ ಸೂಚನೆ ನೀಡಲಿಲ್ಲ, ಆ ಎರಡು ರನ್ನುಗಳು ನನ್ನ ಖಾತೆಗೆ ಜಮೆಯಾದವು. ನನ್ನ ಮೊದಲ ಟೆಸ್ಟ್ ರನ್ ದಾಖಲಾದದ್ದು ಹೀಗೆ. ಇದು ನನ್ನಲ್ಲಿ ಧೈರ್ಯ ಹಾಗೂ ಆತ್ಮವಿಶ್ವಾಸ ಮೂಡಿಸಿತು. ಭೀತಿಯನ್ನು ಹೊಡೆದೋಡಿಸಿತು. ಅನಂತರ ಹೋಲ್ಡರ್ ಅವರ ಎಸೆತವೊಂದನ್ನು ಸ್ಕ್ವೇರ್‌ಲೆಗ್‌ನತ್ತ ಬೀಸಿ ಟೆಸ್ಟ್ ಬಾಳ್ವೆಯ ಮೊದಲ ಬೌಂಡರಿ ಬಾರಿಸಿದೆ...'

ಸುನೀಲ್ ಗಾವಸ್ಕರ್ ತಮ್ಮ ಟೆಸ್ಟ್ ಬಾಳ್ವೆಯ ಮೊದಲ ಕ್ಷಣವನ್ನು ಬಣ್ಣಿಸಿದ ರೀತಿ ಇಂದಿಗೂ ಟೆಸ್ಟ್ ಪ್ರವೇಶಿಸುತ್ತಿರುವ ಯುವ ಆಟಗಾರರಿಗೊಂದು ಸ್ಫೂರ್ತಿ. ಲೆಗ್‌ಬೈ ಆಗಬೇಕಿದ್ದ ಆ 2 ರನ್ ಎನ್ನುವುದು 10 ಸಾವಿರ ರನ್ನುಗಳ ಮೊದಲ ಮೆಟ್ಟಿಲಾದ ಕತೆಯೇ ಬಹಳ ರೋಚಕ!

1971ರ ಕೆರಿಬಿಯನ್ ಪ್ರವಾಸದ ವೇಳೆ ಭಾರತ ತಂಡದ ನಾಯಕರಾಗಿದ್ದವರು ಅಜಿತ್ ವಾಡೇಕರ್. ಅಂದಿನ ವೆಸ್ಟ್ ಇಂಡೀಸ್ ಬಗ್ಗೆ ವಿವರಿಸಬೇಕಾದ ಅಗತ್ಯವಿಲ್ಲ, ಅದೊಂದು ದೈತ್ಯ ಕ್ರಿಕೆಟಿಗರ ಭಯಾನಕ ಪಡೆ. ವಿಂಡೀಸ್ ಆಗ ತನ್ನ ಕ್ರಿಕೆಟ್ ಚರಿತ್ರೆಯಲ್ಲೇ ಉತ್ತುಂಗದಲ್ಲಿದ್ದ ಕಾಲವದು. ನಾಯಕರಾಗಿದ್ದವರು ಸರ್ ಗ್ಯಾರಿ ಸೋಬರ್ಸ್, ಆಗ ಅವರು ಕ್ರಿಕೆಟಿನ ಸಂಧ್ಯಾಕಾಲದಲ್ಲಿದ್ದರು.

ಅದು ಭಾರತದ 3ನೇ ವೆಸ್ಟ್ ಇಂಡೀಸ್ ಪ್ರವಾಸವಾಗಿತ್ತು. 1952-53ರಲ್ಲಿ 1-0 ಸರಣಿ ಸೋಲು, 1961-62ರಲ್ಲಿ ಐದರಲ್ಲೂ ಸೋತು ವೈಟ್‌ವಾಶ್. 1971ರಲ್ಲೂ ಪರಿಸ್ಥಿತಿ ಭಿನ್ನವಾಗಲಿಕ್ಕಿಲ್ಲ ಎಂಬುದೇ ಎಲ್ಲರ ಲೆಕ್ಕಾಚಾರವಾಗಿತ್ತು. ಆದರೆ ಇದನ್ನು ಸುಳ್ಳು ಮಾಡಿದವರು ಸುನೀಲ್ ಗಾವಸ್ಕರ್!

ಗಾವಸ್ಕರ್ ಯುಗಾರಂಭ

ಸುನೀಲ್ ಗಾವಸ್ಕರ್ ಟೆಸ್ಟ್ ಪದಾರ್ಪಣೆ ಮಾಡಿದ್ದು ಪೋರ್ಟ್ ಆಫ್ ಸ್ಪೇನ್‌ನಲ್ಲಿ ನಡೆದ 2ನೇ ಪಂದ್ಯದಲ್ಲಿ. ಸರಣಿಯ ಮೊದಲ ಟೆಸ್ಟ್‌ನಲ್ಲೇ ಆಡುವ ಅವಕಾಶ ಇತ್ತಾದರೂ ಗಾಯಾಳಾದ ಕಾರಣ ವಿಶ್ರಾಂತಿ ಪಡೆದಿದ್ದರು.

ಅಲ್ಲಿಯ ತನಕ ಎಂದೂ ವಿದೇಶದಲ್ಲಿ ಟೆಸ್ಟ್ ಗೆಲ್ಲದ, ವೆಸ್ಟ್ ಇಂಡೀಸ್ ವಿರುದ್ಧವಂತೂ ಗೆಲುವನ್ನೇ ಕಾಣದ ಭಾರತ ಆ ಪೋರ್ಟ್ ಆಫ್ ಸ್ಪೇನ್ ಟೆಸ್ಟ್ ಪಂದ್ಯವನ್ನು 7 ವಿಕೆಟ್‌ಗಳಿಂದ ಗೆದ್ದು ಇತಿಹಾಸ ನಿರ್ಮಿಸಿತ್ತು. ಜೊತೆಗೆ 1-0 ಅಂತರದ ಸರಣಿ ಗೆಲುವು ಕೂಡ ಭಾರತದ್ದಾಗಿತ್ತು. ಗಾವಸ್ಕರ್ ಆಗಮನದೊಂದಿಗೆ ಭಾರತೀಯ ಕ್ರಿಕೆಟಿನ ನಸೀಬು ಸಂಪೂರ್ಣ ಬದಲಾಗಿತ್ತು!

ಇಂದಿಗೂ ಗಾವಸ್ಕರ್ ಪೂರ್ವ ಕಾಲ, ಗಾವಸ್ಕರ್ ಅವಧಿಯ ಕಾಲ ಎಂದು ಭಾರತದ ಟೆಸ್ಟ್ ಸಾಧನೆಯನ್ನು ಪ್ರತ್ಯೇಕಿಸಿ ನೋಡುವ ಪರಿಪಾಠವಿದೆ. ಅನುಮಾನವೇ ಇಲ್ಲ, ಗಾವಸ್ಕರ್ ಕಾಲಾವಧಿ ಎನ್ನುವುದು ಭಾರತೀಯ ಕ್ರಿಕೆಟಿನ ಸುವರ್ಣ ಯುಗ. ನಮ್ಮ ಟೆಸ್ಟ್ ಚರಿತ್ರೆಗೆ ಮಹತ್ವದ ತಿರುವು ನೀಡಿದ್ದೇ 1971ರ ವೆಸ್ಟ್ ಇಂಡೀಸ್ ಪ್ರವಾಸ. ಯಾವ ರೀತಿ ವೆಸ್ಟ್ ಇಂಡೀಸ್ ವಿರುದ್ಧವೇ 1983ರ ವಿಶ್ವಕಪ್ ಗೆದ್ದು ಭಾರತದ ಏಕದಿನ ಕ್ರಿಕೆಟಿಗೆ ಕಪಿಲ್‌ದೇವ್ ವಿಶ್ವಮಾನ್ಯತೆ ತಂದುಕೊಟ್ಟರೋ, ಇದಕ್ಕೂ 12 ವರ್ಷಗಳ ಮೊದಲೇ ಸುನೀಲ್ ಗಾವಸ್ಕರ್ ಭಾರತೀಯ ಟೆಸ್ಟ್ ಕ್ರಿಕೆಟಿಗೆ ಜಾಗತಿಕ ಮಟ್ಟದಲ್ಲಿ ಇಂಥದೇ ಮಹೋನ್ನತ ಸ್ಥಾನವೊಂದನ್ನು ಕಲ್ಪಿಸಿದ್ದರೆಂಬುದನ್ನು ಮರೆಯುವಂತಿಲ್ಲ.

774 ರನ್ ಸಾಧನೆ

ಪೋರ್ಟ್ ಆಫ್ ಸ್ಪೇನ್ ಟೆಸ್ಟ್ ಗೆಲುವಿನಲ್ಲಿ ಸುನೀಲ್ ಗಾವಸ್ಕರ್ ಕೊಡುಗೆ 65 ಹಾಗೂ ಅಜೇಯ 67 ರನ್. ಮುಂದಿನ ಜಾರ್ಜ್‌ಟೌನ್ (116, ಅಜೇಯ 64), ಬ್ರಿಜ್‌ಟೌನ್ (1 ಮತ್ತು 117), ಮತ್ತೆ ಪೋರ್ಟ್ ಆಫ್ ಸ್ಪೇನ್ (124 ಮತ್ತು 220 ರನ್) ಟೆಸ್ಟ್‌ನಲ್ಲಿ ಗಾವಸ್ಕರ್ ಅಕ್ಷರಶಃ ರನ್‌ಯಂತ್ರವಾಗಿ ಮಾರ್ಪಟ್ಟಿದ್ದರು. 4 ಟೆಸ್ಟ್ ಗಳಿಂದ ರಾಶಿ ಹಾಕಿದ ರನ್ ಬರೋಬ್ಬರಿ 774. ಅದು ಬ್ಯಾಟೋ ಅಥವಾ ಮಂತ್ರದಂಡವೋ ಎಂಬ ಕುತೂಹಲ ಎಲ್ಲರನ್ನೂ ಕಾಡಿತ್ತು. ಸಿಡಿಲಮರಿ ಗಾವಸ್ಕರ್ ಒಂದೇ ಸರಣಿಯಿಂದಾಗಿ ಕ್ರಿಕೆಟಿನ ಮಹಾನ್ ಅಚ್ಚರಿಯಾಗಿ ಗೋಚರಿಸಿದ್ದರು.

ಮುಂದಿನ ವರ್ಷಗಳಲ್ಲಿ ಗಾವಸ್ಕರ್ ಎಷ್ಟೇ ಸಾಧನೆ ಮಾಡಿರಬಹುದು, ಆದೆಷ್ಟೇ ದಾಖಲೆಗಳನ್ನು ನಿರ್ಮಿಸಿರಬಹುದು, ಆದರೆ ಅವರ ವೈಭವಕ್ಕೆ ವೇದಿಕೆಯಾದ 1971ರ ವೆಸ್ಟ್ ಇಂಡೀಸ್ ಸರಣಿಯ ಸಾಹಸದ ತೂಕವೇ ಬೇರೆ.

ಅದು ಹೆಲ್ಮೆಟ್, ಆ ಗಾರ್ಡ್- ಈ ಗಾರ್ಡ್ ಎಂಬೆಲ್ಲ ದೇಹರಕ್ಷಕ ಕವಚಗಳಿಲ್ಲದ ಕಾಲ. ವಿಂಡೀಸ್‌ನ ಘಾತಕ ವೇಗಿಗಳ ಎಸೆತಗಳ ಬಗ್ಗೆ ಹೇಳಬೇಕಿಲ್ಲ, ಒಂದೊಂದೂ ಬೆಂಕಿಯ ಉಂಡೆ! ಗಾವಸ್ಕರ್ ತಲೆ ಮೇಲಿದ್ದದ್ದು ಊರಗಲದ ಬಿಳಿ ಕ್ಯಾಪ್ ಮಾತ್ರ. ಇದಕ್ಕೂ ಮಿಗಿಲಾಗಿ 'ಸನ್ನಿ'ಯ ವಯಸ್ಸೆಷ್ಟು ಎನ್ನುತ್ತೀರಿ? ಕೇವಲ 21 ವರ್ಷ!

ಗಾವಸ್ಕರ್ ಯುಗದ ಬಳಿಕ ಜಾಗತಿಕ ಕ್ರಿಕೆಟ್‌ನಲ್ಲಿ ಅದೆಷ್ಟೋ ಮಂದಿ ಆಟಗಾರರು ಬಂದು ತಮ್ಮ ಛಾಪು ಮೂಡಿಸಿರಬಹುದು. ಆದರೆ ಗಾವಸ್ಕರ್‌ಗೆ ಅವರೇ ಸಾಟಿ.

60 ಓವರ್ ಆಟ, ಅಜೇಯ 36 ರನ್ ಈ ಅವಮಾನದಿಂದ ಪಾರಾಗಬಹುದಿತ್ತು!

ವಿಶ್ವಕಪ್ ಕ್ರಿಕೆಟ್ ಪಂದ್ಯಾವಳಿಯನ್ನೆಲ್ಲ ಮೆಲುಕು ಹಾಕುವಾಗ 'ದಾಖಲೆಗಳ ವೀರ' ಗಾವಸ್ಕರ್ ಅವರನ್ನು ಕಡೆಗಣಿಸುವಂತೆಯೇ ಇಲ್ಲ. ವಿಶ್ವಕಪ್ ಇತಿಹಾಸದ ಪ್ರಪ್ರಥಮ ಪಂದ್ಯದಲ್ಲೇ ಆರಂಭಿಕನಾಗಿ ಇಳಿದು, ಪೂರ್ತಿ 60 ಓವರ್ ಆಡಿ ಅಜೇಯ 36 ರನ್ ಮಾಡಿದ್ದನ್ನು ಮರೆಯಲುಂಟೇ?!

ಆತಿಥೇಯ ಇಂಗ್ಲೆಂಡ್ ವಿರುದ್ಧ ಲಾರ್ಡ್ಸ್‌ನಲ್ಲಿ ನಡೆದ 1975ರ ವಿಶ್ವಕಪ್ ಉದ್ಘಾಟನ ಪಂದ್ಯದಲ್ಲಿ ಸುನೀಲ್ ಗಾವಸ್ಕರ್ ಟೆಸ್ಟ್ ಶೈಲಿಯಲ್ಲಿ ಬ್ಯಾಟಿಂಗ್ ನಡೆಸಿ ಎಲ್ಲರ ಟೀಕೆಗೆ ಗುರಿಯಾಗಿದ್ದರು.

ಈ ಪಂದ್ಯದ ವೇಳೆ ತಾನು ಮರೆಮಾಚಿದ ತಪ್ಪೊಂದನ್ನು ಸುನೀಲ್ ಗಾವಸ್ಕರ್ ಹೇಳಿಕೊಂಡಿದ್ದಾರೆ. ದುಬಾಯಲ್ಲಿ ನೆಲೆನಿಂತಿದ್ದ ಭಾರತೀಯ ಮೂಲದ ವ್ಯಾಪಾರಿ ಶ್ಯಾಮ್ ಭಾಟಿಯ ಎಂಬವರು 'ಪೋರ್‌ಟ್ರೇಟಸ್ ಆಫ್ ದ ಗೇಮ್' ಎಂಬ ಪುಸ್ತಕವೊಂದನ್ನು ಬರೆದಿದ್ದಾರೆ. ಇದಕ್ಕೆ ಮುನ್ನುಡಿ ಬರೆದವರು ಸುನೀಲ್ ಗಾವಸ್ಕರ್. ಇದರಲ್ಲಿ ಆ 'ಅಜೇಯ 36 ರನ್ ಸಾಧನೆ'ಯ ಪ್ರಸ್ತಾವವಿದೆ.

ಗಾವಸ್ಕರ್ ಬರೆಯುತ್ತಾರೆ...

'ಆ ಪಂದ್ಯದ ಎರಡನೇ ಎಸೆತದಲ್ಲೇ ನಾನು ಔಟಾಗಿದ್ದೆ. ಜೆಫ್ ಅರ್ನಾಲ್ಡ್ ಎಸೆತ ನನ್ನ ಬ್ಯಾಟ್‌ಗೆ ಸವರಿ ಕೀಪರ್ ಅಲನ್ ನಾಟ್ ಕೈಸೇರಿತ್ತು. ಇದು ಕ್ಯಾಚ್ ಆಗಿದ್ದರೂ ಅವರ ಕಡೆಯಿಂದ ಯಾರೂ ಅಪೀಲು ಮಾಡಲಿಲ್ಲ. ಔಟ್ ಎಂದು ನನಗೆ ತಿಳಿದಿತ್ತಾದರೂ ನಾನು ಪೆವಿಲಿಯನ್‌ಗೆ ಹೋಗಲಿಲ್ಲ. ಅಂದು ನಾನು ಮಾಡಿದ್ದು ತಪ್ಪು ಎಂದು ನನಗೆ ಈಗ ಅನಿಸುತ್ತಿದೆ. ಔಟ್ ಎಂದು ತೀರ್ಮಾನಿಸಿ ನಾನಾಗಿ ಕ್ರೀಸ್ ತೊರೆದಿದ್ದರೆ ಇಂಥದೊಂದು ಅವಮಾನಕ್ಕೆ ಸಿಲುಕುತ್ತಿರಲಿಲ್ಲ..'

ಗಾವಸ್ಕರ್ ಕೊನೆಯಲ್ಲಿ ಹೀಗೆ ಹೇಳಿಕೊಂಡಿದ್ದಾರೆ... 'ನಾನಂದು ಮಾಡಿದ್ದು ತಪ್ಪು. ಆದರೆ ನಾನು ಹೇಳ ಬಯಸುವುದಿಷ್ಟೇ, ನಾನು 36 ರನ್ ಮಾಡಿದ್ದು 60 ಓವರ್‌ಗಳಲ್ಲಿ ಅಲ್ಲ, 60 ಓವರ್‌ಗಳ ಪಂದ್ಯದಲ್ಲಿ..'

ಅಂದು ಗಾವಸ್ಕರ್ ಎದುರಿಸಿದ್ದು 174 ಎಸೆತ. ಇದರಲ್ಲಿ ಒಂದು ಬೌಂಡರಿ ಕೂಡ ಸೇರಿತ್ತು.

ಮೀನುಗಾರನಾಗಬೇಕಿದ್ದ ಗಾವಸ್ಕರ್ ಕ್ರಿಕೆಟರ್ ಆದದ್ದು!

ಸುನೀಲ್ ಗಾವಸ್ಕರ್ ಅವರ ಹುಟ್ಟಿನೊಂದಿಗೆ ರೋಚಕ ಘಟನೆಯೊಂದು ಬೆಸೆದುಕೊಂಡಿದೆ. ಅದು ಪುಟಾಣಿ 'ಸನ್ನಿ' ಆಸ್ಪತ್ರೆಯಲ್ಲಿ ಅದಲು ಬದಲಾದ ವಿದ್ಯಮಾನ!

ಗಾವಸ್ಕರ್ ಜನನವಾದದ್ದು ಮುಂಬಯಿಯ ಆಸ್ಪತ್ರೆಯೊಂದರಲ್ಲಿ. ಅಲ್ಲಿನ ನರ್ಸ್ ಒಬ್ಬರು ಶಿಶುಗಳಿಗೆ ಸ್ನಾನ ಮಾಡಿಸಿದ ಬಳಿಕ ಗಾವಸ್ಕರ್ ಅವರನ್ನು ಬೇರೊಂದು ತಾಯಿಯ ಬಳಿ ಬಿಟ್ಟಿದ್ದರು. ಗಾವಸ್ಕರ್ ತಾಯಿಯ ಪಕ್ಕದಲ್ಲಿ ಇನ್ನೊಂದು ಮಗುವಿತ್ತು!

ಈ ಎಡವಟ್ಟನ್ನು ಗುರುತಿಸಿದವರು ಗಾವಸ್ಕರ್ ಅವರ ಅಂಕಲ್ 'ನಾನ್ ಕಾಕ' (ನಾರಾಯಣ್ ಮಸೂರ್ಕರ್). ಗಾವಸ್ಕರ್ ಜನನವಾದ ದಿನವೇ ಅವರು ಮಗುವಿನ ಎಡಕಿವಿಯ ಮೇಲ್ಭಾಗದಲ್ಲಿ ಸಣ್ಣದೊಂದು ಮಚ್ಚೆಯಂಥ ಗುರುತು ಇದ್ದುದನ್ನು ಕಂಡಿದ್ದರು. ಆದರೆ ಮರುದಿನ ಬಂದು ಮಗುವನ್ನು ಎತ್ತಿ ನೋಡುತ್ತಾರೆ, ಆ ಮಚ್ಚೆ ಮಾಯವಾಗಿತ್ತು!

ಇದು ತಮ್ಮ ಮಗುವಲ್ಲ ಎಂಬುದು ಅವರಿಗೆ ಖಾತ್ರಿಯಾಯಿತು. ದಾದಿಯೊಂದಿಗೆ ಆಸ್ಪತ್ರೆಯಲ್ಲಿ ಹುಡುಕಾಟ ಆರಂಭಿಸಿದರು. ಪುಟ್ಟ ಸುನೀಲ ಮೊಗವೀರ ತಾಯಿಯೊಬ್ಬರ ಪಕ್ಕ ಇದ್ದದ್ದು ಕಂಡುಬಂತು. ಕಿವಿ ಮೇಲಿನ ಮಚ್ಚೆಯೇ ಇದಕ್ಕೆ ಸಾಕ್ಷಿಯಾಗಿತ್ತು.

'ಬಹುಶಃ ನಾನ್ ಕಾಕ ನನ್ನ ಆ ಮಚ್ಚೆಯನ್ನು ಗುರುತಿಸದೇ ಹೋಗಿದ್ದರೆ ನಾನಿಂದು ಮೀನುಗಾರನಾಗಿರುತ್ತಿದ್ದೆನೋ ಏನೋ. ಆದರೆ ನನ್ನ ಜಾಗದಲ್ಲಿದ್ದ ಮಗು ಯಾರು, ಮುಂದೆ ಆತನಿಗೆ ಕ್ರಿಕೆಟ್‌ನಲ್ಲಿ ಆಸಕ್ತಿ ಮೂಡುತ್ತಿತ್ತೋ ಇಲ್ಲವೋ ನನಗೊಂದು ತಿಳಿಯದು. ಆತ ಈ ಪುಸ್ತಕ ಓದಿದ್ದೇ ಆದರೆ ಆತನಿಗೆ ಸುನೀಲ್ ಗಾವಸ್ಕರ್ ಬಗ್ಗೆ ಇನ್ನಷ್ಟು ಕುತೂಹಲ ಮೂಡುವುದು ಖಂಡಿತ...' ಎಂದು ಗಾವಸ್ಕರ್ ತಮ್ಮ ಜೀವನಚರಿತ್ರೆಯಲ್ಲಿ ಸ್ವಾರಸ್ಯಕರವಾಗಿ ಬರೆದಿದ್ದಾರೆ.

ಮಹಾ ಪುಕ್ಕಲು ಈ ಗಂಗೂಲಿ!

ಟೀಮ್ ಇಂಡಿಯಾದ ಯಶಸ್ವಿ ನಾಯಕ ಸೌರವ್ ಗಂಗೂಲಿ ಕತ್ತಲೆಯೆಂದರೆ ಗಡಗಡ ನಡುಗುವ ಆಸಾಮಿ ಎಂಬುದು ನಿಮಗೆ ಗೊತ್ತೇ? ಇಲ್ಲವಾದರೆ ಅಮೃತಾ ದಿಯಾ ಬರೆದ 'ಸೌರವ್ ಗಂಗೂಲಿ-ದ ಫೈರ್ ವಿದ್‌ಇನ್' ಪುಸ್ತಕವನ್ನೊಮ್ಮೆ ಓದಿ. ಇದರಲ್ಲಿ ಗಂಗೂಲಿ ಬದುಕಿನ ಸ್ವಾಸ್ಯಕರ ಘಟನಾವಳಿ ತುಂಬಿಕೊಂಡಿದೆ.

ಕ್ರಿಕೆಟ್ ಬದುಕಿನ ಆರಂಭದ ದಿನಗಳಲ್ಲಿ ಸೌರವ್ ಗಂಗೂಲಿ ಕತ್ತಲೆಗೆ ವಿಪರೀತ ಅಂಜುತ್ತಿದ್ದರಂತೆ. ಯಾವ ಕಾರಣಕ್ಕೂ ರಾತ್ರಿಯ ವೇಳೆ ಕೋಣೆಯ ದೀಪವನ್ನು ಆರಿಸದಂತೆ ರೂಮ್‌ಮೇಟ್‌ಗೆ, ಅಂದರೆ ಸಹ ಆಟಗಾರನಿಗೆ ಸೂಚಿಸುತ್ತಿದ್ದರಂತೆ. ಇದನ್ನು ಮೀರಿದರೆ ಗಂಗೂಲಿ ಏನು ಮಾಡುತ್ತಿದ್ದರೆಂದರೆ... ತಮ್ಮ ಕಾಲಿಗೂ ಜತೆಗಾರನ ಕಾಲಿಗೂ ಹಗ್ಗದಿಂದ ಬಿಗಿಯುತ್ತಿದ್ದರು. ಅಕಸ್ಮಾತ್ ಆತ ರಾತ್ರಿ ವೇಳೆ ಕೋಣೆಯಿಂದ ಹೊರಹೋದರೆ ಎಂಬ ಗಂಗೂಲಿ ಭಯವೇ ಇದಕ್ಕೆ ಕಾರಣ. ಈ ಶಿಕ್ಷೆಗೊಳಗಾದವರಲ್ಲಿ ಬಂಗಾಲದ ಕ್ರಿಕೆಟಿಗರೇ ಹೆಚ್ಚು!

ವೀಕ್ಷಕರ ಅತಿರೇಕದ ವರ್ತನೆಗಳಿಗೂ ಒಂದು ಪುಸ್ತಕ!

ಕ್ರಿಕೆಟ್‌ನಲ್ಲಿ ವೀಕ್ಷಕರ ಅತಿರೇಕಕ್ಕೆ, ಅವರ ದುಂಡಾವರ್ತಿಗೆ ಯಾವ ದೇಶವೂ ಹೊರತಲ್ಲ. 1996ರ ವಿಶ್ವಕಪ್ ಸೆಮಿಫೈನಲ್ ವೇಳೆ ಶ್ರೀಲಂಕಾ ವಿರುದ್ಧ ಭಾರತ ಸೋಲುವ ಹಂತದಲ್ಲಿದ್ದಾಗ ಕೋಲ್ಕತಾ ವೀಕ್ಷಕರು ವರ್ತಿಸಿದ ರೀತಿ ಕ್ರಿಕೆಟಿಗೇ ಒಂದು ಕಪ್ಪು ಚುಕ್ಕಿ.

ಪ್ರೇಕ್ಷಕರ ಇಂಥ ಅತಿರೇಕದ ವರ್ತನೆಗಳನ್ನು ಕೆದಕುತ್ತ ಹೋದರೆ ಅದೇ ಒಂದು ಪುಸ್ತಕವಾಗುತ್ತದೆ. ಈ ಪುಸ್ತಕಕ್ಕೆ 'ವೈಲ್ಡೆಸ್ಟ್ ಟೆಸ್ಟ್' ಎಂಬ ಹೆಸರು ಇಡಲಾಗುತ್ತದೆ.

ಹೌದು, ಆಸ್ಟ್ರೇಲಿಯದ ಲೇಖಕ ರೇ ರಾಬಿನ್ಸನ್ ಬರೆದಿರುವ ಪುಸ್ತಕವಿದು. ಕ್ರಿಕೆಟ್ ಜಗತ್ತಿನ ಹೆಚ್ಚಿನೆಲ್ಲ ಅಹಿತಕರ ಘಟನೆಗಳ ಚಿತ್ರಣ ಇದರಲ್ಲಿದೆ.

ಉದಾಹರಣೆಗೆ, 1971ರ ಆ್ಯಶಸ್ ಸರಣಿಗೆ ಸಂಬಂಧಿಸಿದ ಘಟನೆ. ಸಿಡ್ನಿ ಟೆಸ್ಟ್ ಪಂದ್ಯದ ವೇಳೆ ಪ್ರೇಕ್ಷಕನೋರ್ವ ಬೌಂಡರಿ ಲೈನ್‌ನಲ್ಲಿ ಫೀಲ್ಡಿಂಗ್ ಮಾಡುತ್ತಿದ್ದ ಇಂಗ್ಲೆಂಡಿನ ವೇಗಿ ಜಾನ್ ಸ್ನೋ ಅವರ ಅಂಗಿಯ ಕಾಲರ್ ಹಿಡಿದೆಳೆಯುತ್ತ ತನ್ನ ಆಕ್ರೋಶ ವ್ಯಕ್ತಪಡಿಸುತ್ತಿದ್ದ. ಆತನ ಸಿಟ್ಟಿಗೆ ಕಾರಣ ಏನು ಗೊತ್ತೇ? ಜಾನ್ ಸ್ನೋ ಆಸ್ಟ್ರೇಲಿಯದ ಕೆಳ ಕ್ರಮಾಂಕದ ಆಟಗಾರರಿಗೆ ಸತತವಾಗಿ ಬೌನ್ಸರ್ ಎಸೆದದ್ದು!

ಜಿಮ್ ಲೇಕರ್-ಟೆನ್ ವಿಕೆಟ್ ಟೇಕರ್

ಹೆಂಡತಿಗೆ ಈ ಸಾಧನೆ ಗೊತ್ತೇ ಇರಲಿಲ್ಲ !

‘**ಜಿ**ಮ್, ನೀವಿಂದು ಕ್ರಿಕೆಟ್‌ನಲ್ಲಿ ಏನಾದರೂ ವಿಶೇಷ ಸಾಧನೆ ಮಾಡಿದ್ದೀರಾ...?’

ಆಗಷ್ಟೇ ಟೆಸ್ಟ್ ಇನ್ನಿಂಗ್ಸ್ ಒಂದರ ಎಲ್ಲ 10 ವಿಕೆಟ್ ಉಡಾಯಿಸಿ, ಪಂದ್ಯದಲ್ಲಿ ಒಟ್ಟು 19 ವಿಕೆಟ್‌ಗಳನ್ನು ಕಿತ್ತು ಅಸಾಮಾನ್ಯ ಸಾಧನೆಗೈದ ಇಂಗ್ಲೆಂಡ್‌ನ ಆಫ್ ಸ್ಪಿನ್ನರ್ ಜಿಮ್ ಲೇಕರ್ ಮನೆಗೆ ಬಂದೊಡನೆ ಅವರ ಆಸ್ಟ್ರಿಯಾ ಮೂಲದ ಪತ್ನಿ ಲಿಲ್ಲಿ ತೀರಾ ಸಾಮಾನ್ಯ ರೀತಿಯಲ್ಲಿ ಕೇಳಿದ ಪ್ರಶ್ನೆ ಇದು! ಆಕೆಗೆ ಅಂದು, ಪತಿಯ ಸಾಧನೆಯನ್ನು ಅಭಿನಂದಿಸಿ, ದೂರವಾಣಿಯಲ್ಲಿ ಬಿಡುವಿಲ್ಲದಷ್ಟು ಸಂದೇಶಗಳನ್ನು ಸ್ವೀಕರಿಸಿ ಸಾಕು ಸಾಕಾಗಿತ್ತು. ಹೀಗಾಗಿ ತೀರಾ ಹತಾಶರಾಗಿಯೇ ಗಂಡನಿಗೆ ಮೇಲಿನ ಪ್ರಶ್ನೆಯನ್ನೆಸೆದಿದ್ದರು.

ಕೇವಲ ಕ್ರಿಕೆಟ್ ಮಾತ್ರವಲ್ಲ, ಕ್ರಿಕೆಟ್ ಜಗತ್ತೇ ನಿರೀಕ್ಷಿಸದಂತಹ ಅತ್ಯಪೂರ್ವ ವಿಶ್ವದಾಖಲೆಯೊಂದನ್ನು ನಿರ್ಮಿಸಿ, ಅಪರಿಮಿತ ಸಂತಸದಲ್ಲಿ ಮನೆಗೆ ಆಗಮಿಸಿದ ಸಾಧಕನೊಬ್ಬನನ್ನು ಹೆಂಡತಿಯಾದವಳು ಈ ರೀತಿ ಸ್ವಾಗತಿಸಿದರೆ ಹೇಗಾಗಬೇಡ!

ದಾಖಲೆಗಳಿರುವುದೇ ಮುರಿಯಲು !

ಕ್ರಿಕೆಟ್ ಜಗತ್ತಿನಲ್ಲಿ ವಿಶ್ವದಾಖಲೆಗಳಿಗೇನೂ ಕೊರತೆ ಇಲ್ಲ, ಹೆಜ್ಜೆ ಹೆಜ್ಜೆಗೂ ದಾಖಲೆಯನ್ನು ಸೃಜಿಸುವ ಕ್ರೀಡೆ ಇದು. ಕೆಲವು ದಾಖಲೆಗಳು ಬಹಳಷ್ಟು ಕಾಲ ಉಳಿದುಕೊಂಡಿರುತ್ತವೆ. ಇನ್ನು ಕೆಲವು ಕಾಲದೊಂದಿಗೆ ಸರಿದು ಹೋಗುತ್ತವೆ. ಆದರೆ ಅಳಿವಿಲ್ಲದ ಕೆಲವೇ ಕೆಲವು ವಿಶ್ವ ದಾಖಲೆಗಳೂ ಇವೆ. ಜಿಮ್ ಲೇಕರ್ ಅವರ 19 ವಿಕೆಟ್ ಸಾಧನೆ ಇದರಲ್ಲೊಂದು.

ಕ್ರಿಕೆಟ್‌ನಲ್ಲಿ ಯಾವುದೇ ದಾಖಲೆಗಳು ಶಾಶ್ವತವಲ್ಲ, ದಾಖಲೆಗಳಿರುವುದೇ ಮುರಿಯುವುದಕ್ಕೆ ಎಂಬ ಮಾತಿದೆ. ಆದರೆ ಲೇಕರ್ ದಾಖಲೆಯನ್ನು ಈ ಮಾತಿನಿಂದ ಅಳೆಯಲು ಸಾಧ್ಯವಿಲ್ಲ, ಕಾರಣ, ಲೇಕರ್ ಅವರನ್ನು ಮೀರಿ ನಿಲ್ಲಬೇಕಾದರೆ ಅವರು ಟೆಸ್ಟ್ ಪಂದ್ಯವೊಂದರ ಎಲ್ಲ 20 ವಿಕೆಟ್‌ಗಳನ್ನು ಉರುಳಿಸಬೇಕಾಗುತ್ತದೆ. ಖಂಡಿತ ಇದು ಸುಲಭವಲ್ಲ, ಸಾಧ್ಯವೂ ಅಲ್ಲ ಎಂದು ಧೈರ್ಯದಿಂದ ಹೇಳಬಹುದು. ಕಳೆದ 66 ವರ್ಷಗಳಿಂದ ಇಂಥದೊಂದು ಸಾಹಸ ತೋರ್ಪಡಿಸಲು ಯಾವ ಬೌಲರ್‌ಗಳಿಂದಲೂ ಸಾಧ್ಯವಾಗಿಲ್ಲ, ಮುಂದೆಯೂ ಸಾಧ್ಯವಾದೀತು ಎಂದು ನಿರೀಕ್ಷಿಸುವ ಹಾಗಿಲ್ಲ. ಅಂದು ಇದು ಪವಾಡದಂತೆ ನಡೆದು ಹೋಯಿತು!

ಆದರೆ ಜಿಮ್ ಲೇಕರ್‌ಗೆ ತನ್ನ ಪತ್ನಿಯ ಹಣೆಬರಹ ಚೆನ್ನಾಗಿ ತಿಳಿದಿತ್ತು. ಆಕೆಗೆ ಕ್ರಿಕೆಟ್ ಬಗ್ಗೆ ಏನೂ ತಿಳಿದಿಲ್ಲ ಎಂಬುದು ಮದುವೆಗೆ ಮೊದಲೇ ಅರಿವಿತ್ತು. ಹೀಗಾಗಿ ಜಿಮ್ ಲೇಕರ್‌ಗೆ ಪತ್ನಿಯ ಈ ಪ್ರಶ್ನೆಯಿಂದ ಏನೂ ಅನಿಸಲಿಲ್ಲ, ನಕ್ಕು ಬಿಟ್ಟರು, ಅಷ್ಟೇ!

ಸುಮಾರು 67 ವರ್ಷಗಳ ಹಿಂದಿನ ಘಟನೆ ಇದು. ಅದು ಜುಲೈ 31, 1956.

ಅದು ಆ್ಯಶಸ್ ಸರಣಿಯ ಮ್ಯಾಂಚೆಸ್ಟರ್ ಟೆಸ್ಟ್ ಪಂದ್ಯ. 1956ರ ಜು. 26ರಂದು ಮೊದಲ್ಗೊಂಡು ಜು. 31ರಂದು ಮುಗಿದಿತ್ತು (ಜು. 29 ವಿರಾಮ ದಿನ). ಇಂಗ್ಲೆಂಡ್ ಇನ್ನಿಂಗ್ಸ್ ಹಾಗೂ 170 ರನ್ನುಗಳ ಪ್ರಚಂಡ ಜಯಭೇರಿ ಮೊಳಗಿಸಿ ಸರಣಿಯನ್ನು 1–1 ಸಮಬಲಕ್ಕೆ ತಂದಿತ್ತು. ಇದನ್ನು 'ಲೇಕರ್ ಟೆಸ್ಟ್' ಎಂದೇ ಇತಿಹಾಸ ನೆನಪಿಸಿಕೊಳ್ಳುತ್ತದೆ. ದ್ವಿತೀಯ ಸರದಿಯ ಎಲ್ಲ 10 ವಿಕೆಟ್ ಮಾತ್ರವಲ್ಲ, ಮೊದಲ ಇನ್ನಿಂಗ್ಸ್‌ನಲ್ಲೂ ಲೇಕರ್ ಸಾಧನೆ ಅಮೋಘವಾಗಿತ್ತು. 37 ರನ್ನಿಗೆ 9 ವಿಕೆಟ್ ಉಡಾಯಿಸಿದ್ದರು. ದ್ವಿತೀಯ ಸರದಿಯಲ್ಲಿ ಮತ್ತೆ ಕಾಂಗರೂಗಳನ್ನು ಕಾಡಿ ಎಲ್ಲ 10 ವಿಕೆಟ್ ಉರುಳಿಸಿದಾಗ ಜಿಮ್ ಲೇಕರ್ ಕ್ರಿಕೆಟಿಗೂ ಮಿಗಿಲಾಗಿ ಗೋಚರಿಸಿದ್ದು ಸುಳ್ಳಲ್ಲ. ಅಂದರೆ ಒಂದೇ ಟೆಸ್ಟ್ ಪಂದ್ಯದಲ್ಲಿ 19 ವಿಕೆಟ್ ಬೇಟೆ!

ಈ ಟೆಸ್ಟ್‌ನಲ್ಲಿ ಇಂಗ್ಲೆಂಡಿನ 459ಕ್ಕೆ ಉತ್ತರವಾಗಿ ಆಸ್ಟ್ರೇಲಿಯ ಬರೀ 84 ರನ್ನಿಗೆ ಆಲೌಟ್ ಆಗಿ ಫಾಲೋಆನ್‌ಗೆ ಸಿಲುಕಿತು. ಬಳಿಕ 205ಕ್ಕೆ ಉರುಳಿತು. ಲೇಕರ್ ಸಾಧನೆ 53ಕ್ಕೆ 10 ವಿಕೆಟ್! ಅಂದಹಾಗೆ ಈ ಪಂದ್ಯದ ಉಳಿದೊಂದು ವಿಕೆಟ್ ಕೆಡವಿದವರು ಟೋನಿ ಲಾಕ್.

ಆಕ್ಲೆಂಡ್‌ನಲ್ಲೇ ಉಳಿದಿದ್ದರೆ...

ಜಿಮ್ ಲೇಕರ್–ಲಿಲ್ಲಿ ವಿವಾಹ ನಡೆದದ್ದು 1951ರಲ್ಲಿ. ಲೇಕರ್‌ಗೋ ನ್ಯೂಜಿಲ್ಯಾಂಡ್‌ನಲ್ಲಿ ನೆಲೆ

ನಿಲ್ಲುವ ಆಸೆ. ಕಾಕತಾಳೀಯವೆಂಬಂತೆ ಆಗಲೇ ಆಕ್ಲೆಂಡ್‌ನಿಂದ ಕೋಚ್ ಕಂ ಕ್ರಿಕೆಟರ್ ಆಗುವ ಆಹ್ವಾನ ಬಂತು. ಹೀಗಾಗಿ ನವದಂಪತಿಯ ಹನಿಮೂನ್ ಕೂಡ ಆಕ್ಲೆಂಡ್‌ನಲ್ಲೇ ಆಯಿತು. 1951–52ರಲ್ಲಿ 24 ವಿಕೆಟ್ ಕಿತ್ತು ನ್ಯೂಜಿಲ್ಯಾಂಡ್‌ನ 'ವರ್ಷದ ಕ್ರಿಕೆಟಿಗ' ಗೌರವಕ್ಕೂ ಪಾತ್ರರಾದರು. ಆದರೆ ಪತ್ನಿ ಲಿಲ್ಲಿಗೆ ಆಕ್ಲೆಂಡ್ ಹಿಡಿಸಲಿಲ್ಲ, ಲೇಕರ್ ಒಲ್ಲದ ಮನಸ್ಸಿನಿಂದ ಇಂಗ್ಲೆಂಡ್‌ಗೆ ವಾಪಸಾದರು. ಇಲ್ಲವಾದರೆ ಈ ಟೆಸ್ಟ್, 9 ಪ್ಲಸ್ 10 ವಿಕೆಟ್ ಸಾಧನೆಯನ್ನು ನಿರೀಕ್ಷಿಸುವಂತಿರಲಿಲ್ಲ! ಹೀಗಾಗಿ ಈ ಕಾರಣಕ್ಕಾಗಿಯಾದರೂ ಪತ್ನಿಗೆ ಥ್ಯಾಂಕ್ಸ್ ಹೇಳಬೇಲ್ಲವೇ?!

ಅನಿಲ್ ಕುಂಬ್ಳೆ, ಅಜಾಜ್ ಪಟೇಲ್

ಇಷ್ಟೊಂದು ವರ್ಷ ಉರುಳಿದ ಬಳಿಕವೂ ಜಿಮ್ ಲೇಕರ್ ಅವರ ಈ ಬೌಲಿಂಗ್ ಪರಾಕ್ರಮ ನಮ್ಮಲ್ಲಿ ರೋಮಾಂಚನ ಮೂಡಿಸುತ್ತದೆ. ಟೆಸ್ಟ್ ಕ್ರಿಕೆಟ್‌ನಲ್ಲಿ ಜಿಮ್ ಲೇಕರ್ ಅವರ 10 ವಿಕೆಟ್ ಸಾಧನೆಯನ್ನು ಸರಿದೂಗಿಸಿದ ಇಬ್ಬರು ಕ್ರಿಕೆಟಿಗರೆಂದರೆ ಭಾರತದ, ಅದೂ ಕನ್ನಡಿಗ ಅನಿಲ್ ಕುಂಬ್ಳೆ ಮತ್ತು ಭಾರತ ಮೂಲದ ನ್ಯೂಜಿಲ್ಯಾಂಡ್ ಬೌಲರ್ ಅಜಾಜ್ ಪಟೇಲ್ ಎಂಬುದು ಹೆಮ್ಮೆಯ ಸಂಗತಿ.

ಎರಡು ಸಲ 10 ವಿಕೆಟ್ ಸಾಹಸ!

ಜಿಮ್ ಲೇಕರ್ ಈ ಸರಣಿಯ ಅಭ್ಯಾಸ ಪಂದ್ಯದಲ್ಲೂ ಸರ್ರೆ ಕೌಂಟಿ ಪರ ಆಡುತ್ತ ಆಸ್ಟ್ರೇಲಿಯ ಸರದಿಯ ಹತ್ತೂ ವಿಕೆಟ್‌ಗಳನ್ನು ಹಾರಿಸಿದ್ದರೆಂಬುದು ಇಲ್ಲಿ ಉಲ್ಲೇಖನೀಯ. ಅಂದರೆ ಒಂದೇ ಸರಣಿಯಲ್ಲಿ ಆಸ್ಟ್ರೇಲಿಯ ವಿರುದ್ಧ 2 ಸಲ ಇನ್ನಿಂಗ್ಸ್ ಒಂದರಲ್ಲಿ ಎಲ್ಲ 10 ವಿಕೆಟ್ ಸಾಧನೆ!

ಇಲ್ಲೊಂದು ಸಂಗತಿಯನ್ನು ಗಮನಿಸಬೇಕು. ಅಭ್ಯಾಸ ಪಂದ್ಯದ ಆರಂಭದ ದಿನ ಬೆಳಗ್ಗೆ ಆಡದೇ ಇರಲು ಜಿಮ್ ಲೇಕರ್ ನಿರ್ಧರಿಸಿದ್ದರು. ಕಾರಣ, 3 ವರ್ಷದ ಮಗಳು ಫಿಯೋನಾಳ ಅನಾರೋಗ್ಯ. ಹೀಗಾಗಿ ರಾತ್ರಿ ತನಗೆ ನಿದ್ದೆ ಇರಲಿಲ್ಲ ಎಂದಿದ್ದರು ಲೇಕರ್. ಆದರೆ ಸರ್ರೆ ನಾಯಕ ಸ್ಟುವರ್ಟ್ ಸುರಿಜ್ ಬಿಡಲೇ ಇಲ್ಲ, ಆಡಲೇಬೇಕೆಂದು ಪಟ್ಟು ಹಿಡಿದರು. ಲೇಕರ್ ಕೊನೆಗೂ ಮನಸ್ಸು ಬದಲಾಯಿಸಿದರು. ಇಲ್ಲಿ ಲೇಕರ್ ಅವರನ್ನು ಸುರಿಜ್ ಹೇಗೆ ಬಳಸಿಕೊಂಡರೆಂದರೆ, ವಿಶ್ರಾಂತಿ ನೀಡದೆ ಸತತ 4 ಗಂಟೆ, 20 ನಿಮಿಷಗಳ ಕಾಲ ಬೌಲಿಂಗ್ ದಾಳಿಗೆ ಇಳಿಸಿದರು. ಇದರಿಂದ ಮ್ಯಾಂಚೆಸ್ಟರ್ ಸಾಧನೆಗೆ ತನಗೆ ಉತ್ತಮ ಅಭ್ಯಾಸ ಲಭಿಸಿತು ಎಂದು ಲೇಕರ್ ಹೇಳಿದರು!

ದಾಖಲೆಗಳನ್ನು ಪ್ರೀತಿಸುತ್ತಿದ್ದ ಲೆನ್ ಹಟನ್

ಕ್ರಿಕೆಟ್ ಇರುವುದೇ ದಾಖಲೆಗಳನ್ನು ನಿರ್ಮಿಸುವುದಕ್ಕೆ. ಈ ದಾಖಲೆಗಳಿರುವುದೇ ಮುರಿಯುವುದಕ್ಕೆ. ಕ್ರಿಕೆಟ್‌ನಲ್ಲಿ ಯಾವ ದಾಖಲೆಗಳೂ ಶಾಶ್ವತವಲ್ಲ ಎಂಬ ಮಾತಿದೆ. ಒಂದಲ್ಲ ಒಂದು ದಿನ ಈ ದಾಖಲೆಯನ್ನು ಯಾರಾದರೊಬ್ಬ ಆಟಗಾರ ತನ್ನ ಹೆಸರಿಗೆ ವರ್ಗಾಯಿಸಿಕೊಳ್ಳುವುದರೊಂದಿಗೆ ಮತ್ತೊಬ್ಬನಿಗೆ ಚಾಲೆಂಜ್ ನೀಡುತ್ತಾನೆ...

ಕೆಲವು ಕ್ರಿಕೆಟಿಗರಿದ್ದಾರೆ. ಇವರು ಮುಟ್ಟಿದ್ದೆಲ್ಲ ದಾಖಲೆಗಳಾಗುತ್ತವೆ. ಭಾರತದ ಉದಾಹರಣೆ ತೆಗೆದುಕೊಳ್ಳುವುದಾದರೆ ಸುನೀಲ್ ಗಾವಸ್ಕರ್, ಸಚಿನ್ ತೆಂಡುಲ್ಕರ್...

ಇನ್ನು ಕೆಲವರು ದಾಖಲೆಗಳಿಗಿಂದೇ ಆಡುತ್ತಾರೆ. ಮತ್ತೆ ಕೆಲವರಿಗೆ ತಮ್ಮ ದಾಖಲೆ ಅಳಿಸಿ ಹೋದರೆ ಎಲ್ಲಿಲ್ಲದ ಸಂಕಟ, ದುಃಖ. ಇಂಥವರ ಸಾಲಿಗೆ ಸೇರುವ ಕ್ರಿಕೆಟಿಗನೇ ಇಂಗ್ಲೆಂಡಿನ ಅಸಾಮಾನ್ಯ ಆರಂಭಿಕನಾಗಿದ್ದ ಸರ್ ಲೆನ್ ಹಟನ್.

ಲೆನ್ ಹಟನ್ ಅವರಿಗೆ ತಮ್ಮ ಈ ದಾಖಲೆ ಮೇಲೆ ಎಲ್ಲಲ್ಲದ ಅಭಿಮಾನ. ತಮ್ಮ ಈ ಸಾಧನೆಯನ್ನು ಅವರು ಎಲ್ಲರ ಮುಂದೆ ಹೇಳಿಕೊಳ್ಳುತ್ತಿದ್ದರು. ಎರಡು ದಶಕಗಳ ಬಳಿಕ ಇದನ್ನು ವೆಸ್ಟ್ ಇಂಡೀಸಿನ ಸರ್ ಗ್ಯಾರಿ ಸೋಬರ್ಸ್ ಮುರಿದಾಗ (ಅಜೇಯ 365) ಇದನ್ನು ಹಟನ್‌ಗೆ ಸಹಿಸಿಕೊಳ್ಳಲಾಗಲಿಲ್ಲ. ಅವರಿಗೆ ಲಘು ಹೃದಯಾಘಾತವೇ ಆಗಿತ್ತು!

ಐತಿಹಾಸಿಕ ಓವಲ್ ಟೆಸ್ಟ್

ಲೆನ್ ಹಟನ್ 364 ರನ್ನುಗಳ ವಿಶ್ವದಾಖಲೆ ನಿರ್ಮಿಸಿದ್ದು ಆ್ಯಶಸ್ ಸರಣಿಯ ಓವಲ್ ಟೆಸ್ಟ್‌ನಲ್ಲಿ. ಇನ್ನೂ ಅನೇಕ ಕಾರಣಗಳಿಂದ ಈ ಪಂದ್ಯ ಇತಿಹಾಸ ಸೃಷ್ಟಿಸಿತ್ತು. ಇಂಗ್ಲೆಂಡ್ 7ಕ್ಕೆ 903 ರನ್ ಬಾರಿಸಿದ್ದು, ಇನ್ನಿಂಗ್ಸ್ ಹಾಗೂ 579 ರನ್ನುಗಳ ಭಾರೀ ಅಂತರದಿಂದ ಗೆದ್ದದ್ದೆಲ್ಲ ವಿಶ್ವದಾಖಲೆಯಾಗಿತ್ತು. ಹಾಗೆಯೇ ತ್ರಿಶತಕ ದಾಖಲಾದ ಪಂದ್ಯವೊಂದು ಮೊದಲ ಸಲ ಸ್ಪಷ್ಟ ಫಲಿತಾಂಶ ಕಂಡಿತ್ತು. ಈ ಎಲ್ಲ ಕಾರಣಗಳಿಂದ ಲೆನ್ ಹಟನ್ ಅಂದು ಭೂಮಿ ಮೇಲಿದ್ದ ಅತ್ಯಂತ ಸಂಭ್ರಮದ ವ್ಯಕ್ತಿಯಾಗಿದ್ದರು!

ಮುಂದೆ ಸಂಭವಿಸಿದ ಮಹಾಯುದ್ಧದಿಂದ ಅಪಾರ ನಷ್ಟಕ್ಕೊಳಗಾದವರಲ್ಲಿ ಹಟನ್ ಕೂಡ ಒಬ್ಬರು. ಆಗ ಕ್ರಿಕೆಟ್‌ಗೆ ಬ್ರೇಕ್ ಬಿದ್ದುದರಿಂದ ಅದೆಷ್ಟೋ ಸಂಭಾವ್ಯ ದಾಖಲೆಗಳಿಂದ ತಾನು ವಂಚಿತರಾಗಬೇಕಾಯಿತು ಎಂದು ಹಟನ್ ನೋವಿನಿಂದಲೇ ಹೇಳಿಕೊಳ್ಳುತ್ತಿದ್ದರು.

ಸರ್ವಾಧಿಕ ವೈಯಕ್ತಿಕ ಗಳಿಕೆ

ಲೆನ್ ಹಟನ್-ಜಾಕ್ ಹಾಬ್ಸ್ ಇಂಗ್ಲೆಂಡಿನ ವಿಶ್ವವಿಖ್ಯಾತ ಆರಂಭಿಕ ಜೋಡಿ. ಹಟನ್ ನಿರ್ಮಿಸಿದ ಪ್ರಮುಖ ದಾಖಲೆಯೆಂದರೆ, ಟೆಸ್ಟ್ ಇತಿಹಾಸದ ಇನ್ನಿಂಗ್ಸ್ ಒಂದರಲ್ಲಿ ಸರ್ವಾಧಿಕ ವೈಯಕ್ತಿಕ ರನ್ ಬಾರಿಸಿದ್ದು (364). 1938ರಲ್ಲಿ, ಕೇವಲ ತಮ್ಮ 6ನೇ ಟೆಸ್ಟ್ ಪಂದ್ಯದಲ್ಲಿ ಆಸ್ಟ್ರೇಲಿಯ ವಿರುದ್ಧ ಅವರು ಇದನ್ನು ದಾಖಲಿಸಿದ್ದರು. ಮುಂದಿನ ಎರಡು ದಶಕಗಳ ಕಾಲ ಈ ವಿಶ್ವದಾಖಲೆ ಅವರದೇ ಹೆಸರಲ್ಲಿತ್ತು.

ಲೆನ್ ಹಟನ್ ಅವರಿಗೆ ತಮ್ಮ ಈ ದಾಖಲೆ ಮೇಲೆ ಎಲ್ಲಿಲ್ಲದ ಅಭಿಮಾನ. ತಮ್ಮ ಈ ಸಾಧನೆಯನ್ನು ಅವರು ಎಲ್ಲರ ಮುಂದೆ ಹೇಳಿಕೊಳ್ಳುತ್ತಿದ್ದರು. ಎರಡು ದಶಕಗಳ ಬಳಿಕ ಇದನ್ನು ವೆಸ್ಟ್ ಇಂಡೀಸಿನ ಸರ್ ಗ್ಯಾರಿ ಸೋಬರ್ಸ್ ಮುರಿದಾಗ (ಅಜೇಯ 365) ಇದನ್ನು ಹಟನ್‌ಗೆ ಸಹಿಸಿಕೊಳ್ಳಲಾಗಲಿಲ್ಲ, ಅವರಿಗೆ ಲಘು ಹೃದಯಾಘಾತವೇ ಆಗಿತ್ತು!

ಆದರೆ ಅಂದು ಪ್ರತಿಷ್ಠಿತ ನೈಟ್‌ಹುಡ್ ಸಮ್ಮಾನದ ಗುಂಗಿನಲ್ಲಿ ಇದ್ದುದರಿಂದ ಹಾಗೂ ಟೆಸ್ಟ್ ಇತಿಹಾಸದಲ್ಲಿ 350 ರನ್ ಗಡಿ ದಾಟಿದ ಮೊದಲ ಕ್ರಿಕೆಟಿಗ ತಾನೇ ಎಂಬ ಸಮಾಧಾನದಿಂದಲೋ ಏನೋ, ಲೆನ್ ಹಟನ್ ಈ ಆಘಾತದಿಂದ ಹೇಗೋ ಬಚಾವಾದರು.

ದಾಖಲೆ ಉಳಿಯಿತಲ್ಲ, ಅಷ್ಟು ಸಾಕು!

ಮುಂದೆ 1990ರಲ್ಲಿ ಇಂಗ್ಲೆಂಡಿನ ಮತ್ತೊಬ್ಬ ಓಪನರ್ ಗ್ರಹಾಂ ಗೂಚ್ ಭಾರತದ ವಿರುದ್ಧ ತ್ರಿಶತಕ ಬಾರಿಸಿದಾಗ ಹಟನ್ ಮತ್ತೆ ವಿಚಲಿತರಾದರು. ತನ್ನ ಹೆಸರಲ್ಲಿದ್ದ ಇಂಗ್ಲೆಂಡಿನ ಈ ದಾಖಲೆಯನ್ನು ಗೂಚ್ ಮುರಿದರೆ... ಎಂಬ ಆತಂಕ, ಅಂಜಿಕೆ ಅವರದಾಗಿತ್ತು!

ಆಗ ಟಿವಿಯಲ್ಲಿ ಈ ಪಂದ್ಯ ವೀಕ್ಷಿಸುತ್ತಿದ್ದ ಲೆನ್ ಹಟನ್, ಇನ್ನೇನು ಗೂಚ್ ತ್ರಿಶತಕ ಸಮೀಪಿಸಿದಾಗ ನೇರವಾಗಿ ಲಾರ್ಡ್ಸ್ ಸ್ಟೇಡಿಯಂಗೆ ದೌಡಾಯಿಸಿದರು. ಆಸನದ ತುದಿಯಲ್ಲಿ ಕುಳಿತು ಗೂಚ್ ಆಟವನ್ನು ನೋಡತೊಡಗಿದರು. ಕೊನೆಗೆ ಗೂಚ್ 333ಕ್ಕೆ ಔಟಾದಾಗಲೇ ಹಟನ್‌ಗೆ ಸಮಾಧಾನ!

'ಕೊನೆಗೂ ಇಂಗ್ಲೆಂಡ್ ದಾಖಲೆ ನನ್ನ ಹೆಸರಲ್ಲೇ ಉಳಿಯಿತಲ್ಲ' ಎಂದು ಹೇಳಿದವರೇ ಮನೆಯತ್ತ ಕಾರು ಚಲಾಯಿಸಿದರು!

'ವಿಸ್ಡನ್' ಕೂಡ ತಪ್ಪಿಗೆ ಹೊರತಲ್ಲ !

ಯಾವ ಕ್ರೀಡಾ ಪತ್ರಕರ್ತ ತಪ್ಪು ಮಾಡುವುದಿಲ್ಲ ಹೇಳಿ! ತಪ್ಪಿಗೆ ಹೇರಳ ಆಸ್ಪದ ಇರುವುದೇ ಕ್ರೀಡೆಯಲ್ಲಿ. ಅಂಕಿಅಂಶ, ದಾಖಲೆ, ಇತಿಹಾಸ, ಸ್ಕೋರ್... ಇದನ್ನೆಲ್ಲ ಉಲ್ಲೇಖಿಸುವಾಗ ಸ್ವಲ್ಪ ಮೈಮರೆತರೂ ಎಡವಟ್ಟು ಖಂಡಿತ.

ವಿಶ್ವದ ಖ್ಯಾತ ಕ್ರೀಡಾ ಪತ್ರಿಕೆ 'ವಿಸ್ಡನ್' ಕೂಡ ತಪ್ಪಿಗೆ ಹೊರತಲ್ಲ. 2004ರ ವಿಸ್ಡನ್ ವಾರ್ಷಿಕಾಂಕದಲ್ಲಿ 2003ರ ಇಂಗ್ಲಿಷ್ ಕೌಂಟಿ ಕ್ರಿಕೆಟ್ ಪಂದ್ಯಾವಳಿಯಲ್ಲಿ ಸಸೆಕ್ಸ್ ತಂಡ ಪ್ರಥಮ ಬಾರಿಗೆ ಚಾಂಪಿಯನ್ ಆದುದನ್ನು ಉಲ್ಲೇಖಿಸುತ್ತ ರಾಬಿನ್ ಮಾರ್ಲರ್ ಲೇಖನವೊಂದನ್ನು ಬರೆದಿದ್ದರು. ಲೇಖನದ ಒಂದೆಡೆ, '1953ರಲ್ಲಿ ವಿಕೆಟ್ ಕೀಪರ್ ರೂಪರ್ಟ್ ವೆಬ್ ಅವರು ವಿಕ್ ವಿಲ್ಸನ್ ಅವರ ಕ್ಯಾಚ್ ಒಂದನ್ನು ಕೈಚೆಲ್ಲದೇ ಹೋಗಿದ್ದರೆ ಸಸೆಕ್ಸ್ ಅಂದೇ ಚಾಂಪಿಯನ್ ಆಗಿರುತ್ತಿತ್ತು...' ಎಂಬ ಸಾಲುಗಳಿದ್ದವು.

ಇದನ್ನು ರೂಪರ್ಟ್ ವೆಬ್ ಓದಿದರು. ಅವರಿಗೆ ಇದನ್ನು ನೋಡಿ ಆಘಾತ. ಅವರು 50 ವರ್ಷಗಳ ಹಿಂದಿನ ಆ ಪಂದ್ಯದಲ್ಲೆಲ್ಲೂ ಕ್ಯಾಚ್ ಬಿಟ್ಟಿರಲಿಲ್ಲ. ಕೂಡಲೇ ಇದನ್ನು 'ವಿಸ್ಡನ್' ಸಂಪಾದಕೀಯ ಮಂಡಳಿಯ ಗಮನಕ್ಕೆ ತಂದರು. ಅವರು ಅಂದಿನ ಪಂದ್ಯದ ದಾಖಲೆ, ವರದಿಯನ್ನೆಲ್ಲ ತರಿಸಿ ನೋಡಿದರು. ಅದರಲ್ಲೆಲ್ಲೂ ರೂಪರ್ಟ್ ವೆಬ್ ಅವರ ಕ್ಯಾಚ್ ಡ್ರಾಪ್ ಪ್ರಸ್ತಾವ ಇರಲಿಲ್ಲ!

ವಿಸ್ಡನ್ ಸಂಪಾದಕ ಹಾಗೂ ಲೇಖಕ ರಾಬಿನ್ ಮಾರ್ಲರ್ ಈ ಪ್ರಮಾದಕ್ಕಾಗಿ ರೂಪರ್ಟ್ ವೆಬ್ ಅವರಲ್ಲಿ ಕ್ಷಮೆ ಕೇಳುವುದು ಅನಿವಾರ್ಯವಾಯಿತು.

1984

ಏಕದಿನ ಕ್ರಿಕೆಟ್ ಆರಂಭಗೊಂಡು ಎರಡು ದಶಕ ಉರುಳಿದರೂ ಟೈ ಪಂದ್ಯಗಳಿಗೆ ಸೂಕ್ತ ನಿಯಮ ರೂಪುಗೊಂಡಿರಲಿಲ್ಲ. ಒಂದೊಂದು ದೇಶದಲ್ಲಿ ಒಂದೊಂದು ರೀತಿಯ ನಿಯಮ ಇತ್ತು.

ಟೈಯಾರೆ ಟೈಯ್ಯ...!

ಮೊದಲ ಏಕದಿನ ಟೈ ಪಂದ್ಯದ ವಿವಾದ

ಏಕದಿನ ಪಂದ್ಯವೊಂದರಲ್ಲಿ ಇತ್ತಂಡಗಳ ಮೊತ್ತ ಸಮನಾದಾಗ ಟೈ ಬ್ರೇಕ್ ಮಾಡುವುದು ಹೇಗೆ? ಟೈ ಬ್ರೇಕರ್ ನಿಯಮ ಏನು ಹೇಳುತ್ತದೆ?

ಇಂದು ಇದಕ್ಕೆಲ್ಲ ಸ್ಪಷ್ಟ ನಿಯಮಾವಳಿಯೇ ಇದೆ.

ಈಗ ಇತಿಹಾಸದತ್ತ ಪಯಣಿಸೋಣ... ಏಕದಿನ ಕ್ರಿಕೆಟ್ ಆರಂಭಗೊಂಡು ಎರಡು ದಶಕ ಉರುಳಿದರೂ ಟೈ ಪಂದ್ಯಗಳಿಗೆ ಸೂಕ್ತ ನಿಯಮ ರೂಪುಗೊಂಡಿರಲಿಲ್ಲ. ಒಂದೊಂದು ದೇಶದಲ್ಲಿ ಒಂದೊಂದು ರೀತಿಯ ನಿಯಮ ಜಾರಿಯಲ್ಲಿತ್ತು. ಇದರಿಂದ ವೃಥಾ ಗೊಂದಲ ನಿರ್ಮಾಣವಾಗುತ್ತಿತ್ತು. ಇದಕ್ಕೆ ಏಕದಿನ ಇತಿಹಾಸದ ಮೊದಲ ಟೈ ಪಂದ್ಯಕ್ಕಿಂತ ಉತ್ತಮ ಉದಾಹರಣೆ ಬೇಕಿಲ್ಲ. ಇಲ್ಲಿನಡೆದ ವಿದ್ಯಮಾನ ಬಹಳ ರೋಚಕವಾಗಿದೆ.

ಈ ಪಂದ್ಯ ನಡೆದದ್ದು 1984ರಲ್ಲಿ, ಆಸ್ಟ್ರೇಲಿಯ – ವೆಸ್ಟ್ ಇಂಡೀಸ್ ನಡುವೆ ಫೆ. 11ರಂದು ಮೆಲ್ಬರ್ನ್ ನಲ್ಲಿ ನಡೆದ ಮುಖಾಮುಖಿ ಇದಾಗಿತ್ತು. ಮೊದಲು ಬ್ಯಾಟಿಂಗ್ ನಡೆಸಿದ ವೆಸ್ಟ್ ಇಂಡೀಸ್ 5 ವಿಕೆಟಿಗೆ 222 ರನ್ ಗಳಿಸಿತ್ತು. ಈ ಗುರಿ ಆತಿಥೇಯ ಆಸ್ಟ್ರೇಲಿಯಕ್ಕೆ ದೊಡ್ಡ ಸವಾಲಾಗಿರಲಿಲ್ಲ, ಕೆಪ್ಲರ್ ವೆಸಲ್ಸ್ ಮತ್ತು ಕಿಂ ಹ್ಯೂಸ್ ಸೇರಿಕೊಂಡು ಎರಡನೇ ವಿಕೆಟಿಗೆ 109 ರನ್ ಪೇರಿಸಿ ತಂಡದ ಗೆಲುವನ್ನು ಖಾತ್ರಿಪಡಿಸಿದ್ದರು. ಆದರೆ ಅಂತಿಮ ಹಂತದಲ್ಲಿ ಆಸೀಸ್ ಬ್ಯಾಟಿಂಗ್ ಸರದಿ ದಿಢೀರ್ ಕುಸಿತ ಕಂಡಿತು. ಕೊನೆಯ ಎಸೆತದಲ್ಲಿ ಆಸೀಸ್ ಗೆಲುವಿಗೆ ಒಂದು ರನ್ ತೆಗೆಯುವ ಸವಾಲು ಎದುರಾಯಿತು. ಈ ರನ್ ಗಳಿಸುವ ವೇಳೆ ಕಾರ್ಲ್ ರೆಕಮನ್ ರನೌಟ್ ಆದರು. ಸ್ಕೋರ್ ಸಮನಾಯಿತು!

ವೆಸ್ಟ್ ಇಂಡೀಸ್ ಪ್ರತಿಭಟನೆ

ಅಂದಿನ ನಿಯಮದಂತೆ ಈ ಪಂದ್ಯದಲ್ಲಿ ವಿಜಯಿಯಾದದ್ದು ವೆಸ್ಟ್ ಇಂಡೀಸ್. ಏಕೆಂದರೆ ಅದು ಐದೇ ವಿಕೆಟ್‌ಗಳನ್ನು ಕಳೆದುಕೊಂಡಿತ್ತು. ಆಸ್ಟ್ರೇಲಿಯದ 8 ವಿಕೆಟ್‌ಗಳು ಉರುಳಿದ್ದವು. ಹೀಗಾಗಿ ಕಡಿಮೆ ವಿಕೆಟ್ ಕಳೆದುಕೊಂಡ ತಾವೇ ವಿನ್ನರ್ಸ್ ಎಂದು ಕೆರಿಬಿಯನ್ ಕ್ರಿಕೆಟಿಗರು ಸಂಭ್ರಮಿಸತೊಡಗಿದರು.

ಆದರೆ ಪಂದ್ಯ ಮುಗಿದು 3 ಗಂಟೆಗಳ ಬಳಿಕ ಅಚ್ಚರಿಯ ಘೋಷಣೆಯೊಂದು ಹೊರಬಿತ್ತು. ಎರಡೂ ತಂಡಗಳ ಮೊತ್ತ ಒಂದೇ ಆಗಿದ್ದರಿಂದ ಈ ಪಂದ್ಯವನ್ನು ಟೈ ಎಂದು ತೀರ್ಮಾನಿಸಬೇಕೆಂದು 'ಕ್ರಿಕೆಟ್ ಆಸ್ಟ್ರೇಲಿಯ' ಪ್ರಕಟನೆಯೊಂದು ಹೊರಡಿಸಿತು. ಆಗಲೇ ಸರಣಿಯ ಮೊದಲ ಪಂದ್ಯವನ್ನು ಗೆದ್ದು, ದ್ವಿತೀಯ ಪಂದ್ಯದಲ್ಲೂ ತಾವೇ ವಿಜಯಿಗಳು ಎಂಬ ಸಂಭ್ರಮದಲ್ಲಿದ್ದ ವೆಸ್ಟ್ ಇಂಡೀಸ್‌ಗೆ ಇದನ್ನು ಸಹಿಸಲಾಗಲಿಲ್ಲ, ಅದು ತೀವ್ರ ಪ್ರತಿಭಟನೆ ನಡೆಸಿತು. ತಾನು ಮೂರನೇ ಏಕದಿನ ಪಂದ್ಯವನ್ನು ಯಾವ ಕಾರಣಕ್ಕೂ ಆಡುವುದಿಲ್ಲ ಎಂದು ಪಟ್ಟು ಹಿಡಿಯಿತು! ಅದು ಅಂತಿಮ ಹಾಗೂ ಸರಣಿ ನಿರ್ಣಾಯಕ ಪಂದ್ಯವೂ ಆಗಿತ್ತು.

ವಿಂಡೀಸ್ ಕ್ರಿಕೆಟಿಗರ ಆಕ್ರೋಶವನ್ನು ತಣಿಸುವುದು ಹೇಗೆ? ಆಗ ಅವರಿಗೆ ಅಧಿಕ ಸಂಭಾವನೆಯ ಆಮಿಷ ಒಡ್ಡಲಾಯಿತು. ಇದಕ್ಕೂ ಪ್ರವಾಸಿಗರು ಬಗ್ಗಲಿಲ್ಲ, ಆಡುವವರು ಆಡಲಿ, ನಾವು ಮಾತ್ರ ಯಾವ ಕಾರಣಕ್ಕೂ ಅಂತಿಮ ಮುಖಾಮುಖಿಯಲ್ಲಿ ಪಾಲ್ಗೊಳ್ಳುವುದಿಲ್ಲ ಎಂದು ನಾಯಕ ಕ್ಲೈವ್ ಲಾಯ್ಡ್ ಮತ್ತು ವಿವಿಯನ್ ರಿಚರ್ಡ್ಸ್ ತೀರ್ಮಾನಿಸಿದರು. ಹೀಗಾಗಿ ಮೈಕಲ್ ಹೋಲ್ಡಿಂಗ್ ತಂಡದ ನೇತೃತ್ವ ವಹಿಸಿದರು. ಇದನ್ನು 6 ವಿಕೆಟ್‌ಗಳಿಂದ ಗೆದ್ದ ವೆಸ್ಟ್ ಇಂಡೀಸ್ ತನ್ನ ಹಠ ಸಾಧಿಸಿತು; ಸರಣಿಯನ್ನು ವಶಪಡಿಸಿಕೊಂಡಿತು.

ಏಕದಿನ ಕ್ರಿಕೆಟ್ ಈಗಾಗಲೇ 50 ವರ್ಷಗಳನ್ನು ಪೂರೈಸಿ ದಾಪುಗಾಲಿಕ್ಕುತ್ತಿದೆ. ಟೈ ನಿಯಮಗಳನ್ನೂ ಐಸಿಸಿ ಜಾರಿಗೆ ತಂದಿದೆ. ಆದರೂ ಇಂಗ್ಲೆಂಡ್–ನ್ಯೂಜಿಲ್ಯಾಂಡ್ ನಡುವಿನ 2019ರ ಏಕದಿನ ವಿಶ್ವಕಪ್ ಫೈನಲ್ ಟೈ ಪಂದ್ಯದ ಪಾಲಿನ ಕಪ್ಪು ಚುಕ್ಕಿಯಾಗಿಯೇ ಉಳಿಯುವುದೊಂದು ದುರಂತವಲ್ಲವೇ?!

ವೆಸ್ಟ್ ಇಂಡೀಸ್‌ನ ವಿವಿಯನ್ ರಿಚರ್ಡ್ಸ್

ಕುಂದಾಪುರಕ್ಕೆ ಏಕೆ ಬಂದರು

ಕೆರಿಬಿಯನ್ ದ್ವೀಪ ಸಮೂಹವಾದ ವೆಸ್ಟ್ ಇಂಡೀಸ್ ಎಲ್ಲಿ, ನಮ್ಮ ಕರಾವಳಿಯ ತಾಲೂಕು ಕೇಂದ್ರವಾದ ಕುಂದಾಪುರವೆಲ್ಲಿ?! ಅಲ್ಲಿನ ಬ್ಯಾಟಿಂಗ್ ದೈತ್ಯ ಇಲ್ಲಿಗೆ ಏಕೆ ಬಂದರು? ಇದೊಂದು ಆಕಸ್ಮಿಕ, ಅಷ್ಟೇ ಕುತೂಹಲದ ಘಟನೆ. 1996ರ ಆಗಸ್ಟ್ ತಿಂಗಳ ವಿದ್ಯಮಾನವಿದು...

ಅಂದು ಕುಂದಾಪುರದ ಜನರಿಗೆ ಬೆಳಗ್ಗಿನಿಂದಲೇ ಎಲ್ಲಿಲ್ಲದ ಕಾತರ, ಕುತೂಹಲ. ಎಲ್ಲರ ಬಾಯಲ್ಲೂ ಒಂದೇ ಮಾತು–'ರಿಚರ್ಡ್ಸ್ ಕುಂದಾಪ್ರಕ್ಕೆ ಬತ್ತ ಅಂಬ್ರಲೆ, ಹೌದಾ?' ಎಂದು ಒಬ್ಬ ಕಣ್ಣರಳಿಸಿ ಕೇಳಿದರೆ, ಮತ್ತೊಬ್ಬ–'ಬಪ್ಪುದ್ ಎಂತ? ಅಂವ ಆಗಳೇ ಬಂದಾಯ್ತ್. ನಾನವನ್ ಈಗ ಶೆರೋನ್ ಹೋಟ್ಲಲ್ ಕಂಡ್ಕಂಡ್ ಬಂದಿ...' ಎಂದು ಕಾಲರ್ ಹಾರಿಸುತ್ತಲೇ ಹೇಳುತ್ತಿದ್ದ. ಒಟ್ಟಾರೆ ಅಂದು ಎಲ್ಲರ ಬಾಯಲ್ಲೂ ರಿಚರ್ಡ್ಸ್!

ಕೊನೆಗೆ ನೋಡುವಾಗ ಇದೇನೂ ಗಾಳಿಸುದ್ದಿ ಆಗಿರಲಿಲ್ಲ. ಕ್ರಿಕೆಟ್ ಜಗತ್ತಿನ ಎಂತೆಂಥದೋ ಬೌಲರ್‌ಗಳನ್ನು ಗಡಗುಡಿಸಿದ 'ಮಾಸ್ಟರ್ ಬ್ಲಾಸ್ಟರ್' (ಈ ಬಿರುದು ಅನಂತರ ಸಚಿನ್ ತೆಂಡುಲ್ಕರ್‌ಗೆ ಅಂಟಿಕೊಂಡಿತು) ವಿವಿಯನ್ ರಿಚರ್ಡ್ಸ್ ಕುಂದಾಪುರಕ್ಕೆ ಬಂದದ್ದು, ಇಲ್ಲಿನ 'ಹೊಟೇಲ್ ಶೆರೋನ್'ನಲ್ಲಿ ಕಾಣಿಸಿಕೊಂಡದ್ದು ನಿಜವೇ ಆಗಿತ್ತು!

ವಿವಿಯನ್ ರಿಚರ್ಡ್ಸ್ ಕುಂದಾಪುರಕ್ಕೆ ಬಂದದ್ದು ಯಾರಿಂದಲೂ ನಂಬಲಾಗದ ವಿದ್ಯಮಾನವಾಗಿತ್ತು. ಆದರೆ ಪ್ರೀತಿ ಎನ್ನುವುದು ಎಲ್ಲರನ್ನೂ ಜಗತ್ತಿನ ಯಾವ ಮೂಲೆಗೆ ಬೇಕಾದರೂ ಕರೆದೊಯ್ಯುತ್ತದೆ. ರಿಚರ್ಡ್ಸ್ ವಿಚಾರದಲ್ಲೂ ಹೀಗೇ ಆಗಿತ್ತು!

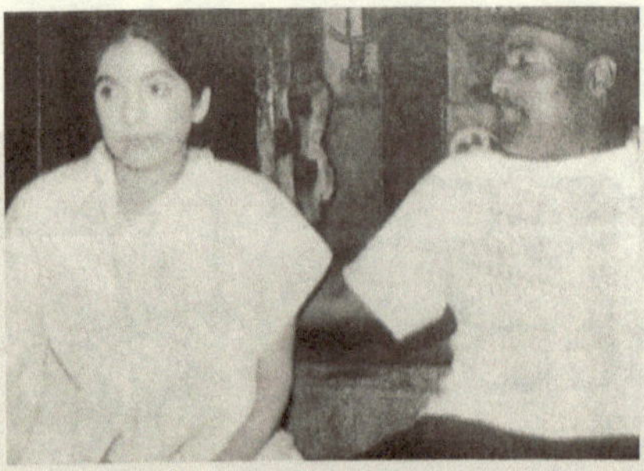

ಮುಂಬಯಿ ಬಳಿಕ ಕುಂದಾಪುರ...

ರಿಚರ್ಡ್ಸ್-ನೀನಾ ಬಹಿರಂಗವಾಗಿ ಕಾಣಿಸಿಕೊಂಡದ್ದು ಇಲ್ಲವೇ ಇಲ್ಲ ಎಂಬಷ್ಟು ಅಪರೂಪ. 1996ರ ವಿಶ್ವಕಪ್ ಕ್ರಿಕೆಟ್ ಪಂದ್ಯಾವಳಿ ಈ ಪ್ರೇಮಿಗಳ ಪ್ರತ್ಯಕ್ಷ ದರ್ಶನ ಮಾಡಿಸುವಲ್ಲಿ ಯಶಸ್ವಿಯಾಯಿತು. ಇದೇ ವೇಳೆ ಮುಂಬಯಿಯಲ್ಲಿ ನಡೆದ ಸಮಾರಂಭವೊಂದರಲ್ಲಿ ಇವರಿಬ್ಬರು ಒಟ್ಟಿಗೇ ವೇದಿಕೆಯ ಮೇಲೆ ಕಾಣಿಸಿಕೊಂಡರು. ಆರ್.ಡಿ. ಬರ್ಮನ್ ಸ್ಮರಣಾರ್ಥ ಕ್ಯಾಸೆಟ್ ಬಿಡುಗಡೆಯ ಸಮಾರಂಭವದು. ಅಂದು ಆಶಾ ಭೋಂಸ್ಲೆ ಅವರಿಂದ ಪ್ರಥಮ ಕ್ಯಾಸೆಟ್ ಪಡೆದ ಹೆಗ್ಗಳಿಕೆ ರಿಚರ್ಡ್ಸ್ ಅವರದಾಗಿತ್ತು. 'ಇಂದು ರಿಚರ್ಡ್ಸ್ ಅವರಂಥ ನಾಯಕರನ್ನು ಹೊಂದಿದ್ದರೆ ವೆಸ್ಟ್ ಇಂಡೀಸ್ ಕ್ರಿಕೆಟ್‌ಗೆ ಇಂಥದೊಂದು ಸಂಕಟ ಎದುರಾಗುತ್ತಿರಲಿಲ್ಲ' ಎಂದು ಆಶಾ ಭೋಂಸ್ಲೆ ಈ ವಿಂಡೀಸ್ ಕ್ರಿಕೆಟಿಗನ ಗುಣಗಾನ ಮಾಡಿದ್ದರು.

ಈ ಸಮಾರಂಭ ಮಾಧ್ಯಮದವರಿಗಂತೂ ಹಬ್ಬವೇ ಆಗಿತ್ತು. ಈ ಜೋಡಿಯನ್ನು ಸೆರೆಹಿಡಿಯಲು 13 ವರ್ಷಗಳಿಂದ ಕಾಯುತ್ತಲೇ ಇದ್ದವರು ಅಂದು ಭರ್ಜರಿ ಫೋಟೊ ಶೂಟ್ ನಡೆಸಿ ಸಂತೃಪ್ತರಾಗಿದ್ದರು. ಅನಂತರ ಈ ಜೋಡಿ ಸಾರ್ವಜನಿಕವಾಗಿ ಕಾಣಿಸಿಕೊಂಡದ್ದು ಕುಂದಾಪುರದಲ್ಲೇ!

ಅಂದು ಕೇವಲ ಸುದ್ದಿಯಾಗಬೇಕಿದ್ದ ಈ ವಿದ್ಯಮಾನಕ್ಕೆ ಫಟಾಫಟ್ ಆಗಿ ಲೇಖನದ ರೂಪ ನೀಡಿದ್ದೆ. 1996ರ ಆಗಸ್ಟ್ 25ರಂದು ಇದು 'ಉದಯವಾಣಿ'ಯಲ್ಲಿ ಪ್ರಕಟಗೊಂಡಿತ್ತು. ಇದರ ಜತೆಯಲ್ಲಿರುವ ಫೋಟೊ ಕ್ಲಿಕ್ಕಿಸಿದವರು ಕುಂದಾಪುರದ ಆರ್.ಕೆ. ಸ್ಟುಡಿಯೋದವರದು.

ಒಟ್ಟಾರೆ ವಿವಿಯನ್ ರಿಚರ್ಡ್ಸ್ ಆಗಮನದಿಂದ ಕುಂದಾಪುರ, ಇಲ್ಲಿನ ಜನತೆ ಪುಳಕಗೊಂಡದ್ದಂತೂ ನಿಜ.

ವಿವಿಯನ್ ರಿಚರ್ಡ್ಸ್ ಅವರ ಕುಂದಾಪುರ ಭೇಟಿಗೆ ಕಾರಣ ಬೇರೆ ಯಾರೂ ಅಲ್ಲ, ಅವರ 'ಪತ್ನಿ' ನೀನಾ ಗುಪ್ತಾ! ಈ ರಿಚರ್ಡ್ಸ್-ನೀನಾ ಜೋಡಿಯ ಪ್ರಣಯದಾಟ ಆಗಲೇ ಒಂದು ದಶಕದಷ್ಟು ಹಳೆಯದಾಗಿತ್ತು. 1983ರಲ್ಲೇ ಇವರ ನಡುವೆ ಪ್ರೀತಿ ಹುಟ್ಟಿಕೊಂಡಿತ್ತು. ವಿಶ್ವಕಪ್ ಬಳಿಕ ಭಾರತಕ್ಕೆ ಆಗಮಿಸಿದ್ದ ವೆಸ್ಟ್ ಇಂಡೀಸ್ ತಂಡದಲ್ಲಿದ್ದ ಕರಿಯ ಬ್ಯಾಟಿಂಗ್ ದೈತ್ಯ ರಿಚರ್ಡ್ಸ್‌ಗೆ ಬಳುಕುಬಳ್ಳಿಯಂತಿದ್ದ ನೀನಾ ಕ್ಲೀನ್‌ಬೌಲ್ಡ್ ಆಗಿದ್ದರು. ಇಬ್ಬರೂ ಒಂದಾದದ್ದು, ಮದುವೆಯಾದೆಯೇ ಶ್ಯಾಮಸುಂದರಿ 'ಮಸಾಬಾ'ಳ (ಆಫ್ರಿಕಾದ ರಾಜಕುಮಾರಿ) ಜನನವಾದದ್ದು, ಇವಳ 'ತಂದೆ' ಯಾರೆಂಬುದನ್ನು ನೀನಾ ಗುಟ್ಟಾಗಿರಿಸಿದ್ದು, ಕೊನೆಗೊಮ್ಮೆ ತಮ್ಮ ಸಂಬಂಧವನ್ನು ಬಹಿರಂಗಗೊಳಿಸಿದ್ದು... ಇವೆಲ್ಲ ರಿಚರ್ಡ್ಸ್-ನೀನಾ ಪ್ರಣಯಾವಳಿಯ ಹಿನ್ನೋಟ. ಇವರಿಬ್ಬರ ಸಂಬಂಧ, ಸೆಳೆತವೆಲ್ಲ ಹಸಿರಸಿರು ಎಂಬುದಕ್ಕೆ ಈ ಕುಂದಾಪುರ ಭೇಟಿಯೇ ಸಾಕ್ಷಿ.

ಅಂದು ಅಟ್ಲಾಂಟಾ ಒಲಿಂಪಿಕ್ಸ್ ವೀಕ್ಷಿಸಿದ ವಿವಿಯನ್ ರಿಚರ್ಡ್ಸ್‌ಗೆ ನೀನಾ ಗುಪ್ತಾರನ್ನು ಕಾಣುವ ಕಾತರ. ಸೀದಾ ಮುಂಬಯಿಗೆ ಬಂದಿಳಿದರು. ಆಗ ನೀನಾ ಗುಪ್ತಾ ಟೆಲಿವಿಷನ್ ಧಾರಾವಾಹಿ 'ಮೃತ್ಯುಂಜಯ್'ನ ಚಿತ್ರೀಕರಣಕ್ಕೆಂದು ಕುಂದಾಪುರಕ್ಕೆ ಆಗಮಿಸಿದ್ದರು. ರಿಚರ್ಡ್ಸ್ ವಿಳಂಬಿಸಲಿಲ್ಲ, ಸೀದಾ ಮಂಗಳೂರಿಗೆ ವಿಮಾನವೇರಿ ಅಲ್ಲಿಂದ ಕಾರಿನಲ್ಲಿ ಕುಂದಾಪುರಕ್ಕೆ ಬಂದು ನೀನಾರನ್ನು 'ಕ್ಯಾಚ್' ಮಾಡಿಯೇ ಬಿಟ್ಟರು!

ಕುಂದಾಪುರದಲ್ಲಿ ರಿಚರ್ಡ್ಸ್ ಕಳೆದದ್ದು ಕೇವಲ ಎರಡು ರಾತ್ರಿ. ಈ ವೇಳೆ ಇತಿಹಾಸ ಪ್ರಸಿದ್ಧ ಹಲ್ಸನಾಡು ಅರಮನೆಗೆ ಭೇಟಿ ನೀಡಿದರು. ಅಲ್ಲಿಯೇ ಟೆಲಿ ಧಾರಾವಾಹಿಯ ಶೂಟಿಂಗ್ ನಡೆಯುತ್ತಿತ್ತು. ಇದನ್ನು ಕುತೂಹಲದಿಂದ ವೀಕ್ಷಿಸಿದರು. ಕ್ರಿಕೆಟ್ ಅಭಿಮಾನಿಗಳೊಂದಿಗೆ ಬೆರೆತರು, ಅವರಿಗೆ ಹಸ್ತಾಕ್ಷರ ನೀಡಿದರು, ಖುಷಿ ಖುಷಿಯಿಂದ ಮಾತಾಡಿ ಫೋಟೊ ಕೂಡ ತೆಗೆಸಿಕೊಂಡರು. ಆದರೆ ಯಾವುದೇ ಸಮಾರಂಭದಲ್ಲಿ ಪಾಲ್ಗೊಳ್ಳಲಿಲ್ಲ, ಸುದೀರ್ಘ ಸಂದರ್ಶನ ನೀಡಲಿಲ್ಲ, ಇದಕ್ಕೆಲ್ಲ ಸಮಯವೂ ಇರಲಿಲ್ಲ.

ಬಹುಶಃ ಧಾರಾವಾಹಿಯಲ್ಲಿ ಒಂದು ಉತ್ತಮ ರೋಲ್ ಸಿಕ್ಕಿದರೆ ರಿಚರ್ಡ್ಸ್ ಒಪ್ಪಿಕೊಂಡು ಇಲ್ಲಿಯೇ ಸ್ವಲ್ಪ ದಿನ ಉಳಿಯುತ್ತಿದ್ದರೋ ಏನೋ. ಏಕೆಂದರೆ ನಿಜಜೀವನದ 'ಕುಂತಿ'ಯಾಗಿದ್ದ ನೀನಾ ಗುಪ್ತಾ, 'ಮೃತ್ಯುಂಜಯ್' ಧಾರಾವಾಹಿಯಲ್ಲೂ ಕುಂತಿಯಾಗಿಯೇ ನಟಿಸುತ್ತಿದ್ದರು!

ಟಿ20 ಪಂದ್ಯಕ್ಕೆ 60ರ ಪ್ರಾಯ!

ಇದೆಂಥ ಶೀರ್ಷಿಕೆ ಎಂದು ಅಚ್ಚರಿಪಡುವುದು ಸಹಜ. 16 ವರ್ಷ ಎಂದಿರಬೇಕಾದದ್ದು 60 ವರ್ಷ ಎಂದಾಯಿತೇ ಎಂಬ ಅನುಮಾನವೂ ಕಾಡದಿರದು. ಆದರೆ ಟೆಸ್ಟ್ ಮಾನ್ಯತೆ ಪಡೆದ ಎರಡು ದೇಶಗಳ ನಡುವೆ ಟಿ20 ಪಂದ್ಯವೊಂದು ನಡೆದು 60 ವರ್ಷ ದಾಟಿತು ಎಂಬುದು ಮಾತ್ರ ಸುಳ್ಳಲ್ಲ!

ನಿಮಗೆ ಗೊತ್ತು... ಈಗ ಕ್ರಿಕೆಟ್ ಎಂಬುದೇ 'ಟಿ20' ಆಗಿಬಿಟ್ಟಿದೆ. ಟೆಸ್ಟ್, ಏಕದಿನ ಪಂದ್ಯಗಳೆಲ್ಲ ಲೆಕ್ಕದ ಭರ್ತಿಯಂತಾಗಿವೆ. ಹಿಂದೆಲ್ಲ ಇತ್ತಂಡಗಳ ನಡುವೆ ಮೂರೋ ನಾಲ್ಕು ವರ್ಷಕ್ಕೊಮ್ಮೆ 6 ಟೆಸ್ಟ್, 5 ಏಕದಿನ ಪಂದ್ಯಗಳ ಪೂರ್ಣ ಪ್ರಮಾಣದ ಸರಣಿ ನಡೆಯುತ್ತಿತ್ತು. ಇಂದು ಕೇವಲ 3 ಪಂದ್ಯಗಳ ಟಿ20 ಸರಣಿಗಾಗಿ ತಂಡವೊಂದು ವಿಮಾನವೇರಿ ಇನ್ನೊಂದು ದೇಶಕ್ಕೆ ಪಯಣಿಸುತ್ತದೆ. ಕೇವಲ ಒಂದೇ ವಾರದ ಮಟ್ಟಿಗೆ!

ಐಪಿಎಲ್ ಎಂಬ ಹಣದ ಕೊಪ್ಪರಿಗೆಯನ್ನೇ ನೀಡುವ ಪಂದ್ಯಾವಳಿ ಶುರುವಾದ ಬಳಿಕ ಹುಟ್ಟಿಕೊಂಡ ಟಿ20 ಲೀಗ್‌ಗಳಿಗೆ ಲೆಕ್ಕವಿಲ್ಲ, ಎಲ್ಲ ದೇಶಗಳಲ್ಲೂ ಟಿ20ಯದೇ ಹವಾ. ನಮ್ಮ ವೀಕ್ಷಕರಿಗೂ ಇದು ಹುಚ್ಚು ಹಿಡಿಸಿದೆ. ಬಿಸಿಸಿಐಯಂಥ ಶ್ರೀಮಂತ ಕ್ರಿಕೆಟ್ ಮಂಡಳಿಗಳು ಕ್ರಿಕೆಟ್ ಅಭಿಮಾನಿಗಳ ಅಭಿರುಚಿಯನ್ನೇ ಬದಲಿಸಿವೆ. ಇದು ಎಲ್ಲಿಯ ತನಕ ಮುಂದುವರಿಯುತ್ತದೋ ನೋಡಬೇಕು, ಇರಲಿ.

ಮೊದಲ ಪಂದ್ಯ ವನಿತೆಯರದ್ದು!

ಅಂದಹಾಗೆ ಟಿ20 ಕ್ರಿಕೆಟ್ ಎಂಬುದು 'ಇಂಗ್ಲೆಂಡ್ ಆ್ಯಂಡ್ ವೇಲ್ಸ್ ಕ್ರಿಕೆಟ್ ಬೋರ್ಡ್'ನ ಸೃಷ್ಟಿ. 2003ರಲ್ಲಿ ಇದನ್ನು ಮೊದಲ ಸಲ ಇಂಗ್ಲಿಷ್ ಕೌಂಟಿ ಕ್ರಿಕೆಟ್‌ನಲ್ಲಿ ಆಡಲಾಯಿತು. ಮೊದಲ ಟಿ20 ಅಂತಾರಾಷ್ಟ್ರೀಯ ಪಂದ್ಯ ನಡೆದದ್ದು ಇಂಗ್ಲೆಂಡ್-ನ್ಯೂಜಿಲ್ಯಾಂಡ್ ಮಹಿಳಾ ತಂಡಗಳ ನಡುವೆ. 2004ರ ಆಗಸ್ಟ್ 5ರಂದು ಹೋವ್‌ನಲ್ಲಿ ಇದು ನಡೆದಿತ್ತು. ಪುರುಷರ ಮೊದಲ ಟಿ20

ಪಂದ್ಯವನ್ನು 2005ರ ಫೆ. 17ರಂದು ನ್ಯೂಜಿಲ್ಯಾಂಡ್-ಆಸ್ಟ್ರೇಲಿಯ ಮಧ್ಯೆ ಆಕ್ಲೆಂಡ್‌ನ 'ಈಡನ್ ಪಾರ್ಕ್'ನಲ್ಲಿ ಆಡಲಾಗಿತ್ತು.

ದಾಖಲೆಗಳೆಲ್ಲ ಈ ಅಂಕಿಅಂಶವನ್ನು ದೃಢಪಡಿಸು ವಾಗ ಟಿ20 ಕ್ರಿಕೆಟ್‌ಗೆ 60 ವರ್ಷ ತುಂಬಿತಾದರೂ ಹೇಗೆ, ಇದು ಏಕದಿನ ಕ್ರಿಕೆಟ್‌ಗಿಂತಲೂ ಪುರಾತನ ವಾದುದೇ ಎಂಬೆಲ್ಲ ಪ್ರಶ್ನೆಗಳು ಕಾಡದಿರದು.

ಈ ವೈಚಿತ್ರ್ಯ ಸಂಭವಿಸಿದ್ದು ಹೀಗೆ...

ಅದು 1958ರ ಜೂನ್. ನ್ಯೂಜಿಲ್ಯಾಂಡ್ ಕ್ರಿಕೆಟ್ ತಂಡ ಇಂಗ್ಲೆಂಡ್ ಪ್ರವಾಸದಲ್ಲಿತ್ತು. ಲಾರ್ಡ್ಸ್‌ನಲ್ಲಿ ಆರಂಭವಾದ ಸರಣಿಯ ದ್ವಿತೀಯ ಟೆಸ್ಟ್ ಪಂದ್ಯಕ್ಕೆ ಮಳೆಯ ಕಾಟ. ಪಿಚ್ ಬೌಲರ್‌ಗಳ ಸ್ವರ್ಗವಾಗಿ ಪರಿಣಿಸಿತು. ಮೊದಲು ಬ್ಯಾಟಿಂಗ್ ನಡೆಸಿದ ಇಂಗ್ಲೆಂಡ್ 269 ರನ್ ಮಾಡಿತಾದರೂ ನ್ಯೂಜಿಲ್ಯಾಂಡ್ ತೀವ್ರ ಬ್ಯಾಟಿಂಗ್ ಕುಸಿತಕ್ಕೆ ಸಿಲುಕಿತು. ಟೋನಿ ಲಾಕ್ (17ಕ್ಕೆ 5) ಮತ್ತು ಜಿಮ್ ಲೇಕರ್ (13ಕ್ಕೆ 4) ದಾಳಿಗೆ ತತ್ತರಿಸಿದ ಅದು 47 ರನ್ನಿಗೆ ಕುಸಿದು ಫಾಲೋಆನ್‌ಗೆ ಸಿಲುಕಿತು.

ದ್ವಿತೀಯ ಸರದಿಯಲ್ಲೂ ನ್ಯೂಜಿಲ್ಯಾಂಡ್ ಬ್ಯಾಟಿಂಗ್ ಚೇತರಿಸಿಕೊಳ್ಳಲಿಲ್ಲ. ಮತ್ತೆ ಟೋನಿ ಲಾಕ್ (12ಕ್ಕೆ 4) ಘಾತಕವಾಗಿ ಗೋಚರಿಸಿದರು. ಅದು 74 ರನ್ನಿಗೆ ಆಲೌಟ್ ಆಗಿ ಇನ್ನಿಂಗ್ಸ್ ಹಾಗೂ 148 ರನ್ ಅಂತರದ ಸೋಲಿಗೆ ತುತ್ತಾಯಿತು.

5 ದಿನಗಳ ಈ ಪಂದ್ಯ ಕೇವಲ ಎರಡೂವರೆ ದಿನಗಳಲ್ಲಿ ಮುಗಿಯಿತು. ಅತೀ ಕಡಿಮೆ ಅವಧಿಯ ಟೆಸ್ಟ್ ಪಂದ್ಯಗಳ ಯಾದಿಯನ್ನು ಸೇರಿತು. ಇದು ಸಂಘಟಕರನ್ನೂ ಕಾಡಿತು. ಪೂರ್ತಿ 5 ದಿನಗಳ ಆಟ ವೀಕ್ಷಿಸಲು ಹಣ ಕೊಟ್ಟು ಬಂದಿದ್ದ ವೀಕ್ಷಕರಿಗೆ ಇದರಿಂದ ನಷ್ಟವಾಯಿತಲ್ಲ ಎಂಬ ಕೊರಗು ಅವರದಾಯಿತು.

ಮೂರನೇ ದಿನದ (ಜೂ. 21) ಆಟವನ್ನು ವೀಕ್ಷಿಸಲು ಮಳೆಯ ನಡುವೆಯೂ 25 ಸಾವಿರದಷ್ಟು ವೀಕ್ಷಕರು ಸ್ಟೇಡಿಯಂಗೆ ಆಗಮಿಸಿದ್ದರು. ಇವರನ್ನು ಸಂತೃಪ್ತಿಗೊಳಿಸಲು ಸಂಘಟಕರು ಆಯೋಜಿಸಿದ್ದೇ 20 ಓವರ್‌ಗಳ ಪ್ರದರ್ಶನ ಪಂದ್ಯ!

ಆದರೆ ಈ ಪಂದ್ಯದ ಕುರಿತು ಕ್ರಿಕೆಟ್ ದಾಖಲೆ ಗಳಲ್ಲೆಲ್ಲೂ ಉಲ್ಲೇಖವಿಲ್ಲ. ಸ್ಕೋರ್ ಇತ್ಯಾದಿ ಮಾಹಿತಿ ಲಭ್ಯವಿಲ್ಲ. ಇದನ್ನು ಯಾರೂ ಅಷ್ಟೊಂದು ಗಂಭೀರವಾಗಿ ಪರಿಗಣಿಸಿಲ್ಲ ಎಂಬುದು ಇದರಿಂದ ತಿಳಿಯುತ್ತದೆ. ಆದರೆ ಇದು ಪ್ರೇಕ್ಷಕರಿಗೆ ಧಾರಾಳ ರಂಜನೆ ಒದಗಿಸಿದ್ದು ಮಾತ್ರ ಸುಳ್ಳಲ್ಲ.

ಯಾವ ರೀತಿ 1971ರ ಜನವರಿಯಲ್ಲಿ ಆಸ್ಟ್ರೇಲಿಯ-ಇಂಗ್ಲೆಂಡ್ ನಡುವಿನ ಟೆಸ್ಟ್ ಪಂದ್ಯವೊಂದು ಮಳೆಯಿಂದ ಕೊಚ್ಚಿಹೋದಾಗ ಏಕದಿನ ಕ್ರಿಕೆಟ್ ಜನ್ಮತಾಳಿತೋ, ಇದಕ್ಕಿಂತ ಸಾಕಷ್ಟು ಮೊದಲೇ, ಇದಕ್ಕಿಂತ ತುಸು ಭಿನ್ನ ಸನ್ನಿವೇಶದಲ್ಲಿ ಟಿ20 ಪಂದ್ಯವೊಂದನ್ನು ಟೆಸ್ಟ್ ಮಾನ್ಯತೆ ಪಡೆದ ತಂಡಗಳೆರಡು ಐತಿಹಾಸಿಕ ಲಾರ್ಡ್ಸ್ ಅಂಗಳದಲ್ಲಿ ಆಡಿದ್ದವು ಎಂಬುದು ನಿಜಕ್ಕೂ ರೋಮಾಂಚನ ಮೂಡಿಸುವ ಸಂಗತಿ!

ಶಾರ್ಜಾದ ಸಿಕ್ಸರ್ ಹೀರೋ ಜಾವೇದ್ ಮಿಯಾಂದಾದ್

ಟಿ20 ಕ್ರಿಕೆಟ್ ಜನಪ್ರಿಯಗೊಂಡ ಬಳಿಕ ಅಂತಿಮ ಎಸೆತದಲ್ಲೇನು, ಬೇಕಿದ್ದರೆ ಕೊನೆಯ ಓವರ್‌ನ ಕೊನೆಯ 3–4 ಎಸೆತಗಳಲ್ಲಿ ಬೇಕಿದ್ದರೂ ಸಿಕ್ಸರ್ ಸಿಡಿಸಿ ಪಂದ್ಯವನ್ನು ಗೆಲ್ಲಿಸಬಲ್ಲ ಬ್ಯಾಟಿಂಗ್ ಹೀರೋಗಳಿದ್ದಾರೆ.

ಆದರೆ 1986ರಲ್ಲಿ ಇದೊಂದು ಅತ್ಯದ್ಭುತ ಪರಾಕ್ರಮವಾಗಿತ್ತು. ಅಂದು ಶಾರ್ಜಾದಲ್ಲಿ ನಡೆದ ಆಸ್ಟ್ರೇಲೇಶ್ಯ ಕಪ್ ಕ್ರಿಕೆಟ್ ಫೈನಲ್‌ನಲ್ಲಿ ಪಾಕಿಸ್ಥಾನದ ಜಾವೇದ್ ಮಿಯಾಂದಾದ್ ಭಾರತದ ಚೇತನ್ ಶರ್ಮ ಅವರ, ಪಂದ್ಯದ ಕಟ್ಟಕಡೆಯ ಎಸೆತವನ್ನು ಸಿಕ್ಸರ್‌ಗೆ ಬಡಿದಟ್ಟಿ ಪಾಕ್‌ಗೆ ಅಮೋಘ ಜಯವೊಂದನ್ನು ತಂದಿತ್ತಿದ್ದರು. ಕ್ರಿಕೆಟ್ ಜಗತ್ತು ರೋಮಾಂಚನಗೊಂಡಿತ್ತು. ಭಾರತಕ್ಕೆ ಮಾತ್ರ ಹೃದಯ ಒಡೆದ ಅನುಭವ! ಇದು ಏಕದಿನ ಅಂತಾರಾಷ್ಟ್ರೀಯ ಪಂದ್ಯಗಳ ಇತಿಹಾಸದ ಅಂತಿಮ ಎಸೆತದಲ್ಲಿ ಸಿಕ್ಸರ್ ಸಿಡಿಸಿ ಜಯ ಸಾಧಿಸಿದ ಪ್ರಪ್ರಥಮ ನಿದರ್ಶನ.

ಅಂದಿನ ಈ ಸಾಧನೆಯನ್ನು ಜಾವೇದ್ ಮಿಯಾಂದಾದ್ ತಮ್ಮ 'ದ ಕಟ್ಟಿಂಗ್ ಎಜ್' ಪುಸ್ತಕದಲ್ಲಿ ಖುಷಿಯಿಂದ ಹೇಳಿಕೊಂಡಿದ್ದಾರೆ. ಕೊನೆಯಲ್ಲೊಂದು ಸಾಲು ಹೀಗಿದೆ–'ಅಂದಿನಿಂದ ಶಾರ್ಜಾದಲ್ಲಿ ಆಡುವಾಗಲೆಲ್ಲ ಭಾರತಕ್ಕೆ ನನ್ನ ಈ ಸಿಕ್ಸರ್ ದುಃಸ್ವಪ್ನವಾಗಿ ಕಾಡುತ್ತಲೇ ಇರುತ್ತದೆ'.

ಸುಳ್ಳಲ್ಲ!

ಕೈಫ್ ತಂದೆಗೆ ಫೈನಲ್ ಅಂದರೆ ಅಂಜಿಕೆ!

ಇಂಗ್ಲೆಂಡ್ ವಿರುದ್ಧ ನಡೆದ ನಾಟ್‌ವೆಸ್ಟ್ ಫೈನಲ್ ಭಾರತದ ಅಸಾಮಾನ್ಯ ಸಾಧನೆಗೆ ಸಾಕ್ಷಿಯಾದ ಪಂದ್ಯ. 1983ರ ವಿಶ್ವಕಪ್ ಬಳಿಕ ಭಾರತದ ಜಯಿಸಿದ ಅಮೋಘ ಫೈನಲ್ ಅದು. ಈ ಪಂದ್ಯ ನಡೆದದ್ದೂ ಐತಿಹಾಸಿಕ ಲಾರ್ಡ್ಸ್‌ನಲ್ಲಿ ಎಂಬುದನ್ನು ಮರೆಯುವಂತಿಲ್ಲ. ಯುವರಾಜ್ ಸಿಂಗ್ ಮತ್ತು ಮೊಹಮ್ಮದ್ ಕೈಫ್ ಭಾರತದ ಗೆಲುವಿನ ರೂವಾರಿಗಳಾಗಿದ್ದರು. ಆದರೆ ಇಷ್ಟೊಂದು ರೋಚಕ ಪಂದ್ಯವನ್ನು ವೀಕ್ಷಿಸದವರೊಬ್ಬರಿದ್ದಾರೆ. ಅವರು ಮೊಹಮ್ಮದ್ ತಾರೀಫ್. ಇವರು ಬೇರೆ ಯಾರೂ ಅಲ್ಲ, ಇಂಗ್ಲೆಂಡ್ ಬೌಲಿಂಗ್ ದಾಳಿಗೆ ಸಡ್ಡು ಹೊಡೆದು ನಿಂತ ಮೊಹಮ್ಮದ್ ಕೈಫ್ ಅವರ ತಂದೆ! ತಾರೀಫ್ ಅವರಿಗೆ ಫೈನಲ್ ಪಂದ್ಯಗಳೆಂದರೆ ಒಂಥರ ಅಂಜಿಕೆ. ಅಲ್ಲಿ ತನ್ನ ಮಗ ಹೇಗೆ ಆಡುತ್ತಾನೋ ಎಂಬ ಆತಂಕ. ಹೀಗಾಗಿ ನಾಟ್‌ವೆಸ್ಟ್ ಫೈನಲ್ ನಡೆಯುತ್ತಿರುವಾಗ ತಾರೀಫ್ 'ದೇವದಾಸ್' ಚಿತ್ರ ವೀಕ್ಷಿಸಲು 'ವಿಶ್ವಾಮಿತ್ರ' ಟಾಕೀಸ್‌ಗೆ ತೆರಳಿದ್ದರು. ಚಿತ್ರ ವೀಕ್ಷಿಸಿ ಮನೆಗೆ ಮರಳಿದ ಬಳಿಕವೇ ಅವರಿಗೆ ಭಾರತದ ಗೆದ್ದದ್ದು, ಮಗ ಅಮೋಘ ಬ್ಯಾಟಿಂಗ್ ನಡೆಸಿದ್ದೆಲ್ಲ ತಿಳಿದದ್ದು!

ಡಿಕ್ಕಿ ಬರ್ಡ್ ಸ್ವಚ್ಛಂದ ಹಾರಾಟ

1974ರ ಇಂಗ್ಲಂಡ್ ವಿರುದ್ಧದ ಸರಣಿಯ ಓಲ್ಡ್ ಟ್ರಾಫರ್ಡ್ ಟೆಸ್ಟ್ ಪಂದ್ಯದ ವೇಳೆ ಕಂಡುಬಂದ ತಮಾಷೆಯ ಘಟನೆಯಿದು. ನಮ್ಮ ಸುನೀಲ್ ಗಾವಸ್ಕರ್ ಕಣ್ಣಿಗೆ ಅಡ್ಡ ಬರುತ್ತಿದ್ದ ಉದ್ದನೆಯ ತಲೆಗೂದಲಿಂದ ಬಹಳಷ್ಟು ತೊಂದರೆ ಅನುಭವಿಸುತ್ತಿದ್ದರು. ಇದರಿಂದ ಏಕಾಗ್ರತೆಗೆ ಭಂಗ ತಂದುಕೊಳ್ಳುತ್ತಿದ್ದ ಗಾವಸ್ಕರ್ ತನ್ನ ಸಮಸ್ಯೆಯನ್ನು ಅಂಪಾಯರ್ ಬಳಿ ತೋಡಿಕೊಂಡರು. ಅವರು ವಿಚಲಿತರಾಗಲಿಲ್ಲ, ತಮ್ಮ ಕಿಸೆಯಿಂದ ಬ್ಲೇಡ್ ಒಂದನ್ನು ಹೊರತೆಗೆದು ಗಾವಸ್ಕರ್ ಅವರ ತಲೆಗೂದಲನ್ನು ಕತ್ತರಿಸಿಯೇಬಿಟ್ಟರು. ಆ ಬಳಿಕ ನಸುನಗುತ್ತಲೇ ಹೇಳಿದರು 'ಬ್ರದರ್, ನೀನು ನನ್ನನಿಂದು ಕ್ಷೌರಿಕನನ್ನಾಗಿ ಮಾಡಿಬಿಟ್ಟೆ!'

ಇದು ವಿಶ್ವವಿಖ್ಯಾತ ಅಂಪಾಯರ್ ಡಿಕ್ಕಿ ಬರ್ಡ್ ಅವರ 'ನಾಟ್‌ಔಟ್' ಪುಸ್ತಕದಲ್ಲಿನ ಒಂದು ಪ್ಯಾರಾ. ಅಂದಹಾಗೆ, ಮೇಲಿನ ಘಟನೆಯಲ್ಲಿ ಕಾಣಿಸಿಕೊಂಡ ಅಂಪಾಯರ್ ಬೇರ್‍ಯಾರೂ ಅಲ್ಲ, ಅದು ಸ್ವತಃ ಡಿಕ್ಕಿ ಬರ್ಡ್! ಇದನ್ನು ಇಲ್ಲಿ ಉಲ್ಲೇಖಿಸಲು ಕಾರಣವಿಷ್ಟೇ – ಅಂದು ವಿಶ್ವದಾಖಲೆಯ ಕ್ರಿಕೆಟಿಗನೋರ್ವನ ಸಮಸ್ಯೆಯನ್ನು ನಿವಾರಿಸಿದ ಡಿಕ್ಕಿ ಬರ್ಡ್ ಇಂದು ವಿಶ್ವದಾಖಲೆಯ ಪೀಠವೊಂದರಲ್ಲಿ ತಾನೇ ವಿರಾಜಮಾನರಾಗಿದ್ದಾರೆ. ಕ್ರಿಕೆಟ್ ಇತಿಹಾಸದ ಅತೀ ಹೆಚ್ಚಿನ ಟೆಸ್ಟ್ ಪಂದ್ಯಗಳಲ್ಲಿ ತೀರ್ಪುಗಾರನಾಗಿ ಕಾರ್ಯ ನಿಭಾಯಿಸಿದ್ದು ಬರ್ಡ್ ಅವರ ಸಾಧನೆಯೆನಿಸಿದೆ.

ಈ ವಿಶ್ವದಾಖಲೆ ನಿರ್ಮಾಣವಾದದ್ದು 1992ರ ನವೆಂಬರ್‌ನಲ್ಲಿ, ಅಂದು ಜಿಂಬಾಬ್ವೆ–ನ್ಯೂಜಿಲ್ಯಾಂಡ್ ಮಧ್ಯೆ ಬುಲವಾಯೋದಲ್ಲಿ ನಡೆದ ಪ್ರಥಮ ಟೆಸ್ಟ್ ಪಂದ್ಯದ ವೇಳೆ ಇಂಗ್ಲೆಂಡಿನ ಈ ಮಹಾನ್ ಅಂಪಾಯರ್ ಇತಿಹಾಸ ನಿರ್ಮಿಸಿದರು. 48 ಟೆಸ್ಟ್‌ಗಳಲ್ಲಿ ತೀರ್ಪುಗಾರನಾಗಿ ದುಡಿದ ತನ್ನದೇ ರಾಷ್ಟ್ರದ ಫ್ರ್ಯಾಂಕ್ ಚೆಸ್ಟರ್ ಅವರನ್ನು ಮೀರಿ ನಿಂತರು.

1933ರ ಎಪ್ರಿಲ್ 19ರಂದು ಬರ್ನ್‌ಸ್ಲೇಯಲ್ಲಿ ಜನಿಸಿದ ಡಿಕ್ಕಿ ಬರ್ಡ್ ಅವರ ನಿಜವಾದ ಹೆಸರು ಹೆರಾಲ್ಡ್ ಡೆನ್ನಿಸ್ 'ಡಿಕ್ಕಿ' ಬರ್ಡ್. ಈಗ 90 ವರ್ಷ. 66 ಟೆಸ್ಟ್, 69 ಏಕದಿನ ಪಂದ್ಯಗಳಲ್ಲಿ ತೀರ್ಪುಗಾರರಾಗಿ ದುಡಿದ ಹೆಗ್ಗಳಿಕೆ ಇವರದು.

ಬಲಗೈ ಬ್ಯಾಟ್ಸ್‌ಮನ್, ಮಧ್ಯಮ ವೇಗದ ಬೌಲರ್ ಆಗಿ ಕ್ರಿಕೆಟ್ ಜೀವನವನ್ನು ಆರಂಭಿಸಿದ ಇವರು 1956ರಿಂದ ಯಾರ್ಕ್‌ಶೈರ್ ಕೌಂಟಿಯ ಖಾಯಂ ಸದಸ್ಯನೆನಿಸಿಕೊಂಡರು. 1964ರ

ತನಕ ಈ ಕೌಂಟಿಯನ್ನು ಪ್ರತಿನಿಧಿಸಿದ ಡಿಕ್ಕಿ ಬರ್ಡ್, 67 ಪಂದ್ಯಗಳಲ್ಲಿ 3,315 ರನ್ ಪೇರಿಸಿ 75 ವಿಕೆಟ್‌ಗಳನ್ನು ಉರುಳಿಸಿದ್ದಾರೆ.

ಕ್ರಿಕೆಟ್ ಆಟದಲ್ಲಿ ಅತೀವ ಆಸಕ್ತಿ ತೋರಿಸಿ, ಪರ್ವಾಗಿಲ್ಲ ಎಂಬಂಥ ಸಾಧನೆಗೈದ ಡಿಕ್ಕಿ ಬರ್ಡ್ ತೀರ್ಪುಗಾರನಾದುದಾದರೂ ಏಕೆ, ಹೇಗೆ ? – ಇದಕ್ಕೆ ಬರ್ಡ್ ಅವರ ಕ್ರಿಕೆಟ್ ಪ್ರೇಮವೇ ಕಾರಣ. ನಿವೃತ್ತಿಯ ಬಳಿಕವೂ ಕ್ರಿಕೆಟ್ ಕ್ಷೇತ್ರದಲ್ಲಿ ಸೇವೆ ಸಲ್ಲಿಸುತ್ತಲೇ ಇರಬೇಕು ಎಂದು ನಿರ್ಧರಿಸಿ ಅಂಪಾಯರ್ ಆಗಬಯಸಿದರು. ಇದಕ್ಕಾಗಿ ಮೀಸಲಾದ ಎಲ್ಲ ಪರೀಕ್ಷೆಗಳನ್ನು ಪಾಸ್ ಮಾಡಿದ ಬರ್ಡ್‌ಗೆ 1970ರಲ್ಲಿ ಪ್ರಥಮ ಶ್ರೇಣಿಯ ಅಂಪಾಯರ್ ಆಗುವ ಯೋಗ ಲಭಿಸಿತು. ಅಂದು ಸರ್ರೆ–ಯಾರ್ಕ್‌ಶೈರ್ ಮಧ್ಯೆ ಓವಲ್‌ನಲ್ಲಿ ನಡೆಯಲಿರುವ ಪಂದ್ಯಕ್ಕೆ ತಾನೇ ಅಂಪಾಯರ್ ಎಂದು ಖಚಿತವಾದಾಗ ಇವರಲ್ಲೇನೋ ತಳಮಳ, ಗಾಬರಿ. 11 ಗಂಟೆಗೆ ಪಂದ್ಯ ಪ್ರಾರಂಭವಾಗುವುದಿದ್ದರೂ ಡಿಕ್ಕಿ ಬರ್ಡ್ ಬೆಳಗಿನ ಜಾವ ಐದೂವರೆ ಗಂಟೆಗೇ ಮೈದಾನಕ್ಕೆ ಓಡಿ ಬಂದಿದ್ದರು! ಆ ಐದೂವರೆ ಗಂಟೆಯ ಅವಧಿಯನ್ನು ತಾನು ಹೇಗೆ ಕಳೆದೆನೆಂಬುದನ್ನು ಇಂದಿಗೂ ಇವರಿಂದ ಊಹಿಸಿಕೊಳ್ಳಲಾಗುವುದಿಲ್ಲವಂತೆ!

ಮೂರೇ ವರ್ಷದಲ್ಲಿ ಡಿಕ್ಕಿ ಬರ್ಡ್ ಬಿಳಿ ಕೋಟು, ಕಪ್ಪು ಪ್ಯಾಂಟ್ ಧರಿಸಿ ಟೆಸ್ಟ್ ಪಂದ್ಯದ ತೀರ್ಪುಗಾರನಾಗಲು ಅಣಿಯಾದರು. ಅದು 1973ನೇ ಸಾಲಿನ ನ್ಯೂಜಿಲ್ಯಾಂಡ್ ವಿರುದ್ಧದ ಲೀಡ್ಸ್ ಪಂದ್ಯ. ಈ ಪಂದ್ಯದಲ್ಲಿ ಒಟ್ಟು 17 ಔಟ್ ನಿರ್ಣಯವನ್ನಿತ್ತ ಡಿಕ್ಕಿ ಬರ್ಡ್ ಎಲ್ಲೂ ವಿವಾದಕ್ಕೆ ಗುರಿಯಾಗಲಿಲ್ಲ, ಅಂದೇ ಎಲ್ಲರ ಮೇಲೂ ತನ್ನ ದಟ್ಟ ಪ್ರಭಾವ ಬೀರುವಲ್ಲಿ ಸಫಲರಾಗಿದ್ದರು. ಅನಂತರದ್ದು ಇತಿಹಾಸ.

ಓರ್ವ ಅಂಪಾಯರ್ ಆಗಿ ಪ್ರತಿಯೊಬ್ಬ ಆಟಗಾರರನ್ನೂ ಅತಿಯಾಗಿ ಪ್ರೀತಿಸುತ್ತ ಅವರ ಪ್ರೀತಿಯನ್ನು ಸಂಪಾದಿಸುತ್ತ ಬೆಳೆದು ಬಂದ ಡಿಕ್ಕಿ ಬರ್ಡ್, ಕ್ರಿಕೆಟಿನ ಶ್ರೀಮಂತಿಕೆಗೆ ಕಾರಣನಾದ ಮಹನೀಯರು. ಇವರು ಔಟ್ ಕೊಟ್ಟಾಗ ಆಟಗಾರರು ಕೆಕ್ಕರಿಸುತ್ತ ಪೆವಿಲಿಯನ್ನಿಗೆ ಹೋದ ನಿದರ್ಶನ ಬಹುಶಃ ಇಲ್ಲವೇ ಇಲ್ಲ, ಹೀಗಾಗಿ ಎಲ್ಲ ಕ್ರಿಕೆಟಿಗರ ಅಚ್ಚುಮೆಚ್ಚಿನ ತೀರ್ಪುಗಾರನೆಂಬ ಗೌರವಾದರಗಳು ಡಿಕ್ಕಿ ಬರ್ಡ್‌ಗೆ ಸಂದವು. ಅಂಪಾಯರ್‌ಗಳ ತೀರ್ಪುಗಳನ್ನೆಲ್ಲ ಸಂಶಯ ದೃಷ್ಟಿಯಿಂದಲೇ ನೋಡುವ ಈ ಆಧುನಿಕ ಕ್ರಿಕೆಟ್ ಯುಗದಲ್ಲೂ ಇದಕ್ಕೆ ಅಪವಾದವಾಗಿ ನಿಂತಿರುವುದು ಇವರ ಹೆಚ್ಚುಗಾರಿಕೆ.

ಆದರೆ ತೀರ್ಪುಗಾರನೊಬ್ಬನಿಗೆ ಸಾಮರ್ಥ್ಯದ ಅರಿವು ಇದ್ದೇ ಇರುತ್ತದೆ. ತಾನು ಕಂಪ್ಯೂಟರ್ ಅಲ್ಲ ಎಂಬುದು ಅವರಿಗೂ ತಿಳಿದಿರುತ್ತದೆ. ಇದಕ್ಕೆ ಡಿಕ್ಕಿ ಬರ್ಡ್ ಕೂಡ ಹೊರತಲ್ಲ, ತನ್ನ ಬದುಕಿನತ್ತ ಹಿನ್ನೋಟ ಹರಿಸಿದಾಗ ಇವರಿಗೆ ತಾನೂ ಮುಗ್ಗರಿಸಿದ್ದೇನೆ ಎಂಬ ಅರಿವು ಮೂಡಿದೆ. ಆದರೆ ಇಲ್ಲೆಲ್ಲೂ ಇವರು ತನ್ನದೇ ಸರಿ ಎಂಬ ಹಠಕ್ಕೆ ಜೋತು ಬೀಳಲಿಲ್ಲ, ತಪ್ಪನ್ನು ಪ್ರಾಂಜಲ ಮನಸ್ಸಿನಿಂದ ಒಪ್ಪಿಕೊಂಡಿದ್ದಾರೆ. ತಾನೇ ಬರೆದ 'ನಾಟ್ ಔಟ್' ಮತ್ತು 'ದ ಪೆವಿಲಿಯನ್ ಎಂಡ್' ಪುಸ್ತಕಗಳಲ್ಲಿ ಇವೆಲ್ಲದರ ಚಿತ್ರಣವನ್ನು ಕಾಣಬಹುದು.

ಕ್ರಿಕೆಟೇ ತನ್ನ ಉಸಿರು, ಕ್ರಿಕೆಟೇ ತನ್ನ ಸರ್ವಸ್ವ ಎಂದು ನಂಬಿರುವವರಲ್ಲಿ ಡಿಕ್ಕಿ ಬರ್ಡ್‌ಗೆ ವಿಶೇಷ ಸ್ಥಾನಮಾನ ಲಭ್ಯವಾಗಲೇ ಬೇಕು. ಇವರು ಬ್ರಹ್ಮಚಾರಿ ಆಗಿ ಉಳಿದಿರುವುದು ಕ್ರಿಕೆಟಿನ ಉದ್ಧಾರಕ್ಕಾಗಿಯೇ ಅಂದರೆ ಅಚ್ಚರಿಪಡುವ ಸರದಿ ನಮ್ಮದಾಗುತ್ತದೆ! ಹಾಂ... ಇವರ ಮನೆಯ ಹೆಸರೇನು ಗೊತ್ತೇ ? 'ದ ವಿಕೆಟ್'! ಇಲ್ಲೂ ಕೂಡ ಬರ್ಡ್ ಅವರ ಕ್ರಿಕೆಟ್ ಪ್ರೇಮ ಉಕ್ಕಲ್ಪಟ್ಟಿದೆ.

ಆದರೆ ಈಗಿನ ತೃತೀಯ ಅಂಪಾಯರ್ ಪದ್ಧತಿಗೆ ಬರ್ಡ್ ಕಡು ವಿರೋಧಿ!

ಧೋನಿ ಬೌಲಿಂಗ್

ವಿಕೆಟ್ ಕೀಪರ್ ವಿಕೆಟ್ ಕಿತ್ತ ಪ್ರಸಂಗ

ನಮಗೆ ಅಂದಿನ ಈ ನೀಳಕೇಶಿ ಕ್ರಿಕೆಟಿಗ ಹಾಲು ಕುಡಿದು ಬೆಳೆದದ್ದು ಗೊತ್ತು; ರಾಂಚಿಯ ಬೀದಿಗಳಲ್ಲಿ 100 ಕಿ.ಮೀ. ವೇಗದಲ್ಲಿ ಬೈಕ್ ಓಡಿಸುತ್ತ ರೋಮಾಂಚನ ಅನುಭವಿಸುವ ಸಂಗತಿಯೂ ಗೊತ್ತು. ಇಂಗ್ಲೆಂಡ್ ಎದುರಿನ ಮೊದಲೆರಡು ಏಕದಿನ ಪಂದ್ಯಗಳಲ್ಲಿ ಹರ್ಭಜನ್ ಸಿಂಗ್ ಹಾಗೂ ಸುರೇಶ್ ರೈನಾ ಪಂದ್ಯಶ್ರೇಷ್ಠ ಪ್ರಶಸ್ತಿಯಾಗಿ ಪಡೆದ ಬೈಕನ್ನೇರಿ ತಾನೇ ಮೊದಲು ಸವಾರಿ ಮಾಡಿದ್ದು ಈ ಕ್ರಿಕೆಟಿಗನ ಬೈಕ್ ಖಯಾಲಿಗೊಂದು ಪುಟ್ಟ ನಿದರ್ಶನ.

ಹಾಗೆಯೇ ಕೀಪಿಂಗ್ ಜತೆಗೆ ಚೆಂಡನ್ನು ಸಿಡಿಗುಂಡಿನಂತೆ ಬಡಿದಟ್ಟುವ ಸಂಗತಿ ಗೊತ್ತು; ಆದರೆ ಗ್ಲೌಸ್ ತೊಡುವ ಈ ಕೈಗಳಿಗೆ ಬೌಲಿಂಗ್ ನಡೆಸಲಿಕ್ಕೂ ಗೊತ್ತು ಎಂಬುದು ತಿಳಿದಿರಲಿಲ್ಲ. ಇದಕ್ಕೆ ಅಪರೂಪದ ಸಾಕ್ಷ್ಯ ಒದಗಿಸಿದ್ದು ಪಾಕಿಸ್ತಾನ ವಿರುದ್ಧದ 2006ರ ಫೈಸಲಾಬಾದ್ ಟೆಸ್ಟ್. ಆ ಕೀಪರ್-ಬೌಲರ್ ಬೇರೆ ಯಾರೂ ಅಲ್ಲ, ಮಹೇಂದ್ರ ಸಿಂಗ್ ಧೋನಿ!

ಅಂದು ಅಚ್ಚರಿಯ ನಿರ್ಧಾರವೊಂದರಲ್ಲಿ ನಾಯಕ ರಾಹುಲ್ ದ್ರಾವಿಡ್ ಅವರು ಚೆಂಡನ್ನು ನೀಡಿದ್ದು ಧೋನಿ ಕೈಗೆ! ಆಗ ಎಲ್ಲರಿಗೂ ಎರಡು ರೀತಿಯ ರೋಮಾಂಚನ. ಮೊದಲನೆಯದು, ವಿಕೆಟ್ ಕೀಪರ್ ಓರ್ವ ಗ್ಲೌಸ್ ಕಳಚಿಟ್ಟು ಬೌಲಿಂಗ್ ನಡೆಸಲು ಆಗಮಿಸಿದ್ದು, ಎರಡನೆಯದು, ಧೋನಿ ಅದೆಂಥ ಬೌಲಿಂಗ್ ನಡೆಸುತ್ತಾರೆ ಎಂಬುದು. ಒಟ್ಟಾರೆ

ಕೀಪರ್ ಬೌಲಿಂಗ್ ನಡೆಸಬಾರದೇ

ವಿಕೆಟ್ ಕೀಪರ್ ಓರ್ವ ಬೌಲಿಂಗ್‌ಗೆ ಇಳಿಯುವುದೇ ಎಲ್ಲರ ಪಾಲಿನ ಅಚ್ಚರಿ. ಅನೇಕರಿಗೆ ಪ್ರಶ್ನಾರ್ಥಕ ಸಂಗತಿ. ಹಾಗಾದರೆ ಕೀಪರ್ ಆದವರು ಬೌಲಿಂಗ್ ನಡೆಸಬಾರದೇ? ಕ್ರಿಕೆಟ್‌ನಲ್ಲಿ ಇಂಥದೇನಾದರೂ ನಿಯಮವಿದೆಯೇ ?

ವಿಕೆಟ್ ಕೀಪರ್ ಬೌಲಿಂಗ್ ಮಾಡುವುದು ಖಂಡಿತ ತಪ್ಪಲ್ಲ. ಇದಕ್ಕಾಗಿ ಯಾವುದೇ ವಿಶೇಷ ನಿಯಮವನ್ನೂ ರೂಪಿಸಲಾಗಿಲ್ಲ, ಆದರೆ ಇಂಥ ಸಂದರ್ಭದಲ್ಲಿ ಎದುರಾಳಿ ನಾಯಕನ ಒಪ್ಪಿಗೆ ಸಿಗಬೇಕು ಎಂಬುದು ಆಗಿನ ನಿಯಮ.

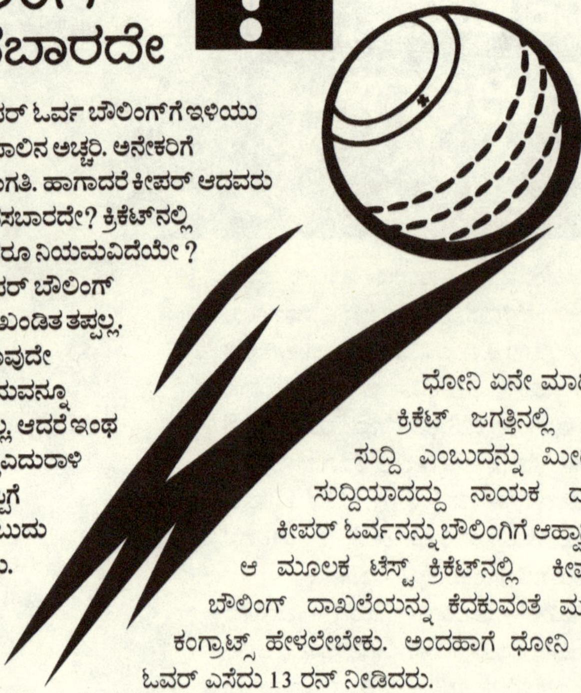

ಧೋನಿ ಏನೇ ಮಾಡಿದರೂ ಕ್ರಿಕೆಟ್ ಜಗತ್ತಿನಲ್ಲಿ ದೊಡ್ಡ ಸುದ್ದಿ ಎಂಬುದನ್ನು ಮೀರಿಯೂ ಸುದ್ದಿಯಾದದ್ದು ನಾಯಕ ದ್ರಾವಿಡ್ ಕೀಪರ್ ಓರ್ವನನ್ನು ಬೌಲಿಂಗಿಗೆ ಆಹ್ವಾನಿಸಿದ್ದು. ಆ ಮೂಲಕ ಟೆಸ್ಟ್ ಕ್ರಿಕೆಟ್‌ನಲ್ಲಿ ಕೀಪರ್‌ಗಳ ಬೌಲಿಂಗ್ ದಾಖಲೆಯನ್ನು ಕೆದಕುವಂತೆ ಮಾಡಿದ್ದಕ್ಕೆ ಕಂಗ್ರಾಟ್ಸ್ ಹೇಳಲೇಬೇಕು. ಅಂದಹಾಗೆ ಧೋನಿ ಒಂದು ಓವರ್ ಎಸೆದು 13 ರನ್ ನೀಡಿದರು.

ಅನುಮಾನವೇ ಬೇಡ, ಟೆಸ್ಟ್ ಇತಿಹಾಸದಲ್ಲಿ ಬೌಲಿಂಗ್ ನಡೆಸಿದ ವಿಕೆಟ್ ಕೀಪರ್‌ಗಳು ಸಾಕಷ್ಟು ಸಂಖ್ಯೆಯಲ್ಲಿ ಕಾಣಸಿಗುತ್ತಾರೆ. ಧೋನಿ ಸೇರಿದಂತೆ ಭಾರತದಲ್ಲೇ ನಾಲ್ವರು ಕೀಪರ್‌ಗಳ ಉದಾಹರಣೆ ಲಭ್ಯವಾಗುತ್ತದೆ. ಉಳಿದವರೆಂದರೆ ಸಯ್ಯದ್ ಕಿರ್ಮಾನಿ, ಕಿರಣ್ ಮೋರೆ (ತಲಾ 2 ಓವರ್) ಮತ್ತು ಅಜಯ್ ರಾತ್ರ (ಒಂದು ಓವರ್).

ಇವರಲ್ಲಿ ಅತ್ಯಂತ ಯಶಸ್ವಿ ಎನಿಸಿದವರು ಸಯ್ಯದ್ ಕಿರ್ಮಾನಿ. ಏಕೆಂದರೆ ಇವರು ಒಂದು ವಿಕೆಟ್ ಕೂಡ ಉರುಳಿಸಿದ್ದಾರೆ! 88 ಟೆಸ್ಟ್‌ಗಳನ್ನಾಡಿರುವ ಕಿರ್ಮಾನಿ 19 ಎಸೆತಗಳನ್ನಿಕ್ಕಿ 13 ರನ್ ವೆಚ್ಚದಲ್ಲಿ ಒಂದು ವಿಕೆಟ್ ಪಡೆದು, ಇಂಥದೊಂದು ಅಪರೂಪದ ಸಾಧನೆಗೈದ ಭಾರತದ ಏಕಮಾತ್ರ ಹಾಗೂ ವಿಶ್ವದ ಕೇವಲ 9ನೇ ಕೀಪರ್ ಎನಿಸಿದ್ದಾರೆ.

ಸಯ್ಯದ್ ಕಿರ್ಮಾನಿ ಬೌಲಿಂಗ್

ಸಯ್ಯದ್ ಕಿರ್ಮಾನಿಯವರ ಬೌಲಿಂಗ್ ಪ್ರಸಂಗಗಳದೇ ಒಂದು ಸ್ವಾರಸ್ಯಕರ ಕಥನ. ಇವರನ್ನು ಮೊದಲ ಸಲ ಬೌಲಿಂಗಿಗೆ ಆಹ್ವಾನಿಸಿದ ಕಪ್ತಾನ ಕಪಿಲ್‌ದೇವ್. ಅದು 1982–83ರ ವೆಸ್ಟ್ ಇಂಡೀಸ್ ವಿರುದ್ಧದ ಬ್ರಿಜ್ ಟೌನ್ ಟೆಸ್ಟ್, ಇದು ಕಿರ್ಮಾನಿಯವರ 68ನೇ ಟೆಸ್ಟ್ ಆಗಿತ್ತು.

ಈ ಪಂದ್ಯದಲ್ಲಿ ವಿಂಡೀಸ್ 277 ರನ್ನುಗಳ ಬೃಹತ್ ಮುನ್ನಡೆ ಸಂಪಾದಿಸಿತ್ತು. ಭಾರತ ತನ್ನ ದ್ವಿತೀಯ ಸರದಿಯನ್ನು ಮುಗಿಸಿದ್ದೂ 277 ರನ್ನಿಗೆ. ಅರ್ಥಾತ್, ಕೇವಲ ಒಂದು ರನ್ ಮಾಡಿದರೆ ವಿಂಡೀಸಿಗೆ ಜಯ ಎಂಬಂಥ ಸ್ಥಿತಿ.

ಇಂಥದೊಂದು ಸನ್ನಿವೇಶದಲ್ಲಿ ಕಪಿಲ್ ಅವರು ಕಿರ್ಮಾನಿ ಕೈಗೆ ಚೆಂಡು ನೀಡುತ್ತಾರೆ. ಮೊದಲ ಎಸೆತಕ್ಕೆ ರನ್ನಿಲ್ಲ. ಎರಡನೇ ಎಸೆತ ನೋಬಾಲ್! ವೆಸ್ಟ್ ಇಂಡೀಸಿಗೆ 10 ವಿಕೆಟ್ ಗೆಲುವು! ಆದರೆ ಸುದ್ದಿಯಾದದ್ದು ವೆಸ್ಟ್ ಇಂಡೀಸಿನ ವಿಜಯವೂ ಅಲ್ಲ, ಭಾರತದ ಸೋಲೂ ಅಲ್ಲ, ಅದು ಕಿರ್ಮಾನಿಯವರ ಬೌಲಿಂಗ್. ಭಾರತದ ಟೆಸ್ಟ್ ಇತಿಹಾಸದಲ್ಲಿ ಕೀಪರ್ ಓರ್ವ ಬೌಲಿಂಗ್‌ಗೆ ಇಳಿದ ಮೊದಲ ಉದಾಹರಣೆ ಇದೆಂಬುದನ್ನು ಮರೆಯುವಂತಿಲ್ಲ, ಅಂದು ಅವರ ಬೌಲಿಂಗ್ ಫಿಗರ್ ಹೀಗಿತ್ತು: 0.1–0–0–0. ಆಗ ನೋಬಾಲ್‌ಗಳನ್ನು ಬೌಲರ್‌ನ ಖಾತೆಗೆ ಸೇರಿಸುತ್ತಿರಲಿಲ್ಲ!

ಸಯ್ಯದ್ ಕಿರ್ಮಾನಿ ಅವರಿಗೆ ವಿಕೆಟ್ ಸಿಕ್ಕಿದ ಪ್ರಸಂಗ ಮತ್ತೂ ಸ್ವಾರಸ್ಯಕರ. ಇಲ್ಲಿಯೂ ಕಪಿಲ್ ದೇವ್ ಅವರದೇ ಕೃಪೆ ಇತ್ತೆಂಬುದು ಕಾಕತಾಳೀಯ.

1983–84ರ ಸಾಲಿನ ಪಾಕಿಸ್ಥಾನ ವಿರುದ್ಧದ ನಾಗ್ಪುರ ಟೆಸ್ಟ್ ಪಂದ್ಯವದು. ಭಾರತದ 245 ರನ್ನಿಗೆ ಜವಾಬಾಗಿ ಪಾಕ್ 322 ರನ್ ಬಾರಿಸಿ 77 ರನ್ನುಗಳ ಮುನ್ನಡೆ ಸಾಧಿಸಿತ್ತು. ದ್ವಿತೀಯ ಸರದಿಯಲ್ಲಿ ಭಾರತ 8 ವಿಕೆಟಿಗೆ 262 ರನ್ ಮಾಡಿ ಬ್ಯಾಟಿಂಗ್ ಬಿಟ್ಟುಕೊಟ್ಟಿತು. ಪಾಕ್ ಗೆಲುವಿಗೆ 186 ರನ್ನುಗಳ ಸವಾಲು. ಆದರೆ ಇದಕ್ಕೆ ಕಾಲಾವಕಾಶ ಇರಲಿಲ್ಲ.

ಇದು ಪಾಕ್ ತಂಡದ ನಾಯಕ ಜಹೀರ್ ಅಬ್ಬಾಸ್ ಅವರ ಅಸಮಾಧಾನಕ್ಕೆ ಕಾರಣವಾಗಿತ್ತು. 9ನೇ ಕ್ರಮಾಂಕದ ತಾಹಿರ್ ನಕಾಶ್ ಮತ್ತು 11ನೇ ಕ್ರಮಾಂಕದ ಅಜೀಮ್ ಹಫೀಜ್ ಅವರನ್ನು ಆರಂಭಿಕರನ್ನಾಗಿ ಕಳುಹಿಸುವ ಮೂಲಕ ಕಪಿಲ್ ಮೇಲಿನ ಕೋಪವನ್ನು ಜಹೀರ್ ಜಗಜ್ಜಾಹೀರುಗೊಳಿಸಿದ್ದರು.

ತಮಾಷೆಯೆಂದರೆ, ಜಹೀರ್ ಅಬ್ಬಾಸ್ ಚಾಪೆ ಕೆಳಗೆ ನುಸುಳಿದರೆ ಕಪಿಲ್‌ದೇವ್ ರಂಗೋಲಿ ಕೆಳಗೆ ನುಸುಳಿದ್ದು, ಸ್ವತಃ ಒಂದು ಓವರ್ ಎಸೆದ ಬಳಿಕ ಮದನ್‌ಲಾಲ್‌ಗೆ ಬೌಲಿಂಗ್ ನೀಡಬೇಕಿದ್ದ ಅವರು ದಿಲೀಪ್ ವೆಂಗಸರ್ಕಾರ್ ಮತ್ತು ಯಶ್ಪಾಲ್ ಶರ್ಮ ಅವರಿಗೆ ಈ ಪಟ್ಟಿ ಕಟ್ಟಿದ್ದರು!

ಇವರ ಒಂದೊಂದು ಓವರ್ ಮುಗಿದೊಡನೆ ಕಪಿಲ್‌ಗೆ ನೆನಪಾದವರು ಸಯ್ಯದ್ ಕಿರ್ಮಾನಿ! ಅಂದು ತಮ್ಮ 72ನೇ ಟೆಸ್ಟ್ ಪಂದ್ಯವನ್ನು ಆಡುತ್ತಿದ್ದ ಕಿರ್ಮಾನಿ 2 ಓವರ್ ಎಸೆದರಷ್ಟೇ ಅಲ್ಲ, ಕ್ಲೀನ್ ಬೌಲ್ಡ್ ಮಾಡುವ ಮೂಲಕ ಅಜೀಮ್ ಹಫೀಜ್ ಅವರ ವಿಕೆಟ್ ಕೂಡ ಹಾರಿಸಿದರು! ಭಾರತೀಯ ಟೆಸ್ಟ್ ಇತಿಹಾಸದಲ್ಲಿ ಕೀಪರ್ ಓರ್ವ ವಿಕೆಟ್ ಉರುಳಿಸಿದ ಮೊದಲ ಹಾಗೂ ಏಕಮಾತ್ರ ದೃಷ್ಟಾಂತ ಇದಾಗಿದೆ.

ಈವರೆಗಿನ ಟೆಸ್ಟ್ ಚರಿತ್ರೆಯಲ್ಲಿ ವಿಕೆಟ್ ಉದುರಿಸಿದ ವಿಕೆಟ್ ಕೀಪರ್‌ಗಳ ಸಂಖ್ಯೆ ಕೇವಲ 9. ಇದರಲ್ಲಿ ಕಿರ್ಮಾನಿ ಕೂಡ ಒಬ್ಬರು. ಉಳಿದವರಲ್ಲಿ ಇಂಗ್ಲೆಂಡಿನ ಎ. ಲಿಟ್ಲ್‌ಟನ್ ಅವರಿಗೆ ಅಗ್ರಸ್ಥಾನ. ಇವರಿಗೆ ಸರ್ವಾಧಿಕ 4 ವಿಕೆಟ್ ಕಿತ್ತ ಗೌರವ. ಜತೆಗೆ ಈ ಎಲ್ಲ ವಿಕೆಟ್‌ಗಳನ್ನು ಅವರು ಒಂದೇ ಇನ್ನಿಂಗ್ಸ್‌ನಲ್ಲಿ ಉರುಳಿಸಿದ್ದರು. ಬೌಲರ್‌ಗಳಿಗೂ ಮಿಗಿಲಾದ ಸಾಧನೆಯಲ್ಲವೇ ?!

ಇಂಗ್ಲೆಂಡಿನವರೇ ಆದ ಡಬ್ಲ್ಯು. ಸ್ಟೋರರ್ 2 ವಿಕೆಟ್ ಹಾರಿಸಿದ್ದು, ಸರ್ವಾಧಿಕ 168 ಎಸೆತಗಳನ್ನಿಕ್ಕಿದ ದಾಖಲೆಯನ್ನು ತಮ್ಮದಾಗಿಸಿಕೊಂಡಿದ್ದಾರೆ. ಉಳಿದಂತೆ ಇಂಗ್ಲೆಂಡಿನ ಎ.ಎಫ್.ಎ. ಲಿಲ್ಲಿ, ಜಿಮ್ ಪಾರ್ಕ್ಸ್, ದಕ್ಷಿಣ ಆಫ್ರಿಕಾದ ಮಾರ್ಕ್ ಬೌಷರ್, ವೆಸ್ಟ್ ಇಂಡೀಸಿನ ಸಿ.ಎ. ಮೆಕ್ ವಾಟ್, ಜಿಂಬಾಬ್ವೆಯ ತತೇಂದ ಟೈಬು ಮತ್ತು ಪಾಕಿಸ್ಥಾನದ ತಸ್ಲೀಮ್ ಆರೀಫ್ ತಲಾ ಒಂದೊಂದು ವಿಕೆಟ್ ಕಿತ್ತು ಅಪರೂಪದ ಕೀಪಿಂಗ್-ಬೌಲಿಂಗ್ ಸಾಧಕರಾಗಿ ಮೂಡಿಬಂದಿರುವರು.

ಎಲ್ಲ 11 ಮಂದಿಯಿಂದಲೂ ಬೌಲಿಂಗ್

ಅನೇಕಾನೇಕ ಸ್ವಾರಸ್ಯಗಳ ಕಣಜವಾಗಿರುವ ಟೆಸ್ಟ್ ಕ್ರಿಕೆಟ್‌ನಲ್ಲಿ 4 ಸಲ ತಂಡವೊಂದರ ಎಲ್ಲ 11 ಮಂದಿ ಆಟಗಾರರು ಬೌಲಿಂಗ್ ನಡೆಸಿದ ಪ್ರಸಂಗವೂ ದಾಖಲಾಗಿದೆ. ಆಗ ವಿಕೆಟ್ ಕೀಪರ್‌ಗಳು ತನ್ನಿಂತಾನಾಗಿಯೇ ಬೌಲಿಂಗ್ ವ್ಯಾಪ್ತಿಯಲ್ಲಿ ಕಾಣಿಸಿಕೊಂಡಿದ್ದರು.

ಇದಕ್ಕೆ ಮೊದಲ ಉದಾಹರಣೆ 1884ರ ಇಂಗ್ಲೆಂಡ್-ಆಸ್ಟ್ರೇಲಿಯ ನಡುವಿನ ಓವಲ್ ಟೆಸ್ಟ್. ಅಂದು ಕಾಂಗರೂಗಳ 551 ರನ್ನುಗಳ ಮ್ಯಾರಥಾನ್ ಇನ್ನಿಂಗ್ಸ್ ವೇಳೆ ಇಂಗ್ಲೆಂಡಿನ ಎಲ್ಲ ಆಟಗಾರರನ್ನು ಬೌಲಿಂಗ್‌ಗೆ ಬಳಸಿಕೊಳ್ಳಲಾಗಿತ್ತು. ಆಗಲೇ ಲಿಟ್ಲ್ ಟನ್ 12 ಓವರ್‌ಗಳಲ್ಲಿ 19 ರನ್ನಿತ್ತು 4 ವಿಕೆಟ್ ಹಾರಿಸಿದ್ದು.

1979-80ರ ಪಾಕಿಸ್ಥಾನ-ಆಸ್ಟ್ರೇಲಿಯ ನಡುವಿನ ಫೈಸಲಾಬಾದ್ ಟೆಸ್ಟ್‌ನಲ್ಲಿ ಜಾವೇದ್ ಮಿಯಾಂದಾದ್-ತಸ್ಲೀಮ್ ಆರೀಫ್ ಜೋಡಿ ಯನ್ನು ಬೇರ್ಪಡಿಸಲು ಕಪ್ತಾನ ಗ್ರೆಗ್ ಚಾಪೆಲ್ ಎಲ್ಲ ಆಟಗಾರರ ಮೊರೆ ಹೋಗಿದ್ದರು. ಹೀಗಾಗಿ ಕೀಪರ್ ರಾಡ್ನಿ ಮಾರ್ಷ್ ಕೂಡ ಗ್ಲೌಸ್ ಕಳಚಿಟ್ಟು ಬರಬೇಕಾಯಿತು.

ಕೊನೆಯ ಉದಾಹರಣೆಯೂ ಸೇಂಟ್ ಜಾನ್ಸ್ ಟೆಸ್ಟ್‌ನಲ್ಲಿ ಕಾಣಸಿಗುತ್ತದೆ. 2005ರಲ್ಲಿ ವೆಸ್ಟ್ ಇಂಡೀಸ್ -ದಕ್ಷಿಣ ಆಫ್ರಿಕಾ ಇಲ್ಲಿ ಎದುರಾಗಿದ್ದವು. ಆಫ್ರಿಕದ 588ಕ್ಕೆ (6 ವಿಕೆಟಿಗೆ ಡಿಕ್ಲೇರ್) ಜವಾಬಾಗಿ ವಿಂಡೀಸ್ 747 ರನ್ ಸೂರೆಗೈದು ದಾಖಲೆಯನ್ನೇ ನಿರ್ಮಿಸಿತ್ತು. ಆಗ ದಕ್ಷಿಣ ಆಫ್ರಿಕಾ ನಾಯಕ ಗ್ರೇಮ್ ಸ್ಮಿತ್ ತನ್ನ ಇಡೀ ಪಡೆಯನ್ನು ಛೂಬಿಟ್ಟಾಗ ಕೀಪರ್ ಮಾರ್ಕ್ ಬೌಷರ್ ದಾಖಲೆ ನಿರ್ಮಿಸುವಂತಾಯಿತು. 1.2 ಓವರ್ ಎಸೆದ ಬೌಷರ್ 6 ರನ್ ನೀಡಿ 107 ರನ್ ಮಾಡಿದ ಡ್ವೇಯ್ನ್ ಬ್ರಾವೊ ವಿಕೆಟ್ ಉರುಳಿಸುವಲ್ಲಿ ಸಫಲರಾಗಿದ್ದರು. ಇದು ಬೌಷರ್ ಅವರ 84ನೇ ಟೆಸ್ಟ್ ಆಗಿತ್ತು. ಹಾಗೂ ಅತ್ಯಧಿಕ ಟೆಸ್ಟ್ ಆಡಿದ ಬಳಿಕ ವಿಕೆಟ್ ಸಂಪಾದಿಸಿದ ಕ್ರಿಕೆಟಿಗನೆಂಬ ದಾಖಲೆಯೂ ಇವರಿಗೊಲಿದಿತ್ತು!

ಮುಲ್ತಾನ್ ಕಾ ಸುಲ್ತಾನ್ ವೀರೇಂದ್ರ ಸೆಹವಾಗ್

ಒಂದಲ್ಲ, ಎರಡಲ್ಲ..... ಭರ್ತಿ 72 ವರ್ಷಗಳ ನಿರೀಕ್ಷೆಯ ಫಲ. ಹತ್ತಿರ ಹತ್ತಿರ ಮುಕ್ಕಾಲು ಶತಮಾನದ ತಪಸ್ಸು ಸಿದ್ಧಿಸಿದ ಬಳಿಕ ಲಭಿಸಿದ ವರ. 372 ಟೆಸ್ಟ್‌ಗಳ ಕಾಯುವಿಕೆಯ ಅನಂತರ ಭಾರತೀಯ ಕ್ರಿಕೆಟಿಗನೋರ್ವನಿಂದ ದಾಖಲಾದ ಅಸಾಮಾನ್ಯ ಬ್ಯಾಟಿಂಗ್ ಶೌರ್ಯ. 1,693 ಟೆಸ್ಟ್ ಪಂದ್ಯಗಳನ್ನು ಕಂಡ ಜಾಗತಿಕ ಕ್ರಿಕೆಟ್ ಇನ್ನು ಭಾರತವನ್ನು ಕಾಯಿಸುವುದರಲ್ಲಿ ಅರ್ಥವಿಲ್ಲ ಎಂದು ತೀರ್ಮಾನಿಸಿ ಅಂಕಿತ ಹಾಕಿಯೇ ಬಿಟ್ಟಿತು; ಮುಲ್ತಾನ್ ಮೈದಾನ ಇದಕ್ಕೊಂದು ವೇದಿಕೆಯಾಯಿತು.

ಆಂಜನೇಯನೇ ಸ್ಫೂರ್ತಿ!

ಕ್ರಿಕೆಟ್‌ನಲ್ಲಿ ಅಮೋಘ ಸಾಧನೆಗೈದವರು ತಮಗೆ ಬ್ರಾಡ್‌ಮನ್ ಸ್ಫೂರ್ತಿ, ಗಾವಸ್ಕರ್ ಸ್ಫೂರ್ತಿ ಎಂದು ಹೇಳಿದ್ದನ್ನೆಲ್ಲ ನಾವು ಕೇಳಿದ್ದೇವೆ. ಆದರೆ ವೀರೇಂದ್ರ ಸೆಹವಾಗ್‌ಗೆ ಸ್ಫೂರ್ತಿಯಾದವರು ಯಾರು ಗೊತ್ತೇ ? ರಾಮನ ಬಂಟ ಹನುಮಂತ! ಹೌದು... ಸೆಹವಾಗ್ ಆಂಜನೇಯನ ಪರಮಭಕ್ತ. ಬಾಹುಬಲದಲ್ಲಿ ಆಂಜನೇಯನನ್ನು ಮೀರಿಸುವವರಿಲ್ಲ ಎಂದು ಬಲವಾಗಿ ನಂಬಿರುವ ವೀರೇಂದ್ರ ಸೆಹವಾಗ್, 39 ಬೌಂಡರಿ ಹಾಗೂ 6 ಸಿಕ್ಸರ್ ಸಿಡಿಸಿದ್ದು ಈತನ ಮಹಿಮೆಯಿಂದಲೇ ಇರಬೇಕು ಎಂದು ನಜಾಫ್‌ಗಢದ ಮಿತ್ರರು ಮಾತಾಡಿಕೊಳ್ಳುತ್ತಿದ್ದುದರಲ್ಲಿ ತಮಾಷೆಯೇನೂ ಇಲ್ಲ! ಸೆಹವಾಗ್‌ರ ತಾಯಿ ಕೃಷ್ಣಾಳ ಪ್ರಕಾರ, ಮಗನ ಈ ಸಾಧನೆಗೆ ದುರ್ಗೆಯ ಕೃಪೆಯೇ ಕಾರಣ. ಆಕೆ ದುರ್ಗೆಯ ಭಕ್ತೆ; ಅಷ್ಟೇ ಅಲ್ಲ, ಅಂದು (ಮಾ. 29) ದುರ್ಗಾಷ್ಟಮಿಯೂ ಆಗಿತ್ತು. ಈ ಮಂಗಳ ದಿನದಂದು ತನ್ನ ಮಗ ಏನಾದರೊಂದು ಸಾಧನೆ ಮಾಡಲಿದ್ದಾನೆ ಎಂಬ ತಾಯಿಯ ನಂಬಿಕೆ ಫಲಿಸಿದ ದಿನವೂ ಅದಾಗಿತ್ತು!

ಇದು ತ್ರಿಬಲ್ ಸೆಂಚುರಿ! ಬಾರಿಸಿದಾತ ಡ್ಯಾಶಿಂಗ್ ಓಪನರ್ ವೀರೇಂದ್ರ ಸೆಹವಾಗ್!

1932ರ ಜೂನ್ 25ರಂದು ಐತಿಹಾಸಿಕ ಲಾರ್ಡ್ಸ್‌ನಲ್ಲಿ ಇಂಗ್ಲಂಡ್ ವಿರುದ್ಧ ಭಾರತ ತನ್ನ ಚೊಚ್ಚಲ ಟೆಸ್ಟ್ ಆಡಿದಂದಿನಿಂದ, ಇದೇ ಇಂಗ್ಲೆಂಡ್ ವಿರುದ್ಧ ಮುಂಬಯಿಯ ಜಿಮ್ಖಾನ ಮೈದಾನದಲ್ಲಿ 1933ರ ಡಿಸೆಂಬರ್ 15ರಂದು ಲಾಲಾ ಅಮರನಾಥ್ ಪ್ರಪ್ರಥಮ ಟೆಸ್ಟ್ ಶತಕ ಬಾರಿಸಿದಂದಿನಿಂದ ಈ ನಾಡಿನ ಕ್ರಿಕೆಟ್ ಅಭಿಮಾನಿಗಳ ಹೃದಯದ ಮೂಲೆಯಲ್ಲೊಂದು ನಿರೀಕ್ಷೆಯ ಮೊಟ್ಟೆ ಬೆಚ್ಚನೆ ಮಲಗಿತ್ತು, ಮೊನ್ನೆ ಮಾ. 29ರ ತನಕ ಮಲಗಿಕೊಂಡೇ ಇತ್ತು... ವೀರೇಂದ್ರ ಸೆಹವಾಗ್ ಬ್ಯಾಟಿಂಗ್ ವೀರಾವೇಶ ತೋರುವ ತನಕ!

ಈ ಮಧ್ಯೆ ಭಾರತ ಅದೆಷ್ಟು ಮಂದಿ ಮಹಾನ್ ಬ್ಯಾಟ್ಸ್‌ಮನ್‌ಗಳನ್ನು ಕಂಡಿಲ್ಲ! 34 ಶತಕ ಬಾರಿಸಿ ವಿಶ್ವದಾಖಲೆಯನ್ನು ಬರೆದಿಟ್ಟಿರುವ ಅಂದಿನ ಸುನೀಲ್ ಗಾವಸ್ಕರ್, ಇದನ್ನು ಧ್ವಂಸಗೈದ ಸಚಿನ್ ತೆಂಡುಲ್ಕರ್; ಅಂದಿನ ಬ್ಯಾಟಿಂಗ್ ಕಲಾಕಾರ ಗುಂಡಪ್ಪ ವಿಶ್ವನಾಥ್, ಇವರ ಪಡಿಯಚ್ಚಿನಂತಿದ್ದ ರಾಹುಲ್ ದ್ರಾವಿಡ್, ಪಯಣವನ್ನು ಹಿಂದಕ್ಕೆ ಬೆಳೆಸಿದಾಗ ಕಾಣಲ್ಪಡುವ ಲಾಲಾ ಅಮರನಾಥ್, ವಿನೂ ಮಂಕಡ್, ವಿಜಯ್ ಹಜಾರೆ, ಪಾಲಿ ಉಮ್ರಿಗರ್, ನವಾಬ್ ಪಟೌಡಿ, ಅಷ್ಟೇಕೆ.... ಇಂಗ್ಲಂಡ್‌ಗೆ ವಲಸೆ ಹೋಗಿ ರನ್ ಎವರೆಸ್ಟ್ ಏರಿದ್ದ ರಣಜಿತ್ ಸಿಂಹಜಿ.... ಇವರೆಲ್ಲರಿಗೂ ಮುನ್ನೂರರ ಮ್ಯಾಜಿಕ್ ಫಿಗರ್ ಮರೀಚಿಕೆಯೇ ಆಗುಳಿದಿತ್ತು.

ತಾಳ್ಮೆಯ ಪ್ರತಿರೂಪದಂತಿದ್ದ ಈ ಬ್ಯಾಟ್ಸ್‌ಮನ್‌ಗಳಿಗೆ ದಿನವಿಡೀ ಕ್ರೀಸ್‌ನಲ್ಲುಳಿಯುವುದು, ಎದುರಾಳಿ ಬೌಲರ್‌ಗಳ ಮೇಲೆ ಹರಿಹಾಯುವುದು ದೊಡ್ಡ ಸಂಗತಿಯೇ ಆಗಿರಲಿಲ್ಲ, ಸಮಸ್ಯೆಯಿದ್ದುದು ಒಂದರಲ್ಲಿ ಮಾತ್ರ – ಇನ್ನೂರನ್ನು ಮುನ್ನೂರಾಗಿ ಪರಿವರ್ತಿಸುವುದರಲ್ಲಿ ! ಆದ್ದರಿಂದಲೇ ಆ್ಯಂಡಿ ಸ್ಯಾಂಡಹಮ್ ಹೇಳಿದ್ದು – 'ಯೋಗ' ಎಂದು.

ಈ ಸ್ಯಾಂಡಹಮ್ ಬೇರ್‍ಯಾರೂ ಅಲ್ಲ, ಟೆಸ್ಟ್ ಕ್ರಿಕೆಟ್ ಚರಿತ್ರೆಯಲ್ಲಿ ಮೊದಲ ತ್ರಿಶತಕ ಬಾರಿಸಿದ ಇಂಗ್ಲೆಂಡ್‌ನ ಬ್ಯಾಟ್ಸ್‌ಮನ್. ಇವರು 1930ರಂದು ವೆಸ್ಟ್ ಇಂಡೀಸ್‌ನ ಕಿಂಗ್‌ಸ್ಟನ್ ಮೈದಾನದಲ್ಲಿ 600 ನಿಮಿಷಗಳ ಕಾಲ ಕ್ರೀಸ್ ಆಕ್ರಮಿಸಿಕೊಂಡು 325 ರನ್ ಪೇರಿಸಿದಾಗ ಕ್ರಿಕೆಟ್ ಜಗತ್ತು ಬೆರಗುಗಣ್ಣಿನಿಂದ ನೋಡಿತ್ತು. ಸ್ವತಃ ಸ್ಯಾಂಡ್‌ಹಮ್ ಕೂಡ ಇದನ್ನು ನಂಬಲಾಗದ ಸ್ಥಿತಿಯಲ್ಲಿ ಶಿಲೆಯಂತಾಗಿದ್ದರು. ಆಗ ಅವರು ಹೇಳಿದ್ದರು – 'ನಾನಿಂದು ಅಮೋಘವಾದುದನ್ನು ಸಾಧಿಸಿದ್ದೇನೆ. ನನ್ನ ಈ ಮೊತ್ತವನ್ನು ಮೀರಿಸವವರು ಇಲ್ಲ ಎಂದು ಹೇಳಲಾರೆ. ಆದರೆ ಇವರ ಸಂಖ್ಯೆ ವಿರಳ. ಇಂಥ ಸಾಧಕರು ದಶಕಕ್ಕೊಬ್ಬರಂತೆ ಕಾಣಿಸಿಕೊಳ್ಳಬಹುದು...' ಎಂದು.

ಸ್ಯಾಂಡ್‌ಹಮ್ ಅವರ ಮಾತಿನ ಮರ್ಮ ನಮಗಿಂದು ಚೆನ್ನಾಗಿ ಮನದಟ್ಟಾಗುತ್ತಿದೆ. ಈವರೆಗಿನ 146 ವರ್ಷಗಳ ಭವ್ಯ ಟೆಸ್ಟ್ ಇತಿಹಾಸದಲ್ಲಿ ದಾಖಲಾದ ತ್ರಿಶತಕಗಳು ಕೇವಲ 18. ಇದನ್ನು ಒಲಿಸಿಕೊಂಡವರು 17 ಮಂದಿ.

ಡಾನ್ ಬ್ರಾಡ್‌ಮನ್ ಎರಡು ಸಲ ಮುನ್ನೂರರಾಚೆ ಅಭಿಯಾನಗೈದ ವಿಶ್ವದ ಏಕಮಾತ್ರ ಬ್ಯಾಟ್ಸ್‌ಮನ್. ಇವರು 1934ರಲ್ಲಿ ಇಂಗ್ಲೆಂಡ್ ವಿರುದ್ಧ ಹೇಡಿಂಗ್ಲೆಯಲ್ಲಿ 304 ರನ್ ಬಾರಿಸಿ ಎರಡನೆಯ ತ್ರಿಶತಕ ದಾಖಲಿಸಿದಾಗ ಹೇಳಿದ್ದೇನು ಗೊತ್ತೇ – 'ಅಬ್ಬಾ..... ನಾನು ಹೈರಾಣಾದೆ! ಈ ತ್ರಿಶತಕದ ಸಹವಾಸವೇ ಸಾಕು. ನನ್ನ ಶತಕಗಳ ದಾಖಲೆಯನ್ನು ಯಾರೂ ಹಿಂದಿಕ್ಕಬಹುದು. ಆದರೆ ಈ ಎರಡು ತ್ರಿಬಲ್ ಸೆಂಚುರಿಗಳಿವೆಯಲ್ಲ..... ಈ ದಾಖಲೆ ಸುರಕ್ಷಿತ!' ಬ್ರಾಡ್‌ಮನ್ 90 ವರ್ಷಗಳ ಹಿಂದೆ ಆಡಿದ ಮಾತು ಇಂದಿಗೂ ಪ್ರಸ್ತುತ. ಹೌದು, ತ್ರಿಬಲ್ ಸೆಂಚುರಿ ಎಂಬ ಮ್ಯಾಜಿಕ್ ಫಿಗರ್‌ನ ಕಾಠಿಣ್ಯ, ಅದು ಎಸೆಯುವ ಸವಾಲು, ಬಸಿಯುವ ಶಕ್ತಿ ಇದೆಯಲ್ಲ... ಇದು ಅನುಭವಿಸಿದವರಿಗಷ್ಟೇ ಗೊತ್ತು.

ಆದರೂ ಸರ್ವಾಧಿಕ ವೈಯಕ್ತಿಕ ರನ್ ವಿಶ್ವದಾಖಲೆಯನ್ನು ಅಲಂಕರಿಸಿದ ಮ್ಯಾಥ್ಯೂ ಹೇಡನ್ ನಾಲ್ನೂರರ ಕನಸು ಬಿತ್ತುವಾಗ, ನಮ್ಮ ವೀರೇಂದ್ರ ಸೆಹವಾಗ್ 380ರ ಗಡಿಯನ್ನು ದಾಟಬೇಕಿತ್ತು ಎಂಬ ಆಸೆಯನ್ನು ಹೊರ ಹೊಮ್ಮಿಸುವಾಗ ಈ ತ್ರಿಶತಕದ್ದು ಬಿಟ್ಟರೂ ಬಿಡದೆಂಬ ಮಾಯೆ ಎಂದು ತಿಳಿದು ನಾವಿಲ್ಲಿ ರೋಮಾಂಚನಗೊಳ್ಳುತ್ತೇವೆ!

ಹೆಮ್ಮೆಯ ಜತೆಗೆ ಅಚ್ಚರಿ !

ವೀರೇಂದ್ರ ಸೆಹವಾಗ್ ಟೆಸ್ಟ್ ಕ್ರಿಕೆಟ್‌ನ ಯಶಸ್ವಿ ಓಪನರ್ ಆಗುತ್ತಾರೆಂದು ಯಾರಾದರೂ ಹೇಳಿದರೆ ಇದನ್ನು ಕೇಳಿಸಿಕೊಂಡಾತ ನಗುತ್ತಿದ್ದ! ಅಷ್ಟೇಕೆ, ಈ ಮಾತಿಗೆ ಸ್ವತಃ ಸೆಹವಾಗ್ ಕೂಡ ಗೋಣು ತಿರುಗಿಸಿ, ಕೈಯನ್ನು ತಲೆಗೆ ಹೊಡೆದುಕೊಂಡು ನಕ್ಕಿದ್ದುಂಟು!

ಆದರೆ ಇಂದು ಇದೇ ಸೆಹವಾಗ್ 'ಇಂಡಿಯನ್ ಕ್ರಿಕೆಟ್ ಹೀರೋ'. ಸಚಿನ್ ತೆಂಡುಲ್ಕರ್

ಅವರನ್ನೇ ಮಾದರಿಯಾಗಿಸಿಕೊಂಡು ರಾಜಧಾನಿಯ ನಜಾಫ್‌ಗಢದ ಗಲ್ಲಿಯಲ್ಲಿ ಕ್ರಿಕೆಟ್ ಆಡುತ್ತ ಬೆಳೆದ ಬಡ ಫ್ಲೋರ್‌ಮಿಲ್ ಕಂಟ್ರಾಕ್ಟರ್ ಓರ್ವನ ಮಗ ಇಂದಿನ ದಿನ ಡಾನ್ ಬ್ರಾಡ್ ಮನ್, ಗ್ಯಾರಿ ಸೋಬರ್ಸ್, ವಾಲಿ ಹ್ಯಾಮಂಡ್ ಅವರಂಥ ಮಹಾನ್ ಕ್ರಿಕೆಟಿಗರ ಸಾಲಲ್ಲಿ ತನ್ನನ್ನು ಗುರುತಿಸಿಕೊಂಡದ್ದೇನು ಸಾಮಾನ್ಯ ಸಾಧನೆಯೇ ?

ಅದೆಂಥ ಯೋಗಾಯೋಗ ನೋಡಿ..... ಸಕ್ಲೇನ್ ಮುಸ್ತಾಕ್ ಅವರ ಎಸೆತವನ್ನು ಆಗಸಕ್ಕೆತ್ತಿ ಸಿಕ್ಸರ್ ಮೂಲಕ ತ್ರಿಶತಕ ಪೂರೈಸಿದ ವಿಶ್ವದ ಮೊತ್ತಮೊದಲ ಕ್ರಿಕೆಟಿಗನಾಗಿ ವಿರಾಜಮಾನನಾಗುವ ಹೊತ್ತಿಗೆ ಸೆಹವಾಗ್ ಜತೆ ಕ್ರೀಸ್‌ನಲ್ಲಿದ್ದವರು ಅವರ ಆದರ್ಶವೆನಿಸಿದ್ದ ಸಚಿನ್ ತೆಂಡುಲ್ಕರ್! ಅವರಿಂದಲೇ ಮೊದಲ ಅಭಿನಂದನೆ, ಮೊದಲ ಆಲಿಂಗನ. ಆಚೆ ಪೆವಿಲಿಯನ್‌ನಲ್ಲಿದ್ದ ಲಕ್ಷ್ಮಣ್ ತನ್ನ 281 ರನ್‌ಗಳ ದಾಖಲೆ ಪತನವಾದೊಡನೆ ಪ್ಯಾಡ್ ಬಿಚ್ಚಿರಿಸಿ 'ವೀರು' ಸಾಧನೆಗೆ ಮೆಚ್ಚುಗೆಯ ಚಪ್ಪಾಳೆ ತಟ್ಟಿದರಂತೆ. ಕ್ರೀಸ್‌ಗಿಳಿಯಲು ಒಂದು ದಿನದಿಂದ ಪ್ಯಾಡ್ ಕಟ್ಟಿಕೊಂಡು ಕುಳಿತಿದ್ದ ಲಕ್ಷ್ಮಣ್‌ಗೆ ಆಗಲೇ ಅನಿಸಿತ್ತು – ಸೆಹವಾಗ್ ತ್ರಿಬಲ್ ಸೆಂಚುರಿ ಪೂರೈಸದೆ ಇರುವವರಲ್ಲ ಎಂದು!

2001ರಲ್ಲಿ ದಕ್ಷಿಣ ಆಫ್ರಿಕಾ ಪ್ರವಾಸಗೈದ ವೇಳೆ ಬ್ಲೋಮ್‌ಫಾಂಟೀನ್‌ನಲ್ಲಿ ಟೆಸ್ಟ್‌ಗೆ ಪದಾರ್ಪಣೆ ಮಾಡಿದ್ದ ವೀರೇಂದ್ರ ಸೆಹವಾಗ್ ಮೊದಲ ಪ್ರಯತ್ನದಲ್ಲೇ ಶತಕವೊಂದನ್ನು ಬಾರಿಸಿದಾಗಲೂ ಇವರ ಸಾಮರ್ಥ್ಯದ ಬಗ್ಗೆ ಯಾರಲ್ಲೂ ನಂಬಿಕೆ ಮೂಡಿರಲಿಲ್ಲ. ಸೆಹವಾಗ್ ಒನ್ ಡೇ ಕ್ರಿಕೆಟಿಗಷ್ಟೇ ಫಿಟ್, ಇವರ ಬ್ಯಾಟಿಂಗ್‌ನಲ್ಲಿ ಯಾವುದೇ ತಾಂತ್ರಿಕತೆ ಇಲ್ಲ, ಫುಟ್‌ವರ್ಕ್ ಎಂಬುದು ಇಲ್ಲವೇ ಇಲ್ಲ, ಆಫ್ ಸ್ಟಂಪ್‌ನಾಚೆ ಹೋಗುವ ಎಸೆತಗಳನ್ನು ಸುಮ್ಮನೆ ಕೆಣಕಿ ವಿಕೆಟ್ ಒಪ್ಪಿಸುತ್ತಾರೆ, ಕ್ರೀಸ್‌ನಲ್ಲಿ ನಿಲ್ಲುವಷ್ಟು ತಾಳ್ಮೆ ಇಲ್ಲ... ಹೀಗೆ ಟೀಕೆಗಳ ಪಟ್ಟಿ ಬೆಳೆಯುತ್ತಲೇ ಹೋಗುತ್ತದೆ. ಆದರೆ ಮುಲ್ತಾನ್ ಕಾ ಸುಲ್ತಾನ್ ಆಗಿ ಮೆರೆದ ವೀರೇಂದ್ರ ಸೆಹವಾಗ್ ಟೀಕಿಸುವವರ ಬಾಯಿಗೆ ಬೀಗ ಜಡಿದಿದ್ದಾರೆ. ಪರಿಪೂರ್ಣ ಬ್ಯಾಟಿಂಗ್ ಟೆಕ್ನಿಕ್ ಹೊಂದಿದವರು ಮಾಡಿದ್ದೇನು ಎಂಬ ಪ್ರಶ್ನೆಯನ್ನೆಸೆದಿದ್ದಾರೆ.

ಈ ಟೀಕೆಗಳಲ್ಲಿ ಅರ್ಥ ಇಲ್ಲದಿಲ್ಲ, ಆದರೆ ಇದನ್ನೆಲ್ಲ ಮೀರಿ ನಿಲ್ಲುವ ಮೂಲಕ ಸೆಹವಾಗ್ ದೊಡ್ಡವರಾಗಿದ್ದಾರೆ; ಬಹಳ ಎತ್ತರದಲ್ಲಿ ವಿರಾಜಮಾನರಾಗಿದ್ದಾರೆ. ಆದರೆ ಕ್ರೀಸ್‌ನಲ್ಲಿದ್ದಷ್ಟೂ ಹೊತ್ತು ವಿಕೆಟ್ ಒಪ್ಪಿಸುವ ಭೀತಿಯನ್ನೇ ಮೂಡಿಸುವ, ಈ ಒನ್ ಡೇ ಕ್ರಿಕೆಟ್ ಯುಗದಲ್ಲೂ ತಾಳ್ಮೆಯ ಪ್ರತಿರೂಪದಂತೆ ಒಂದೂವರೆ ದಿನ (531 ನಿಮಿಷ) ಪಾಕ್ ದಾಳಿಗೆ ಸವಾಲಾಗಿ ಉಳಿದು, ಮೀರತ್‌ನ 'ಎಸ್.ಎಸ್.ಟಿನ್' ಕಂಪೆನಿಯ ಒಂದು ಕೆ.ಜಿ. ಇನ್ನೂರು ಗ್ರಾಮ್ ತೂಗುವ ಬ್ಯಾಟ್‌ನಿಂದ ಟನ್‌ಗಟ್ಟಲೆ ರನ್ ಪೇರಿಸಿದ ವೀರೇಂದ್ರ ಸೆಹವಾಗ್ ಭಾರತೀಯ ಕ್ರಿಕೆಟ್‌ನ್ನು ಶ್ರೀಮಂತಗೊಳಿಸಿದ್ದು ಸುಳ್ಳೇ ?

25ರ ಹರೆಯದ ಸೆಹವಾಗ್ ಕೇವಲ ತಮ್ಮ 21ನೇ ಟೆಸ್ಟ್ ಪಂದ್ಯದಲ್ಲಿ, ಪಾಕಿಸ್ಥಾನ ವಿರುದ್ಧ ಆಡಲಾದ ತಮ್ಮ ಪ್ರಥಮ ಟೆಸ್ಟ್‌ನಲ್ಲೇ ಇತಿಹಾಸ ಬರೆದು ಐತಿಹಾಸಿಕ ಸರಣಿಗೊಂದು ಗರಿ ಮೂಡಿಸಿದರು. ನಿಜಕ್ಕಾದರೆ, ಮುಲ್ತಾನ್‌ನ 300ನೇ ಟೆಸ್ಟ್ ಪಾಕಿಸ್ಥಾನದ ಪಾಲಿಗೆ ಸ್ಮರಣೀಯವಾಗಬೇಕಿತ್ತು. ಆದರೆ ಮುನ್ನೂರು ಮತ್ತೊಂದು ಜನರ ಎದುರಲ್ಲಿ ಮುನ್ನೂರರ ಗಟಿ ದಾಟಿದ ವೀರೇಂದ್ರ ಸೆಹವಾಗ್ ಭಾರತದ ಕೀರ್ತಿ ಪತಾಕೆಯನ್ನು ಬಾನೆತ್ತರಕ್ಕೆ ಹಾರಿಸಿದರು. ಇದಲ್ಲವೇ ಕ್ರಿಕೆಟ್‌ನ ನಿಜವಾದ ರೋಮಾಂಚನ!

ಭಾರತ ತಂಡದ 2004ರ ಪಾಕಿಸ್ಥಾನ ಕ್ರಿಕೆಟ್ ಪ್ರವಾಸ ಮರೆಯುವಂಥದ್ದಲ್ಲ. ಸೌರವ್ ಗಂಗೂಲಿ ಪಡೆ ಇಲ್ಲಿ ಏಕದಿನ ಸರಣಿ ಗೆದ್ದು ನೂತನ ಇತಿಹಾಸವನ್ನೇ ಬರೆದಿತ್ತು. ಭಾರತ-ಪಾಕಿಸ್ಥಾನ ನಡುವಿನ 'ಕ್ರಿಕೆಟ್ ಕದನ'ದಲ್ಲಿ ಕೈ ಕೈ ಬೆಸೆಯಿತು. ಕಡುವೈರಿಗಳು ಸ್ನೇಹದ ಚೌಕಟ್ಟಿನೊಳಗೆ ಬಂಧಿಗಳಾದರು. ಆರ್ಭಟ ಮರೆತು ಚೆಲ್ಲಿದ ಹೂನಗೆಯಲ್ಲಿ ಉಭಯ ರಾಷ್ಟ್ರೀಯರೂ ಖುಷಿಯ ವಿನಿಮಯ ಮಾಡಿಕೊಂಡರು. 'ಉತ್ತರ-ದಕ್ಷಿಣ'ವನ್ನು ಬೆಸೆದ ಕ್ರಿಕೆಟ್ ನಿಜಕ್ಕೂ ಧನ್ಯ! ಮರುಕಳಿಸದಿರಲಿ ಭಯೋತ್ಪಾದನೆ ಎಂಬ ಆಶಯದೊಂದಿಗೆ ಬರೆದ ಈ ಲೇಖನಕ್ಕೆ 2004, ಎಪ್ರಿಲ್ 8ರ 'ತರಂಗ' ತನ್ನ ಅಮೂಲ್ಯ ಪುಟಗಳನ್ನು ಒದಗಿಸಿತ್ತು.

ಕ್ರಿಕೆಟ್ ಗೆದ್ದಿತು, ಸ್ನೇಹ ಅರಳಿತು

ಲಾಹೋರ್‌ನ ಬೀದಿ ಕ್ರಿಕೆಟ್ ಅಭಿಮಾನಿಗಳ ಮಹಾಸಾಗರವಾಗಿತ್ತು. ಪಾಕಿಸ್ಥಾನಿಯರ ಸಂಭ್ರಮಕ್ಕೆ ಸೀಮೆ ಇರಲಿಲ್ಲ. ಇವರು ತಮಗೆ ಎದುರಾದವರಿಗೆಲ್ಲ ಕೇಳುತ್ತಿದ್ದುದು ಒಂದೇ ಪ್ರಶ್ನೆ – 'ಭ್ಯಾ ಸಾಬ್, ಕ್ಯಾ ಆಪ್ ಹಿಂದೂಸ್ಥಾನಿ ಯಾ ಪಾಕಿಸ್ಥಾನಿ ?!' ಜತೆಗೊಂದು ಅಚ್ಚರಿಯ ನೋಟ. ಎದುರಲ್ಲಿದ್ದವರು ಭಾರತೀಯರಾದರೆ ಭಾವನಾತ್ಮಕ ಬಂಧವನ್ನು ವ್ಯಕ್ತಪಡಿಸುವಂಥ ಅವ್ಯಕ್ತ ಸಂಭ್ರಮ. ಅವರು ಪಾಕಿಸ್ಥಾನದವರೇ ಆದರೆ ಬೇಸ್ತುಬಿದ್ದ ಅನುಭವ; ಶೇಕ್ಸ್‌ಪಿಯರ್‌ನ 'ಕಾಮಿಡಿ ಆಫ್ ಎರರ್ಸ್' ನಾಟಕದ ತದ್ರೂಪಿಗಳ ಅವಾಂತರವನ್ನು ನೆನಪಿಸುವ ಹಾಸ್ಯಮಯ ಸನ್ನಿವೇಶ!

ಯಾರು ಎಲ್ಲಿಯವರು ಎಂದು ತಿಳಿಯದಂಥ, ತಿಳಿದು ಖಚಿತಪಡಿಸಿಕೊಳ್ಳಬೇಕಾದಂಥ ಈ ವಾತಾವರಣ ಕೇವಲ ಲಾಹೋರ್‌ನಲ್ಲಷ್ಟೇ ಅಲ್ಲ ಪಾಕಿಸ್ಥಾನದ ಎಲ್ಲ ಕ್ರಿಕೆಟ್ ತಾಣಗಳಲ್ಲೂ

ಕಂಡುಬರುತ್ತಿದ್ದುದು ಮಾಮೂಲಾಗಿತ್ತು. ಎರಡೂ ದೇಶಗಳ ಜನರ ನಡೆ-ನುಡಿ, ಉಡುಗೆ-ತೊಡುಗೆ, ತಿಂಡಿ-ತಿನಿಸು... ಕೊನೆಗೆ ಹಿಂದಿ-ಉರ್ದು ಕೂಡ ಸರಾಗವಾಗಿ ಹೊರಹೊಮ್ಮತೊಡಗಿದಾಗ ಇವರು ಪಾಕಿಸ್ತಾನದವರೋ ಅಥವಾ ಭಾರತದಿಂದ ಆಗಮಿಸಿದವರೋ ಎಂಬ ಗೊಂದಲ ಉಂಟಾಗಿದ್ದರಲ್ಲಿ ಆಶ್ಚರ್ಯವೇನು ಬಂತು? ಅಖಂಡ ಭಾರತದ ಅಂದಿನ ದಿನಗಳನ್ನು ಮೆಲುಕು ಹಾಕುವಂತೆ ಮಾಡಿತ್ತು ಈ ಐತಿಹಾಸಿಕ ಸರಣಿ. ಕ್ರಿಕೆಟ್ ರಾಯಭಾರ ಗರಿಗೆದರಿತ್ತು!

ಭಾರತದ ಸರಣಿ ಗೆಲುವಿನ ಅನಂತರದ ಕ್ಷಣಗಳು ಅದ್ಭುತವಾಗಿದ್ದವು. ನಮ್ಮ ನೆಲದಲ್ಲಿ ವಿಜಯೋತ್ಸವ ಆಚರಿಸಿದ ಪರಿ ಹಾಗಿರಲಿ, ಮಾರ್ಚ್ 24ರ ರಾತ್ರಿ ಲಾಹೋರ್‌ನಲ್ಲೂ ದೀಪಾವಳಿ! ಗಡಿ ದಾಟಿ ಬಂದಿದ್ದ ಸುಮಾರು 10 ಸಾವಿರದಷ್ಟು ಭಾರತದ ಕ್ರಿಕೆಟ್ ಅಭಿಮಾನಿಗಳು ಪಾಕಿಸ್ತಾನಿ ಜನತೆಯೊಂದಿಗೆ ಜತೆಗೂಡಿ ಸಿಹಿ ಹಂಚಿಕೊಳ್ಳುತ್ತಿದ್ದ ದೃಶ್ಯ, ಪರಸ್ಪರ ಬಿಗಿದಪ್ಪಿಕೊಂಡು ಕುಣಿಯುತ್ತಿದ್ದ ನೋಟವನ್ನೆಲ್ಲ ಕಂಡ ಅನೇಕ ಭಾವುಕ ಹೃದಯಗಳು 'ನಮ್ಮಿಬ್ಬರ ಮಧ್ಯೆ ಗಡಿ ಬೇಕೇ?' ಎಂದು ಪ್ರಶ್ನಿಸಿಕೊಂಡಿದ್ದರಲ್ಲಿ ಆಶ್ಚರ್ಯವೇನೂ ಇರಲಿಲ್ಲ. ಕ್ರಿಕೆಟ್ ಎನ್ನುವುದು ಮುನಿಸಿಕೊಂಡಿದ್ದವರ ಮೊಗದಲ್ಲಿ ಮಂದಹಾಸವನ್ನು ಅರಳಿಸಿತ್ತು!

ರಾವಲ್ಪಿಂಡಿ ಏಕದಿನ ಪಂದ್ಯವನ್ನು ಸ್ಟೇಡಿಯಂಗೆ ಆಗಮಿಸಿ ವೀಕ್ಷಿಸಿದ ಪಾಕಿಸ್ತಾನದ ಅಧ್ಯಕ್ಷ ಪರ್ವೇಜ್ ಮುಶರ್ರಫ್ ಭಾರತೀಯ ಕ್ರಿಕೆಟಿಗರಿಗಾಗಿ ಚಹಾ ಕೂಟವೊಂದನ್ನು ಏರ್ಪಡಿಸಿದ ವಿಶೇಷ ಸಂದರ್ಭ. ಅಲ್ಲಿ ಶತಕ ಬಾರಿಸಿದ ಸಚಿನ್ ತೆಂಡುಲ್ಕರ್ ಮತ್ತು ಕೊನೆಯಲ್ಲಿ ಸ್ಫೋಟಿಸತೊಡಗಿದ ಲಕ್ಷ್ಮೀಪತಿ ಬಾಲಾಜಿ ಅವರು ಪಾಕ್ ಅಧ್ಯಕ್ಷರ ಪಾಲಿನ ಕೌತುಕಗಳಾಗಿದ್ದರು. ಬಾಲಾಜಿ ಹೆಗಲ ಮೇಲೆ ಕೈ ಹಾಕಿದ ಮುಶರ್ರಫ್ -'ನಿನ್ನೆ ನೀವು ಪಾಕಿಸ್ತಾನವನ್ನು ಸೋಲಿಸಿಯೇ ಬಿಡುವಿರೇನೋ ಎಂದು ನಾನು ಹೆದರಿದ್ದೆ!' ಎಂದು ನುಡಿದಾಗ ಎಲ್ಲರ ಕಣ್ಣಲ್ಲೂ ಹೊಳೆಯುವ ಕೋಲ್ಮಿಂಚು. ಭಾರತದ ಕ್ರಿಕೆಟಿಗರಿಗೆಲ್ಲ ಪಾಕ್ ನೆಲದಲ್ಲಿ ಕಾಲಿರಿಸಿದ್ದು ಸಾರ್ಥಕವಾಯಿತು ಎಂಬ ಧನ್ಯತಾಭಾವ!

ತಮ್ಮ ನಿವಾಸದ 'ಪಂಚವಟಿ ಹಾಲ್'ನಲ್ಲಿ ಅಂತಿಮ ಪಂದ್ಯವನ್ನು ವೀಕ್ಷಿಸುತ್ತಿದ್ದ ಪ್ರಧಾನಿ ವಾಜಪೇಯಿ ಅವರ ಮೊಗದಲ್ಲಿ ಸ್ಥಿತಪ್ರಜ್ಞಭಾವ. ಭಾರತ ಜಯಭೇರಿ ಮೊಳಗಿಸಿದೊಡನೆ ಅವರು ಹೇಳಿದರು- 'ಕೇವಲ 11 ಮಂದಿಯಿಂದ ಎರಡು ರಾಷ್ಟ್ರಗಳ ನಡುವೆ ಮಧುರ ಬಾಂಧವ್ಯದ ಬೆಸುಗೆ ಸಾಧ್ಯವಾಗುವುದಾದರೆ 100 ಕೋಟಿ ಜನರಿಂದ ಇದು ಸಾಧ್ಯವಾಗದೇಕೆ...' ಪ್ರಧಾನಿ ವಾಜಪೇಯಿ ಅವರ ಶಾಂತಿ ಸಂಧಾನದ ಪ್ರಕ್ರಿಯೆಗೆ ಸಿಕ್ಕಿದ ಮಹೋನ್ನತ ಗೆಲವು ಇದಾಗಿತ್ತು!

ಲಾಹೋರ್‌ನ ಹೆಸರಾಂತ ‘ಅನಾರ್ಕಲಿ ಫುಡ್ ಸೆಂಟರ್’ನಲ್ಲೂ ಬುಧವಾರ ರಾತ್ರಿ ಮಹಾಸಂಭ್ರಮ. ಅಮೃತಸರದಿಂದ ಆಗಮಿಸಿದ್ದ ಜೋಗಿಂದರ್ ಸಿಂಗ್ ತನ್ನ ಗೆಳೆಯರೊಂದಿಗೆ ಪಾರ್ಟಿಯಲ್ಲಿ ಮುಳುಗಿದ್ದಾಗ ಪಾಕಿಸ್ತಾನಿ ಹೆಣ್ಣುಮಗಳೊಬ್ಬಳ ಆಗಮನ. ಆಕೆಯ ಕಣ್ಣುಗಳು ತೇವಗೊಂಡಿದ್ದವು. ಹೃದಯ ಭಾರವಾಗಿತ್ತು. ಆಕೆ ಗದ್ಗದಿತಳಾಗಿ ನುಡಿದಳು – ‘ನನಗೆ ಪಾಕಿಸ್ತಾನ ಸೋತಿತು ಎಂಬ ಬಗ್ಗೆ ಕಿಂಚಿತ್ತೂ ಬೇಸರವಿಲ್ಲ. ಆದರೆ ನಮ್ಮಲ್ಲಿಗೆ ಅತಿಥಿಗಳಾಗಿ ಆಗಮಿಸಿದ ನೀವೆಲ್ಲ ನಾಳೆ ಭಾರತಕ್ಕೆ ಮರಳುತ್ತೀರಿ. ಈ ಎರಡು ದೇಶಗಳ ನಡುವಿನ ಸೌಹಾರ್ದಕ್ಕೆ ಕ್ರಿಕೆಟ್ ಸರಣಿ ನಾಂದಿಯಾಗಿದೆ. ಮುಂದಿನ ಸಲ ನಾವು ನಿಮ್ಮಲ್ಲಿಗೆ ಬರುತ್ತೇವೆ. ಈ ಸ್ನೇಹ ಹೀಗೆಯೇ ಮುಂದುವರಿಯಲಿ... ಇದನ್ನಾಲಿಸಿದ ಜೋಗಿಂದರ್ ಕಣ್ಣಾಲಿಗಳೂ ತುಂಬಿಬಂದವು.

ಕ್ರಿಕೆಟ್ ಗೆದ್ದಿತ್ತು; ಒಡೆದ ಹೃದಯಗಳ ನಡುವಿನಿಂದ ಸ್ನೇಹ-ಪ್ರೀತಿಯ ಗುಲಾಬಿ ಅರಳಿತ್ತು!

ಇನ್ನಿಲ್ಲಿ ಹೇಳಲಿಕ್ಕುಳಿದಿರುವುದು ಪಾಕಿಸ್ತಾನ ನೆಲದಲ್ಲಿ ದಾಖಲಾದ ಭಾರತೀಯ ಕ್ರಿಕೆಟಿಗರ ಐತಿಹಾಸಿಕ ಸರಣಿ ವಿಜಯದ ಸಾಹಸಗಾಥೆ. ಪಂಚತಾರಾ ಜೈಲುಗಳಂತಿದ್ದ ಹೋಟೇಲಿನ ಕೋಣೆಗಳಲ್ಲಿ ತಮ್ಮದೇ ಮುಖ ನೋಡಿಕೊಂಡು ಕುಳಿತುಕೊಂಡಿದ್ದವರು, ರಕ್ಷಣಾ ಪಡೆಗಳ ಸರ್ಪಗಾವಲಿನ ಮಧ್ಯೆಯೇ ಇರುತ್ತಿದ್ದವರು, ಅವರ ಬಂದೂಕಿನ ನಳಿಕೆಯೆದುರು ಅದೆಂಥ ಕ್ರಿಕೆಟ್ ಆಡಿಯಾರು ಎಂಬ ಭೀತಿ ಆರಂಭದಲ್ಲಿ ನಮ್ಮೆಲ್ಲರನ್ನೂ ಕಾಡಿದ್ದು ಸಹಜ. ಆದರೆ ಸೌರವ್ ಗಂಗೂಲಿ ಬಳಗದ್ದು ಗಟ್ಟಿ ಗುಂಡಿಗೆ. ಎಲ್ಲೂ ಮಾನಸಿಕ ಅಸಮತೋಲನಕ್ಕೊಳಗಾಗದ ಇವರು ಪಾಕಿಸ್ತಾನ ವಿರುದ್ಧ ತೋರ್ಪಡಿಸುವ ಎಂದಿನ ಸ್ಪಿರಿಟ್‌ನಲ್ಲೇ ಆಡಿದರು. ಪಂದ್ಯ ಗೆದ್ದರು. ಸರಣಿ ಗೆದ್ದರು, ಕೊನೆಗೆ ಹೃದಯವನ್ನೂ ಗೆದ್ದರು. ದಿಲ್ ಬಿ ಜೀತ್ ಲಿಯಾ! ಇದು ಪಾಕಿಸ್ತಾನದ ನೆಲದಲ್ಲಿ ಭಾರತಕ್ಕೊಲಿದ ಮೊದಲ ಏಕದಿನ ಸರಣಿ. 1978-79ರಲ್ಲಿ 1-2 ಅಂತರದಿಂದ, 1982-83ರಲ್ಲಿ 1-3 ಅಂತರದಿಂದ, 1984-85ರಲ್ಲಿ 0-1 ಅಂತರದಿಂದ, 1989-90ರಲ್ಲಿ 0-2 ಅಂತರದಿಂದ ಹಾಗೂ 1997-98ರಲ್ಲಿ 1-2 ಅಂತರದಿಂದ ಸರಣಿಯನ್ನು ಕಳೆದುಕೊಂಡು ಪಾಕಿಸ್ತಾನದಲ್ಲಿ ತನ್ನ ದೌರ್ಬಲ್ಯಗಳನ್ನೆಲ್ಲ ತೆರೆದಿಟ್ಟಿದ್ದ ಭಾರತ ಈ ಸರಣಿಯಲ್ಲಿ ಹೊಸ ಇತಿಹಾಸವನ್ನೇ ಬರೆಯಿತು.

ವಂಡರ್...
ಇದು ವಾಂಡರರ್ಸ್ ವಂಡರ್

ಆಸ್ಟ್ರೇಲಿಯ 4ಕ್ಕೆ 434 ರನ್ ಪೇರಿಸಿದಾಗಲೇ ಕ್ರಿಕೆಟ್ ಜಗತ್ತು ದಂಗಾಗಿ ಹೋಗಿತ್ತು. ಕಲ್ಪನೆಗೂ ನಿಲುಕದ ಈ ಅಗಾಧ ರನ್ ರಾಶಿಯನ್ನು ಕಂಡು ಮೂಕವಿಸ್ಮಿತವಾಗಿತ್ತು. ಇದೆಂಥ ಅಚ್ಚರಿ, ಇದೆಂಥ ಮಿಸ್ಟರಿ! ಆದರೆ ಕೆಲವೇ ಗಂಟೆಗಳಲ್ಲಿ ಈ ಅಚ್ಚರಿಯನ್ನು ಹೊಡೆದೋಡಿಸುವ ಬೃಹತ್ ಅಚ್ಚರಿಯೊಂದು ಕ್ರಿಕೆಟ್ ಲೋಕದ ಮೇಲೆ ಉಲ್ಕೆಯಂತೆ ಬಂದಪ್ಪಳಿಸಲಿದೆ ಎಂಬ ಸಂಗತಿ ಆಗ ಯಾರಿಗೂ ಹೊಳೆದಿರಲಿಲ್ಲ... ಇದು 2006ರ ಮಾರ್ಚ್ 12ರಂದು ಜೊಹಾನ್ಸ್ ಬರ್ಗ್‌ನ 'ದಿ ವಾಂಡರರ್ಸ್ ಸ್ಟೇಡಿಯಂ'ನಲ್ಲಿ ನಡೆದ 'ಶತಮಾನದ ಏಕದಿನ ಪಂದ್ಯ'ದ ಮೆಲುಕು. ಅಂದಿನ ಈ ಲೇಖನ 'ಉದಯವಾಣಿ'ಯ ಬೆಂಗಳೂರು ಆವೃತ್ತಿ ಹೊರತರುತ್ತಿದ್ದ 'ಕ್ರೀಡಾ ಸಂಪದ'ದಲ್ಲಿ ಪ್ರಕಟಗೊಂಡಿತ್ತು.

ಇದು ಅದೇ ಮೈದಾನ...

2003ರ ವಿಶ್ವಕಪ್ ಫೈನಲ್‌ನಲ್ಲಿ ಆಸ್ಟ್ರೇಲಿಯದ ಬೃಹತ್ ಮೊತ್ತಕ್ಕೆ ಕಾರಣವಾದ ದಕ್ಷಿಣ ಆಫ್ರಿಕಾದ ರಾಜಧಾನಿ ಜೊಹಾನ್ಸ್ ಬರ್ಗ್‌ನ ಜೀವಾಳವಾಗಿರುವ 'ದಿ ವಾಂಡರರ್ಸ್ ಸ್ಟೇಡಿಯಂ'. ಅಂದು ಕೂಡ ರಿಕಿ ಪಾಂಟಿಂಗ್‌ಗೆ ಆವೇಶ ಬಂದಿತ್ತು. ಡೆಮೀನ್ ಮಾರ್ಟಿನ್ 'ಸಾಥ್' ನೀಡಿದ್ದರು. ಭಾರತದ ಬೌಲಿಂಗನ್ನು ಚೆಂಡಾಡಿದ ಆಸೀಸ್ ಕೇವಲ 2 ವಿಕೆಟಿಗೆ 359 ರನ್ ಪೇರಿಸಿ ಸವಾಲೊಡ್ಡಿತ್ತು.

ಆದರೆ ಸೌರವ್ ಗಂಗೂಲಿ ಬಳಗ ಮಾತ್ರ ಈ ಮೊತ್ತವನ್ನು ಕಂಡೇ ದಿಗಿಲುಗೊಂಡಿತ್ತು. ತನ್ನಿಂದ ಇದನ್ನು ಮೀರಿ ನಿಲ್ಲಲು ಸಾಧ್ಯವೇ ಇಲ್ಲ ಎಂದು ಮೊದಲೇ ತೀರ್ಮಾನಿಸಿ ಕೈಕಾಲು ಬಿಟ್ಟಿತ್ತು. ಆದರೆ ದಕ್ಷಿಣ ಆಫ್ರಿಕಾ ಇದೇ ಅಂಗಳದಲ್ಲಿ ಭಾರತಕ್ಕಿಂತಲೂ ಕಠಿನ ಸನ್ನಿವೇಶದಲ್ಲಿ ಪವಾಡವನ್ನೇ ಸೃಷ್ಟಿಸಿತ್ತು!

ಇದು ಅದೇ ಮೈದಾನ ...

ಕ್ರಿಕೆಟ್ ಇತಿಹಾಸ ಇಂದಿಗೂ 'ಬುಲ್ ರಿಂಗ್'(ಗೂಳಿ ಕಣ) ಎಂದೇ ಗುರುತಿಸುವ, ಎಲ್ಲರನ್ನೂ ಸದಾ ಜಿದ್ದಾಜಿದ್ದಿ ಹೋರಾಟದ ಗುಂಗಿನಲ್ಲೇ ಮುಳುಗಿಸುವ 'ದಿ ವಾಂಡರರ್ಸ್ ಸ್ಟೇಡಿಯಂ'. ಅದು ಯಾವುದೇ ಕ್ರೀಡೆಯಾಗಿರಲಿ, ಇಲ್ಲಿ ಪರಸ್ಪರ ಎದುರಾದವರೆಲ್ಲರಿಗೂ ಸೊಕ್ಕಿದ ಗೂಳಿಗಳೇ ಸ್ಫೂರ್ತಿ ಎಂಬುದು ಆಫ್ರಿಕಾದ ಬುಡಕಟ್ಟು ಜನಾಂಗದವರು ನಂಬಿಕೊಂಡಿದ್ದ ಅತ್ಯಂತ ಪುರಾತನ ಸ್ಪರ್ಧಾಕಣ.

ಅಂದಿನ ಕಾಲದಲ್ಲಿ ಈ ಅಂಗಳ ಹೆಸರುವಾಸಿಯಾಗಿದ್ದೇ ಗೂಳಿ ಕಾಳಗಕ್ಕಾಗಿ, ಸ್ಪೇನ್‌ನ ಗೂಳಿ ಗಾಳಿ

ಆಫ್ರಿಕಾದತ್ತ ಬೀಸಿ ಬಂದಾಗ ಇಲ್ಲಿ ವೇದಿಕೆಯೊದಗಿಸಿದ್ದು ಜೊಹಾನ್ಸ್ ಬರ್ಗ್. 'ಬುಲ್ ಫೈಟ್'ನ ಆ ರೋಷ, ಆವೇಶ, ಸೋಲಲೇಬಾರದೆಂಬ ಛಲ, ಸೊಕ್ಕೇರಿದ ಗೂಳಿಯ ತಿವಿತದಿಂದ ಪಾರಾಗಲು ಮಾನವ ಸ್ಪರ್ಧಿ ತೋರುವ ಎದೆಗಾರಿಕೆ, ಆ ಜಿಗುಟುತನ, ಅದ್ಭುತವೆನಿಸುವ ಪಾದಚಲನೆ, ಸೊಕ್ಕಿನ ಬಲ ಪ್ರದರ್ಶನ... ಇವೆಲ್ಲದರ ಸಾಕಾರರೂಪಕ್ಕೆ ಜೊಹಾನ್ಸ್‌ಬರ್ಗ್, ಇಲ್ಲಿನ ವಾಂಡರರ್ಸ್ ಸ್ಟೇಡಿಯಂ ಸದಾ ಸಾಕ್ಷಿ. ಇಂಥ ಅದ್ಭುತ ಕಾಳಗ ನೋಡಲೆಂದೇ ಅಲೆಮಾರಿಗಳಿಂದ ಗಿಜಿಗುಡುವುದರಿಂದ 'ವಾಂಡರರ್ಸ್' ಎಂಬ ಹೆಸರು ಬಂದಿತೆಂಬುದು ಪ್ರತೀತಿ.

ಇಲ್ಲಿ ಇನ್ನೂ ಎರಡು ಮೈದಾನಗಳಿವೆ. 'ಬೆಲ್ಡ್ ವಾಂಡರರ್ಸ್ ಪಾರ್ಕ್' ಮತ್ತು 'ಎಲ್ಲಿಸ್ ಪಾರ್ಕ್'. ಇವುಗಳಿಗೂ ಗೂಳಿ ಕಾಳಗದ ಬೆಸುಗೆ ಇತ್ತೆಂಬುದನ್ನು ಇತಿಹಾಸ ಹೇಳುತ್ತದೆ.

ಮೊನ್ನೆಯೊಂದು ಕಾಳಗ...

2006ರ ಮಾರ್ಚ್ 12ರ ರವಿವಾರ ಈ 'ವಾಂಡರರ್ಸ್' ಅಂಗಳದಲ್ಲಿ ಇಂಥದೇ ಒಂದು ಕಾಳಗ. ಆದರೆ ಅಂದು ಇಲ್ಲಿ ಗೂಳಿಗಳು ಮಾತ್ರ ಇರಲಿಲ್ಲ, ಹೋಲಿಕೆಗೆ ನಿಲುಕದಿದ್ದರೂ ಗೂಳಿಗಳನ್ನು ನೆನಪಿಸಲು ಹರಿಣಗಳಿದ್ದವು. ಕಾಂಗರೂಗಳ ಮೇಳವಿತ್ತು... ಮತ್ತು ಇವೆರಡೂ ಸೇರಿಕೊಂಡು ಏಕದಿನ ಕ್ರಿಕೆಟಿನ ಶತಮಾನದ ಪಂದ್ಯವೊಂದನ್ನು ಆಡಿದ ಅಚ್ಚಳಿಯದ ಛಾಪು ಮೂಡಿತ್ತು. ಈ ಪಂದ್ಯವನ್ನು ಅಂದು ವೀಕ್ಷಿಸಿದವರೇ ಧನ್ಯರು. ಏಕೆಂದರೆ, 'ಈಟ್ ಈಸ್ ಎ ಗೇಮ್ ಆಫ್ ಸೆಂಚುರಿ!'.

ಆಕಸ್ಮಿಕವಾಗಿ ಜನ್ಮತಾಳಿದ ಈ 'ಇನ್‌ಸ್ಟಂಟ್ ಕ್ರಿಕೆಟ್' ಎನ್ನುವುದು ಇಂದು ಅದೆಷ್ಟೋ ಆಕಸ್ಮಿಕಗಳನ್ನು ಸೃಷ್ಟಿಸುತ್ತ, ಅದೆಷ್ಟೋ ದಾಖಲೆಗಳೊಂದಿಗೆ ಸರಸ ವಾಡುತ್ತ ತನ್ನ ವ್ಯಾಪ್ತಿ ವಿಸ್ತರಿಸಿದ ಪರಿ ಗಮನಿಸಿದರೆ ಕ್ರಿಕೆಟ್ ಲೋಕವೇ ದಂಗಾಗುತ್ತದೆ, ಬೆಚ್ಚಿ ಬೀಳುತ್ತದೆ. ಈ ಜೊಹಾನ್ಸ್‌ಬರ್ಗ್ ಪಂದ್ಯವಂತೂ ಆವರೆಗಿನ ಅಷ್ಟೂ 2,348 ಏಕದಿನ ಮುಖಾಮುಖಿ ಗಳನ್ನು ಒಂದೇ ಏಟಿಗೆ ಎತ್ತಿ ಎಸೆಯಿತು!

ಏಕದಿನ ಕ್ರಿಕೆಟ್ ಇತಿಹಾಸದ ಮೇಲೆ ಆರಂಭದ ದಿನಗಳಿಂದಲೇ ಒಂದು ಕಣ್ಣಿಡುತ್ತ ಬಂದವರಿಗೆ ಇದರ ಬೆಳವಣಿಗೆಯ ವಿರಾಟ್ ದರ್ಶನದ ಸ್ಪಷ್ಟ ಚಿತ್ರಣ ಲಭ್ಯ.

ಆರಂಭದಲ್ಲಿ 200 ರನ್ ಅಂದರೇನೇ ಅಬ್ಬಬ್ಬ, ಅದು ಕೂಡ ಅಂದು ನಡೆಯುತ್ತಿದ್ದುದು 60 ಓವರ್‌ಗಳ ಪಂದ್ಯ. ನಿಧಾನವಾಗಿ ಬ್ಯಾಟ್ಸ್ ಮನ್‌ಗಳು ಕುದುರಲಾರಂಭಿಸಿದರು. ಸ್ಕೋರ್ 250ಕ್ಕೆ ಮುಟ್ಟತೊಡಗಿತು. ಬ್ಯಾಟ್ಸ್‌ಮನ್‌ಗಳು ಅಲ್ಪತೃಪ್ತರಾದರು. ಗಳಿಕೆ ಮುನ್ನೂರರ ಗಡಿಗೆ ಬಂದು ನಿಂತಿತು. ಬ್ಯಾಟ್ಸ್‌ಮನ್‌ಗಳ ರನ್‌ದಾಹ ಮಿತಿ ಮೀರಿತು– ಅವರು ಸ್ಫೋಟಿಸತೊಡಗಿದರು. ಹಿಂದೆ ಮುಂದೆ ನೋಡದೆ ಚೆಂಡನ್ನು ಬಡಿದಟ್ಟ ತೊಡಗಿದರು. 350 ರನ್ ಅಸಾಧ್ಯವಲ್ಲ ಎಂಬ ಚಿತ್ರಣ ಅಚ್ಚೊತ್ತಿತ್ತು. ಈಗ 400 ರನ್ ಕೂಡ ಲೆಕ್ಕಕ್ಕಿಲ್ಲ ಎಂಬಂಥ ಸ್ಥಿತಿಗೆ ಬಂದು ನಿಂತಿದೆ ಈ ಒನ್ ಡೇ ಮ್ಯಾಚ್! ಅಂದಮೇಲೆ ಇಲ್ಲಿ ಬಾಕಿ ಉಳಿದದ್ದಾದರೂ ಏನು?!

ಆಸ್ಟ್ರೇಲಿಯ 4ಕ್ಕೆ434 ರನ್ ಪೇರಿಸಿದಾಗಲೇ ಕ್ರಿಕೆಟ್ ಜಗತ್ತು ದಂಗಾಗಿ ಹೋಗಿತ್ತು. ಕಲ್ಪನೆಗೂ ನಿಲುಕದ ಈ ಅಗಾಧ ರನ್ ರಾಶಿಯನ್ನು ಕಂಡು ಮೂಕವಿಸ್ಮಿತವಾಗಿತ್ತು. ಇದೆಂಥ ಅಚ್ಚರಿ, ಇದೆಂಥ ಮಿಸ್ಟರಿ!

ಆದರೆ ಕೆಲವೇ ಗಂಟೆಗಳಲ್ಲಿ ಈ ಅಚ್ಚರಿಯನ್ನು ಹೊಡೆದೋಡಿಸುವ ಬೃಹತ್ ಅಚ್ಚರಿಯೊಂದು ಕ್ರಿಕೆಟ್ ಲೋಕದ ಮೇಲೆ ಉಲ್ಕೆಯಂತೆ ಬಂದಪ್ಪಳಿಸಲಿದೆ ಎಂಬ ಸಂಗತಿ ಆಗ ಯಾರಿಗೂ ಹೊಳೆದಿರಲಿಲ್ಲ. ಯಾರ ಊಹೆಗೂ ನಿಲುಕಿರಲಿಲ್ಲ.. ಗ್ರೇಮ್ ಸ್ಮಿತ್ ಎಂಬ ಹಾರ್ಡ್ ಹಿಟ್ಟರ್ ಸ್ಫೋಟಕದ ದಾಸ್ತಾನಿಗೆ ಕಿಚ್ಚು ಹೊತ್ತಿಸುವ ತನಕ, ಹರ್ಶಲ್ ಗಿಬ್ಸ್ ಎಂಬ 'ಓಲ್ಡ್ ಯಂಗ್‌ಮ್ಯಾನ್' ಜೀವಮಾನದಲ್ಲೇ ಅದ್ಭುತ ಇನ್ನಿಂಗ್ಸ್ ಒಂದನ್ನು ಆಡುವ ತನಕ, ಮಾರ್ಕ್ ಬೌಷರ್ ಎಂಬ ಟ್ರಂಪ್‌ಕಾರ್ಡ್ ಒಂದೇ ಎಸೆತವಿರುವಾಗ ಬೌಂಡರಿಯೊಂದನ್ನು ಸಿಡಿಸುವ ತನಕ!

ಆಸ್ಟ್ರೇಲಿಯದ ಸವಾಲಿಗೆ ಪ್ರತಿಯಾಗಿ ದಕ್ಷಿಣ ಆಫ್ರಿಕಾ 9 ವಿಕೆಟಿಗೆ 438 ರನ್ ಸೂರೆಗೈದಾಗ ಕ್ರಿಕೆಟ್ ಎಂಬ ಮಾಯಾಲೋಕವೇ ಇದೆಂಥ ಮಾಯೆ ಎಂದು ತನ್ನನ್ನು ತಾನೇ ಪ್ರಶ್ನಿಸಿಕೊಂಡ ಮೇಲೆ ಅಲ್ಲಿ ಬಣ್ಣಿಸಲು ಏನೂ ಉಳಿದಿರಲಿಲ್ಲ, ದಕ್ಷಿಣ ಆಫ್ರಿಕಾ ಈ ರನ್ನಿನ ಎವರೆಸ್ಟ್ ಏರಿ ಗೆಲ್ಲುವುದುಂಟೇ ಎಂದೇ ನಂಬಿಕೊಂಡಿದ್ದ ಕ್ರಿಕೆಟ್ ಜಗತ್ತು ಆಗ ದೊಡ್ಡ ರೀತಿಯಲ್ಲೇ ಕಂಪಿಸಿದ್ದು ಸುಳ್ಳಲ್ಲ!

ಸಂಶಯವಿಲ್ಲ, ವಾಂಡರರ್ಸ್ ಅಂಗಳದ್ದು ಅಪ್ಪಟ ಬ್ಯಾಟಿಂಗ್ ಟ್ರ್ಯಾಕ್. ವಿಶ್ವದ ಇತರ ಮೈದಾನಗಳಿಗೆ ಹೋಲಿಸಿದರೆ ಇಲ್ಲಿನ ಕೆಲವು ದಿಕ್ಕುಗಳಲ್ಲಿ ಸೀಮಾರೇಖೆ ಬಹಳ ಚಿಕ್ಕದು. ಹೀಗಾಗಿ ಬೌಂಡರಿಗಳು ಸಲೀಸು, ಲಿಫ್ಟ್ ಮಾಡುವುದು ಬಹಳ ಸುಲಭ. ಆದ್ದರಿಂದಲೇ ತಾನು ಕಣ್ಣುಮುಚ್ಚಿ ಬೀಸಿದೆ ಎಂದರು ಗಿಬ್ಸ್.

ಇಂಥ ಅನುಕೂಲಕರ ಪರಿಸ್ಥಿತಿ ಎಷ್ಟೇ ಇರಲಿ, 50 ಓವರ್‌ಗಳಲ್ಲಿ 400 ರನ್ ಪೇರಿಸುವುದೆಂದರೆ ಹುಡುಗಾಟವಲ್ಲ, ತಮಾಷೆಯೂ ಅಲ್ಲ. ಫಸ್ಟ್ ಬ್ಯಾಟಿಂಗ್ ಓಕೆ. ಆದರೆ ರನ್ ಚೇಸ್ ಮಾಡಲು ಹೊರಟವರಿಗೆ ಇದು ಖಂಡಿತ ಅಸಾಧ್ಯವಲ್ಲ ಎಂಬ ಹುಚ್ಚು ಧೈರ್ಯ, ಗೆದ್ದೇ ತೀರುವೆನೆಂಬ ಛಲ, ಜೊತೆಗೆ ಅತಿಮಾನುಶ ಶಕ್ತಿ ಬೇಕು; ಮತ್ತು ಈ ಶಕ್ತಿ ಎಲ್ಲರಲ್ಲೂ ಅವಾಹನೆಯಾಗಬೇಕು. ಇದೆಲ್ಲ ಮೇಳೈಸಿದ್ದರಿಂದಲೇ ದಕ್ಷಿಣ ಆಫ್ರಿಕಾಕ್ಕೆ ಇತಿಹಾಸ ನಿರ್ಮಿಸಲು ಸಾಧ್ಯವಾದದ್ದು.

ಇಲ್ಲಿ ಇನ್ನೊಂದು ಮುಖ್ಯ ಸಂಗತಿ ಇದೆ. ಇದು ಎರಡು ಪ್ರಬಲ ತಂಡಗಳ, ಎರಡು ಸಮಬಲ ತಂಡಗಳ ನಡುವಿನ ಮೇಲಾಟವಾದ್ದರಿಂದಲೇ ಕ್ರಿಕೆಟ್ ಜಗತ್ತು ವಾಂಡರರ್ಸ್ ಮ್ಯಾಚನ್ನು ವಂಡರ್ ಎಂದೇ ಪರಿಗಣಿಸಿತು. ಆಕಸ್ಮಾತ್ ಒಂದು ತಂಡ ಕೀನ್ಯಾ, ಬಾಂಗ್ಲಾದೇಶ, ಜಿಂಬಾಬ್ವೆ ಅಥವಾ ಈಗಿನ ಲಟಾಸು ವೆಸ್ಟ್‌ಇಂಡೀಸೇ ಆಗಿದ್ದರೆ ಇಂಥದ್ದೊಂದು ಪಂದ್ಯಕ್ಕೆ ನಯಾಪೈಸೆಯ ಕಿಮ್ಮತ್ತೂ ಲಭಿಸುತ್ತಿರಲಿಲ್ಲ. ಅಂದು ಕೀನ್ಯಾ ವಿರುದ್ಧ ಶ್ರೀಲಂಕಾ 398 ರನ್ ಒಟ್ಟುಗೂಡಿಸಿ ವಿಶ್ವದಾಖಲೆ ನಿರ್ಮಿಸಿದಾಗ ಇದಕ್ಕೆ ಸಿಕ್ಕಿದ ಮರ್ಯಾದೆಯಾದರೂ ಏನು ? ಈ ಕಾರಣಕ್ಕಾಗಿ ಜೊಹಾನ್ಸ್‌ಬರ್ಗ್ ಪಂದ್ಯ 'ಶತಮಾನದ ಪಂದ್ಯ'!

ನೂರು ವರ್ಷಗಳುರುಳಿದರೂ ಇಂಥದೊಂದು ಅದ್ಭುತಕ್ಕಿಂತಲೂ ಮಿಗಿಲಾದ ಪಂದ್ಯವನ್ನು ಕಾಣಲು ಸಾಧ್ಯವೇ ಇಲ್ಲ ಎಂದು ಕ್ರಿಕೆಟ್ ಜಗತ್ತು ದೃಢವಾಗಿ ಘೋಷಿಸಿದೆಯಲ್ಲ.. ಇದು ಜೋಹಾನ್ಸ್ ಬರ್ಗ್ ಪಂದ್ಯದ ನಿಜವಾದ ಹೆಚ್ಚುಗಾರಿಕೆ.

ದಕ್ಷಿಣ ಆಫ್ರಿಕಾ–ಆಸ್ಟ್ರೇಲಿಯ ಇಂಥ ಮಹಾನ್ ಒನ್‌ಡೇ ಮ್ಯಾಚ್ ಮೂಲಕ ಅದೆಷ್ಟೋ ಸೋಮಾರಿ ಕ್ರಿಕೆಟಿಗರಿಗೆ, ಕೆಲವು ತಂಡಗಳ 'ಅತಿಥಿ ಕಲಾವಿದ'ರಿಗೆ ಭರ್ಜರಿ ಡೋಸ್ ಕೊಟ್ಟಿದೆ. ಇದಕ್ಕಾಗಿ ಎಕ್ಸ್‌ಟ್ರಾ ಕೃತಜ್ಞತೆಗಳು!

ಅಮ್ಮ ರಜನಿ ತೆಂಡುಲ್ಕರ್ ಅಂದು ಹೇಳಿದ್ದರು...

‘ಸಚಿನ್ ನನ್ನ ಪ್ರೀತಿಯ ಮಗ

ಇಂಗ್ಲಿಷ್ ಕೌಂಟಿಗಳಲ್ಲಿ ಆಡುವುದೆಂದರೆ ಅದೊಂದು ಪ್ರತಿಷ್ಠೆ ಎಂಬ ಕಾಲವೊಂದಿತ್ತು. ಆಗಲೇ ಸಚಿನ್ ತೆಂಡುಲ್ಕರ್ ಇಂಥದೊಂದು ಅವಕಾಶ ಸಂಪಾದಿಸಿದ್ದು. ಅದು 1992ರ ಸೀಸನ್. ತಮ್ಮ ಹುಟ್ಟುಹಬ್ಬಕ್ಕೆ ಸಚಿನ್ ದೊಡ್ಡದೊಂದು ಉಡುಗೊರೆ ಪಡೆದಿದ್ದರು (ಏಪ್ರಿಲ್ 22). 129 ವರ್ಷಗಳ ಯಾರ್ಕ್‌ಶೈರ್ ಕೌಂಟಿ ಇತಿಹಾಸದಲ್ಲಿ ಮೊದಲ ಸಲ ವಿದೇಶಿ ಕ್ರಿಕೆಟಿಗನಿಗೆ ಹಾಗೂ ಬಿಳಿಯೇತರರಿಗೆ ಈ ಕೌಂಟಿಯ ಬಾಗಿಲು ತೆರೆದಿತ್ತು. ನಮ್ಮ ಸಚಿನ್ ಈ ಹೆಗ್ಗಳಿಕೆಗೆ ಪಾತ್ರರಾಗಿದ್ದರು. ಆಗ 'ತರಂಗ'ದಲ್ಲಿ 'ಸಚಿನ್: ಇಂಗ್ಲಿಷ್ ಕೌಂಟಿಗೆ ಜೈತ್ರಯಾತ್ರೆ' ಎಂಬ ಮೂರು ಪುಟಗಳ ಸುದೀರ್ಘ ಲೇಖನವೊಂದು ಪ್ರಕಟಗೊಂಡಿತ್ತು. ಇದರಲ್ಲಿ ತಾಯಿ ರಜನಿ ತೆಂಡುಲ್ಕರ್, ತಮ್ಮ ಪ್ರೀತಿಯ ಮಗನ ಕುರಿತು ಮನಬಿಚ್ಚಿ ಮಾತಾಡಿದ್ದರು. ಜತೆಗೆ ಸಚಿನ್ ಅವರ ಮಿನಿ ಸಂದರ್ಶನವೂ ಪ್ರಕಟಗೊಂಡಿತ್ತು. ಹಿಂದಿ ಮೂಲವನ್ನು ಆಧರಿಸಿದ ಈ ಬರಹ ಅಂದು ಕ್ರಿಕೆಟ್ ಪ್ರೇಮಿಗಳಿಗಷ್ಟೇ ಅಲ್ಲ, ಎಲ್ಲ ತಾಯಂದಿರ ಮೆಚ್ಚುಗೆಗೂ ಪಾತ್ರವಾಗಿತ್ತು. ನೀವಿದನ್ನು 1990ರ ಕಾಲಘಟ್ಟದಲ್ಲಿ ನಿಂತು ಆಸ್ವಾದಿಸಬೇಕು.

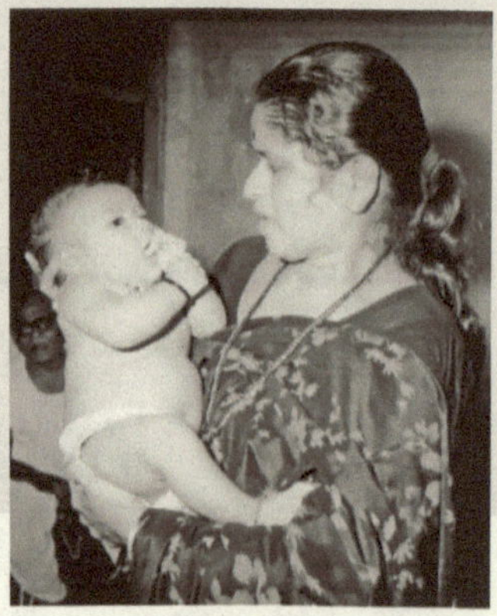

ಸಚಿನ್ ತೆಂಡುಲ್ಕರ್
ಅವರ ತಾಯಿ.

ರಜನಿ ತೆಂಡುಲ್ಕರ್... ಸಚಿನ್ ತೆಂಡುಲ್ಕರ್ ಅವರ ತಾಯಿ. ಕಳೆದ 33 ವರ್ಷಗಳಿಂದ ಇವರು ಎಲ್.ಐ.ಸಿ.ಯಲ್ಲಿ ಕೆಲಸ ಮಾಡುತ್ತಿದ್ದಾರೆ. ಎರಡು ವರ್ಷಗಳ ಹಿಂದೆ ರಜನಿ ತೆಂಡುಲ್ಕರ್ ಎಂದೇ ಕರೆಯಲ್ಪಡುತ್ತಿದ್ದ ಇವರೀಗ ಸಚಿನ್ ತಾಯಿ ಎಂದೇ ಗುರುತಿಸಲ್ಪಡುತ್ತಾರೆ. ಇವರನ್ನೀಗ ಎಷ್ಟೋ ಮಂದಿ ನೋಡಲು ಹಾತೊರೆಯುತ್ತಾರೆ. ಬಾಯ್ತುಂಬ ಮಾತನಾಡಲು ಬಯಸುತ್ತಾರೆ. ಸಚಿನ್ ಬಗ್ಗೆ ಏನೇನೋ ಪ್ರಶ್ನೆಗಳನ್ನು ಕೇಳುತ್ತಾರೆ.

ರಜನಿ ತೆಂಡುಲ್ಕರ್ ಅವರಿಗೆ ನಾಲ್ವರು ಮಕ್ಕಳು. ಸಚಿನ್ ಚಿಕ್ಕವರು. ಮೊದಲನೆಯವರು ನಿತಿನ್. ಒಂದು ಮಗುವಿನ ತಂದೆಯಾಗಿರುವ ಇವರು ಫ್ಲೈಟ್ ಪರ್ಸರ್ ಆಗಿ ದುಡಿಯುತ್ತಾರೆ. ಮಗಳು ಸ್ಮಿತಾ ಮದುವೆಯಾಗಿ ಪುಣೆಯಲ್ಲಿನೆಲೆಸಿದ್ದಾರೆ. ಇನ್ನೊಬ್ಬ ಪುತ್ರ ಅಜಿತ್ ಪದವೀಧರರು. ಸಚಿನ್‌ನಲ್ಲಿದ್ದ ಪ್ರತಿಭೆಯನ್ನು ಗುರುತಿಸಿದ ಕೀರ್ತಿ ಇವರಿಗೆ ಸಲ್ಲಬೇಕು.

'ಸಚಿನ್ ಬಾಲ್ಯದಲ್ಲಿ ಹೇಗಿದ್ದ ? ಬೇರೆ ಮಕ್ಕಳಿಗಿಂತ ಭಿನ್ನವಾಗಿದ್ದನೇ? ತನ್ನ ಪ್ರತಿಭೆಯನ್ನಾತ ಬಾಲ್ಯದಲ್ಲೇ ಹೊರಹೊಮ್ಮಿಸಿದ್ದನೇ? ಇನ್ನಿತರ ಕ್ಷೇತ್ರಗಳಲ್ಲೂ ಇವನು ಅಗ್ರಗಣ್ಯನೇ? ಓದಿನತ್ತ ಧ್ಯಾನ ಹರಿಸುವುದಿದೆಯೇ?- ಆತ್ಮೀಯರ ಇಂಥ ಪ್ರಶ್ನೆಗಳಿಗೆ ನಾನು ಏನೆಂದು ಉತ್ತರ ಕೊಡಲಿ? ಇದನ್ನೆಲ್ಲ ಕೇಳಿ ನಾನು ಆನಂದಪರವಶಳಾಗುತ್ತೇನೆ. ಸಚಿನ್‌ನ ತಾಯಿ ಆದುದಕ್ಕೆ ಹೆಮ್ಮೆ ಪಡುತ್ತೇನೆ' ಎನ್ನುತ್ತಾರೆ ರಜನಿ ತೆಂಡುಲ್ಕರ್.

'ಸಚಿನ್‌ಗೆ ಆಗ ಹನ್ನೊಂದು ವರ್ಷ. ಏಳನೇ ತರಗತಿಯಲ್ಲಿ ಓದುತ್ತಿದ್ದ. ಆಗ ಸಚಿನ್‌ನಲ್ಲಿ ಉತ್ತಮ ಕ್ರಿಕೆಟಿಗನೆನಿಸಿಕೊಳ್ಳುವ ಯೋಗ್ಯತೆ ಇದೆ ಎಂಬುದನ್ನು ಅಜಿತ್ ಪತ್ತೆ ಹಚ್ಚಿದ. ಅಷ್ಟೇ ಅಲ್ಲ, ತಮ್ಮನನ್ನು ದಾದರ್‌ಗೆ ಕರೆದೊಯ್ದು ರಮಾಕಾಂತ ಅಚ್ರೇಕರ್ ಬಳಿ ತರಬೇತಿಗೆ ಸೇರಿಸಿದ. ನನಗೆ ಆಗ ಕ್ರಿಕೆಟ್ ಬಗ್ಗೆ ಹೆಚ್ಚೇನೂ ತಿಳಿದಿರಲಿಲ್ಲ. ಅಜಿತ್ ಬಂದು ತಮ್ಮನ ಬೆಳವಣಿಗೆ ಬಗ್ಗೆ ಅದು-ಇದು ಎಂದೆಲ್ಲ ಹೇಳುತ್ತಿದ್ದ. ಅವನ ಮಾತುಗಳನ್ನು ಅರ್ಥೈಸಿಕೊಳ್ಳಲು ಪ್ರಯತ್ನಿಸುತ್ತಿದ್ದೆನಾದರೂ ನನ್ನ ಲಕ್ಷ್ಯವೆಲ್ಲ ಇರುತ್ತಿದ್ದುದು ಸಚಿನ್‌ನ ಯೋಗಕ್ಷೇಮದತ್ತಲೇ. ಆದ್ದರಿಂದ ಕ್ರಿಕೆಟನ್ನು ಅವರಿಬ್ಬರಿಗೇ ಬಿಟ್ಟು ಬಿಡುತ್ತಿದ್ದೆ...'

ನೇರ ಮಾತು ಚುಟುಕು ಉತ್ತರ

ಪತ್ರಕರ್ತರನ್ನು ಕಂಡೊಡನೆ ನಾಚುತ್ತ ಮರೆಯಾಗುವ ಸಚಿನ್ ತೆಂಡುಲ್ಕರ್ ಪತ್ರಿಕಾ ಸಂದರ್ಶನ ನೀಡಿದ್ದೇ ಅಪರೂಪ. ನೀಡಿದರೂ ಅದು ನೇರ ಮಾತಿನ ಚುಟುಕು ಉತ್ತರ. ಇಂಥ ಒಂದು ಸಂದರ್ಶನ ಇಲ್ಲಿದೆ.

- **ನಿಮ್ಮ ಜೀವನದ ಭಾಗ್ಯಶಾಲಿ ಘಳಿಗೆ?**

– ಈ ಪರಿವಾರದಲ್ಲಿ ಜನಿಸಿದ್ದು.

- **ಜೀವನದಲ್ಲಿ ಪ್ರಭಾವ ಬೀರಿದ ಮಹನೀಯರು?**

– ನನ್ನ ಹೆತ್ತವರು. ಅಣ್ಣ ಅಜಿತ್ ಮತ್ತು ಕೋಚ್ ರಮಾಕಾಂತ ಅಚ್ರೇಕರ್.

- **ಕ್ರಿಕೆಟ್ ಅಲ್ಲದೆ ಮತ್ಯಾವ ಆಟದಲ್ಲಿ ಆಸಕ್ತಿ?**

– ಟೇಬಲ್ ಟೆನಿಸ್.

- **ಕ್ರಿಕೆಟ್‌ನ ಮರೆಯಲಾಗದ ಕ್ಷಣ?**

– 1983ರಲ್ಲಿ ನಾವು ವಿಶ್ವ ಚಾಂಪಿಯನ್ ಆದದ್ದು.

- **ಇಷ್ಟದ ಫೀಲ್ಡಿಂಗ್ ಜಾಗ?**

– ಸ್ಟಂಪ್‌ನಿಂದ ದೂರ ಎಲ್ಲಾದರೂ...

- **ಮೆಚ್ಚಿನ ಅಂಪಾಯರ್ ಯಾರು ?**

– ಎಂಪಿ. ಗೊಟಾಸ್ಕರ್ ಮತ್ತು ಜಾನ್ ರೂಬೆನ್.

- **ಯಾರ ಬೌಲಿಂಗ್ ಎದುರಿಸಲು ಕಷ್ಟ?**

– ವಾಸಿಂ ಅಕ್ರಮ್.

- **ಅತಿಯಾಗಿ ಇಷ್ಟಪಡುವ ಬಿಗ್ ಹಿಟ್ಟರ್?**

– ಕಪಿಲ್‌ದೇವ್.

- **ಆತ್ಮೀಯ ಗೆಳೆಯ?**

– ಕ್ರಿಕೆಟ್!

- **ಮೆಚ್ಚಿನ ದೈನಿಕ?**

– ದ ಟೈಮ್ಸ್ ಆಫ್ ಇಂಡಿಯಾ, ಇಂಡಿಯನ್ ಎಕ್ಸ್‌ಪ್ರೆಸ್.

- **ಮೆಚ್ಚಿನ ಕ್ರೀಡಾ ಪತ್ರಿಕೆ?**

– ಸ್ಪೋರ್ಟ್ಸ್ ಸ್ಟಾರ್ ಹಾಗೂ ಮರಾಠಿಯ ಏಕಚ ಘಟಕರ್.

- **ಗಾಢವಾಗಿ ಪ್ರಭಾವ ಬೀರಿದ ಪುಸ್ತಕ?**

– ಗ್ಯಾರಿ ಸೋಬರ್ಸ್ ಅವರ 'ಟ್ವೆಂಟಿ ಇಯರ್ಸ್ ಎಟ್ ದ ಟಾಪ್'.

- **ಮೆಚ್ಚಿನ ಗಾಯಕರು?**

– ಕಿಶೋರ್ ಕುಮಾರ್, ಲತಾ ಮಂಗೇಶ್‌ಕರ್.

- **ಜಗತ್ತಿನ ಯಾವ ಮಹಾನ್ ವ್ಯಕ್ತಿಯನ್ನು ಭೇಟಿಯಾಗಬೇಕೆಂಬ ಬಯಕೆ ಇದೆ?**

– ಸರ್ ಡೊನಾಲ್ಡ್ ಬ್ರಾಡ್‌ಮನ್, ಮೈಕ್ ಟೈಸನ್, ಬೆನ್ ಜಾನ್ಸನ್.

- **ಮೆಚ್ಚಿನ ಅಡುಗೆ ಮತ್ತು ಪಾನೀಯ?**

ಮುರ್ಗ್ ಮುಕ್ಲಾನಿ, ಆರೇಂಜ್ ಜ್ಯೂಸ್.

- **ರಜೆಯನ್ನು ಕಳೆಯಲು ಇಷ್ಟಪಡುವ ಸ್ಥಳ?**

– ನನ್ನ ಮನೆ!

- **ಅತಿಯಾಗಿ ಅಂಜುವುದು?**

– ಯುದ್ಧ ಮತ್ತು ಪ್ರಕೃತಿ ವಿಕೋಪ.

- **ವಿಪರೀತವಾಗಿ ನಾಚಿಕೊಳ್ಳುವುದು?**

– ಅಂದವಿಲ್ಲದ ನನ್ನ ಭಾವಚಿತ್ರಗಳನ್ನು ನೋಡುವಾಗ!

- **ಭವಿಷ್ಯದ ಆಸೆ, ಆಕಾಂಕ್ಷೆ?**

– ದೀರ್ಘಾವಧಿಯ ತನಕ ತಾಯ್ನಾಡಿನ ಕ್ರಿಕೆಟ್‌ಗೆ ಸೇವೆ ಸಲ್ಲಿಸುವುದು.

‘ಆದರೆ ಕಳೆದ ಕೆಲವು ವರ್ಷಗಳಿಂದ ನಮ್ಮಲ್ಲಿ ಬಹಳಷ್ಟು ಬದಲಾವಣೆಗಳಾದವು. ನಮ್ಮ ಮನೆಯಂತೂ ಕ್ರಿಕೆಟ್ ಬಡಾವಣೆಯೇ ಆಗಿ ಹೋಗಿದೆ. ಅಜಿತ್ ಮತ್ತು ಸಚಿನ್ ಇಬ್ಬರೂ ಮನೆಯಲ್ಲಿದ್ದರಂತೂ ಮುಗಿಯಿತು– ಕ್ರಿಕೆಟ್ ಹೊರತುಪಡಿಸಿ ಬೇರೆ ವಿಷಯವೇ ಮಾತನಾಡಲಿಕ್ಕೆ ಸಿಗದು. ಇಬ್ಬರಲ್ಲೂ ಸಹೋದರತ್ವಕ್ಕಿಂತಲೂ ಮಿಗಿಲಾದ ಬಾಂಧವ್ಯ ಬೇರುಬಿಟ್ಟಿದೆ. ತನಗಿಂತ ಹತ್ತು ವರ್ಷ ಹಿರಿಯವನಾದ ಅಜಿತನೇ ಸಚಿನ್‌ನ ಆತ್ಮೀಯ ಜತೆಗಾರ. ಅಜಿತನಿಗೋ ಕ್ರಿಕೆಟೇ ಸರ್ವಸ್ವ. ಸಚಿನ್‌ಗೆ ಕ್ರಿಕೆಟಿನ ರುಚಿ ಹತ್ತುವ ಮೊದಲೇ ಇವನು ಕ್ರಿಕೆಟ್ ಮೈದಾನದಲ್ಲಿ ಸಾಕಷ್ಟು ಯಶಸ್ಸು ಪಡೆದಿದ್ದ. ಆದರೆ ಉತ್ತಮ ಕ್ರಿಕೆಟಿಗನಾಗುವ ಅದೃಷ್ಟ ಮಾತ್ರ ಅವನಲ್ಲಿರಲಿಲ್ಲ. ಬದಲಿಗೆ ತನ್ನ ನಿಸ್ವಾರ್ಥ ಮನೋಭಾವದಿಂದ ತಮ್ಮನನ್ನು ಓರ್ವ ಮಹಾನ್ ಕ್ರಿಕೆಟಿಗನನ್ನಾಗಿ ರೂಪಿಸಿದ...’ ರಜನಿ ಹೇಳುತ್ತ ಹೋಗುತ್ತಾರೆ.

‘ಸಚಿನ್ ಕೂಡ ಅಷ್ಟೇ. ಅಣ್ಣನನ್ನು ಕೇಳದೆ ಒಂದು ಹೆಜ್ಜೆಯನ್ನೂ ಮುಂದಿಡುವವನಲ್ಲ. ತನ್ನ ಹಣಕಾಸಿನ ವ್ಯವಹಾರಕ್ಕೂ ಅಣ್ಣನೇ ಬೇಕು. ಸಚಿನ್‌ನ ಈ ವರೆಗಿನ ಲೆಕ್ಕಪತ್ರಗಳೆಲ್ಲ ಅಣ್ಣನ ವಶದಲ್ಲೇ ಇದೆ. ಪ್ರವಾಸದ ವೇಳೆ ಸಚಿನ್‌ಗೆ ಎದುರಾಗುವ ಸಮಸ್ಯೆಗಳಿಗೆಲ್ಲ ಪರಿಹಾರ ಒದಗಿಸುವ ಜವಾಬ್ದಾರಿಯನ್ನೂ ಅಜಿತನೇ ಹೊತ್ತಿದ್ದಾನೆ. ಆಡುವುದಷ್ಟೇ ಸಚಿನ್ ಕೆಲಸ! ಒಬ್ಬಂಟಿಯಾಗಿ ಉಳಿದಾಗ ಸಂಗೀತ ಆಲಿಸುತ್ತ ಕೂರುವುದು ಇವನ ನೆಚ್ಚಿನ ಹವ್ಯಾಸ...’

‘ಸಚಿನ್‌ನ ಹೆಸರು ಒಮ್ಮಿಂದೊಮ್ಮಲೇ ಪ್ರಜ್ವಲಿಸಲಾರಂಭಿಸಿದಾಗ ನಮ್ಮ ಮನೆಯೂ ಗಿಜಿ ಗುಟ್ಟತೊಡಗಿತು. ಸಂಬಂಧಿಕರು, ಹಿತಚಿಂತಕರು, ಕ್ರಿಕೆಟಿನ ಮಹಾನ್ ವ್ಯಕ್ತಿಗಳೆಲ್ಲ ಮನೆಗೆ ಭೇಟಿ ನೀಡಲಾರಂಭಿಸಿದರು. ಓರ್ವ ತಾಯಿಯಾಗಿ ಇದನ್ನೆಲ್ಲ ಕಾಣುವ ಸೌಭಾಗ್ಯ ನನ್ನ ಪಾಲಿಗೊದಗಿದ್ದಕ್ಕೆ ಅಪಾರ ಸಂತೋಷವಾಗುತ್ತಿದೆ. ನಮ್ಮ ಕುಟುಂಬದವರಿಗೆಲ್ಲ ತಿರುಗಾಟವೆಂದರೆ ಅಷ್ಟಕಷ್ಟೆ. ಆದರೆ ಈಗ ಹಾಗಲ್ಲ, ಡೊಂಬಿವಿಲಿಯಲ್ಲಿರುವ ನನ್ನ ತಾಯಿ, ದಾದರ್‌ನ ಅತ್ತೆಮನೆಯವರೆಲ್ಲ ದಿನನಿತ್ಯವೆಂಬಂತೆ ನಮ್ಮಲ್ಲಿ ಬರುತ್ತಿದ್ದಾರೆ. ಸಚಿನ್‌ಗೆ ಕಾರು ಸಿಕ್ಕಿದ ಅನಂತರ ಆತನೇ ನಮ್ಮನ್ನೆಲ್ಲ ಈ ಜಾಗಕ್ಕೆ ಸುತ್ತಾಡಿಸಲಾರಂಭಿಸಿದ್ದಾನೆ. ಡ್ಯೂಟಿಗೆ ಹೋಗುವಾಗಲೂ ಸಚಿನ್‌ಗೆ ಕಾರು ಬೇಕು. ಚರ್ಚ್ ಗೇಟ್ ತನಕ ಅವನೇ ಡ್ರೈವ್ ಮಾಡಿಕೊಂಡು ಹೋಗುತ್ತಾನೆ. ಒಬ್ಬನೇ ಅಷ್ಟು ದೂರ ಕಾರಲ್ಲಿ ಹೋಗುವಾಗ ತಾನು ಚಿಂತಿಸುವುದುಂಟು. ಆದರೆ ಅವನ ತಂದೆ ಮಗನ ಸ್ವಾತಂತ್ರ್ಯಕ್ಕೆ

ಎಂದೂ ಅಡ್ಡ ಬಂದದ್ದಿಲ್ಲ. ಮುಂಬಯಿಯಯ ಕೀರ್ತಿ ಕಾಲೇಜಿನಲ್ಲಿ ಮರಾಠಿ ಪ್ರೊಫೆಸರ್ ಆಗಿ 1990ರಲ್ಲಿ ನಿವೃತ್ತರಾದ ಅವರು ಮಕ್ಕಳ ಖುಷಿಯೇ ತಮ್ಮ ಖುಷಿ ಎಂದು ನಂಬಿದವರು. ಯಾವ ಮಕ್ಕಳನ್ನೂ ಅವರು ಬೆದರಿಸಿ ಹದ್ದುಬಸ್ತಿನಲ್ಲಿಟ್ಟವರಲ್ಲ...' ಅಮ್ಮನ ಮಾತು ಸಾಗುತ್ತದೆ.

ಸಚಿನ್ ಸ್ವಭಾವ...

'ಸಚಿನ್ ತುಂಬಾ ನಾಚಿಕೆ ಸ್ವಭಾವದವ. ಅವನು ತುಟಿ ಎರಡು ಮಾಡುವುದೇನಿದ್ದರೂ ತನ್ನ ಕುಟುಂಬದ ಸದಸ್ಯರ ಮುಂದೆ ಹಾಗೂ ತನ್ನ ವಠಾರದ ಗೆಳೆಯರೊಡನೆ ಮಾತ್ರ. ಓದಿನಲ್ಲೂ ಅವನಿಗೆ ಬಹಳ ಆಸಕ್ತಿ. ಹತ್ತನೆಯ ತರಗತಿಯಲ್ಲಿರುವಾಗ ರಣಜಿ ಪಂದ್ಯವನ್ನಾಡದೆ ಪರೀಕ್ಷೆಗೆ ಕೂರುವುದಾಗಿ ಹಠ ಹಿಡಿದಾಗಲೇ ನನಗೆ ಇದರ ಅರಿವಾದದ್ದು. ಅಂದು ಕೇವಲ 25 ದಿನಗಳ ತಯಾರಿಯಲ್ಲಿ ಈತ ಪರೀಕ್ಷೆಯನ್ನು ಪಾಸು ಮಾಡಿದ್ದ...'

ಇನ್ನು ಕೆಲವೇ ವರ್ಷಗಳಲ್ಲಿ ನೌಕರಿಯಿಂದ ನಿವೃತ್ತಳಾಗುವ ನಾನು ಭವಿಷ್ಯದ ಬಗ್ಗೆ ಸ್ವಲ್ಪವೂ ಯೋಚಿಸಿದವಳಲ್ಲ, ಆದರೆ ಒಂದಂತೂ ಖಂಡಿತ. ಈಗಿರುವ ಮನೆಗಿಂತ ದೊಡ್ಡದಾದ ಮನೆಯೊಂದರ ಆವಶ್ಯಕತೆ ನಮಗಿದೆ. ಇದನ್ನು ವಾಸ್ತವಕ್ಕಿಳಿಸಬೇಕು. ಮುಂದೆ ನನ್ನ ಗಂಡು ಮಕ್ಕಳಲೆಲ್ಲ ಮದುವೆಯಾಗಿ ಸಂಸಾರ ಮಾಡಲಾರಂಭಿಸುವಾಗ ಈ ಚಿಕ್ಕ ಮನೆ ಯಾತಕ್ಕೂ ಸಾಲದಾಗುತ್ತದಲ್ಲ! ಈಗಂತೂ ನಾವು ಇದೇ ಮನೆಯಲ್ಲಿ ಬಹಳ ಸಂತೋಷದಿಂದ ದಿನ ಕಳೆಯುತ್ತಿದ್ದೇವೆ. ಇದಕ್ಕೆಲ್ಲ ಆ ಭಗವಂತನೇ ಕಾರಣ...'

ಎಂದು ಮಾತು ಮುಗಿಸಿದರು ಸಚಿನ್ ಹೆತ್ತವ್ವ.

ಸಚಿನ್ ಕ್ರೀಸ್ ಇಳಿಯುವಾಗ ಅಂಜಿದ್ದು ಯಾವಾಗ?

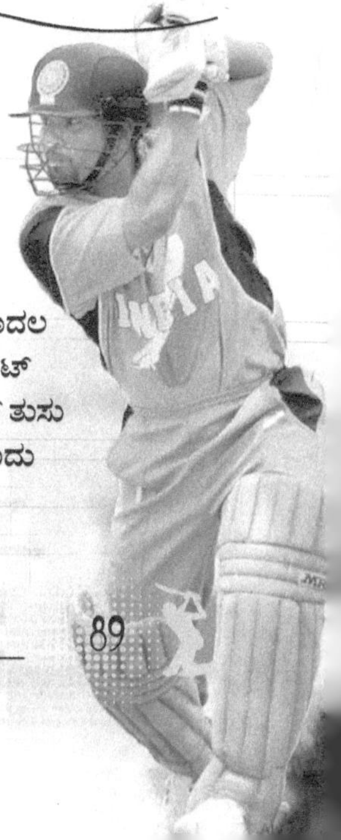

ಬಹುಶಃ ಈ ಪ್ರಶ್ನೆಗೆ ಉತ್ತರ 'ಯಾವತ್ತೂ ಇಲ್ಲ' ಎಂಬುದೇ ಆಗಿರುತ್ತದೆ. ಸಚಿನ್ ಕ್ರೀಸ್ ಇಳಿಯುವಾಗ ಎದುರಾಳಿ ತಂಡದ ಬೌಲರ್ಸ್ ಹೆದರಬೇಕಿತ್ತು!

ಆದರೆ ಆಸ್ಟ್ರೇಲಿಯದ ಕ್ರಿಕೆಟಿಗ ಸ್ಟೀವ್ ವೋ ಇದನ್ನು ಒಪ್ಪುವುದಿಲ್ಲ. ಅವರು ತಮ್ಮ 'ನೆವರ್ ಸೇ ಡೈ' ಪುಸ್ತಕದಲ್ಲಿ ಹೀಗೆ ಬರೆದಿದ್ದಾರೆ...

'2003ರ ವಿಶ್ವಕಪ್ ಫೈನಲ್‌ನಲ್ಲಿ ಆಸ್ಟ್ರೇಲಿಯ 359 ರನ್ನುಗಳ ಬೃಹತ್ ಮೊತ್ತ ರಾಶಿ ಹಾಕಿದಾಗ ಒತ್ತಡದಲ್ಲಿ ಮುಳುಗಿದ್ದ ಸಚಿನ್ ತೆಂಡುಲ್ಕರ್ ಮೊದಲ ಸಲ ಹೆದರಿದ್ದನ್ನು ನಾನು ಗಮನಿಸಿದೆ. ಭಾರತದ ಕೋಟ್ಯಂತರ ಮಂದಿ ಕ್ರಿಕೆಟ್ ಅಭಿಮಾನಿಗಳ ನಿರೀಕ್ಷೆಯ ಭಾರ ಅವರ ಮೇಲಿತ್ತು. ಹೀಗಾಗಿ ತೆಂಡುಲ್ಕರ್ ತುಸು ಧೈರ್ಯಗುಂದಿದಂತಿತ್ತು. ಅವರ ಮೇಲೆ ಅದೆಷ್ಟು ಒತ್ತಡ ಹೇರಲ್ಪಟ್ಟಿದೆ ಎಂಬುದು ನನಗಾಗ ಅನಿಸಿತು...' ಬಹುಶಃ ಸಚಿನ್ ತೆಂಡುಲ್ಕರ್ ತಮ್ಮ ಜೀವನಚರಿತ್ರೆಯಲ್ಲಿ ಇದಕ್ಕೆ ಸ್ಪಷ್ಟನೆ ನೀಡಬಹುದು!

1992ರ ಮೂಲ ವಿಶ್ವಕಪ್ ಟ್ರೋಫಿ ಎಲ್ಲಿ?

1992ರ 'ಬೆನ್ಸನ್ ಆ್ಯಂಡ್ ಹೆಜಸ್' ವಿಶ್ವಕಪ್ ವಿಜೇತರಿಗೆಂದು ಸ್ಫಟಿಕದ ಟ್ರೋಫಿಯೊಂದನ್ನು ವಿಶೇಷವಾಗಿ, ಬಹಳ ಸುಂದರವಾಗಿ ನಿರ್ಮಿಸಲಾಗಿತ್ತು. ಇದನ್ನು ತಯಾರಿಸಿದ್ದು ಐರ್ಲೆಂಡ್‌ನ ಒಂದು ಖಾಸಗಿ ಕಂಪೆನಿ. ಆದರೆ ಉದ್ಘಾಟನ ಸಮಾರಂಭದಲ್ಲಿ ಸಂಘಟನ ಸಮಿತಿಯ ಅಧ್ಯಕ್ಷ ಮಾಲ್ಕಂ ಗ್ರೇ ಇದನ್ನು ಉಲ್ಲೇಖಿಸದೇ ಇದ್ದುದು ಟ್ರೋಫಿ ನಿರ್ಮಾಣ ಕಂಪೆನಿಯ ತೀವ್ರ ಅಸಮಾಧಾನಕ್ಕೆ ಕಾರಣವಾಯಿತು.

ಟ್ರೋಫಿಯ ಇನ್ನೊಂದು ಕತೆ ಹೀಗಿದೆ... ಉದ್ಘಾಟನ ಸಮಾರಂಭದ ವೇಳೆ ಮೂಲ ಟ್ರೋಫಿಯ ಬದಲು ಇದರ ಪ್ರತಿಕೃತಿಯೊಂದನ್ನು ಪ್ರದರ್ಶಿಸಲಾಗಿತ್ತು. ವಿಶ್ವಕಪ್ ಗೆದ್ದಾಗ ಪಾಕಿಸ್ಥಾನದ ನಾಯಕ ಇಮ್ರಾನ್ ಖಾನ್ ಅವರಿಗೆ ಈ ಟ್ರೋಫಿಯನ್ನೇ ನೀಡಲಾಯಿತು. ಹಾಗಾದರೆ ಮೂಲ ಟ್ರೋಫಿ ಎಲ್ಲಿ? ಅದು ಐರ್ಲೆಂಡ್‌ನಿಂದ ಆಸ್ಟ್ರೇಲಿಯಕ್ಕೆ ಬರುವಷ್ಟರಲ್ಲಿ ಪುಡಿ ಪುಡಿಯಾಗಿತ್ತು!

ಹನೀಫ್ ಔಟಾದರೋ, ಇಲ್ಲವೋ ಮೊದಲು ತಿಳಿಸಿ!

ಅದು 1958ರ ವೆಸ್ಟ್ ಇಂಡೀಸ್–ಪಾಕಿಸ್ಥಾನ ನಡುವಿನ ಬ್ರಿಜ್‌ಟೌನ್ ಟೆಸ್ಟ್. ಪಾಕ್ ಬ್ಯಾಟ್ಸ್‌ಮನ್ ಹನೀಫ್ ಮೊಹಮ್ಮದ್ 16 ಗಂಟೆ, 13 ನಿಮಿಷಗಳ ಮ್ಯಾರಥಾನ್ ನಿಲುವಿನಲ್ಲಿ 337 ರನ್ ಬಾರಿಸಿದ ಪಂದ್ಯ ಇದಾಗಿತ್ತು. ಅಂದು ಹನೀಫ್ ಅವರ ಈ ಆಟವನ್ನು ವೀಕ್ಷಿಸಿದವನೊಬ್ಬನ ಅವಸ್ಥೆ ಏನಾಗಿತ್ತು ನೋಡಿ... ವಿಂಡೀಸ್ ಅಭಿಮಾನಿಯೋರ್ವ ಸ್ಟೇಡಿಯಂ ಸಮೀಪದ ಮರವೊಂದನ್ನು ಏರಿ ಪಂದ್ಯ ವೀಕ್ಷಿಸುತ್ತಿದ್ದ. ಅಲ್ಲಿಯೇ ನಿದ್ದೆಗೆ ಜಾರಿದ. ಮರದಿಂದ ಜಾರಿ ಬಿದ್ದು ಪ್ರಜ್ಞೆ ತಪ್ಪಿದ! ಆತನನ್ನು ಕೂಡಲೇ ಆಸ್ಪತ್ರೆಗೆ ದಾಖಲಿಸಲಾಯಿತು. ಎರಡು ಗಂಟೆ ಬಳಿಕ ಪ್ರಜ್ಞೆ ಮರಳಿತು. ವೈದ್ಯರು ಆರೋಗ್ಯ ವಿಚಾರಿಸಿದರು. ಆತ ಹೇಳಿದ–'ನನ್ನ ವಿಚಾರ ಬಿಟ್ಟುಬಿಡಿ. ಆ ಹನೀಫ್ ಮೊಹಮ್ಮದ್ ಔಟಾದರೋ ಇಲ್ಲವೋ ತಿಳಿಸಿ!'

ರಾಜ ಪರಿವಾರದ ಮಹಾನ್ ಕ್ರಿಕೆಟಿಗ

ಕುಮಾರ ರಣಜಿತ್ ಸಿಂಹಜಿ

ದೇಶಿ ಕ್ರಿಕೆಟಿನ ರಾಜನೆನಿಸಿದ ಪ್ರತಿಷ್ಠಿತ 'ರಣಜಿ ಟ್ರೋಫಿ'ಗೆ 88 ವರ್ಷಗಳ ಸುಂದರ, ಸುದೀರ್ಘ ಇತಿಹಾಸವಿದೆ. ಜಾಮ್ ನಗರದ ಮಹಾರಾಜ ರಣಜಿತ್ ಸಿಂಹಜಿಯವರ ಸ್ಮರಣಾರ್ಥ ಭಾರತ ಕ್ರಿಕೆಟ್ ಸಂಸ್ಥೆ 1934ರಲ್ಲಿ 'ರಣಜಿ ಟ್ರೋಫಿ'ಯನ್ನು ಆರಂಭಿಸಿತು. ಕ್ರಿಕೆಟ್ ಮೈದಾನದಲ್ಲಿ ಈ ರಾಜಕುಮಾರನ ಆಟ-ಸಾಧನೆಗಳು ಅನುಪಮ. ಕ್ರಿಕೆಟಿನ 'ಲೆಗ್ ಗ್ಲಾನ್ಸ್' ಹೊಡೆತ ಇವರದೇ ಸೃಷ್ಟಿ. ಇವರ ಕುರಿತು 'ತರಂಗ'ದಲ್ಲಿ ಪ್ರಕಟಗೊಂಡ ಲೇಖನವಿದು.

ಭಾರತದ ಕ್ರಿಕೆಟಿಗೆ ರಾಜಮನೆತನ ದವರು ಅಮೋಘ ಹಾಗೂ ಸ್ಮರಣೀಯ ಸೇವೆ ಸಲ್ಲಿಸಿರುವುದು ನಮ್ಮ ಕ್ರಿಕೆಟ್ ಇತಿಹಾಸದ ಚಿರಸ್ಮರಣೀಯ ಅಂಶಗಳಲ್ಲೊಂದು. ಪಾಟಿಯಾಲ, ಜಾಮ್ ನಗರ, ವಿಜಯನಗರದ ಮಹಾರಾಜರೆಲ್ಲಸ್ವತಃ ಖ್ಯಾತ ಕ್ರಿಕೆಟಿಗರಾಗಿದ್ದರು. ಸಂಪೂರ್ಣ ಭಾರತೀಯ ಆಟಗಾರರನ್ನೇ ಹೊಂದಿದ್ದ ಸ್ವದೇಶಿ ತಂಡವನ್ನು ಪ್ರಪ್ರಥಮ ಬಾರಿಗೆ (1911ರಲ್ಲಿ) ಕ್ರಿಕೆಟಿನ ತಾಯ್ನಾಡಾದ ಇಂಗ್ಲೆಂಡ್‌ಗೆ ಕೊಂಡೊಯ್ದ ಕೀರ್ತಿ ಸಲ್ಲುವುದು ಪಾಟಿಯಾಲದ ಮಹಾರಾಜರಿಗೆ. ಈ ಎಲ್ಲ ರಾಜ ಪರಿವಾರದಲ್ಲೂ ಕೆಲವು ಮಂದಿ ಕ್ರಿಕೆಟಿಗರು ಅಗ್ರಪಂಕ್ತಿಯಲ್ಲಿ ಕಾಣಿಸಿಕೊಳ್ಳುತ್ತಾರೆ. ಇವರ ಪೈಕಿ ಕುಮಾರ ರಣಜಿತ್ ಸಿಂಹಜಿ ಪ್ರಮುಖರು.

ಈ ಮಹಾನ್ ಕ್ರಿಕೆಟಿಗ 1872ರ ಸೆಪ್ಟೆಂಬರ್ 10ರಂದು ಪಶ್ಚಿಮ ಭಾರತದ ಜಾಮ್ ನಗರದ ಸಮೀಪದ ಸರೋದರ್ ಎಂಬ ಹಳ್ಳಿಯಲ್ಲಿ ಜನಿಸಿದರು. ಕ್ರಿಕೆಟಿನ ಪ್ರಾರಂಭಿಕ ಪಾಠ ಲಭಿಸಿದ್ದು ರಾಜ್‌ಕೋಟ್‌ನ 'ರಾಜಕುಮಾರ ಪಬ್ಲಿಕ್ ಸ್ಕೂಲ್'ನಲ್ಲಿ

ಅನಂತರ ಉನ್ನತ ವ್ಯಾಸಂಗಕ್ಕಾಗಿ 'ಕ್ಯಾಂಬ್ರಿಜ್ ಯೂನಿವರ್ಸಿಟಿ' ಸೇರಿದಾಗ ಇವರ ಕ್ರಿಕೆಟ್ ನಂಟು ಇನ್ನಷ್ಟು ಬಲಗೊಂಡಿತು. ಆರಂಭದಲ್ಲಿ ಸೀದಾ ಬ್ಯಾಟನ್ನು ಉಪಯೋಗಿಸದೇ ಅಡ್ಡ ಬ್ಯಾಟಿನ ಮೂಲಕ ಚೆಂಡನ್ನು ಲೆಗ್‌ಸೈಡ್‌ನತ್ತ ಚುಚ್ಚುತ್ತಿದ್ದ ಇವರ ಹೊಡೆತವೇ 'ಲೆಗ್ ಗ್ಲಾನ್ಸ್' ಎಂದು ಪ್ರಸಿದ್ಧಿ ಪಡೆಯಿತು.

ಭಾರತವನ್ನು ಪ್ರತಿನಿಧಿಸಲಿಲ್ಲ!

ರಣಜಿತ್ ಸಿಂಹಜಿ ಭಾರತೀಯರಾದರೂ ಎಂದೂ ಭಾರತದ ಪರ ಟೆಸ್ಟ್ ಆಡಿದವರಲ್ಲ, ಕಾರಣ, ಅವರ ಬ್ಯಾಟಿಂಗ್ ಉಚ್ಛ್ರಾಯ ಕಾಲದಲ್ಲಿ ಭಾರತಕ್ಕೆ ಟೆಸ್ಟ್ ಮಾನ್ಯತೆ ದೊರಕಿರಲಿಲ್ಲ, ಹೀಗಾಗಿ ಅವರ ಸಂಪೂರ್ಣ ಸೇವೆ ಇಂಗ್ಲೆಂಡಿಗಷ್ಟೇ ಸೀಮಿತವಾಯಿತು. ಡಾ। ಡಬ್ಲ್ಯು.ಜಿ. ಗ್ರೇಸ್, ವಿಕ್ಟರ್ ಟ್ರಂಪರ್, ಜಾಕ್ ಹಾಬ್ಸ್ ಮೊದಲಾದ ಘಟಾನುಘಟಿಗಳ ಸಮಕಾಲೀನರಾದ ರಣಜಿತ್, ತಮ್ಮ ಪ್ರಥಮ ದರ್ಜೆ ಹಾಗೂ ಟೆಸ್ಟ್ ಕ್ರಿಕೆಟ್ ಪ್ರವೇಶವನ್ನು ಭರ್ಜರಿಯಾಗಿ ಸಮರ್ಥಿಸಿಕೊಂಡವರು. 1895ರಲ್ಲಿ ಸಸೆಕ್ಸ್ ಕೌಂಟಿ ಪರವಾಗಿ ಎಂ.ಸಿ.ಸಿ. ವಿರುದ್ಧ ಲಾರ್ಡ್ಸ್‌ನಲ್ಲಿ ಪ್ರಥಮ ದರ್ಜೆ ಕ್ರಿಕೆಟಿಗೆ ಅಡಿಯಿಟ್ಟ ಇವರು 77 ಹಾಗೂ 150 ರನ್ನುಗಳ ಭರ್ಜರಿ ಇನ್ನಿಂಗ್ಸ್‌ಗಳನ್ನಾಡಿದರು. ಪರಿಣಾಮ, ಮರುವರ್ಷವೇ ಆಸ್ಟ್ರೇಲಿಯ ವಿರುದ್ಧದ ಓಲ್ಡ್ ಟ್ರಾಫರ್ಡ್ ಟೆಸ್ಟ್‌ನಲ್ಲಿ ಸ್ಥಾನ ಸಿಕ್ಕಿತು. ಅಚ್ಚರಿಯ ಸಂಗತಿಯೆಂದರೆ ಆಗಿನ್ನೂ ರಣಜಿತ್ ಸಿಂಹಜಿ ಇಂಗ್ಲೆಂಡ್ ಪೌರತ್ವವನ್ನೂ ಪಡೆದಿರಲಿಲ್ಲ! ಆದರೆ ಈ ಕ್ರಿಕೆಟ್ ಪ್ರತಿಭೆಯನ್ನು ಹಿಸುಕುವ ಮನಸ್ಸು ಆಸ್ಟ್ರೇಲಿಯದ ಕ್ರಿಕೆಟಿಗರಿಗೆ ಇರಲಿಲ್ಲವಾದ್ದರಿಂದ ಅವರು ಆರಾಮವಾಗಿಯೇ ಟೆಸ್ಟ್ ಪ್ರವೇಶವನ್ನು ಗಿಟ್ಟಿಸಿಕೊಂಡರು.

ಚೊಚ್ಚಲ ಟೆಸ್ಟ್ ಸಾಧನೆ

ರಣಜಿತ್ ಸಿಂಹರ ಚೊಚ್ಚಲ ಟೆಸ್ಟ್ ಸಾಧನೆ ಬಹುಶಃ ಕ್ರಿಕೆಟ್ ಪ್ರಿಯರ ನೆನಪಿನಿಂದ ಮಾಸುವುದಿಲ್ಲ, ಆಸ್ಟ್ರೇಲಿಯದ 412 ರನ್ನುಗಳ ಆಗಾಧ ಮೊತ್ತಕ್ಕೆ ಇಂಗ್ಲೆಂಡ್ ಪೇರಿಸಿದ್ದು 231 ರನ್ ಮಾತ್ರ. ಇದರಲ್ಲಿ 62 ಓಟ ಗಳಿಸಿದ್ದ ಸಿಂಹಜಿಯವರದ್ದೇ ಸಿಂಹಪಾಲು. ಫಾಲೋ-ಆನ್‌ಗೆ ಸಿಲುಕಿ ದ್ವಿತೀಯ ಇನ್ನಿಂಗ್ಸ್ ಆರಂಭಿಸಿದ ಆಂಗ್ಲರು 3 ವಿಕೆಟ್‌ಗಳಿಂದ ಸೋತರೂ ರಣಜಿತ್ ಅವರ ಆಟ ಎಲ್ಲರ ಪ್ರಶಂಸೆ ಗಳಿಸಿತ್ತು. ಅವರು ಕೇವಲ 190 ನಿಮಿಷಗಳಲ್ಲಿ ಸಿಡಿಸಿದ 154 ರನ್ ಸಾಧನೆಯಿಂದ ಇಂಗ್ಲೆಂಡ್ ಮೊತ್ತ 300ರ ಗಡಿಯನ್ನು ದಾಟಿತು. ಗ್ರೇಸ್ ಅವರ ಬಳಿಕ ಚೊಚ್ಚಲ ಟೆಸ್ಟ್‌ನಲ್ಲೇ ಶತಕ ಬಾರಿಸಿದ ಹೆಮ್ಮೆ ಅವರದ್ದೆನಿಸಿದರೆ, ಲಂಚ್‌ಗೂ ಮುನ್ನ ಶತಕ (113) ಸಿಡಿಸಿದ ವಿಶ್ವದ ಪ್ರಪ್ರಥಮ ಕ್ರಿಕೆಟಿಗನೆಂಬ ದಾಖಲೆ ರಣಜಿತ್ ಸಿಂಹರ ಹೆಸರಿನಲ್ಲಿ ಬರೆಯಲ್ಪಟ್ಟಿತು!

ಮರುವರ್ಷವೇ ಪ್ರತಿಷ್ಠಿತ ವಿಸ್ಡನ್ ಗೌರವ ದಿಂದ ಪುರಸ್ಕೃತರಾದ ರಣಜಿತ್ ಸಿಂಹಜಿಯವರ ಕುರಿತು ಅದರ ಸಂಪಾದಕರು ಹೀಗೆ ಬರೆದಿದ್ದರು– 'ಕ್ರಿಕೆಟ್‌ನಲ್ಲಿ ಪ್ರತಿಭೆ ಎಂಬ ಶಬ್ದವನ್ನು ಜೋಡಿಸುವುದಿದ್ದರೆ ನಿಸ್ಸಂದೇಹವಾಗಿ ಈ ಯುವ ಭಾರತೀಯನ ಬ್ಯಾಟಿಂಗೇ ಇದಕ್ಕೆ ಸ್ಫೂರ್ತಿಯನ್ನೊದಗಿಸುತ್ತದೆ...'

ಇದರ ಹಿಂದಿನ ವರ್ಷ ಆಡಿದ ಒಟ್ಟು 55 ಇನ್ನಿಂಗ್ಸ್‌ಗಳಲ್ಲಿ 10 ಶತಕಗಳೊಂದಿಗೆ 57.91 ಸರಾಸರಿಯಲ್ಲಿ 2,780 ರನ್ ಬಾರಿಸಿದ ರಣಜಿತ್ ಸಿಂಹಜಿ, ಭಾರತದ ಪ್ರಪ್ರಥಮ ವಿಸ್ಡನ್ ಪುರಸ್ಕೃತ ಕ್ರಿಕೆಟಿಗ ಎಂಬುದು ನಮ್ಮ ಪಾಲಿನ ಹೆಮ್ಮೆ!

ಆಸ್ಟ್ರೇಲಿಯ ಪ್ರವಾಸ

ಕೇವಲ ಒಂದು ವರ್ಷದೊಳಗಾಗಿ ಕ್ರಿಕೆಟ್ ರಂಗದಲ್ಲಿ ಅಭೂತಪೂರ್ವ ಯಶಸ್ಸು ಕಂಡ ರಣಜಿತ್

ಸಿಂಹಜಿ 1897ರಂದು ಆಸ್ಟ್ರೇಲಿಯಕ್ಕೆ ತೆರಳುವ ಮೂಲಕ ತಮ್ಮ ಮೊದಲ ವಿದೇಶಿ ಪ್ರವಾಸವನ್ನು ಕಂಡರು. ಅಲ್ಲೂ ಅಷ್ಟೇ, ರಣಜಿತ್ ಸಿಂಹರ ಖ್ಯಾತಿಯನ್ನು ಗಮನಿಸಿದ್ದ ಆಸ್ಟ್ರೇಲಿಯದ ಸೆನೆಟ್, ಅವರಿಗೆ ಇಡೀ ದೇಶವನ್ನು ಸುತ್ತಾಡಲು ತಗಲುವ ವೆಚ್ಚವನ್ನು ರದ್ದುಗೊಳಿಸಿ ತನ್ನ ದೇಶಕ್ಕೆ ಭಾರತಾಂಬೆಯ ಈ ಕುವರನನ್ನು ಸ್ವಾಗತಿಸಿ ಕೊಂಡಿತ್ತು.

ಅಡಿಲೇಡ್‌ನಲ್ಲಿ ದಕ್ಷಿಣ ಆಸ್ಟ್ರೇಲಿಯ ವಿರುದ್ಧ 189 ರನ್ ಚಚ್ಚಿ ಪ್ರವಾಸವನ್ನು ಭರ್ಜರಿಯಾಗಿ ಆರಂಭಿಸಿದ ರಣಜಿತ್, ಅನಾರೋಗ್ಯದಿಂದ ಪ್ರಥಮ ಟೆಸ್ಟ್‌ನಲ್ಲಿ ಆಡಲಿಲ್ಲ. ಅದು ಅರ್ನೆಸ್ಟ್ ಜೋನ್ಸ್ ತಮ್ಮ ಉರಿಚೆಂಡಿಸೆತದಲ್ಲಿ ಎದುರಾಳಿಗಳನ್ನು ಬೆಚ್ಚಿಬೀಳುಸುತ್ತಿದ್ದ ಸಮಯ. ಆಗ ಕೆಲವರಿಗೆ ರಣಜಿತ್ ಅವರನ್ನು ಹಳಿಯಲು ಇದೇ ಒಂದು ನೆನಪಾಯಿತು. ಜೋನ್ಸ್‌ಗೆ ಹೆದರಿಯೇ ಅವರು ಆಡುತ್ತಿಲ್ಲ ಎಂಬ ಸುದ್ದಿಗಳು ಹುಟ್ಟಿಕೊಂಡವು. ಆದರೆ ಇಂಥ ಅಪಪ್ರಚಾರಕ್ಕೆ ರಣಜಿತ್ ಅವರ ಬತ್ತಳಿಕೆಯಲ್ಲಿ ಉತ್ತರವಿಲ್ಲದಿದ್ದೀತೇ! ಹದಗೆಟ್ಟ ಆರೋಗ್ಯವನ್ನೂ ಲೆಕ್ಕಿಸದೆ 2ನೇ ಟೆಸ್ಟ್‌ನಲ್ಲಿ ಕಣಕ್ಕಿಳಿದ ಅವರು 215 ನಿಮಿಷಗಳಲ್ಲಿ 175 ರನ್ ಬಾರಿಸಿ ಕುಹಕಿಗಳಿಗೆ ತಕ್ಕ ಜವಾಬು ನೀಡಿದರು.

ರಣಜಿತ್ ಸಿಂಹಜಿಯವರ 15 ಟೆಸ್ಟ್‌ಗಳ ಅಲ್ಪಾವಧಿ ಜೀವನದಲ್ಲಿ ದಾಖಲಾದದ್ದು ಈ ಎರಡು ಶತಕಗಳು ಮಾತ್ರ. ಆದ್ದರಿಂದ ಅವರ ಟೆಸ್ಟ್ ದಾಖಲೆಗಳಿಗಿಂತ ಅವರಾಡಿದ ಪ್ರಥಮ ದರ್ಜೆಯ ಪಂದ್ಯಗಳ ದಾಖಲೆಗಳೇ ಹೆಚ್ಚು ಖ್ಯಾತಿ ಪಡೆದಿವೆ, ಅಷ್ಟೊಂದು ಅದ್ಭುತವಾಗಿವೆ. 1896ರ ಆಗಸ್ಟ್ 22ರಂದು ಕೌಂಟಿ ಚಾಂಪಿಯನ್ ಯಾರ್ಕ್‌ಶೈರ್ ವಿರುದ್ಧ ಒಂದೇ ದಿನದಲ್ಲಿ ಎರಡು ಶತಕ (100 ಮತ್ತು ಅಜೇಯ 125) ಸಿಡಿಸಿದ್ದು, ಇದರ ಹಿಂದಿನ ಪಂದ್ಯದಲ್ಲಿ ಲಂಕಾಶೈರ್ ವಿರುದ್ಧ 165 ರನ್ ಬಾರಿಸಿದ್ದು, ತನ್ಮೂಲಕ ಇಂಗ್ಲೆಂಡಿನ ಬಲಿಷ್ಠ ಕೌಂಟಿಗಳ ವಿರುದ್ಧ ಕೇವಲ 4 ದಿನಗಳಲ್ಲಿ 3 ಶತಕ ಬಾರಿಸಿ ವಿಶಿಷ್ಟ ದಾಖಲೆಯೊಂದರ ಒಡೆಯರಾದದ್ದು, ಲಾರ್ಡ್ಸ್ ಪಂದ್ಯವೊಂದರಲ್ಲಿ ಜಂಟ್ಲ್‌ಮನ್ ತಂಡದ ವಿರುದ್ಧ ಕೇವಲ 10 ನಿಮಿಷಗಳಲ್ಲಿ 12 ಎಸೆತಗಳನ್ನೆದುರಿಸಿ 47 ರನ್ ಬಾರಿಸಿದ್ದು.. ಇವೆಲ್ಲ ಅವರ ದಾಖಲೆ ಭಂಡಾರದಿಂದ ಆಯ್ಕೆ ಕೆಲವೇ ಕೆಲವು ರೋಮಾಂಚಕಾರಿ ಇನ್ನಿಂಗ್ಸ್‌ಗಳು.

1903ರ ಅವರ ಅಂತಿಮ ಟೆಸ್ಟ್ ಸರಣಿ ಮಾತ್ರ ಅತ್ಯಂತ ಕಳಪೆ ಮಟ್ಟದ್ದಾಗಿತ್ತು. ಆ 3 ಟೆಸ್ಟ್‌ಗಳಲ್ಲಿ ಅವರು ಗಳಿಸಿದ್ದು 17 ರನ್ನು ಮಾತ್ರ! ಇದರ ಮರುವರ್ಷವೇ ತಾಯ್ನಾಡಿಗೆ ವಾಪಾಸದ ರಣಜಿತ್ ಸಿಂಹಜಿ ಜಾಮ್‌ನಗರಕ್ಕೆ ಬಂದು ತಮ್ಮ ತಂದೆಯವರ ಕಾರ್ಯಭಾರವನ್ನು ನೋಡಿ ಕೊಳ್ಳತೊಡಗಿದರು. ಅವರು ತಮ್ಮ ಅಂತಿಮ ಕೌಂಟಿ ಪಂದ್ಯವನ್ನಾಡಿದ್ದು 1920ರಲ್ಲಿ ಸಸೆಕ್ಸ್ ತಂಡದ ವಿರುದ್ಧ. ಬಳಿಕ ಈ ರನ್ ಯಂತ್ರದ ಆರೋಗ್ಯ ಹದಗೆಟ್ಟಿತ್ತಲ್ಲದೆ, ಬೇಟೆಯ ವೇಳೆ ತಮ್ಮ ಒಂದು ಕಣ್ಣನ್ನೂ ಕಳಕೊಂಡರು. ಈ ವೇಳೆ ಅವರ ಸಹೋದರ ದಿಲೀಪ್ ಸಿಂಹಜಿ ಕೂಡ ಕ್ರಿಕೆಟ್ ಕ್ಷೇತ್ರದಲ್ಲಿ ಪ್ರವರ್ಧಮಾನಕ್ಕೆ ಬರುತ್ತಿದ್ದರು.

61ನೇ ವಯಸ್ಸಿನಲ್ಲಿ 1933ರ ಎಪ್ರಿಲ್ 2ರಂದು ರಾಜಪರಿವಾರದ ಈ ಮಹಾನ್ ಕ್ರಿಕೆಟ್‌ಗನನ್ನು ಮೃತ್ಯು ಸೆಳೆದೊಯ್ದಿತು. ರಾಜ ಕುಟುಂಬದವರ ಸಹಜ ಅಹಂಕಾರ, ಗತ್ತು, ಗಾಂಭೀರ್ಯವನ್ನೆಲ್ಲ ಬದಿಗೊತ್ತಿ, ಉನ್ನತ ವಿದ್ಯಾಭ್ಯಾಸದೊಂದಿಗೆ ಕ್ರಿಕೆಟಿನ ಬ್ಯಾಟಿಂಗ್ ವಿಭಾಗದಲ್ಲಿ ಬೃಹತ್ ಕ್ರಾಂತಿಯನ್ನೇ ಉಂಟುಮಾಡಿದ ಈ ಅಮರಚೇತನದ ಸ್ಮರಣಾರ್ಥವಾಗಿ ಭಾರತ ಕ್ರಿಕೆಟ್ ಮಂಡಳಿ 1934ರಿಂದಲೇ ರಣಜಿ ಟ್ರೋಫಿ ಪಂದ್ಯಾವಳಿಯನ್ನು ಪ್ರಾರಂಭಿಸಿ ಈ ಅದ್ಭುತ ಕ್ರಿಕೆಟಿಗನ ನೆನಪನ್ನು ಚಿರಸ್ಥಾಯಿಯಾಗುವಂತೆ ಮಾಡಿದೆ.

ಪ್ರೆಸ್ ಸಿಬಂದಿಯ ಕ್ರಿಕೆಟ್ ಜಗಳ, ಪತ್ರಿಕೆ ವಿಳಂಬ!

1992 ವಿಶ್ವಕಪ್ ವೇಳೆ ನಡೆದ ಘಟನೆ ಇದು. ಮಾರ್ಚ್ 19ರ 'ಸಿಡ್ನಿ ಮಾರ್ನಿಂಗ್ ಹೆರಾಲ್ಡ್' 4 ಗಂಟೆ ವಿಳಂಬವಾಗಿ ಮಾರುಕಟ್ಟೆಗೆ ಬಂದಿತ್ತು. ಕಾರಣ, ಇಬ್ಬರು ಮುದ್ರಣ ಸಿಬಂದಿ ನಡುವಿನ ಕ್ರಿಕೆಟ್ ಜಗಳ!

ಇವರಲ್ಲಿ ಓರ್ವ ಆಸ್ಟ್ರೇಲಿಯದವನಾದರೆ, ಇನ್ನೋರ್ವ ನ್ಯೂಜಿಲ್ಯಾಂಡ್‌ನವ. ಅಂದಿನ ರೌಂಡ್ ರಾಬಿನ್ ಲೀಗ್ ಪಂದ್ಯದಲ್ಲಿ ಪಾಕಿಸ್ಥಾನ ಆತಿಥೇಯ ನ್ಯೂಜಿಲ್ಯಾಂಡನ್ನು ಸೋಲಿಸಿ ಸೆಮಿಫೈನಲ್‌ಗೆ ನೆಗೆದಿತ್ತು. ಇದು ಆಸೀಸ್ ಅಭಿಮಾನಿಯ ಹತಾಶೆಗೆ ಕಾರಣವಾಯಿತು. 'ಲೀಗ್ ಪಂದ್ಯದಲ್ಲಿ ಪಾಕಿಸ್ಥಾನವು ನ್ಯೂಜಿಲ್ಯಾಂಡನ್ನು ಸೋಲಿಸಿ ಆಸ್ಟ್ರೇಲಿಯದ ಸೆಮಿಫೈನಲ್ ಯೋಜನೆಗೆ ಕಲ್ಲು ಹಾಕಿತು' ಎಂಬ ಆಸೀಸ್ ಸಿಬಂದಿಯ ಮಾತು ಕಿವೀಸ್ ಸಿಬಂದಿಯನ್ನು ರೊಚ್ಚಿಗೆಬ್ಬಿಸಿತು. ಮಾತಿಗೆ ಮಾತು ಬೆಳೆಯಿತು. ಪರಿಸ್ಥಿತಿ ಹೊಡೆದಾಡುವ ಮಟ್ಟಕ್ಕೆ ಹೋಯಿತು. ಇವರನ್ನು ಸಮಾಧಾನಪಡಿಸುವಷ್ಟರಲ್ಲಿ ಕೆಲವು ಗಂಟೆಯೇ ಉರುಳಿತು. ಪರಿಣಾಮ, ಪತ್ರಿಕೆಯ ಮುದ್ರಣದಲ್ಲಿ ಭಾರೀ ವಿಳಂಬ!

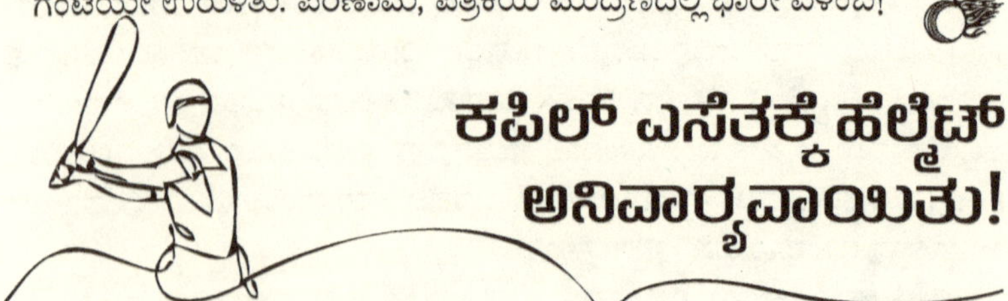

ಕಪಿಲ್ ಎಸೆತಕ್ಕೆ ಹೆಲ್ಮೆಟ್ ಅನಿವಾರ್ಯವಾಯಿತು!

ಪಾಕಿಸ್ಥಾನದ ಕ್ರಿಕೆಟಿಗೆ ಸಾದಿಕ್ ಮೊಹಮ್ಮದ್ ಅವರಿಗೆ ಹೆಲ್ಮೆಟ್ ಧರಿಸುವುದೆಂದರೆ ಆಗದು. ಅದೊಂಥರ ಕಿರಿಕಿರಿ ಮಾಡುತ್ತಿತ್ತು. ಆದರೆ ಕಪಿಲ್‌ದೇವ್ ಅವರಿಂದಾಗಿ ಅವರು ಹೆಲ್ಮೆಟ್ ಧರಿಸುವುದನ್ನು ಕಡ್ಡಾಯ ಮಾಡಿಕೊಂಡರಂತೆ!

ಒಂದು ಕಡೆ ಅವರು ಹೀಗೆ ಹೇಳಿಕೊಂಡಿದ್ದಾರೆ...

'1978ಕ್ಕೂ ಮೊದಲು ನಾನು ಭಾರತದ ವಿರುದ್ಧ ಆಡುತ್ತಿದ್ದಾಗ ಹೆಲ್ಮೆಟ್ ಧರಿಸುತ್ತಿರಲಿಲ್ಲ. ಅವರಲ್ಲಿ ಸ್ಪಿನ್ನರ್‌ಗಳೇ ಇದ್ದುದರಿಂದ ಬೌನ್ಸರ್ ಭೀತಿ ಇರುತ್ತಿರಲಿಲ್ಲ. ಆದರೆ 1978ರಲ್ಲಿ ಭಾರತ ತಂಡ ಪಾಕಿಸ್ಥಾನಕ್ಕೆ ಪ್ರವಾಸ ಬಂದಾಗ ಹೆಲ್ಮೆಟ್ ನನ್ನ ತಲೆಯನ್ನು ಏರಿತು. ಇದಕ್ಕೆ ಕಾರಣ ಕಪಿಲ್‌ದೇವ್...' ಅವರ ಎಸೆತವೊಂದು ಮುಖವನ್ನು ಸೋಕಿಕೊಂಡು ಹೋದಾಗ ನನಗೆ ಅಪಾಯದ ಸೂಚನೆ ಸಿಕ್ಕಿತು. ಕೂಡಲೇ ಹೆಲ್ಮೆಟ್ ತರಿಸಿಕೊಂಡೆ. ಅನಂತದ ಎಸೆತವೊಂದು ದೊಡ್ಡ ಗಂಡಾಂತರವನ್ನೇ ತರಲಿತ್ತು. ಅದು ನೇರವಾಗಿ ಹೆಲ್ಮೆಟ್‌ಗೆ ಬಂದು ಅಪ್ಪಳಿಸಿತು. ಹೆಲ್ಮೆಟ್ ಎರಡು ಹೋಳು. ತಲೆ ಜತೆಗೆ ನನ್ನ ಪ್ರಾಣವೂ ಉಳಿದಿತ್ತು...

ಇಮ್ರಾನ್ ಖಾನ್ ನಿವೃತ್ತಿಯ ನುಡಿಗಳು...

ಪಾಕಿಸ್ತಾನ ಕ್ರಿಕೆಟ್‌ನ ಯಶಸ್ವಿ ನಾಯಕ, ವಿಶ್ವವಿಖ್ಯಾತ ವೇಗಿ ಇಮ್ರಾನ್ ಖಾನ್ ಅವರು ತಮ್ಮ ನಿವೃತ್ತಿಯನ್ನು ಘೋಷಿಸಿದ ವೇಳೆ ಲಂಡನ್‌ನ 'ದ ಡೈಲಿ ಟೆಲಿಗ್ರಾಫ್' ಪತ್ರಿಕೆಯಲ್ಲಿ ಬರೆದ ಬರಹದ ಸಂಗ್ರಹಾನುವಾದವಿದು. 1992ರಲ್ಲಿ ಇದು 'ಉದಯವಾಣಿ'ಯಲ್ಲಿ ಪ್ರಕಟವಾಗಿತ್ತು.

ಇದೊಂದು ಸೈದ್ಧಾಂತಿಕ ನಿಲುವು. ಇದಕ್ಕೆ ಬದ್ಧನಾಗಿ ಸುಮಾರು 6 ತಿಂಗಳು ಉರುಳಿದ ಬಳಿಕ ನಾನಿಂದು ಕ್ರಿಕೆಟ್ ಬದುಕಿಗೆ ನಿವೃತ್ತಿ ಘೋಷಿಸುತ್ತಿದ್ದೇನೆ. 1992ರ ವಿಶ್ವಕಪ್ ಗೆಲುವಿನ ಬಳಿಕ ನಾನು ಕ್ರಿಕೆಟ್‌ನಲ್ಲಿ ಮುಂದುವರಿಯುವ ಪ್ರಮೇಯವೇ ಇರಲಿಲ್ಲ. ಆದರೆ ನಿವೃತ್ತಿ ಘೋಷಿಸುವ ಮುನ್ನ ಎರಡನೇ ಸಲ ಅಂತಾರಾಷ್ಟ್ರೀಯ ಕ್ರಿಕೆಟಿಗೆ ವಾಪಸಾಗುವಂಥ ಅನಿವಾರ್ಯತೆಗೆ ನಾನು ಸಿಲುಕಬಾರದಿತ್ತು. ಹೀಗಾಗಿ ವಿಳಂಬಿಸಿದೆ. ಈಗ ಅನಿಸುತ್ತಿದೆ–ನನ್ನ ನಿವೃತ್ತಿಗೆ ಇದೇ ಸೂಕ್ತ ಸಮಯ.

1987ರ ವಿಶ್ವಕಪ್ ಪಂದ್ಯಾವಳಿಯ ಬಳಿಕ ನಾನೊಮ್ಮೆ ಕ್ರಿಕೆಟ್‌ನಿಂದ ದೂರ ಸರಿದಿದ್ದೆ. ಆದರೆ ಒಂದೇ ವರ್ಷದಲ್ಲಿ ನನ್ನ ಮುಂದೆ ಹೊಸ ಸವಾಲುಗಳು ಎದುರಾಗಿ ಅವು ನನ್ನನ್ನು ಪುನಃ ಹೋರಾಟಕ್ಕೆ ಅಣಿಗೊಳಿಸುತ್ತವೆ ಎಂದು ಭಾವಿಸಿರಲಿಲ್ಲ. ನನ್ನ ಬಯಕೆಗಳ್ಯಾವುವೂ

ಬಾಕಿ ಉಳಿದಿಲ್ಲ ಎಂದು ನಿರ್ಧರಿಸಿಯೇ ಈ ನಿರ್ಧಾರಕ್ಕೆ ಬಂದಿದ್ದೇನೆ. ಜೀವನದಲ್ಲಿ ಕ್ರಿಕೆಟ್ ಹೊರತುಪಡಿಸಿ ಸಾಧಿಸಬೇಕಾದ ಇನ್ನೂ ಅನೇಕ ಕಾರ್ಯಗಳಲ್ಲಿ ನನ್ನನ್ನು ತೊಡಗಿಸಿಕೊಳ್ಳಬೇಕಿದೆ.

ಪಾಕಿಸ್ಥಾನವೀಗ ಕ್ರಿಕೆಟಿನ ಉತ್ತುಂಗದಲ್ಲಿದೆ. ಈ ಯಶಸ್ಸಿನಲ್ಲಿ ನನ್ನ ಪಾಲೂ ಇದೆ ಎಂಬುದು ಹೆಮ್ಮೆಯ ಸಂಗತಿ. ಇಂದಿನ ಪಾಕ್ ತಂಡವನ್ನು 1971ರಲ್ಲಿ ಇಂಗ್ಲೆಂಡ್‌ಗೆ ಪ್ರವಾಸಗೈದ ತಂಡದೊಂದಿಗೆ ತುಲನೆ ಮಾಡುವಾಗ ಎಷ್ಟೋ ಅಂತರವಿರುವುದು ಸ್ಪಷ್ಟವಾಗುತ್ತದೆ. ಕೇವಲ ಮೈದಾನದಲ್ಲಷ್ಟೇ ಅಲ್ಲ, ಸಾಮಾನ್ಯ ವ್ಯಕ್ತಿಗಳಾಗಿಯೂ ನಾವು ತೃಣಸಮಾನರಾಗಿದ್ದೆವು. ಅಂದಿನ ಬ್ರಿಟಿಷ್ ರಾಜರಿಗಂತೂ ಪಾಕಿಸ್ಥಾನವೆಂದರೆ ಪೂರ್ವಗ್ರಹಪೀಡಿತ ಮತ್ಸರ ಭಾವನೆ.

ಆದರೆ ಇಂಗ್ಲಿಷ್ ಕೌಂಟಿಗಳೇ ಪಾಕಿಸ್ಥಾನಿ ಕ್ರಿಕೆಟಿಗರ ಪ್ರತಿಭೆಯನ್ನು ಹೊರಹೊಮ್ಮಿಸಿದ್ದೊಂದು ಯೋಗಾಯೋಗ. ಪಾಕಿಸ್ಥಾನದ ಅನೇಕ ಮಹಾನ್ ಕ್ರಿಕೆಟಿಗರಂತೆ ನಾನು ಕೂಡ ಈ ಕೌಂಟಿಗಳಲ್ಲೇ ಪಳಗಿದವನು. ವೂರ್ಸ್ಟರ್‌ಶೈರ್, ಆಕ್ಸ್‌ಫರ್ಡ್ ಹಾಗೂ ಸಸೆಕ್ಸ್ ಕೌಂಟಿಗಳು ನನ್ನ ಕ್ರಿಕೆಟ್ ವಿಕಾಸಕ್ಕೆ ಮಹತ್ವದ ಯೋಗದಾನ ಸಲ್ಲಿಸಿವೆ. ತರಬೇತುದಾರರ ಮಾರ್ಗದರ್ಶನವನ್ನೇ ಪಡೆಯದ ನಾನು ಇಲ್ಲಿನ ವಿಶ್ವದರ್ಜೆಯ ಕ್ರಿಕೆಟ್ ಪಟುಗಳ ಆಟವನ್ನು ವೀಕ್ಷಿಸುತ್ತಲೇ ಬೆಳೆದವನು ಎನ್ನಲು ಅಭಿಮಾನಪಡುತ್ತೇನೆ.

ಓರ್ವ ಕ್ರಿಕೆಟ್‌ಪಟುವಾಗಿ ನನ್ನಲ್ಲಿ ಗಮನಾರ್ಹ ಸುಧಾರಣೆ ಕಂಡುಬಂದದ್ದು 1982ರಲ್ಲಿ, ಅಂದು ನಾನು ಪಾಕಿಸ್ಥಾನ ತಂಡದ ನಾಯಕನಾಗಿ ಆಯ್ಕೆಯಾಗಿದ್ದೆ, ಎಪ್ಪತ್ತರ ದಶಕದ ಕ್ರಿಕೆಟ್ ಹೀರೋಗಳೆಲ್ಲ ಆಗಲೇ ನೇಪಥ್ಯಕ್ಕೆ ಸರಿದಿದ್ದರಿಂದ ಬಲಿಷ್ಠ ತಂಡವೊಂದನ್ನು ಕಟ್ಟುವ ಭಾರೀ ಜವಾಬ್ದಾರಿ ನನ್ನ ಹೆಗಲ ಮೇಲೆ ಬಿತ್ತು. ಆಗ ರಾಷ್ಟ್ರೀಯ ತಂಡದಲ್ಲಿದ್ದ ಅನುಭವಿಗಳೆಂದರೆ ಜಾವೇದ್ ಮಿಯಾಂದಾದ್ ಮತ್ತು ಅಬ್ದುಲ್ ಕಾದಿರ್ ಮಾತ್ರ. ಹೀಗಾಗಿ ನಾಯಕನಾದ ನನ್ನ ಮೇಲೆ ವಿಪರೀತ ಒತ್ತಡ. ಗ್ರಹಚಾರವೋ ಎಂಬಂತೆ ಇದೇ ವೇಳೆಗೆ ಸರಿಯಾಗಿ ನನ್ನ ಹತ್ತಿರದ ಸಂಬಂಧಿ ಮಜಿದ್ ಖಾನ್ ಅವರನ್ನು ತಂಡದಿಂದ ಉಚ್ಚಾಟಿಸಿದರು. ಇಂದಿಗೂ ನಾನು ಇದನ್ನು ನೆನೆದು ಸಂಕಟಪಡುವುದುಂಟು.

ನಾಯಕತ್ವದ ಅವಧಿಯಲ್ಲಿ ನನಗೆ ಅತೀವ ತೃಪ್ತಿಯನ್ನು ಕೊಟ್ಟ ಸರಣಿಗಳು ಕೇವಲ ಮೂರೇ ಮೂರು. ಮೊದಲನೆಯದು 1987ರ ಭಾರತ ವಿರುದ್ಧದ ಸರಣಿ. ಅವರದೇ ನೆಲದಲ್ಲಿ, ಅವರ ಅಂಪಾಯರ್‌ಗಳ ಸಮ್ಮುಖದಲ್ಲಿ, ಬಲಾಢ್ಯ ಬ್ಯಾಟಿಂಗ್ ಸರದಿಯನ್ನು ಹೊಂದಿದ್ದ ತಂಡವೊಂದರ ವಿರುದ್ಧ ಅಲ್ಪಾನುಭವಿಗಳಾದ ನಾವು ಅಮೋಘ ಜಯ ಸಾಧಿಸಿದ್ದೆವು. ಮರುವರ್ಷವೇ ವೆಸ್ಟ್‌ಇಂಡೀಸ್ ಪ್ರವಾಸದ ವೇಳೆ ಟೆಸ್ಟ್ ಸರಣಿಯನ್ನು 1-1 ಅಂತರದಿಂದ ಸಮಗೊಳಿಸಿದ್ದೂ ಮಹತ್ಸಾಧನೆ ಎಂದೇ ನನ್ನಸಿಕೆ. ಅನಂತರದ್ದು ಮೊನ್ನಿನ ವಿಶ್ವಕಪ್ ವಿಜಯ. ಅನುಭವಿಸಲಸಾಧ್ಯವಾದ ಸಂಕಟದ ನಡುವೆ ಎಂದೂ ಕಂಡರಿಯದ ಒತ್ತಡವನ್ನು ಹೊತ್ತು ದಾಖಲಿಸಿದ ಈ ವಿಜಯ ನನ್ನ ಮಹತ್ವಾಕಾಂಕ್ಷೆಯನ್ನು ಸಾಕಾರಗೊಳಿಸಿತ್ತು. ಜೀವನದ ಇನ್ನೊಂದು ಹೊಂಗನಸಾದ ಕ್ಯಾನ್ಸರ್ ಆಸ್ಪತ್ರೆಯ ನಿರ್ಮಾಣಕ್ಕೆ ಇದರಿಂದ ಹೊಸ ಸ್ಫೂರ್ತಿ ಸಿಕ್ಕಂತಾಯಿತು.

ಇದೇ ವೇಳೆ ನನ್ನ ಕ್ರಿಕೆಟ್ ಜೀವನದ ಅತ್ಯಂತ ನಿರಾಶಾದಾಯಕ ಕಾಲದತ್ತಲೂ ಬೆಟ್ಟು ಮಾಡಬೇಕಾಗುತ್ತದೆ. 1983ರಲ್ಲಿ ಉಚ್ಛ್ರಾಯ ಫಾರ್ಮ್‌ನಲ್ಲಿರುವಾಗಲೇ ಸ್ನಾಯು ಸೆಳೆತಕ್ಕೊಳಗಾಗಿ

ಕ್ರಿಕೆಟ್‌ನಿಂದ ದೂರ ಉಳಿಯಲೇಬೇಕಾದ ಅನಿವಾರ್ಯತೆಗೆ ಸಿಲುಕಿದೆ.

ಇದಕ್ಕೂ ಹಿಂದಿನ ಒಂದು ವರ್ಷದ ಅವಧಿಯಲ್ಲಿ ಆಡಿದ 13 ಟೆಸ್ಟ್‌ಗಳಲ್ಲಿ 87 ವಿಕೆಟ್ ಉರುಳಿಸಿ ಪ್ರಚಂಡ ಪರಾಕ್ರಮಗೈದ ನಾನು ಮುಂದಿನ 3 ವರ್ಷಗಳ ಕಾಲ ಕ್ರಿಕೆಟ್ ಸಹವಾಸದಿಂದ ದೂರವೇ ಉಳಿಯುತ್ತೇನೆಂದು ಕನಸಲ್ಲೂ ಭಾವಿಸಿದವನಲ್ಲ, ಎಲ್ಲವೂ ನನ್ನ ದುರ್ದೈವ ಎಂದೆಣಿಸಿ ನೋವು ನಲಿವನ್ನು ಸಮಾನವಾಗಿ ಸ್ವೀಕರಿಸಿದೆ.

ನನ್ನ ಪಾಲಿನ ಶ್ರೇಷ್ಠರು...

ನನ್ನ ಸಮಕಾಲೀನ ಬ್ಯಾಟ್ಸ್‌ಮನ್‌ಗಳಲ್ಲಿ ನಾನು ಜೀನಿಯಸ್ ಎಂದು ತೀರ್ಮಾನಿಸಿರುವುದು ಒಬ್ಬರನ್ನು ಮಾತ್ರ. ಇವರೇ ವಿವಿಯನ್ ರಿಚರ್ಡ್ಸ್. ತಾಂತ್ರಿಕ ದೃಷ್ಟಿಯಲ್ಲಿ ಸುನೀಲ್ ಗಾವಸ್ಕರ್ ಅವರನ್ನು ಸರ್ವಶ್ರೇಷ್ಠರೆಂದು ಭಾವಿಸಿದ್ದೇನೆ. ಬೌಲರ್‌ಗಳಲ್ಲಿ ಮೈಕಲ್ ಹೋಲ್ಡಿಂಗ್ ಅತ್ಯಂತ ಪ್ರಭಾವಶಾಲಿ. ಡೆನ್ನಿಸ್ ಲಿಲ್ಲಿ ಮತ್ತು ಮಾಲ್ಕಂ ಮಾರ್ಷಲ್ ಅವರ ತಾಂತ್ರಿಕತೆ ನನಗೆ ಬಹಳಷ್ಟು ಹಿಡಿಸಿದೆ. ಚಾಲಾಕಿ ಕಪ್ತಾನನೆಂದು ಇಯಾನ್‌ಚಾಪೆಲ್ ಅವರನ್ನು ಗುರುತಿಸುವೆ.

ಹಾಗೆಯೇ 1976–1986ರ ಅವಧಿಯ ವೆಸ್ಟ್ ಇಂಡೀಸ್ ತಂಡವೇ ವಿಶ್ವದ ಸರ್ವಶ್ರೇಷ್ಠ ಕ್ರಿಕೆಟ್ ತಂಡ ಎಂಬುದು ನನ್ನ ಅಭಿಮತ.

ಕ್ರಿಕೆಟ್ ನನಗೇನು ಕಲಿಸಿದೆ?

ಹೌದು, ಕ್ರಿಕೆಟ್ ನನಗೆ ಏನು ಕಲಿಸಿದೆ? ಹಠಸಾಧನೆ ಹಾಗೂ ಅಗಾಧ ದುಡಿಮೆಯಿಂದ ಯಾವುದೂ ಅಸಂಭವವಲ್ಲ ಎಂಬುದನ್ನು ನನಗೆ ಕಲಿಸಿರುವುದೇ ಕ್ರಿಕೆಟ್! ಮಾನಸಿಕವಾಗಿ ನಾವೇ ಪರಾಭವಗೊಂಡು ಮೈದಾನಕ್ಕಿಳಿದರೆ ಅಲ್ಲೂ ಸೋಲು ನಮ್ಮ ಬೆಂಬಿಡದು; ಸವಾಲನ್ನು ಗಂಭೀರವಾಗಿ ಎದುರಿಸಿದಾಗಲೇ ನಮ್ಮೊಳಗಿನ ತಾಕತ್ತು ಹೊರಹೊಮ್ಮುತ್ತದೆ ಎಂಬ ಸತ್ಯವನ್ನು ಯಾವ ಕ್ರಿಕೆಟಿಗನೂ ಮರೆಯಬಾರದು.

ಓರ್ವ ಮಹಾನ್ ಸಾಧಕನ ರೂಪದಲ್ಲಿ ನಾನಿಂದು ವಿದಾಯ ಹೇಳುತ್ತಿರುವುದಾದರೆ ಅದಕ್ಕೆ ಆ ಅಲ್ಲಾಹುವೇ ಕಾರಣ. ಇಂಥ ಭಾಗ್ಯ ಅದೆಷ್ಟು ಮಂದಿ ಕ್ರಿಕೆಟಿಗರಿಗೆ ದೊರಕಿದೆ ಹೇಳಿ! ನನ್ನ ಕನಸಿನ ಆಸ್ಪತ್ರೆ ನಿರ್ಮಾಣಗೊಂಡು ಅದು ಯಶಸ್ವಿಯಾಗಿ ನಡೆಯುತ್ತಿರುವುದನ್ನು ಕಾಣುವುದೇ ನನ್ನ ಜೀವನದ ಆಸೆ ಮಹತ್ವಾಕಾಂಕ್ಷೆ.

ಇವರು ಭಾರತ-ಪಾಕಿಸ್ತಾನ ತಂಡಗಳೆರಡರಲ್ಲೂ ಟೆಸ್ಟ್ ಆಡಿದರು!

ಆಕಸ್ಮಾತ್ ಭಾರತದ ವಿಭಜನೆಯಾಗದಿದ್ದರೆ ನಮ್ಮ ಕ್ರೀಡಾಕ್ಷೇತ್ರದಲ್ಲಿ, ಅದರಲ್ಲೂ ಕ್ರಿಕೆಟ್‌ನಲ್ಲಿ ಯಾವ ರೀತಿಯ ಪರಿಣಾಮ ಬೀರುತ್ತಿತ್ತು...?!

ಇಂಥದೊಂದು ಕುತೂಹಲಕರ ಪ್ರಶ್ನೆ ಭಾರತ ಮತ್ತು ಪಾಕಿಸ್ತಾನಗಳ ನಡುವೆ ಕ್ರಿಕೆಟ್ ಸರಣಿ ನಡೆಯುತ್ತಿರುವಾಗ ಕೆಲವರಲ್ಲಾದರೂ ಉದ್ಭವಿಸದೇ ಇರದು. ಇದಕ್ಕೆ ಉತ್ತರವನ್ನೂ ಈ ರೀತಿಯಾಗಿ ಊಹಿಸಿಕೊಂಡಿರಬಹುದು... ಮೊಹಮ್ಮದ್ ಅಜರುದ್ದೀನ್ ಜೊತೆ ಜಾವೇದ್ ಮಿಯಾಂದಾದ್, ಕಪಿಲ್‌ದೇವ್‌ಗೆ ಜೊತೆಯಾಗಿ ಇಮ್ರಾನ್ ಖಾನ್-ವಾಸಿಂ ಅಕ್ರಮ್, ಮಣಿಂದರ್ ಸಿಂಗ್-ಅಬ್ದುಲ್ ಖಾದಿರ್ ಜೋಡಿಯಿಂದ ಮರುಕಳಿಸುವ ಸ್ಪಿನ್ ವೈಭವ... ಅಬ್ಬಬ್ಬಾ! ಎಂಥ ಬಲಿಷ್ಠ ಕ್ರಿಕೆಟ್ ತಂಡ ನಮ್ಮದಾಗುತ್ತಿತ್ತು! ಆದರೆ ಇದನ್ನು ನಾವು ಯೋಚಿಸಿಯೇ ಒಂದಿಷ್ಟು ಚರ್ಚೆ ನಡೆಸಬೇಕು. ಏಕೆಂದರೆ ಭಾರತದ ವಿಭಜನೆ ಆಗಿಹೋಗಿದೆ. ಇದಕ್ಕೂ ಮೊದಲು, 1947ರ ಸ್ವಾತಂತ್ರ್ಯ ಮತ್ತು ಭಾರತಕ್ಕೆ ಟೆಸ್ಟ್ ಮಾನ್ಯತೆ ಲಭಿಸಿದ ನಡುವೆ (1932) ಒಂದೂವರೆ ದಶಕದ ಅಂತರವಿತ್ತು. ಆಗಿನ ಅಖಂಡ ಭಾರತದ ಕ್ರಿಕೆಟ್ ಕುರಿತು ಅವಲೋಕಿಸಿದರೆ ಸ್ವಾರಸ್ಯಕರ ಸಂಗತಿಯನ್ನು ಅರಿಯಬಹುದು.

1946. ಭಾರತೀಯ ಕ್ರಿಕೆಟ್ ತಂಡ 'ಬಡೇ ಸಾಬ್' ಪಟೌಡಿ ನಾಯಕತ್ವದಲ್ಲಿ 3 ಟೆಸ್ಟ್‌ಗಳನ್ನಾಡಲು ಇಂಗ್ಲೆಂಡ್‌ಗೆ ತೆರಳಿತ್ತು. ಈ ತಂಡದಲ್ಲಿದ್ದ ಇಬ್ಬರು ಸದಸ್ಯರೆಂದರೆ ಗುಲ್ ಮೊಹಮ್ಮದ್ ಮತ್ತು ಅಬ್ದುಲ್ ಹಫೀಜ್ ಕಾರ್ದಾರ್. ಇವರಿಬ್ಬರಿಗೂ ಇಲ್ಲಿ ಮಹತ್ವದ ಸ್ಥಾನವಿದೆ.

15 ಅಕ್ಟೋಬರ್ 1921ರಂದು ಜನಿಸಿದ ಗುಲ್ ಮೊಹಮ್ಮದ್ ಎಡಗೈ ಬ್ಯಾಟ್ಸ್‌ಮನ್ ಮತ್ತು ಬೌಲರ್ ಆಗಿ ರೂಪುಗೊಂಡು ಟೆಸ್ಟ್ ಪ್ರವೇಶಿಸಿದರು. ಈ ಸರಣಿಯ ಮೊದಲ ಟೆಸ್ಟ್ ಅವರ ಚೊಚ್ಚಲ ಪಂದ್ಯ ಕೂಡ.

ಈ ಸರಣಿ ಮುಗಿದ ಅನಂತರ ಭಾರತೀಯ ತಂಡ ಆಸ್ಟ್ರೇಲಿಯಕ್ಕೆ ಪ್ರವಾಸ ಹೊರಟಿತು (1947-48). ಆಗ ನಮ್ಮ ತಂಡದಲ್ಲಿದ್ದ ಹೊಸ ಆಟಗಾರನೆಂದರೆ ಅಮೀರ್ ಇಲಾಹಿ. ಅತ್ಯುತ್ತಮ ಬೌಲರ್ ಆದ ಇವರು ಮೊದಲ ಟೆಸ್ಟ್‌ನಲ್ಲಿ ಸ್ಥಾನ ಪಡೆದರೂ ಅಲ್ಲಿ ತಮ್ಮ ಬೌಲಿಂಗ್ ಸಾಮರ್ಥ್ಯವನ್ನು ಪ್ರದರ್ಶಿಸಲು ಅವಕಾಶವಾಗಲಿಲ್ಲ, ವರುಣನ ಅವಕೃಪೆಯಿಂದ ಕೇವಲ 10 ಗಂಟೆಯಷ್ಟೇ ಆಟ ನಡೆಯಿತು. ಈ ಅಲ್ಪ ಅವಧಿಯಲ್ಲಿ ದತ್ತು ಫಡ್ಕರ್ ಮತ್ತು ವಿಜಯ್ ಹಜಾರೆ ಸೇರಿಕೊಂಡು ಆಸ್ಟ್ರೇಲಿಯವನ್ನು ಕೇವಲ 107 ರನ್ನುಗಳಿಗೆ ಆಲೌಟ್ ಮಾಡಿದರು. ಆದರೆ ಇದು ಅಮೀರ್ ಇಲಾಹಿ ಪಾಲಿಗೆ ಭಾರತದ ಪರ ಆಡಿದ ಮೊದಲ ಹಾಗೂ ಕಡೆಯ ಟೆಸ್ಟ್ ಪಂದ್ಯವಾಗಿ ಪರಿಣಮಿಸಿತು. ಕಾರಣ ಮುಂದೆ ತಿಳಿಯೋಣ.

ಭಾರತ-ಪಾಕಿಸ್ಥಾನ ಮೊದಲ ಟೆಸ್ಟ್ ಸರಣಿ

ಅಬ್ದುಲ್ ಹಫೀಜ್ ಕಾರ್ದಾರ್, ಗುಲ್ ಮೊಹಮ್ಮದ್ ಮತ್ತು ಅಮೀರ್ ಇಲಾಹಿ- ಈ ಮೂವರ ಕಿರು ಪರಿಚಯದ ಅನಂತರ ಈಗ ಹೊಸದಾಗಿ ಜನ್ಮ ತಾಳಿದ ಪಾಕಿಸ್ಥಾನದ ಕ್ರಿಕೆಟ್‌ನತ್ತ ನೋಟ ಹರಿಸೋಣ.

1952ರಲ್ಲಿ ಭಾರತ ಮತ್ತು ಪಾಕಿಸ್ಥಾನಗಳ ನಡುವೆ ಮೊದಲ ಟೆಸ್ಟ್ ಸರಣಿ ಪ್ರಾರಂಭವಾಯಿತು. ಇದರಲ್ಲಿ ಪಾಕಿಸ್ಥಾನ ತಂಡದ ನಾಯಕತ್ವ ವಹಿಸಿದ್ದವರು ಯಾರು ಗೊತ್ತೇ? 1946ರ ಇಂಗ್ಲೆಂಡ್ ಪ್ರವಾಸದಲ್ಲಿ ಭಾರತದ ಪರ ಆಡಿ 3 ಟೆಸ್ಟ್‌ಗಳಲ್ಲಿ ಒಟ್ಟು 80 ರನ್ ಮಾಡಿದ್ದ ಅಬ್ದುಲ್ ಹಫೀಜ್ ಕಾರ್ದಾರ್. ಇವರ ಜತೆಗೆ ಅಮೀರ್ ಇಲಾಹಿ. ಅಂದು ಭಾರತದ ಪರ ಏಕೈಕ ಟೆಸ್ಟ್ ಆಡಿದ ಇವರಿಗೆ ಭಾರತದ ವಿರುದ್ಧ ಆಡುತ್ತಿದ್ದಾರೆ! ಹಿಂದೊಮ್ಮೆ ಭಾರತಕ್ಕೆ ಸೇವೆ ಸಲ್ಲಿಸಿದ್ದ ಆಟಗಾರರು ಈಗ ನಮ್ಮ ವಿರುದ್ಧವೇ ಆಡುವುದೆಂದರೆ? ನಿಜಕ್ಕೂ ನಂಬಲಾಗದ ಸಂಗತಿ. ಆದರೆ ಪರಿಸ್ಥಿತಿ ಅವರನ್ನು ಹಾಗೆ ಆಡುವಂತೆ ಮಾಡಿತು.

ಮೊದಲ ಟೆಸ್ಟ್...

ಹೊಸದಿಲ್ಲಿಯ 'ಫಿರೋಜ್ ಷಾ ಕೋಟ್ಲಾ' ಮೈದಾನದಲ್ಲಿ ನಡೆದ ಮೊದಲ ಟೆಸ್ಟ್‌ನಲ್ಲಿ ಇಲಾಹಿ ಅತ್ಯುತ್ತಮ ಪ್ರದರ್ಶನ ನೀಡಿ 4 ವಿಕೆಟ್ (ಹಜಾರೆ, ಮಂಜ್ರೇಕರ್, ಗುಲ್ ಮೊಹಮ್ಮದ್ ಮತ್ತು ಗುಲಾಂ ಮೊಹಮ್ಮದ್) ಪಡೆದರೂ ತಮ್ಮ ತಂಡವನ್ನು ಇನ್ನಿಂಗ್ಸ್ ಸೋಲಿನ ದವಡೆಯಿಂದ ಪಾರು ಮಾಡಲಾಗಲಿಲ್ಲ, ಜತೆಗೆ ಕಾರ್ದಾರ್ ಕೂಡ ಉತ್ತಮವಾಗಿಯೇ ಆಡಿ 43 ರನ್ ಬಾರಿಸುವ ಜತೆಗೆ 2 ವಿಕೆಟ್ ಪಡೆದಿದರು. ಆದರೆ ಲಕ್ನೋದಲ್ಲಿ ನಡೆದ ದ್ವಿತೀಯ ಟೆಸ್ಟ್‌ನಲ್ಲಿ ಪಾಕಿಸ್ಥಾನ ಇನ್ನಿಂಗ್ಸ್ ಮತ್ತು 43 ರನ್ನುಗಳಿಂದ ಜಯ ಗಳಿಸಿ ಸೇಡು ತೀರಿಸಿಕೊಂಡಿತು. ತಮ್ಮ ಮೂಲ ತಾಯ್ನಾಡಿನ ವಿರುದ್ಧ ಕಾರ್ದಾರ್ ಯಶಸ್ವಿ ನಾಯಕ ಎಂಬ ಹೆಗ್ಗಳಿಕೆ ಪಡೆಯಲು ಇದು ಸಹಕಾರಿಯಾಯಿತು. ಅಂತಿಮ ಟೆಸ್ಟ್‌ನಲ್ಲೂ ಇವರಿಬ್ಬರ ಪ್ರದರ್ಶನ ಉತ್ತಮ ಮಟ್ಟದಲ್ಲೇ ಇತ್ತು.

ಈ ಸರಣಿಯ ಮುಕ್ತಾಯದ ಅನಂತರ ಗುಲ್ ಮೊಹಮ್ಮದ್ ಕೂಡ ಭಾರತ ಬಿಟ್ಟು ಪಾಕಿಸ್ಥಾನ ಕ್ರಿಕೆಟ್ ತಂಡವನ್ನು ಸೇರಿಕೊಂಡರು. ಇವರು ಭಾರತದ ಪರ ಕೇವಲ 8 ಟೆಸ್ಟ್‌ಗಳನ್ನಷ್ಟೇ ಆಡಿದ್ದರು.

ಕಾರ್ದಾರ್ ಸಾಧನೆ

1954ರಲ್ಲಿ ವಿನೂ ಮಂಕಡ್ ನಾಯಕತ್ವದಲ್ಲಿ ನಮ್ಮ ಕ್ರಿಕೆಟ್ ದಂಡು ಪಾಕಿಸ್ಥಾನಕ್ಕೆ ತೆರಳಿತು. ಆಗ

ಕೂಡ ಪಾಕ್ ತಂಡದ ನಾಯಕ ಪಟ್ಟ ಕಾರ್ದಾರ್‌ಗೇ ಲಭಿಸಿತ್ತು. ಆದರೆ ಈ ಸರಣಿಯ ಎಲ್ಲ 5 ಟೆಸ್ಟ್‌ಗಳು ಡ್ರಾಗೊಂಡವು. ಕಾರ್ದಾರ್ ಸಂದರ್ಭಕ್ಕೆ ತಕ್ಕಂತೆ ಸಂಯಮದ ಆಟ ಪ್ರದರ್ಶಿಸಿದರು. ಢಾಕಾದಲ್ಲಿ 29 ಮತ್ತು 3 ರನ್ (ವಿಕೆಟ್ ಇಲ್ಲ), ಬಹಾವಲ್ಪುರದಲ್ಲಿ 13 ರನ್ (ವಿಕೆಟ್ ಇಲ್ಲ), ಲಾಹೋರ್‌ನಲ್ಲಿ 44 ರನ್ ಮತ್ತು ಎರಡು ವಿಕೆಟ್ ಹಾಗೂ ಪೇಶಾವರದಲ್ಲಿ 11 ರನ್ ಹೊಡೆದದ್ದು ಕಾರ್ದಾರ್ ಅವರ ಈ ಸರಣಿಯ ಸಾಧನೆ.

ರಾಜಕೀಯದ ಬಿಸಿ

ಭಾರತ-ಪಾಕಿಸ್ತಾನ ನಡುವೆ ಮುಂದಿನ ಕ್ರಿಕೆಟ್ ಸರಣಿ ನಡೆದದ್ದು 6 ವರ್ಷಗಳ ಅನಂತರ (1960). ಈ ಸಮಯದಲ್ಲೇ ಪಾಕಿಸ್ತಾನದಲ್ಲಿ ಕ್ರಿಕೆಟ್ ರಾಜಕೀಯ ತಲೆ ಎತ್ತಲು ಆರಂಭಿಸಿತು. ಪರಿಣಾಮವಾಗಿ ಕಾರ್ದಾರ್, ಇಲಾಹಿಯವರಂತಹ ಅನುಭವಿಗಳು ತಮ್ಮ ಸ್ಥಾನ ಕಳೆದುಕೊಂಡರು. ಬಿಸಿ ರಕ್ತದ ಯುವಕರ ದಂಡು ಮೈದಾನಕ್ಕಿಳಿದಿತ್ತು.

ಹೀಗೆ ಭಾರತ-ಪಾಕಿಸ್ತಾನ ಪರ ಆಡಿದ ಈ ಅಪರೂಪದ ಆಟಗಾರರ ಕ್ರೀಡಾ ಅಧ್ಯಾಯವೊಂದು ಸಮಾಪ್ತಿಯಾಯಿತು.

ಫ್ಯಾನಿಯ 'ಫ್ಯಾನ್ಸಿ' ಹವ್ಯಾಸ

ದಕ್ಷಿಣ ಆಫ್ರಿಕಾದ ವೇಗದ ಬೌಲರ್ ಆಗಿದ್ದ ಫ್ಯಾನಿ ಡಿ ವಿಲಿಯರ್ಸ್ ಅವರಿಗೆ ಸಾರ್ವಜನಿಕ ಕಾಳಜಿ ಬಹಳ. 1996ರಲ್ಲಿ ಕೇಪ್‌ಟೌನ್‌ನಿಂದ ಪ್ರಿಟೋರಿಯಾ ತನಕ ಸೈಕಲ್ ತುಳಿದು ಅಂಗವಿಕಲ ಮಕ್ಕಳ ಕಲ್ಯಾಣಕ್ಕೆ ದೊಡ್ಡ ಮೊತ್ತದ ನಿಧಿಯನ್ನು ಸಂಗ್ರಹಿಸಿ ಕೊಟ್ಟಿದ್ದರು.

ಫ್ಯಾನಿ ಡಿ ವಿಲಿಯರ್ಸ್ ಹವ್ಯಾಸಿ ಫೋಟೋಗ್ರಾಫರ್ ಕೂಡ ಆಗಿದ್ದರು. ಕ್ರಿಕೆಟ್ ಬಿಡುವಿನ ವೇಳೆ ಛಾಯಾಚಿತ್ರ ತೆಗೆಯುವ ಹವ್ಯಾಸವನ್ನು ರೂಢಿಸಿಕೊಂಡಿದ್ದರು. 90ರ ದಶಕದಲ್ಲಿ ದಕ್ಷಿಣ ಆಫ್ರಿಕಾ ತಂಡ ಭಾರತಕ್ಕೆ ಪ್ರವಾಸ ಬಂದ ವೇಳೆ ಫ್ಯಾನಿಗೆ ಕೋಲ್ಕತಾ ಟೆಸ್ಟ್‌ನಲ್ಲಿ ಆಡುವ ಅವಕಾಶ ಸಿಗಲಿಲ್ಲ. ಆಗ ಅವರು ಕ್ಯಾಮರಾವನ್ನು ನೇತಾಡಿಸಿಕೊಂಡು ಈ ಮಾಯಾನಗರಿಯ ದೃಶ್ಯಗಳನ್ನು ಸೆರೆಹಿಡಿಯುವ ಕೆಲಸದಲ್ಲಿ ನಿರತರಾಗಿದ್ದರು. ಒಮ್ಮೆಯಂತೂ ಫ್ಯಾನಿ ಕಳೆದೇ ಹೋಗಿದ್ದರು. ಹುಡುಕಾಡಿದಾಗ ಇವರು ಸಿಕ್ಕಿದ್ದೆಲ್ಲಿ ಗೊತ್ತೆ? 225 ಅಡಿ ಎತ್ತರದ ಫ್ಲಡ್‌ಲೈಟ್ ಟವರ್ ಒಂದರ ಮೇಲೆ! ಅಲ್ಲಿ ಕುಳಿತು ಕ್ಯಾಮರಾ ಕ್ಲಿಕ್ಕಿಸುತ್ತಿದ್ದರು!

1985

ರಂಗ್ ರಂಗೀಲಾ... ವರ್ಣರಂಜಿತ ಕ್ರಿಕೆಟ್

ಟೆಸ್ಟ್ ಕ್ರಿಕೆಟ್ ಬೋರ್ ಆಗಲಿಕ್ಕೆ ಆಟಗಾರರ ಬಿಳಿ ಉಡುಗೆಯೂ ಒಂದು ಕಾರಣ ಎಂಬುದಾಗಿ ಸಮೀಕ್ಷೆಯೊಂದು ತಿಳಿಸಿತ್ತು. ವಿಂಬಲ್ಡನ್ ಟೆನಿಸ್ ಬಿಳಿ ಉಡುಗೆಯ ವಸ್ತ್ರಸಂಹಿತೆಗೆ ಒಳಪಟ್ಟು ಅಷ್ಟರ ಮಟ್ಟಿಗೆ ತನ್ನ ಗ್ಲಾಮರ್ ಕಳೆದುಕೊಂಡಿದೆ ಎಂದು ಅಭಿಮಾನಿಗಳು ಬೊಬ್ಬೆ ಹಾಕುತ್ತಿರುವ ಕಾಲದಲ್ಲೇ ಟೆಸ್ಟ್ ಕ್ರಿಕೆಟ್‌ನ ಕಲರ್‌ಲೆಸ್ ಡ್ರೆಸ್ ಕೂಡ ಅನೇಕರ ನಿರಾಸಕ್ತಿಗೆ ಕಾರಣವಾಗಿದ್ದರೆ ಅದರಲ್ಲಿ ಆಶ್ಚರ್ಯವೇನಿಲ್ಲ.

ಕ್ರಿಕೆಟಿನ ನೂತನ ಆವಿಷ್ಕಾರಗಳಾದ ಟಿ20 ಹಾಗೂ ಏಕದಿನ ಪಂದ್ಯಾವಳಿಗಳೆಲ್ಲ ಆಟಗಾರರ ವರ್ಣಮಯ ಉಡುಗೆಯಿಂದ ರಂಗೇರಿಸಿಕೊಂಡರೆ, ಶತಮಾನಕ್ಕೂ ಹೆಚ್ಚಿನ ಇತಿಹಾಸ ಹೊಂದಿರುವ ಟೆಸ್ಟ್ ಕ್ರಿಕೆಟ್ ಇನ್ನೂ ಸಂಪ್ರದಾಯದ ಚೌಕಟ್ಟಿನೊಳಗೇ ಏಕಿರಬೇಕು ಎಂಬುದು ಅನೇಕರ ಪ್ರಶ್ನೆ.

ಏಕದಿನ ಕ್ರಿಕೆಟ್ ಕೂಡ ಮೊದಲ ಎರಡು ದಶಕಗಳ ಕಾಲ ಬಿಳಿ ಉಡುಗೆಯಲ್ಲೇ ಮಿಂಚಿತ್ತು. ನಮ್ಮ ಕಪಿಲ್‌ದೇವ್ 1983ರಲ್ಲಿ ವಿಶ್ವಕಪ್ ಹಿಡಿದೆತ್ತಿ ಸಂಭ್ರಮಿಸಿದ್ದು ಶುಭ್ರ ಶ್ವೇತವರ್ಣದ ಉಡುಗೆಯಲ್ಲೇ ಎಂಬುದನ್ನು ಮರೆಯುವಂತಿಲ್ಲ.

ಭಾರತ ಮೊದಲ ಸಲ ಕಲರ್ ಜೆರ್ಸಿ ಧರಿಸಿದ್ದು 1985ರ 'ಬೆನ್ಸನ್ ಆ್ಯಂಡ್ ಹೆಜಸ್ ಚಾಂಪಿಯನ್ ಶಿಪ್ ವೇಳೆ. ಭಾರತಕ್ಕೆ ಇದು ಅದೃಷ್ಟವನ್ನೇ ಮೊಗೆದು ಕೊಟ್ಟಿತು. ಫೈನಲ್‌ನಲ್ಲಿ ಪಾಕಿಸ್ಥಾನವನ್ನು ಕೆಡವಿದ ಭಾರತ ಚಾಂಪಿಯನ್ ಆಗಿ ಮೂಡಿಬಂದಿತ್ತು.

1992ರಲ್ಲಿ ಆಸ್ಟ್ರೇಲಿಯ–ನ್ಯೂಜಿಲ್ಯಾಂಡ್ ಜಂಟಿಯಾಗಿ ಆಯೋಜಿಸಿದ ವಿಶ್ವಕಪ್ ವೇಳೆ ಕ್ರಿಕೆಟ್ ಲೋಕವೇ ವರ್ಣಮಯಗೊಂಡಿತು. ಆದರೆ ಕ್ರಿಕೆಟ್‌ನಲ್ಲಿ ಮೊದಲ ಕಲರ್ ಡ್ರೆಸ್ ಕಾಣಿಸಿಕೊಂಡದ್ದು

1978ರ 'ಕೆರ್ರಿ ಪ್ಯಾಕರ್ ವರ್ಲ್ಡ್ ಸೀರಿಸ್ ಕ್ರಿಕೆಟ್'ನಲ್ಲಿ ನ. 28ರಂದು ನಡೆದ ಆಸ್ಟ್ರೇಲಿಯ ಇಲೆವೆನ್ –ವೆಸ್ಟ್ ಇಂಡೀಸ್ ಇಲೆವೆನ್ ಪಂದ್ಯದ ವೇಳೆ ಆಟಗಾರರರೆಲ್ಲರ ಜೆರ್ಸಿ ಬಣ್ಣಕ್ಕೆ ತಿರುಗಿತ್ತು.

ಈಗಂತೂ ಉಡುಗೆಯ ಮೂಲಕವೇ ಕ್ರಿಕೆಟಿಗರನ್ನು ಗುರುತಿಸುವ ಕಾಲ. ನಮ್ಮವರ ತಿಳಿ ನೀಲಿ ಬಣ್ಣದ ಡ್ರೆಸ್ 'ಮೆನ್ ಇನ್ ಬ್ಲೂಸ್' ಎಂಬ ಜನಪ್ರಿಯತೆ ಗಳಿಸಿಕೊಟ್ಟಿದೆ. ನ್ಯೂಜಿಲ್ಯಾಂಡ್ ಕ್ರಿಕೆಟಿಗರ ಕರಿ ಉಡುಗೆ ಅವರ 'ಕಿವೀಸ್' ಎಂಬ ಅಡ್ಡ ಹೆಸರನ್ನೇ ಮರೆಗೆ ಸರಿಸುತ್ತಿದೆ. ಅವರೀಗ 'ಬ್ಲ್ಯಾಕ್ ಕ್ಯಾಪ್ಸ್'. ಅದೇ ರೀತಿ ಆಸ್ಟ್ರೇಲಿಯನ್ನರ ಹಳದಿ, ಪಾಕಿಸ್ಥಾನಿಯರ ಹಸಿರು ಕೂಡ ಹೆಸರುವಾಸಿ.

ಆಟಗಾರರ ಉಡುಗೆಯ ವಿನ್ಯಾಸದಲ್ಲಿ ಅಲ್ಪಸ್ವಲ್ಪ ವ್ಯತ್ಯಾಸವಾಗಬಹುದೇ ಹೊರತು ತಂಡವೊಂದರ ಮೂಲ ಬಣ್ಣದಲ್ಲಿ ಯಾವುದೇ ಬದಲಾವಣೆ ಮಾಡುವಂತಿಲ್ಲ, ಏಕೆಂದರೆ ಇದು ಐಸಿಸಿಯ ವಸ್ತ್ರಸಂಹಿತೆಗೆ ಒಳಪಟ್ಟಿದೆ.

2007ರ ಟಿ20 ವಿಶ್ವಕಪ್ ವೇಳೆ ಆಸ್ಟ್ರೇಲಿಯ ಕ್ರಿಕೆಟಿಗರ ಹಳದಿ ಉಡುಪಿನ ವಿನ್ಯಾಸದಲ್ಲಿ ಸಾಕಷ್ಟು ಬದಲಾವಣೆ ಗೋಚರಿಸಿದ್ದನ್ನು ನೀವು ಗಮನಿಸಿರಬಹುದು. ಇದರಲ್ಲಿ ಬೂದು ಬಣ್ಣವನ್ನು ಹೆಚ್ಚಿನ ಪ್ರಮಾಣದಲ್ಲಿ ಬಳಸಲಾಗಿತ್ತು. ಹಳದಿ ಅಂಗಿಯ ತೋಳಿಲ್ಲದ ಜಾಗದಲ್ಲಿ ಬೂದು ಬಣ್ಣದ 'ಕೈ' ಆವರಿಸಿದ್ದನ್ನು ನೀವು ಕಂಡಿದ್ದೀರಿ. ಇದನ್ನು ತಯಾರಿಸಿದ್ದು ಯಾರು ಗೊತ್ತೇ ? ಅಡಿಡಾಸ್!

ಈ ಉಡುಗೆಯನ್ನು ವೈಜ್ಞಾನಿಕ ರೀತಿಯಲ್ಲಿ, ದಕ್ಷಿಣ ಆಫ್ರಿಕಾದ ವಾತಾವರಣಕ್ಕೆ ಹೊಂದಿಕೊಳ್ಳುವ ರೀತಿಯಲ್ಲಿ ರೂಪಿಸಲಾಗಿತ್ತು ಎಂಬುದಾಗಿ ಅಡಿಡಾಸ್ ಹೇಳಿಕೊಂಡಿತು. ಅಲ್ಲದೇ ಈ 'ಅಲ್ಯುಮಿನಿಯಂ ಕಲರ್' ಆಕ್ರಮಣದ ಸಂಕೇತವೂ ಹೌದಂತೆ. ಬಹುಶಃ ಕೆರ್ರಿ ಪ್ಯಾಕರ್ ಕ್ರಿಕೆಟಿಗೆ ಬಣ್ಣ ಬಳಿಯುವಾಗ ಇಂಥ ವೈಜ್ಞಾನಿಕ ಸಂಗತಿಗಳನ್ನೆಲ್ಲ ಖಂಡಿತ ಆಲೋಚಿಸಿರಲಿಕ್ಕಿಲ್ಲ, ಅವರ ಉದ್ದೇಶ ಒಂದೇ ಆಗಿತ್ತು– ಕ್ರಿಕೆಟ್‌ನಲ್ಲಿ ಕ್ರಾಂತಿ ಮೂಡಿಸುವುದು.

ಈ ವಿನ್ಯಾಸ ಬದಲಾವಣೆಯಿಂದ ಆಸ್ಟ್ರೇಲಿಯಕ್ಕೆ ಏನಾದರೂ ಲಾಭವಾಯಿತೇ ಎಂಬುದೊಂದು ಪ್ರಶ್ನೆ. 'ಆಕ್ರಮಣ ಸಂಕೇತ'ವಿದ್ದರೂ ಕಾಂಗರೂಗಳಿಗೆ ಭಾರತ ಸಡ್ಡು ಹೊಡೆಯಿತು; ಸೆಮಿಫೈನಲ್‌ನಲ್ಲಿ ಗಿಲ್‌ಕ್ರಿಸ್ಟ್ ಪಡೆ ಲಾಗಹಾಕಿತು. ಆದರೂ ಒಂದು ಗೌರವ ಅವರಿಗೆ ಸಿಕ್ಕಿತೆಂಬುದು ನಿಮಗೆ ಗೊತ್ತೇ? ಆಸ್ಟ್ರೇಲಿಯನ್ನರ ಉಡುಗೆ ಟಿ20 ವಿಶ್ವಕಪ್ ಪಂದ್ಯಾವಳಿಯ ಅತ್ಯಂತ 'ಸೆಕ್ಸಿ ಡ್ರೆಸ್' ಎಂಬ ಹೆಗ್ಗಳಿಕೆಗೆ ಪಾತ್ರವಾಯಿತು!

ಈಗ ಇಂಗ್ಲಿಷ್ ಕೌಂಟಿಯಲ್ಲೂ ಬಣ್ಣದ ಉಡುಗೆಯ ದರ್ಬಾರ್ ಆರಂಭಗೊಂಡಿದೆ. ಲಾರ್ಡ್ಸ್‌ನಲ್ಲಿ ನಡೆದ 'ಫ್ರೆಂಡ್ಸ್ ಪ್ರೊವಿಡೆಂಟ್ ಟ್ರೋಫಿ' ಫೈನಲ್‌ನಲ್ಲಿ ಡರ್‌ಹ್ಯಾಮ್ ಹಾಗೂ ಹ್ಯಾಂಪಶೈರ್ ತಂಡಗಳ ಆಟಗಾರರು ಒಂದೇ ರೀತಿಯ, ಸೂಕ್ಷ್ಮವಾಗಿ ಗಮನಿಸಿದರಷ್ಟೇ ವ್ಯತ್ಯಾಸ ತಿಳಿಯುವ ಬಣ್ಣದ ಉಡುಗೆ ಧರಿಸಿ ಎಲ್ಲರ ಗೊಂದಲಕ್ಕೆ ಕಾರಣರಾದರು. ನೇರ ಪ್ರಸಾರದ ಹೊಣೆ ಹೊತ್ತಿದ್ದ ಟೆಲಿವಿಷನ್ ಸಂಸ್ಥೆ ಈ ವಿಷಯವನ್ನು ಕ್ರಿಕೆಟ್ ಮಂಡಳಿ ತನಕ ಕೊಂಡೊಯ್ದಿತು. ಅದು, ಫೈನಲ್ ಪಂದ್ಯಕ್ಕಷ್ಟೇ ಒಂದು ತಂಡಕ್ಕೆ ಬಣ್ಣ ಬದಲಾಯಿಸಿ ಎಂದು ಅಪ್ಪಣೆ ವಿಧಿಸಲಾಗದಷ್ಟು ಮಟ್ಟಿಗೆ ತನ್ನ ಅಸಹಾಯಕತೆ ಯನ್ನು ತೆರೆದಿಟ್ಟಿತು! ಇಷ್ಟಕ್ಕೂ ಈ ಎರಡು ತಂಡಗಳು ತಮ್ಮ ತಮ್ಮ ನಂಬಿಕೆಯ ಆಧಾರದಲ್ಲಿ ಉಡುಗೆಗಳನ್ನು ರೂಪಿಸಿಕೊಂಡಿದ್ದವು.

ಕೊನೆಯಲ್ಲಿ ಕಾಡುವುದು ಮತ್ತದೇ ಪ್ರಶ್ನೆ... ಟೆಸ್ಟ್ ಕ್ರಿಕೆಟ್ ಕೂಡ ಬಣ್ಣದ ಲೋಕಕ್ಕೆ ಕಾಲಿಟ್ಟೀತೇ ಎಂಬುದು.

ಚೈನಾಮನ್
ಇದು ಚೀನ ಮೂಲದ ಬೌಲಿಂಗ್!

ಚೈನಾಮನ್!

ಇದು ಕ್ರಿಕೆಟಿನ ಅಪರೂಪದ ಬೌಲಿಂಗ್ ಶೈಲಿ. ಇದರ ಮೂಲ ಚೀನ ಎಂಬುದೇ ಒಂದು ಅಚ್ಚರಿ ಹಾಗೂ ವಿಶೇಷ. ಕ್ರಿಕೆಟನ್ನೇ ಆಡದ, ಆಡಿದರೂ ಇದನ್ನು ಗಂಭೀರವಾಗಿ ಸ್ವೀಕರಿಸದ ಚೀನಕ್ಕೂ ಇಂಥದೊಂದು ಬೌಲಿಂಗ್ ಶೈಲಿಗೂ ಎಲ್ಲಿಂದೆಲ್ಲಿಯ ಸಂಬಂಧ!

ಮೊದಲು ಚೈನಾಮನ್ ಬೌಲಿಂಗ್ ಅಂದರೆ ಏನು ಎಂಬುದನ್ನು ತಿಳಿದುಕೊಳ್ಳೋಣ...

ಎಡಗೈಯಲ್ಲಿ ಲೆಗ್‌ಸ್ಪಿನ್ ಮಾಡುವ ಬೌಲಿಂಗ್ ನಮೂನೆಯೇ 'ಚೈನಾಮನ್'. ಈ ಸಂದರ್ಭದಲ್ಲಿ ಕಪ್ಪೆಯಂತೆ ಹಾರುತ್ತ ಬೌಲಿಂಗ್ ಮಾಡುತ್ತಿದ್ದ ದಕ್ಷಿಣ ಆಫ್ರಿಕಾದ ಪಾಲ್ ಆ್ಯಡಮ್ಸ್ ಅವರನ್ನೊಮ್ಮೆ ಕಲ್ಪಿಸಿಕೊಳ್ಳಿ, ಪಕ್ಕಾ ಚೈನಾಮನ್ ಬೌಲಿಂಗ್‌ಗೆ ಆ್ಯಡಮ್ಸ್‌ಗಿಂತ ಉತ್ತಮ ಉದಾಹರಣೆ ಇಲ್ಲ!

2017ರಲ್ಲಿ ಪ್ರವಾಸಿ ಆಸ್ಟ್ರೇಲಿಯ ವಿರುದ್ಧ ಧರ್ಮಶಾಲಾದಲ್ಲಿ ಟೆಸ್ಟ್ ಕ್ಯಾಪ್ ಧರಿಸಿದ ಭಾರತದ ಕುಲದೀಪ್ ಯಾದವ್ ಹಾಗೂ ಅವರು ಮೊದಲ ದಿನವೇ ಸಾಧಿಸಿದ ಯಶಸ್ಸು ಈ ಬರಹಕ್ಕೆ ಸ್ಫೂರ್ತಿ ಆಗಿತ್ತು. ಅಂದು 'ಉದಯವಾಣಿ'ಯಲ್ಲಿ ಪ್ರಕಟಗೊಂಡ ಈ ಲೇಖನ ತುಸು ಪರಿಷ್ಕೃತಗೊಂಡು ಇಲ್ಲಿ ಕಾಣಿಸಿಕೊಂಡಿದೆ.

ಭಾರತದ ಪ್ರಥಮ ಚೈನಾಮನ್!

ಇಲ್ಲೊಂದು ಸಂಗತಿಯನ್ನು ಹೆಮ್ಮೆ ಹಾಗೂ ಅಷ್ಟೇ ಅಚ್ಚರಿಯಿಂದ ಹೇಳಬೇಕಿದೆ. ಕುಲದೀಪ್ ಯಾದವ್ ಭಾರತೀಯ ಟೆಸ್ಟ್ ಇತಿಹಾಸದ ಪ್ರಪ್ರಥಮ ಚೈನಾಮನ್ ಬೌಲರ್!

ಇಲ್ಲಿ ಇನ್ನೂ ಒಂದು ಸ್ವಾರಸ್ಯಕರ ಸಂಗತಿ ಇದೆ. ಭಾರತದ ಪುರುಷರ ಟೆಸ್ಟ್‌ಗಿಂತ ಮೊದಲೇ ವನಿತಾ ಟೆಸ್ಟ್ ಕ್ರಿಕೆಟ್‌ನಲ್ಲಿ ಚೈನಾಮನ್ ಬೌಲರ್ ಕಾಣಿಸಿಕೊಂಡಿದ್ದಾರೆ. ಈಕೆಯ ಹೆಸರು ಪ್ರೀತಿ ಡಿಮ್ರಿ. ಇವರೂ ಕುಲದೀಪ್ ಯಾದವ್ ಅವರಂತೆ ಉತ್ತರಪ್ರದೇಶದವರು. ಪ್ರೀತಿ ಡಿಮ್ರಿ 2006–2010ರ ಅವಧಿಯಲ್ಲಿ 2 ಟೆಸ್ಟ್ ಹಾಗೂ 23 ಏಕದಿನ ಪಂದ್ಯಗಳನ್ನಾಡಿದ್ದಾರೆ. ಉರುಳಿಸಿದ ಒಟ್ಟು ವಿಕೆಟ್‌ಗಳ ಸಂಖ್ಯೆ 33.

ಭಾರತದ ದೇಶಿ ಕ್ರಿಕೆಟ್‌ನಲ್ಲೂ ಚೈನಾಮನ್ ಬೌಲರ್‌ಗಳು ವಿರಳ. ಭೂತಕನ್ನಡಿ ಹಿಡಿದು ನೋಡಿದಾಗ ಕರ್ನಾಟಕದ ಶಿವಿಲ್ ಕೌಶಿಕ್ ಒಬ್ಬರಷ್ಟೇ ಕಂಡುಬಂದಿದ್ದರು. ಗುಜರಾತ್ ಲಯನ್ಸ್ ಮತ್ತು ಹುಬ್ಬಳ್ಳಿ ಟೈಗರ್ಸ್ ಪರ ಕೌಶಿಕ್ ಆಡಿದ್ದಾರೆ. ದಕ್ಷಿಣ ಆಫ್ರಿಕಾದ ಪಾಲ್ ಆ್ಯಡಮ್ಸ್ ಶೈಲಿಯಲ್ಲೇ ಬೌಲಿಂಗ್ ನಡೆಸುವ ಕೌಶಿಕ್ ಭಾರೀ ಕುತೂಹಲ ಮೂಡಿಸಿದ್ದರು. ಇದು 2017ರ ಕತೆ. ಧರ್ಮಶಾಲಾದಲ್ಲಿ ಟೆಸ್ಟ್ ಆಡಲಿಳಿದ ಕುಲದೀಪ್ ಯಾದವ್ ಐಪಿಎಲ್‌ನಲ್ಲಿ ಅಂದು ಕೆಕೆಆರ್ ತಂಡದ ಸದಸ್ಯನಾಗಿದ್ದರು. ಇದಿಷ್ಟು ಭಾರತದ ಚೈನಾಮನ್ ಬೌಲರ್‌ಗಳ ಕಿರು ಇತಿಹಾಸ.

ಇದರ ಮೂಲ ಚೀನ!

ಈಗ ಈ ಬೌಲಿಂಗ್ ಶೈಲಿಯ ಮೂಲದತ್ತ ಬರೋಣ. ಬಲಗೈ ಹಾಗೂ ಎಡಗೈ ಬ್ಯಾಟ್ಸ್‌ಮನ್‌ಗಳಿಬ್ಬರ ಪಾಲಿಗೂ ಹೆಚ್ಚು ಅಪಾಯಕಾರಿಯಾದ ಈ ಎಸೆತಗಳ ಮೂಲ ಚೀನ ಎಂಬುದೊಂದು ಕೌತುಕ! ಎತ್ತಣ ಕ್ರಿಕೆಟ್, ಎತ್ತಣ ಚೀನ ?!

ವೆಸ್ಟ್ ಇಂಡೀಸ್‌ನ ಎಲ್ಲಿಸ್ ಆಚೋಂಗ್ 1933ರಷ್ಟು ಹಿಂದೆ ಇಂಥದೊಂದು ವಿಶಿಷ್ಟಶೈಲಿಯ ಬೌಲಿಂಗ್ ನಡೆಸಿ ವಿಶ್ವಮಟ್ಟದಲ್ಲಿ ಸುದ್ದಿಯಾದರು. ಅದು ಇಂಗ್ಲೆಂಡ್ ಎದುರಿನ ಓಲ್ಡ್ ಟ್ರಾಫರ್ಡ್ ಟೆಸ್ಟ್. ಮೂಲತಃ ಆಚೋಂಗ್ ಎಡಗೈ ಆಫ್‌ಸ್ಪಿನ್ನರ್ ಆಗಿದ್ದರು. ಆದರೆ ಅವರ ಎಸೆತವೊಂದು ಆಫ್‌ಸ್ಟಂಪ್‌ನಾಚೆ ಪಿಚ್ ಆದ ಬಳಿಕ ಶಾರ್ಪ್ ಟರ್ನ್ ಪಡೆದು ಇಂಗ್ಲೆಂಡ್‌ನ ವಾಲ್ಟರ್ ರಾಬಿನ್ಸ್ ಅವರ ಸ್ಟಂಪನ್ನು ಎಗರಿಸಿತು.

ಇಂಥದೊಂದು ವಿಶಿಷ್ಟ ಹಾಗೂ ಅಷ್ಟೇ ಘಾತಕ ಎಸೆತಕ್ಕೆ ಔಟಾದುದನ್ನು ಸಹಿಸದ ರಾಬಿನ್ಸ್ ಸಿಟ್ಟಿನಿಂದ ಕುದಿಯತೊಡಗಿದರು. ಪೆವಿಲಿಯನ್‌ನತ್ತ ಹೆಜ್ಜೆ ಹಾಕುತ್ತಿದ್ದಾಗ ಆಚೋಂಗ್ ಅವರನ್ನು 'ಫ್ಯಾನ್ಸಿ ಬೀಯಿಂಗ್ ಡನ್ ಬೈ ಎ ಬ್ಲಡಿ ಚೈನಾಮನ್...' ಎಂದು ಬೈಯುತ್ತಾ ಹೋದರು! ಅವರ ಬೈಗುಳದಲ್ಲಿದ್ದ 'ಚೈನಾಮನ್' ಪದವೇ ಈ ಬೌಲಿಂಗ್ ಶೈಲಿಗೆ ಅಂಟಿಕೊಂಡಿತು.

ಅಂದಹಾಗೆ ಎಲ್ಲಿಸ್ ಆಚೋಂಗ್ ಮೂಲತ: ಚೀನದವರು. ಟೆಸ್ಟ್ ಕ್ರಿಕೆಟ್ ಆಡಿದ ಚೀನ ಮೂಲದ ಮೊದಲ ಆಟಗಾರನೆಂಬುದು ಇವರ ಪಾಲಿನ ಹೆಗ್ಗಳಿಕೆ.

ಇವರ ಸಂಖ್ಯೆ ವಿರಳ

ಕ್ರಿಕೆಟ್ ಇತಿಹಾಸದಲ್ಲಿ ಇಂಥ ಚೈನಾಮನ್ ಬೌಲರ್‌ಗಳ ತಳಿ ಬಹಳ ವಿರಳ. ಅಬ್ಬಬ್ಬ ಎಂದರೆ 30 ಮಂದಿ ಬೌಲರ್‌ಗಳು ಸಿಕ್ಕಾರು. ಆದರೆ ಯಾರೂ ವಿಶ್ವಮಟ್ಟದಲ್ಲಿ ಸುದ್ದಿಯಾದವರಲ್ಲ. ಇಂಥ ಕೆಲವು ಹೆಸರುಗಳೆಂದರೆ ಚೆಕ್ ಫ್ಲೀಟ್‌ವುಡ್ ಸ್ಮಿತ್, ಜಾರ್ಜ್ ಟೈಲ್, ಜಾನಿ ವಾರ್ಡ್ಸ್, ಗ್ಯಾರಿ ಸೋಬರ್ಸ್, ಲಿಂಡ್ಸೆ ಕ್ಲೈನ್, ಜಾನಿ ಮಾರ್ಟಿನ್, ಡೇವಿಡ್ ಸಿಮ್‌ಕಾಕ್, ಇಶಾನ್ ಅಲಿ, ಬರ್ನಾರ್ಡ್ ಜೂಲಿಯನ್, ಪಾಲ್ ಆ್ಯಡಮ್ಸ್, ಬ್ರಾಡ್ ಹಾಗ್, ಬ್ಯೂ ಕ್ಯಾಸನ್, ಡೇವ್ ಮೊಹಮ್ಮದ್, ಮೈಕಲ್ ರಿಪ್ಪನ್, ಲಕ್ಷಣ ಸಂದಕರ್....

ಇವರಲ್ಲಿ ಎಡಗೈ ವೇಗಿಯಾಗಿದ್ದ ಸೋಬರ್ಸ್ ಹೆಸರು ಅಚ್ಚರಿ ಮೂಡಿಸುತ್ತದೆ. ಆದರೆ ಇವರು ಆಗಾಗ ರಿಸ್ಟ್‌ಸ್ಪಿನ್ ಮೂಲಕವೂ ವಿಕೆಟ್ ಕಬಳಿಸಿದ್ದುಂಟು. ಅಂದಹಾಗೆ ಆಚೋಂಗ್ ಸಹಿತ ಇವರ್‍ಯಾರೂ ಸ್ಪೆಷಲಿಸ್ಟ್ ಚೈನಾಮನ್ ಬೌಲರ್‌ಗಳಲ್ಲ. 2017ರಲ್ಲಿ ಶ್ರೀಲಂಕಾದ ಲಕ್ಷಣ ಸಂದಕನ್ ಹೆಚ್ಚು ಚಾಲ್ತಿಯಲ್ಲಿದ್ದರು.

ಕುಲದೀಪ್ ಮೊದಲು ವೇಗಿ !

ಇಲ್ಲಿ ಕುಲದೀಪ್ ಯಾದವ್ ಕುರಿತಂತೆ ಸ್ವಾರಸ್ಯವೊಂದಿದೆ. ಅವರು ಮೂಲತಃ ಚೈನಾಮನ್ ಬೌಲರ್ ಆಗಿರಲಿಲ್ಲ. ಕಾನ್ಪುರ ಕ್ರಿಕೆಟ್ ಅಕಾಡೆಮಿಗೆ ಸೇರಿಕೊಳ್ಳುವಾಗ ಅವರೋರ್ವ ವೇಗದ ಬೌಲರ್. ವೇಗದ ಬೌಲಿಂಗ್‌ನತ್ತಲೇ ಅವರಿಗೆ ಹೆಚ್ಚಿನ ಆಸಕ್ತಿ. ಆದರೆ ಕೋಚ್ ಕಪಿಲ್ ಪಾಂಡೆ, ಅತ್ಯಂತ ವಿರಳವಾದ ಎಡಗೈ ರಿಸ್ಟ್‌ಸ್ಪಿನ್ ಬೌಲಿಂಗ್ ನಡೆಸುವಂತೆ ಸೂಚಿಸಿದರು. ಮೊದಮೊದಲು ಇದು ಭಾರೀ ಕಷ್ಟವೆನಿಸಿತು. ಇದು ಸಾಧ್ಯವಿಲ್ಲ ಎಂದು ಕುಲದೀಪ್ ಅತ್ತದ್ದೂ ಉಂಟು. ಆದರೀಗ ಕುಲದೀಪ್ ಹೆಚ್ಚು ಸಂತೃಪ್ತ ಕ್ರಿಕೆಟಿಗ!

ಸತತ ಎರಡು ಓವರ್, ಓವರ್‌ಗೆ 11 ಎಸೆತ...

ಕ್ರಿಕೆಟ್‌ನಲ್ಲಿ ಅಂಪಾಯರಿಂಗ್ ಹೊಣೆಗಾರಿಕೆ ಮುಖ್ಯವಾದದ್ದು. ಅಂಪಾಯರ್ಸ್ ನೀಡುವ ತೀರ್ಪುಗಳು ನಿರ್ಣಾಯಕವಾದುದರಿಂದ ಅವರು ಸದಾ ಒತ್ತಡದಲ್ಲೇ ಇರುತ್ತಾರೆ. ಹೀಗಾಗಿ ಹಲವು ವಿಚಿತ್ರ ಸಂಗತಿಗಳು ಜರಗುವುದುಂಟು. ಇಂತಹ ಹಲವು ಸ್ವಾರಸ್ಯಮಯ ಸಂದರ್ಭಗಳನ್ನು ಒಟ್ಟುಗೂಡಿಸಿ ಲಂಡನ್‌ನ ಕ್ರಿಸ್ಟೋಫರ್ ಮಾರ್ಟಿನ್-ಜೆಂಕಿನ್ಸ್ ಬರೆದಿರುವ ಪುಸ್ತಕವೊಂದರಿಂದ ಆಯ್ದ ತುಣುಕುಗಳು ಇಲ್ಲಿವೆ.

ಸತತವಾಗಿ ಎರಡು ಓವರ್...

ಕ್ರಿಕೆಟ್ ನಿಯಮದ ಪ್ರಕಾರ ಯಾರೂ ಸತತವಾಗಿ ಎರಡು ಓವರ್‌ಗಳನ್ನು ಎಸೆಯುವಂತಿಲ್ಲ. ಆದರೆ ಟೆಸ್ಟ್ ಪಂದ್ಯವೊಂದರಲ್ಲಿ ಒಬ್ಬ ಬೌಲರ್ ಸತತವಾಗಿ ಎರಡು ಓವರ್ ಎಸೆದರೆಂಬುದು ನಿಮಗೆ ಗೊತ್ತೇ?

1921ರ ಆಸ್ಟ್ರೇಲಿಯ-ಇಂಗ್ಲೆಂಡ್ ಸರಣಿಯ ಟೆಸ್ಟ್ ಪಂದ್ಯವೊಂದರಲ್ಲಿ ಇಂಥದೊಂದು ಘಟನೆ ನಡೆಯಿತು. ಈ 'ದಾಖಲೆ' ಸ್ಥಾಪಿಸಿದವರು ಆಸ್ಟ್ರೇಲಿಯದ ನಾಯಕ ವಾರ್ವಿಕ್ ಆರ್ಮ್‌ಸ್ಟ್ರಾಂಗ್. ಮಳೆಯಿಂದಾಗಿ ಆಟ ಅರ್ಧಕ್ಕೆ ನಿಂತುಹೋದ ಸಂದರ್ಭವದು. ಆಟವನ್ನು ನಿಲ್ಲುವ ಮೊದಲು ಕೊನೆಯ ಓವರ್ ಎಸೆದಿದ್ದ ಆರ್ಮ್‌ಸ್ಟ್ರಾಂಗ್ ಸ್ವಲ್ಪ ಸಮಯದ ಬಳಿಕ ಆಟ ಆರಂಭವಾದಾಗ ಪುನಃ ತಾನೇ ಬೌಲಿಂಗ್ ಮುಂದುವರಿಸಿದ! ಇದಕ್ಕೆ ಮರೆಗುಳಿ ಅಂಪಾಯರ್ ಒಬ್ಬರೇ ಕಾರಣ ಎಂದು ಹೇಳುವಂತಿಲ್ಲ. ಇತ್ತಂಡಗಳ ಆಟಗಾರರ ಸಹಿತ ಎಲ್ಲರೂ ಆರ್ಮ್‌ಸ್ಟ್ರಾಂಗ್ ಆ ಕೊನೆಯ ಓವರ್ ಎಸೆದುದ್ದನ್ನು ಮರೆತಿದ್ದರು!

1951ರ ನ್ಯೂಜಿಲ್ಯಾಂಡ್-ಇಂಗ್ಲೆಂಡ್ ಸರಣಿಯ ವೆಲ್ಲಿಂಗ್ಟನ್ ಟೆಸ್ಟ್ ಪಂದ್ಯದಲ್ಲೂ ಇಂಥದೊಂದು ಘಟನೆ ಸಂಭವಿಸಿತ್ತು. ನ್ಯೂಜಿಲ್ಯಾಂಡ್ ಸ್ಪಿನ್ನರ್ ಅಲೆಕ್ಸ್ ಮೋರ್ ಟೀ ವಿರಾಮದ ಮೊದಲು ಕೊನೆಯ ಓವರ್ ಎಸೆದವನು, ಟೀ ವಿರಾಮದ ಅನಂತರದ ಮೊದಲ ಓವರನ್ನು ಕೂಡ ತಾನೇ ಎಸೆದ! ಅಂಪಾಯರ್‌ಗೆ ಇದು ಗೊತ್ತೇ ಆಗಲಿಲ್ಲ!

1972ರಲ್ಲಿ ಹಾಲೆಂಡ್-ಡೆನ್ಮಾರ್ಕ್ ನಡುವೆ ನಡೆದ ಅನಧಿಕೃತ ಟೆಸ್ಟ್ ಪಂದ್ಯವೊಂದರಲ್ಲಿ ಹಾಲೆಂಡ್‌ನ ಡಬ್ಲ್ಯು.ಸಿ. ವೈನ್ಸ್ ಸತತವಾಗಿ ಎರಡು ಓವರ್‌ಗಳನ್ನೆಸೆದು ಆರ್ಮ್‌ಸ್ಟ್ರಾಂಗ್ ಮತ್ತು ಮೋರ್ ಸಾಲಿಗೆ ಸೇರಿದ!

ಅಂಪಾಯರ್‌ಗಳ ಮರೆವಿಗೆ ಮತ್ತೊಂದು ನಿದರ್ಶನ 1983ರ ಪ್ರುಡೆನ್ಶಿಯಲ್ ವಿಶ್ವಕಪ್‌ನಲ್ಲಿ ಸಿಗುತ್ತದೆ. ಅಂದು ವೆಸ್ಟ್ ಇಂಡೀಸ್-ಜಿಂಬಾಬ್ವೆ ನಡುವಿನ ಪಂದ್ಯಕ್ಕೆ ಮಂದಬೆಳಕು ಅಡ್ಡಿಯಾಗಿ ಆಟ ನಿಂತಿತು.

ಆಗ ನಾನ್‌ಸ್ಟ್ರೈಕಿಂಗ್ ತುದಿಯಲ್ಲಿದ್ದ ಬ್ಯಾಟ್ಸ್‌ಮನ್ ವಿವಿಯನ್ ರಿಚರ್ಡ್ಸ್, ಪಂದ್ಯ ಪುನಃ ಆರಂಭವಾದಾಗ ಬ್ಯಾಟಿಂಗ್ ತುದಿಗೆ ಬಂದು ಆಟ ಆರಂಭಿಸಿದ್ದನ್ನು ಅಂಪಾಯರ್ ಗಮನಿಸಲೇ ಇಲ್ಲ!

ಅಂಪಾಯರ್ಸ್ ಇಲ್ಲದ ಪಂದ್ಯ!

1930ರ ಬರ್ಮಾಲ್‌ಲೇನ್ ಯಾರ್ಕ್‌ಶೈರ್ ಕೌನ್ಸಿಲ್‌ನ ಲೀಗ್ ಪಂದ್ಯವದು. ಕೊನೆಯ ಓವರ್‌ನಲ್ಲಿ ಶೆಫೀಲ್ಡ್ ಕಾಲೇಜಿಯೇಟ್ ತಂಡದ ಗೆಲುವಿಗೆ ಒಂದು ರನ್ ಅವಶ್ಯಕತೆ ಇತ್ತು. ಅದು ಅಂತಿಮ ಓವರ್. ಕೊನೆಯ ಬ್ಯಾಟ್ಸ್‌ಮನ್ ರನೌಟಾದಾಗ ಗಲಭೆ ಆರಂಭವಾಯಿತು.

ಗಲಭೆಯ ಅನಂತರ ಆಟವನ್ನು ಮತ್ತೆ ಆರಂಭಿಸಬೇಕೆಂಬ ಒತ್ತಡ ಜೋರಾಯಿತು. ಆದರೆ ಆಗಲೇ ಪಂದ್ಯದ ಅವಧಿ ಮೀರಿದ್ದರಿಂದ ಅಂಪಾಯರ್‌ಗಳು ಆಟ ಮುಂದುವರಿಸಲು ಒಪ್ಪಲಿಲ್ಲ. ಆಟಗಾರರು ಅಂಪಾಯರ್‌ಗೆ ಕಾಯದೆ ತಾವೇ ಹೋಗಿ ಪುನಃ ಆಟವಾಡಿದರು. ಕೊನೆಗೂ ಅಂಪಾಯರ್ ರಹಿತ ಪಂದ್ಯವೊಂದು ನಡೆದು ಹೋಯಿತು!

ಓವರ್‌ಗೆ ಹನ್ನೊಂದು ಎಸೆತ!

ಕ್ರಿಕೆಟ್‌ನ ಆರಂಭದ ಕಾಲದಲ್ಲಿ ಒಂದು ಓವರ್‌ಗೆ ಇಂತಿಷ್ಟೇ ಎಸೆತ ಎಂಬ ನಿಯಮವೇನೂ ಇರಲಿಲ್ಲ. ಅನೇಕಾನೇಕ ಬದಲಾವಣೆಗಳ ಅನಂತರ ಈಗ ಅದು ಆರಕ್ಕೆ ನಿಂತಿದೆ. ಆದರೆ ಇದಕ್ಕೆ ಅಪವಾದವೆಂಬಂತೆ ಓವರ್‌ಗೆ ಹತ್ತಕ್ಕಿಂತ ಹೆಚ್ಚು ಎಸೆತಗಳನ್ನು ಎಸೆದ ಪ್ರಕರಣವೂ ಇದೆಯೆಂದರೆ ಆಶ್ಚರ್ಯವಾಗದಿರದು.

ಜಿ.ಎಚ್. ಪಿನ್ನೆ ಎಂಬ ಬ್ಯಾಟ್ಸ್‌ಮನ್ ಪಾರ್ಸೆಟ್ ರೆಜಿಮೆಂಟ್ ಪರವಾಗಿ ಬ್ಯಾಟ್ ಮಾಡುತ್ತಿದ್ದಾಗ ಬೌಲರ್ ಆರ್. ಜಿ. ಶೋರ್ ಓವರ್‌ನ ಕೊನೆಯ ಎಸೆತದಲ್ಲಿ ಬೌಂಡರಿಯೊಂದನ್ನು ಬಾರಿಸಿದ. ಅಲ್ಲಿಗೆ ಆ ಓವರ್ ಮುಗಿಯಬೇಕಿತ್ತು. ಆದರೆ ಅಂಪಾಯರ್ ಯಾವುದೇ ಸೂಚನೆ ನೀಡದಿದ್ದುದರಿಂದ ಓವರ್ ಮುಂದುವರಿಯಿತು. ಶೋರ್ ಮತ್ತೆ ಚೆಂಡುಗಳನ್ನು ಎಸೆಯಲು ಪ್ರಾರಂಭಿಸಿದ. ಸ್ಕೋರರ್‌ಗೆ ಹೇಳಲಾಗದ ಕಸಿವಿಸಿ. ಶೋರ್ ಹನ್ನೊಂದನೇ ಚೆಂಡು ಎಸೆದಾಗಲೇ ಅಂಪಾಯರ್‌ಗೆ ಈ ಎಡವಟ್ಟಿನ ಅರಿವಾದದ್ದು!

ಇಂಥದೇ 'ದಾಖಲೆ' ಸ್ಥಾಪಿಸಿದ ಇನ್ನಿಬ್ಬರು ಬೌಲರ್‌ಗಳೆಂದರೆ ಸೆಂಟ್ರಲ್ ಯಾರ್ಕ್‌ಶೈರ್‌ನ ಫಿಲ್ ಮೀಕ್ ಹಾಗೂ ವಾರ್ವಿಕ್‌ಶೈರ್‌ನ ಜಿ.ಎಂ.ಎ. ಮಾರ್ಷಲ್. ಇವರಿಬ್ಬರೂ ಅಂಪಾಯರ್‌ಗಳ ಮರೆವಿನ ದೆಸೆಯಿಂದಾಗಿ ಕ್ರಮವಾಗಿ ಹ್ಯಾಂಗಿಂಗ್ ಹೀಟನ್ ಮತ್ತು ವೊರ್ಸೆಸ್ಟರ್‌ಶೈರ್ ತಂಡಗಳ ವಿರುದ್ಧ ತಲಾ ಹನ್ನೊಂದು ಎಸೆತಗಳನ್ನಿಕ್ಕಿದರು.

ಅಪ್ಪ ನೀಡಿದ ತೀರ್ಪು!

ಸಿಂಧ್ ಪ್ರಾಂತ್ಯದ ಬೌಲರ್‌ನ ಎಸೆತವೊಂದಕ್ಕೆ ಲೆಗ್ ಬಿಫೋರ್‌ಗೆ ಮನವಿ ಸಲ್ಲಿಸಲಾಯಿತು. ಆದರೆ ಅಂಪಾಯರ್ ಔಟ್ ನೀಡಲಿಲ್ಲ. ಕುಪಿತಗೊಂಡ ಮಗ ಸ್ಥಳೀಯ ಕ್ರಿಕೆಟ್ ಅಸೋಸಿಯೇಶನ್‌ನಲ್ಲಿ ಕೆಲಸ ಮಾಡುತ್ತಿದ್ದ ತನ್ನಪ್ಪನಿಗೆ ವಿಷಯ ತಿಳಿಸಿದ. ಅಪ್ಪ ಜಾಗೃತನಾದ. ಚೆಂಡು ಎಲ್ಲಿ ಪಿಚ್ ಆಯಿತು, ಯಾವ ಭಾಗಕ್ಕೆ ಬಡಿಯಿತು ಎಂಬುದನ್ನೆಲ್ಲ ತಿಳಿದುಕೊಂಡು ಔಟ್ ಎಂದು ತೀರ್ಪು ನೀಡಿದ.

ಇದು ಕ್ರಿಕೆಟ್ ರಾಜಕೀಯ!

ಪಂದ್ಯದ ನಡುವೆಯೇ ಪಿಚ್ ಬದಲಾಯಿತು!

ಕ್ರಿಕೆಟ್ ಪಂದ್ಯಗಳ ಫಲಿತಾಂಶಕ್ಕೆ ಪಿಚ್‌ಗಳ ಪಾತ್ರ ಅತ್ಯಂತ ನಿರ್ಣಾಯಕ. ಪಿಚ್‌ಗಳಲ್ಲೂ ಕೂಡ ವಿವಿಧ ನಮೂನೆಗಳಿರುವುದರಿಂದ ಅವು ಪಂದ್ಯಕ್ಕೆ ಯಾವ ರೀತಿಯ ತಿರುವನ್ನು ಕೊಡಬಲ್ಲವು ಎಂದು ಆರಂಭದಲ್ಲೇ ಅರಿಯುವುದು ಅಸಾಧ್ಯ. 'ಡೆಡ್ ಪಿಚ್'ಗಳಾದರೆ ರನ್ ಪ್ರವಾಹಕ್ಕೇನೂ ಕೊರತೆಯಿಲ್ಲ, ಇದಕ್ಕೆ ವ್ಯತಿರಿಕ್ತವೆಂಬಂತೆ, ವಿಪರೀತ ಬೌನ್ಸ್ ಆಗಿ ಬೌಲರ್‌ಗಳಿಗೆ ನೆರವು ನೀಡಿದಲ್ಲಿ ವಿಕೆಟ್‌ಗಳು ಒಂದೇ ಸಮನೆ ಉರುಳುವುದೂ ಈ ಪಿಚ್‌ಗಳ ಕೈವಾಡದಿಂದಲೇ.

ಆದರೆ ಈ ಎರಡೂ ಸಂದರ್ಭಗಳಲ್ಲಿ, ಅಂದರೆ, ರನ್ನಿನ ಸುರಿಮಳೆ ಆಗುತ್ತಿದ್ದರೂ ಅಥವಾ ಒಂದೊಂದು ರನ್ನಿಗಾಗಿ ಚಡಪಡಿಸುತ್ತ ಬ್ಯಾಟ್ಸ್‌ಮನ್‌ಗಳು ಔಟಾಗುತ್ತ ಹೋದರೂ ಪಿಚ್ ಬದಲಿಸುವುದು ಮಾತ್ರ ನಿಷಿದ್ಧ. ಕ್ರಿಕೆಟ್ ನಿಯಮವೇ ಹಾಗಿದೆ. ಆದರೆ ಈ ನಿಯಮಕ್ಕೆ ವಿರುದ್ಧವಾಗಿ ನಡೆದುಕೊಂಡ ವಿಚಿತ್ರ ವಿದ್ಯಮಾನವೊಂದು 1989ನೇ ಸಾಲಿನ ಇಂಗ್ಲಿಷ್ ಕೌಂಟಿ ಕ್ರಿಕೆಟ್ ಪಂದ್ಯಾವಳಿಯಲ್ಲಿ ಕಂಡುಬಂದಿದೆ. ಬ್ಯಾಟ್ಸ್‌ಮನ್‌ಗಳಿಗೆ ಒಂದಿನಿತೂ ಸಹಾಯ ಒದಗಿಸುತ್ತಿಲ್ಲ ಎಂಬ ಕಾರಣಕ್ಕಾಗಿ ಪಿಚ್ ಅನ್ನು ಬದಲಾಯಿಸಿ ಪಂದ್ಯವನ್ನು ಅದೇ ಮೈದಾನದ ಇನ್ನೊಂದು ಪಿಚ್‌ನಲ್ಲಿ ಆಡಲಾಗಿತ್ತು. ಕ್ರಿಕೆಟ್ ಇತಿಹಾಸದಲ್ಲಿ ಕಂಡುಬಂದ ಪಿಚ್ ಬದಲಾವಣೆಯ ಮೊದಲ ನಿದರ್ಶನ ಇದಾಗಿದೆ.

ಈ ಪಂದ್ಯ ಟ್ರೆಂಟ್‌ಬ್ರಿಜ್‌ನಲ್ಲಿ ನಾಟಿಂಗಂಶೈರ್ ಮತ್ತು ಡರ್ಬಿಶೈರ್ ಮಧ್ಯೆ ನಡೆಯುತ್ತಿತ್ತು. ಟಾಸ್ ಗೆದ್ದ ನಾಟಿಂಗಂಶೈರ್ ಮೊದಲು ಬ್ಯಾಟ್ ಬೀಸಲಾರಂಭಿಸಿ ಉತ್ತಮ ಆರಂಭವನ್ನೇ ಪಡೆಯಿತು. ಒಂದಕ್ಕೆ 105 ರನ್ ಗಳಿಸಿತು. ಆದರೆ ಸುಸ್ಥಿತಿಯಲ್ಲಿದ್ದ ತಂಡ ಅನಂತರ ಹಠಾತ್ ಕುಸಿತಕ್ಕೊಳಗಾಗಿ ಕೇವಲ 185ಕ್ಕೆ ಕುಸಿಯಿತು. ಅದೇ ದಿನ ಡರ್ಬಿಶೈರ್ ಕೂಡ 165ಕ್ಕೆ ಆಲೌಟಾಯಿತು. ಒಂದೇ ದಿನದಲ್ಲಿ 20 ವಿಕೆಟ್‌ಗಳ ನಾಟಕೀಯ ಪತನ ಸಂಭವಿಸಿತು.

ಈ ರೀತಿ ಕ್ಷಿಪ್ರಗತಿಯಲ್ಲಿ ವಿಕೆಟ್ ಉರುಳಲು ಕಾರಣವೆಂದರೆ, ಬೌನ್ಸಿ ಟ್ರ್ಯಾಕ್. ಚೆಂಡು ವಿಪರೀತ ಬೌನ್ಸ್ ಆಗಿ ಬ್ಯಾಟ್ಸ್‌ಮನ್‌ಗಳನ್ನು ಕಕ್ಕಾಬಿಕ್ಕಿಗೊಳಿಸುತ್ತಿತ್ತು. ಎಷ್ಟೇ ಎಚ್ಚರಿಕೆ ವಹಿಸಿದರೂ ವಿಕೆಟ್ ಉಳಿಸಿಕೊಳ್ಳಲು ಸಾಧ್ಯವಾಗುತ್ತಿರಲಿಲ್ಲ.

ನಿಯಮ ಪಾಲಿಸಿದ ದೃಷ್ಟಾಂತಗಳು

1881

1881ರಲ್ಲಿ ಇಂಗ್ಲೆಂಡ್‌ನ ಆಕ್ಸ್‌ಫರ್ಡ್ ಯುನಿವರ್ಸಿಟಿ ಮತ್ತು ಜಂಟ್ಲ್‌ಮನ್ ಆಫ್ ಇಂಗ್ಲೆಂಡ್ ತಂಡಗಳ ನಡುವೆ ಪಂದ್ಯ ನಡೆಯುತ್ತಿತ್ತು. ಜಂಟ್ಲ್‌ಮನ್ ತಂಡ ಮೊದಲು ಬ್ಯಾಟಿಂಗ್ ನಡೆಸಿ 3 ವಿಕೆಟ್ ನಷ್ಟಕ್ಕೆ 40 ರನ್ ಗಳಿಸಿತ್ತು. ಆಗ ಇಬ್ಬರೂ ನಾಯಕರು ಈ ಪಿಚ್‌ನಲ್ಲಿ ಆಡಲು ಸಾಧ್ಯವಿಲ್ಲ ಎಂಬ ತೀರ್ಮಾನಕ್ಕೆ ಬಂದರು. ಅಲ್ಲಿಯ ತನಕ ಆಡಿದ ಆಟವನ್ನು ರದ್ದುಗೊಳಿಸಿ ಪುನಃ ಟಾಸ್ ಹಾರಿಸಿ ಬೇರೆ ಪಿಚ್‌ನಲ್ಲಿ ಪಂದ್ಯವನ್ನಾರಂಭಿಸಿದರು.

1875

1875ರಲ್ಲಿ ಡರ್ಬಿಶೈರ್-ನಾಟಿಂಗಂಶೈರ್ ನಡುವಿನ ಪಂದ್ಯವನ್ನು ಆರಂಭದಲ್ಲೇ ಪಿಚ್‌ನ ಹಣೆಬರಹವನ್ನು ಊಹಿಸಿದ್ದರಿಂದ ಕೈಬಿಡಲಾಯಿತು. ಇಂಥದೇ ಉದಾಹರಣೆ ಐವೊ ಬ್ಲೈ ನಾಯಕತ್ವದ ಇಂಗ್ಲೆಂಡ್ ತಂಡ 1882-83ರಲ್ಲಿ ಆಸ್ಟ್ರೇಲಿಯಕ್ಕೆ ಪ್ರವಾಸ ಹೋದ ವೇಳೆಯೂ ಲಭ್ಯವಾಗುತ್ತದೆ. ಇದು ಸಿಡ್ನಿ ಮೈದಾನದಲ್ಲಿ ನಡೆಯಬೇಕಾಗಿದ್ದ ಪಂದ್ಯವಾಗಿತ್ತು.

1951

1951ರಲ್ಲಿ ಹೇಸ್ಟಿಂಗ್ಸ್‌ನಲ್ಲಿ ದಕ್ಷಿಣ ಆಫ್ರಿಕಾ ಮತ್ತು ಇಂಗ್ಲೆಂಡ್ ಇಲೆವೆನ್ ತಂಗಡಗಳ ನಡುವೆ ಪಂದ್ಯ ನಡೆಯುತ್ತಿದ್ದಾಗ ಎರಡನೇ ದಿನದಿಂದ ಹೊಸ ಪಿಚ್‌ನಲ್ಲಿ ಆಟವನ್ನು ಆಡಲಾಗಿತ್ತು. ಹಿಂದಿನ ಸಂಜೆ ಬೀಸಿದ ಬಿರುಗಾಳಿಯ ದೆಸೆಯಿಂದ ಪಿಚ್‌ಗೆ ಹಾನಿಯಾಗಿದ್ದೇ ಇದಕ್ಕೆ ಕಾರಣ.

ಮೇಲಿನ ಎಲ್ಲ ಸಂದರ್ಭಗಳಲ್ಲಿ ಆಟವನ್ನು ಆಯಾಯ ಅವಧಿಗೆ ರದ್ದುಗೊಳಿಸಿ ಪುನಃ ಪ್ರಾರಂಭಿಸಲಾಗಿತ್ತು.

ಎರಡನೇ ದಿನವೂ ಅಷ್ಟೇ, ನಾಟಿಂಗಂಶೈರ್‌ನ ಓಪನರ್‌ಗಳಾದ ಕ್ರಿಸ್ ಬ್ರಾಡ್ ಮತ್ತು ಪೋಲಾರ್ಡ್ ಅಂಜುತ್ತಲೇ ಆಟ ಪ್ರಾರಂಭಿಸಿದರು. ಎದುರಾಳಿ ತಂಡದಲ್ಲಿ ವೆಸ್ಟ್ ಇಂಡೀಸ್‌ನ ಘಾತಕ ವೇಗಿ ಮೈಕಲ್ ಹೋಲ್ಡಿಂಗ್ ಇದ್ದುದರಿಂದ ಇಂಥ ಪಿಚ್‌ಗಳಲ್ಲಿ ಬ್ಯಾಟ್ ಬೀಸುವಾಗ ಹೆದರಬೇಕಾದುದು ಸಹಜವೇ. ಇವರ ಒಂದು ಎಸೆತ ಪೋಲಾರ್ಡ್ ಅವರ ಭುಜಕ್ಕೆ ಬಂದು ಅಪ್ಪಳಿಸಿತು. ನೆಗೆದು ಬಂದ ಅಂಥದೇ ಇನ್ನೊಂದು ಚೆಂಡು ಬ್ರಾಡ್ ಅವರತ್ತ ಧಾವಿಸಿ ಬಂದಾಗ ಸಿಟ್ಟಿಗೆದ್ದ ಅವರು ಬ್ಯಾಟನ್ನು ಎಸೆದೇ ಬಿಟ್ಟರು. ಸ್ವಲ್ಪ ಹೊತ್ತಿನಲ್ಲೇ ಬ್ರಾಡ್ ಔಟ್. ಶಾರ್ಟ್‌ಲೆಗ್‌ನಲ್ಲಿ ನಿಂತಿದ್ದ ಮಾರ್ಟಿನ್ ಜಾಕ್ಸ್ ಅವರ ಬೊಗಸೆಯೊಳಗೆ ಚೆಂಡು ಸೇರಿಕೊಂಡಾಗ ಬ್ರಾಡ್ ಆ ಕ್ಷೇತ್ರರಕ್ಷಕನ ಕೈ ಕುಲುಕಿದರೆಂದರೆ ಅಲ್ಲಿನ ಪರಿಸ್ಥಿತಿ ಎಷ್ಟು ಆತಂಕಮಯವಾಗಿತ್ತು ಎಂಬುದು ಅರ್ಥವಾಗುತ್ತದೆ.

ಅಂಪಾಯರ್‌ಗಳಾದ ಪೀಟರ್ ವೈಟ್ ಮತ್ತು ಬ್ರೇರಿ ಮೇಯರ್ ಈ ಘಟನೆಯನ್ನು ಗಂಭೀರವಾಗಿ ತೆಗೆದುಕೊಂಡರು. ಈ ಪಿಚ್‌ನಲ್ಲಿ ಇನ್ನು ಆಟ ಮುಂದುವರಿಸುವುದು ಭಾರೀ ಅಪಾಯವನ್ನು ಆಹ್ವಾನಿಸಿದಂತೆ ಎಂಬುದು ಅರಿವಾಯಿತು. ಅವರು ಎರಡೂ ತಂಡಗಳ ನಾಯಕರ ಜೊತೆ ಹಾಗೂ ಟಿ.ಸಿ.ಸಿ.ಬಿ. ಅಧಿಕಾರಿಗಳೊಂದಿಗೆ ಚರ್ಚೆ ನಡೆಸಿ ಒಂದು ಮಹತ್ವದ ನಿರ್ಣಯಕ್ಕೆ ಬಂದರು. ಇದೇ ಟ್ರೆಂಟ್‌ಬ್ರಿಜ್ ಮೈದಾನದ ಇನ್ನೊಂದು ಪಿಚ್‌ನಲ್ಲಿ ಆಟ ಮುಂದುವರಿಯುವುದು ಎಂದು ಘೋಷಿಸಿದರು!

ಎಲ್ಲರಿಗೂ ಅಚ್ಚರಿ. ಕೆಲವೇ ದಿನಗಳ ಹಿಂದೆ ಆ್ಯಶಸ್ ಸರಣಿಯ 5ನೇ ಟೆಸ್ಟ್ ನಡೆದಿದ್ದ ಈ ಪಿಚ್‌ನಲ್ಲಿ ಆಟ ಮುಂದುವರಿಯಿತು. ಆದರೆ ಇಲ್ಲೂ ವಿಕೆಟ್ ಪತನಕ್ಕೇನೂ ಕಡಿವಾಣ ಬೀಳಲಿಲ್ಲ, 158 ರನ್ನಿಗೆ ಉಳಿದ 18 ವಿಕೆಟ್ ಉರುಳುವುದರೊಂದಿಗೆ ನಾಟಿಂಗಂಶೈರ್ 70 ರನ್ನುಗಳ ಗೆಲುವು ಸಾಧಿಸಿತು.

ಇಲ್ಲಿ ಫಲಿತಾಂಶ ಮುಖ್ಯವಲ್ಲ, ಕ್ರಿಕೆಟ್ ನಿಯಮವನ್ನು ಉಲ್ಲಂಘಿಸಿ ಅದನ್ನು ತಮ್ಮ ಇಷ್ಟದಂತೆ ಪರಿವರ್ತಿಸಿಕೊಂಡು ಪಂದ್ಯವನ್ನು ನಡೆಸಿದ್ದು ಸರಿಯೇ ಎಂಬುದು ಪ್ರಶ್ನೆ. ಕ್ರಿಕೆಟ್ ನಿಯಮದ ಕಲಂ 73ರಂತೆ, 'ಪಂದ್ಯದ ನಡುವೆ ಪಿಚ್ ಅನ್ನು ಬದಲಾಯಿಸುವ ಹಾಗಿಲ್ಲ. ಆಕಸ್ಮಾತ್ ಇಂಥ ಸಂದರ್ಭ ಎದುರಾದಲ್ಲಿ ಎರಡೂ ನಾಯಕರ ಒಪ್ಪಿಗೆಯ ಮೇರೆಗೆ ಪಂದ್ಯವನ್ನು ರದ್ದುಪಡಿಸಲಾಗಿದೆ ಎಂಬ ತೀರ್ಮಾನಕ್ಕೆ ಬಂದು ಆ ಪಂದ್ಯವನ್ನು ಹೊಸತಾಗಿ ಬೇರೆ ಕಡೆ ಆಡಿಸಬೇಕು' ಎಂಬುದು ನಿಯಮ. ಕ್ರಿಕೆಟ್ ಇತಿಹಾಸವನ್ನೊಮ್ಮೆ ಕೆದಕಿ ನೋಡಿದಾಗ ಈ ನಿಯಮದಂತೆಯೇ ನಡೆಯಲ್ಪಟ್ಟ ಹಲವಾರು ನಿದರ್ಶನಗಳು ಕಾಣಸಿಗುತ್ತವೆ.

ಹೋಲ್ಡಿಂಗ್ ಪ್ರತಿಭಟನೆ

ಈ ಪಿಚ್ ಬದಲಾವಣೆಯನ್ನು ಸಹಿಸದೆ ಇದನ್ನು ಪ್ರತಿಭಟಿಸಿದ ಏಕೈಕ ಆಟಗಾರನೆಂದರೆ ಡರ್ಬಿಶೈರ್‌ನ ವೇಗಿ ಮೈಕಲ್ ಹೋಲ್ಡಿಂಗ್. ಪಿಚ್ ಬದಲಾವಣೆಗೆ ತೀವ್ರ ವಿರೋಧ ವ್ಯಕ್ತಪಡಿಸಿದ ಹೋಲ್ಡಿಂಗ್ ತಾನಿನ್ನು ಆಟ ಮುಂದುವರಿಸಲಾರೆ ಎಂದು ಹೇಳಿ ಮೈದಾನದಿಂದ ಹೊರ ನಡೆದೇ ಬಿಟ್ಟರು. ಕೊನೆಗೂ ಇವರ ಅನುಪಸ್ಥಿತಿಯಲ್ಲೇ ಆಟ ಪೂರ್ಣಗೊಂಡಿತು!

ಒಂದು ದುರಂತ ಕಥನ

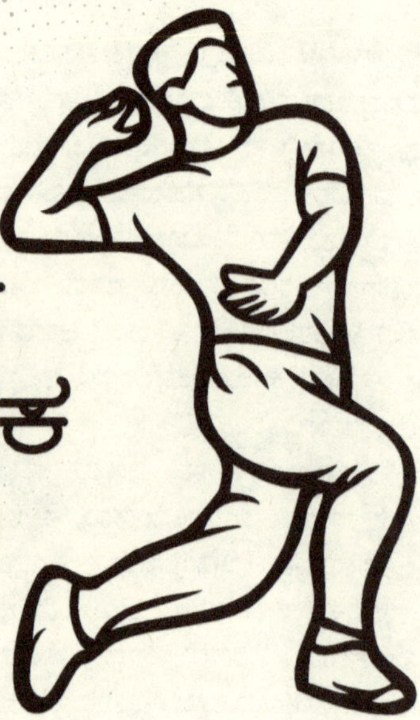

ಓವರ್ ಆರ್ಮ್ ಬೌಲಿಂಗ್ ಜನಕ ಜಾನ್ ವಿಲ್ಲಿಸ್

ಪ್ರಚಲಿತ ಕ್ರಿಕೆಟ್‌ನ ಬೌಲಿಂಗ್ ವಿಧಾನವನ್ನು ಓವರ್ ಆರ್ಮ್ ಅಥವಾ ಓವರ್‌ಹ್ಯಾಂಡ್ ಬೌಲಿಂಗ್ ಎಂದು ಕರೆಯುತ್ತೇವೆ. ಅದು ವೇಗದ ಬೌಲಿಂಗೇ ಆಗಲಿ ಅಥವಾ ಸ್ಪಿನ್ ಬೌಲಿಂಗೇ ಆಗಲಿ, ಖಾಯಂ ಆಗಿ ಎಸೆಯುವುದು ಮಾತ್ರ ಓವಲ್ ಆರ್ಮ್ ರೀತಿಯಲ್ಲೇ. ಕ್ರಿಕೆಟ್‌ನ ಆರಂಭದ ಕಾಲದಲ್ಲಿ ಅಂಡರ್ ಆರ್ಮ್ ಬೌಲಿಂಗ್‌ನದೇ ಸಾರ್ವಭೌಮತ್ವವಿದ್ದಾಗ ನೂತನವಾಗಿ ಜನ್ಮತಾಳಿದ ಈ ಓವರ್ ಆರ್ಮ್ ಕ್ರಮದ ಎಸೆತದ ಕತೆ ರೋಚಕವೂ ಹೌದು, ದುರಂತವೂ ಹೌದು.

ಬಹಳ ಕಾಲದಿಂದ ಕ್ರಿಕೆಟ್‌ನಲ್ಲಿ ಜಾರಿಯಲ್ಲಿದ್ದ ಅಂಡರ್ ಆರ್ಮ್ ಶೈಲಿಯನ್ನು ಬದಲಾಯಿಸಿ ಹೊಸ ಬೌಲಿಂಗ್ ಶೈಲಿಯನ್ನು ರೂಪಿಸಬೇಕೆನ್ನುವ ಯೋಚನೆ ಯಾವುದೇ ಬೌಲರ್‌ನಿಗಾಗಲಿ ಅಥವಾ ಕ್ರಿಕೆಟ್ ಅಭಿಮಾನಿಗಳಿಗಾಗಲಿ ಹೊಳೆದಿರಲೇ ಇಲ್ಲ, ಒಂದು ಕ್ರಿಕೆಟ್ ಪಂದ್ಯದಲ್ಲಿ ನಡೆದ ಆಕಸ್ಮಿಕ ಘಟನೆಯೊಂದು ಈ ಓವರ್ ಆರ್ಮ್ ಬೌಲಿಂಗಿನ ಹುಟ್ಟಿಗೆ ನಾಂದಿಯಾಯಿತು.

ಇದೊಂದು ಆಕಸ್ಮಿಕ

ಅಂದು ಜುಲೈ 20, 1807. ಇಂಗ್ಲೆಂಡಿನ ಪೆನೆಂಡನ್ ಹೀಥ್‌ನಲ್ಲಿ ಇಂಗ್ಲೆಂಡ್-13 ಮತ್ತು ಕೆಂಟ್-23 ತಂಡಗಳ ನಡುವೆ ಕ್ರಿಕೆಟ್ ಪಂದ್ಯ ನಡೆಯುತ್ತಿತ್ತು. ಬಾಲ್ ಎಸೆಯುವ ಕ್ರಮ ಅಂಡರ್ ಆರ್ಮ್ ರೀತಿಯಲ್ಲೇ. ಈ ಪಂದ್ಯವನ್ನು ಜಯಿಸಿದ ಕೆಂಟ್-23, ಒಬ್ಬ ಹೊಸ ಶೈಲಿಯ ಬೌಲರ್‌ನನ್ನು ನೀಡಿತು. ಆತನೇ ಜಾನ್ ವಿಲಿಸ್.

ಅಂಡರ್ ಆರ್ಮ್ ರೀತಿಯಲ್ಲಿ ಬೌಲಿಂಗ್ ಮಾಡುತ್ತಿದ್ದಾಗ ವಿಲ್ಲಿಸ್‌ನ ಕೈ ಒಮ್ಮೆ ಆಕಸ್ಮಾತ್ ಆಗಿ ಮೇಲಕ್ಕೆ ಹೋಯಿತು. ಆತನ ಕೈಯಲ್ಲಿದ್ದ ಚೆಂಡು . ವಿಚಿತ್ರ ರೀತಿಯಿಂದ ಹೊರಹೊಮ್ಮಿ ಸ್ಟಂಪ್‌ನ ನೇರಕ್ಕೆ ಹೋಯಿತು. ಇದೊಂದು ತಪ್ಪುಕ್ರಮ. ಆತ ಬೇಕೆಂದೇ ಹೀಗೆ ಎಸೆಯಲಿಲ್ಲ ಎಂದು

ಅರಿತುಕೊಂಡ ಅಂಪಾಯರ್ ಇದನ್ನು ನೋಬಾಲ್ ಎಂದು ಘೋಷಿಸಿದರು.

ವಿಲ್ಲಿಸ್‌ಗೂ ಇದೊಂದು ಅಚ್ಚರಿಯ ಅನುಭವ. ಆದರೆ ಪಂದ್ಯ ಮುಗಿದ ಅನಂತರ ಇದನ್ನೇ ಗಂಭೀರವಾಗಿ ಪರಿಗಣಿಸಿದ ಆತನ ತಲೆಯಲ್ಲಿ ಹೊಸ ವಿಚಾರವೊಂದು ಮಿಂಚಿನಂತೆ ಹೊಳೆಯಿತು. ಇಂದಿನ ಆಕಸ್ಮಿಕ ವಿಧಾನವನ್ನೇ ಅನುಸರಿಸಿ ಹೊಸ ಶೈಲಿಯ ಬೌಲಿಂಗನ್ನು ಹುಟ್ಟು ಹಾಕಿದರೆ ಹೇಗೆ ...? ಎಂಬುದೇ ಆತನಿಗೆ ಹೊಳೆದ ವಿಚಾರ!

ಸರಿ.... ಅಂದಿನಿಂದಲೇ ವಿಲ್ಲಿಸ್ ಸತತವಾಗಿ ಅಭ್ಯಾಸ ನಿರತನಾದ. ಆದರೆ ಇದನ್ನಾತ ಯಾರಿಗೂ ತಿಳಿಸಲಿಲ್ಲ. ಹಲವು ದಿನಗಳ ಕಠಿನ ಪರಿಶ್ರಮದಿಂದ 'ಓವರ್ ಆರ್ಮ್' ಬೌಲಿಂಗನ್ನು ಸೃಷ್ಟಿಸಿ ಸಂತೋಷದಿಂದ ಅದನ್ನು ಎಲ್ಲರಿಗೂ ತಿಳಿಸಿದ. ಹೊಸ ಸಂಶೋಧನೆಯೊಂದನ್ನು ಮಾಡಿದ ಯಾರಿಗೆ ತಾನೆ ಆನಂದವಾಗದಿರದು?!

ಆದರೆ ವಿಲ್ಲಿಸ್‌ಗೆ ದೊರೆತ ಪ್ರೋತ್ಸಾಹ ಮಾತ್ರ ದೊಡ್ಡ ಶೂನ್ಯ. ಎಲ್ಲರೂ ಹೊಸ ಶೈಲಿಯ ಬೌಲಿಂಗನ್ನು ತೆಗಳುವವರೇ. ಇದು ಸರಿಯಲ್ಲ. ಹಿಂದಿನ ಅಂಡರ್ ಆರ್ಮ್ ಕ್ರಮದಲ್ಲೇ ಬೌಲಿಂಗ್ ಮುಂದುವರಿಸಬೇಕೆಂದು ಪಟ್ಟು ಹಿಡಿದರು. ಆದರೆ ವಿಲ್ಲಿಸ್ ತನ್ನ ಹಠವನ್ನೇ ಸಾಧಿಸತೊಡಗಿದಾಗ ಆತನನ್ನು ಶಿಕ್ಷೆಗೊಳಪಡಿಸಬೇಕೆಂದೂ ಕೆಲವರು ಸೂಚಿಸಿದರು. ಇನ್ನು ಕೆಲವರಿಂದ ಆತನಿಗೆ ಅನಾಮಧೇಯ ಬೆದರಿಕೆಯ ಪತ್ರಗಳೂ ಬರಲಾರಂಭಿಸಿದವು! ಕೆಲವು ಅಂಪಾಯರ್‌ಗಳಂತೂ ಇದು ಕ್ರಿಕೆಟ್ ನಿಯಮಕ್ಕೆ ವಿರುದ್ಧ ವರ್ತನೆ ಎಂದರು. ವಿಲ್ಲಿಸ್‌ನ ಈ ಬೌಲಿಂಗ್ ವಿಧಾನವನ್ನು ನಿರ್ದಾಕ್ಷಿಣ್ಯವಾಗಿ ತಿರಸ್ಕರಿಸಲಾಯಿತು.

ಆದರೆ ವಿಲ್ಲಿಸ್ ತನ್ನ ಪಟ್ಟು ಸಡಿಲಿಸಬೇಕಲ್ಲ! ತಾನು ಆಡಿದ ಪ್ರತಿಯೊಂದು ಪಂದ್ಯದಲ್ಲೂ ಓವರ್ ಆರ್ಮ್ ಕ್ರಮದಲ್ಲೇ ಬೌಲ್ ಮಾಡತೊಡಗಿದ. ಇದನ್ನೇ ಆತ ಮುಂದುವರಿಸಿದಾಗ ಪಂದ್ಯವೊಂದರಲ್ಲಿ ಆತನ ಎಲ್ಲ ಎಸೆತಗಳನ್ನು ಅಂಪಾಯರ್ 'ನೋ ಬಾಲ್' ಎಂದು ತೀರ್ಪಿತ್ತರು. ಆಗ ಸಿಟ್ಟಿಗೆದ್ದ ವಿಲ್ಲಿಸ್ ಪಿಚ್ ಬಳಿ ಹೋಗಿ ಅದನ್ನು ಹಾಳುಗೆಡವಿ, ಸ್ಟಂಪ್‌ಗಳನ್ನೆಲ್ಲ ಕಿತ್ತು ಬಿಸಾಕಿ ಪಂದ್ಯ ನಡೆಯುತ್ತಿರುವಾಗಲೇ ತನ್ನ ಕುದುರೆಯನ್ನೇರಿ ಮನೆಗೆ ಹೊರಟ. ಆ ಕ್ಷಣದಿಂದ ವಿಲ್ಲಿಸ್ ಕ್ರಿಕೆಟ್ ಚೆಂಡನ್ನು ಮುಟ್ಟುವುದಿರಲಿ, ಅದನ್ನು ಕನಸಿನಲ್ಲಿ ಕೂಡ ನೋಡಲಿಲ್ಲ!

ಲಭಿಸಿತು ಎಂಸಿಸಿ ಮಾನ್ಯತೆ!

ನಿಜವಾಗಿಯೂ ಇದೊಂದು ಕ್ರಿಕೆಟ್‌ನ ದುರಂತ ಅಧ್ಯಾಯ. ಮೂರ್ಖ ತೀರ್ಮಾನವೂ ಹೌದು. ಹಾಸ್ಯಾಸ್ಪದ ನಿರ್ಣಯವೂ ಹೌದು. ಏಕೆಂದರೆ 1835ರಲ್ಲಿ ಜಾನ್ ವಿಲ್ಲಿಸ್ ಸೃಷ್ಟಿಸಿದ ನೂತನ ಕ್ರಮದ ಬೌಲಿಂಗ್‌ಗೆ 'ಮೆರಿಲ್‌ಬಾನ್ ಕ್ರಿಕೆಟ್ ಕ್ಲಬ್' (ಎಂ.ಸಿ.ಸಿ.) ಮಾನ್ಯತೆ ನೀಡಿತ್ತು!

ಆರಂಭದಲ್ಲಿ ಈ ಬೌಲಿಂಗ್ ಶೈಲಿಯನ್ನು ತಿರಸ್ಕರಿಸಿ, ವಿಲ್ಲಿಸ್ ಕ್ರಿಕೆಟ್‌ನಿಂದ ದೂರ ಸರಿದ ಬಳಿಕ ಆತನ ಬೌಲಿಂಗ್ ಕ್ರಮವನ್ನು ಜಾರಿಗೊಳಿಸಿದ್ದು ವಿಲ್ಲಿಸ್‌ಗೆ ಸಂದ ಮರ್ಯಾದೆಯಂತೂ ಅಲ್ಲ, ಹೆಮ್ಮೆಪಡುವ ವಿಷಯವೂ ಅಲ್ಲ.

ಇನ್ನು 12 ವರ್ಷ ಉರುಳಿದರೆ ಜಾನ್ ವಿಲ್ಲಿಸ್ ಅವರ ಓವರ್ ಆರ್ಮ್ ಬೌಲಿಂಗ್ ಶೈಲಿಗೆ ಎರಡು ಶತಮಾನವೇ ತುಂಬುತ್ತದೆ!

ಟಿ20 ವಿಶ್ವಕಪ್

ಹೊಡಿಬಡಿ ಆಟದ ಜಮಾನಾ

1975ರಲ್ಲಿ ಮೊಟ್ಟಮೊದಲ ಏಕದಿನ ವಿಶ್ವಕಪ್ ಕ್ರಿಕೆಟ್ ಪಂದ್ಯಾವಳಿ ಆರಂಭವಾಗುವಾಗಲೂ ಕ್ರಿಕೆಟ್ ಜಗತ್ತಿನಲ್ಲಿ ಇಂಥದೇ ವಾತಾವರಣ ಇದ್ದಿತ್ತು. ಕ್ರಿಕೆಟ್ ಅಭಿಮಾನಿಗಳು ಇಂಥದೊಂದು ನೂತನ ಪ್ರಕಾರದ ಕ್ರಿಕೆಟಿಗೆ ನೀಡಿದ್ದು ಮೌನ ಸಮ್ಮತಿ. ಟೆಸ್ಟ್ ಪಂದ್ಯಗಳಿಗಿಂತ ಮಿಗಿಲಾದ ಕ್ರಿಕೆಟ್ ಇಲ್ಲ, ಟೆಸ್ಟ್ ಕ್ರಿಕೆಟೇ ಸರ್ವಸ್ವ ಎಂಬ ನಂಬಿಕೆಯ ಚಿಪ್ಪಿನೊಳಗೆ ಮುದುಡಿ ಕುಳಿತವರಿಗೆಲ್ಲ ಸೀಮಿತ ಓವರ್‌ಗಳ ವಿಶ್ವಕಪ್ ಪಂದ್ಯಾವಳಿ ಎಂಬ ಕಲ್ಪನೆಯೇ ವಿಚಿತ್ರವಾಗಿ ಕಂಡಿತ್ತು.

ಏಕದಿನ ವಿಶ್ವಕಪ್ ಪಂದ್ಯಾವಳಿ ಸೀಮಿತ ಓವರ್‌ಗಳ ಕ್ರಿಕೆಟ್ ಅಭಿಮಾನಿಗಳನ್ನು ಸೆಳೆದೀತು ಎಂದು ಲೆಕ್ಕಾಚಾರ ಹಾಕಿಕೊಂಡು

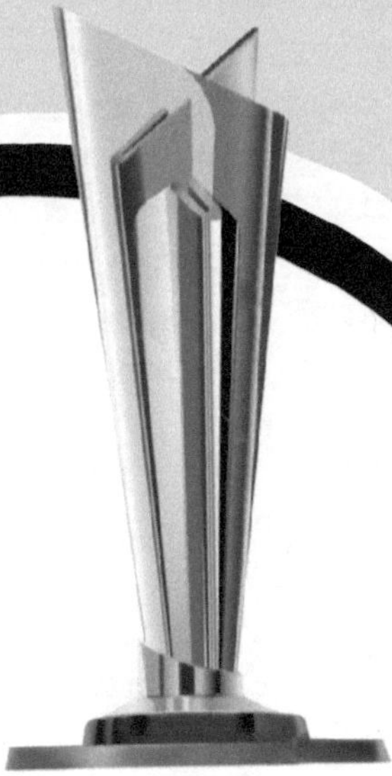

ಕುಳಿತಿದ್ದ 'ಪ್ರುಡೆನ್ಶಿಯಲ್ ಕಂಪೆನಿ'ಗೆ ವಿಶೇಷ ಫಾಯ್ದೆಯೇನೂ ಆಗಿರಲಿಲ್ಲ. ಕೇವಲ ಇಂಗ್ಲೆಂಡ್‌ನ ಅಭಿಮಾನಿ ವರ್ಗ ಇದನ್ನು ಆಸ್ವಾದಿಸಿತೇ ಹೊರತು ಕ್ರಿಕೆಟ್ ಜಗತ್ತಿನಲ್ಲಿ ವಿಶೇಷ ಸಂಚಲನವೇನೂ ಮೂಡಲಿಲ್ಲ. ಇದಕ್ಕೆ ದಶಕವೇ ತಗುಲಿತು.

ಟಿ20: ನಿಜಕ್ಕೂ ಲಕ್ಕಿ

ಆದರೆ ಈ ವಿಷಯದಲ್ಲಿ ಟಿ20 ವಿಶ್ವಕಪ್ ಕ್ರಿಕೆಟ್ ಟೂರ್ನಿ ನಿಜಕ್ಕೂ ಲಕ್ಕಿ. ಕೂಟದ ಆರಂಭಕ್ಕೂ ಮುನ್ನ 'ಇದೆಂಥ ಕ್ರಿಕೆಟ್? 20 ಓವರ್‌ಗಳ ಆಟ ಯಾರಿಗೆ ಬೇಕು?' ಎಂದೆಲ್ಲ ತಾತ್ಸಾರ ತೋರಿದವರು, ಮೂಗು ಮುರಿದವರೆಲ್ಲ ಈ 'ಹೊಡಿಬಡಿ' ಆರ್ಭಟಕ್ಕೆ ದಂಗಾಗಿ ಹೋದರು. ಇದರ ಮೋಹಜಾಲದಲ್ಲಿ ಸಿಲುಕಿದರು. ಕ್ರಿಕೆಟ್ ಜಗತ್ತಿನಲ್ಲಿ ಬದಲಾವಣೆಯ ಬಲವಾದ ಗಾಳಿ ಬೀಸಿತ್ತು!

20 ಓವರ್‌ಗಳ ವಿಶ್ವಕಪ್ ಕ್ರಿಕೆಟ್ ಕೂಟವೊಂದನ್ನು ಆಯೋಜಿಸಬೇಕೆಂಬ ಐಸಿಸಿ ನಿರ್ಧಾರದ ಹಿಂದಿನ ಕಾರಣ ಸ್ಪಷ್ಟ- ಅದು 2007ರ ಕೆರಿಬಿಯನ್ ಏಕದಿನ ವಿಶ್ವಕಪ್ ಪಂದ್ಯಾವಳಿಯ ಘೋರ ವೈಫಲ್ಯ. ಈ ಹಂತದಲ್ಲಿ ಅಭಿಮಾನಿಗಳು ತೋರಿದ ನಿರಾಸಕ್ತಿ, ವೀಕ್ಷಕರ ವೈರಾಗ್ಯವನ್ನೆಲ್ಲ ಐಸಿಸಿ ಗಂಭೀರವಾಗಿ ಪರಿಗಣಿಸುವುದು ಅನಿವಾರ್ಯವಾಗಿತ್ತು. ಒಮ್ಮೆ ಕ್ರಿಕೆಟಿಗೆ ಬೆನ್ನು ತಿರುಗಿಸಿ ಹೋದ ಅಭಿಮಾನಿಗಳನ್ನು ಮತ್ತೆ ಸೆಳೆಯುವುದು ಸುಲಭದ ಮಾತಾಗಿರಲಿಲ್ಲ. ಅದರಲ್ಲೂ ಮುಖ್ಯವಾಗಿ 'ಕ್ರಿಕೆಟಿನ ಸುಭದ್ರ ಆರ್ಥಿಕ ವಲಯ' ಎಂದೇ ಗುರುತಿಸಲ್ಪಡುವ ಭಾರತದಲ್ಲಿ ಅಭಿಮಾನಿಗಳು 'ಕ್ರಿಕೆಟ್ ಸನ್ಯಾಸ' ಸ್ವೀಕರಿಸಿದರೆಂದರೆ ಕತೆ ಫಿನಿಶ್!

ಜಾಗತಿಕ ಕ್ರಿಕೆಟಿನ ಇಂಥದೊಂದು ಕರಾಳ ಭವಿಷ್ಯವನ್ನು ಮನಗಂಡೇ ಐಸಿಸಿ ದಿಢೀರ್ ಎಂದು ಟಿ20 ವಿಶ್ವಕಪ್ ಕ್ರಿಕೆಟ್ ಕೂಟಕ್ಕೆ ವೇದಿಕೆಯೊಂದನ್ನು ನಿರ್ಮಿಸಿದ್ದು. ಇಲ್ಲವಾದರೆ ಒಂದೇ ವರ್ಷ 2 ವಿಶ್ವಕಪ್ ಕ್ರಿಕೆಟ್ ಪಂದ್ಯಾವಳಿಗಳ ಅವಶ್ಯಕತೆ ಖಂಡಿತ ಇರಲಿಲ್ಲ.

ಐಸಿಸಿ ಬಾರಿಸಿತು ಸಿಕ್ಸರ್!

ಐಸಿಸಿ ಎತ್ತಿ ಬಾರಿಸಿದ ಈ ಚೆಂಡು ನೇರವಾಗಿ ಸಿಕ್ಸರ್ ತಲುಪಿತು. ಕ್ರಿಕೆಟ್ ಅಭಿಮಾನಿ ಮತ್ತೆ

ತನ್ನ ನೈಜ ಅವತಾರವೆತ್ತಿದ. ಭಾರತವೆಂಬ ಚಾಂಪಿಯನ್ ನಾಡಿನಲ್ಲಿ ಮತ್ತೆ ಕ್ರಿಕೆಟ್ ಹುಚ್ಚು ತೀವ್ರಗೊಂಡಿತು. ತೆಂಡುಲ್ಕರ್, ದ್ರಾವಿಡ್, ಗಂಗೂಲಿ ಜಾಗದಲ್ಲಿ ಧೋನಿ, ಯುವರಾಜ್, ರುದ್ರಪ್ರತಾಪ್, ರೋಹಿತ್, ಜೋಗಿಂದರ್ ಹೆಸರು ನರ್ತಿಸಿತು.

ಭಾರತದ 2007ರ ಟಿ20 ವಿಶ್ವಕಪ್ ಪರಾಕ್ರಮವನ್ನು 1983ರ ವಿಶ್ವಕಪ್ ಗೆಲುವಿಗೆ ಹೋಲಿಸಲಾಗುತ್ತಿದೆ. ಸ್ವತಃ ಕಪಿಲ್‌ದೇವ್ ಅವರೇ ಹೇಳಿದಂತೆ, 'ವಿಶ್ವಕಪ್ ಎಂದೊಡನೆ ಭಾರತದ ಜನತೆ 1983ರ ನಮ್ಮ ಸಾಧನೆಯನ್ನು ಸ್ಮರಿಸಿಕೊಳ್ಳುತ್ತಿದ್ದರು. ಇನ್ನು ಧೋನಿ ಟೀಮಿನ ಪರಾಕ್ರಮವನ್ನು ಹೊಗಳತೊಡಗುತ್ತಾರೆ!'

ನಿಜಕ್ಕಾದರೆ ಜೊಹಾನ್ಸ್‌ಬರ್ಗ್‌ನಲ್ಲಿ ದಕ್ಷಿಣ ಆಫ್ರಿಕಾ-ವೆಸ್ಟ್‌ಇಂಡೀಸ್ ನಡುವಿನ ಉದ್ಘಾಟನಾ ಪಂದ್ಯದ ತನಕ ಯಾರಲ್ಲೂ ಟಿ20 ಕ್ರೇಜ್ ಇರಲಿಲ್ಲ, ಕ್ರಿಕೆಟ್ ಜಗತ್ತು ಒಂಥರ ಥಂಡಾ ಹೊಡೆದಿತ್ತು. ಭಾರತ ಮತ್ತು ಆಸ್ಟ್ರೇಲಿಯಕ್ಕೆ ಈ ಕೂಟವೇ ಬೇಡವಾಗಿತ್ತು. ಇಬ್ಬರೂ ಒಲ್ಲದ ಮನಸ್ಸಿನಿಂದಲೇ ತಂಡಗಳನ್ನು ಕಳುಹಿಸಿದ್ದರು. ಪಾಕಿಸ್ಥಾನ, ಶ್ರೀಲಂಕಾ, ನ್ಯೂಜಿಲಾಂಡ್‌ಗಳೂ ವಿಶೇಷ ಆಸಕ್ತಿಯನ್ನೇನೂ ತೋರಿರಲಿಲ್ಲ, ಕೆರಿಬಿಯನ್‌ನಲ್ಲಿ ಅನುಭವಿಸಿದ್ದೇ ಸಾಕು ಎಂಬ ಧೋರಣೆ ವೀಕ್ಷಕರದ್ದೂ ಆಗಿತ್ತು. ಮಾಧ್ಯಮಗಳೂ ತಣ್ಣಗಿದ್ದವು!

ಕಿರುರೂಪದ ಈ ಕ್ರಿಕೆಟಿಗೆ ಬಹಳ ಉಮೇದಿನಿಂದ ಸಜ್ಜಾದದ್ದು ಎರಡೇ ರಾಷ್ಟ್ರಗಳು- ಟಿ20 ಕ್ರಿಕೆಟ್ ಮಾದರಿಯನ್ನು ಹುಟ್ಟುಹಾಕಿದ ಇಂಗ್ಲೆಂಡ್ ಮತ್ತು ಅತಿಥೇಯ ದಕ್ಷಿಣ ಆಫ್ರಿಕಾ. ಈ ಮಾದರಿಯ ಕ್ರಿಕೆಟ್‌ಗೆ ಚೆನ್ನಾಗಿ ಹೊಂದಿಕೊಂಡಿದ್ದ, ಸಾಕಷ್ಟು ಅನುಭವಿ ಆಟಗಾರರನ್ನು ಹೊಂದಿದ್ದ ಈ ಎರಡು ತಂಡಗಳಲ್ಲಿ ಯಾವುದಾದರೊಂದು ತಂಡ ಚಾಂಪಿಯನ್ ಎನಿಸಿಕೊಳ್ಳುತ್ತದೆ, ತಪ್ಪಿದರೆ ಆಸ್ಟ್ರೇಲಿಯ ಗೆಲ್ಲುತ್ತದೆ ಎಂಬುದಷ್ಟೇ ಆರಂಭದ ಲೆಕ್ಕಾಚಾರವಾಗಿತ್ತು.

ಆದರೆ ವೀಕ್ಷಕರ ಕುರಿತು ಹಗುರವಾಗಿ ಮಾತಾಡುವಂತಿರಲಿಲ್ಲ, ಇಲ್ಲಿ ಆಫ್ರಿಕಾದ ಕ್ರಿಕೆಟ್ ಪ್ರೇಮಿಗಳಿಗೆ ಹ್ಯಾಟ್ಸಾಫ್ ಸಲ್ಲಲೇಬೇಕು. ಕೂಟದ ಆರಂಭಕ್ಕೂ ಮೊದಲೇ ಎಲ್ಲ ಪಂದ್ಯಗಳ ಟಿಕೆಟ್ ಸೋಲ್ಡ್ ಔಟ್ ಆದದ್ದು ಅತಿಥೇಯ ನಾಡಿನ ಅಭಿಮಾನಿಗಳು ಟಿ20 ಕ್ರಿಕೆಟನ್ನು ಸ್ವೀಕರಿಸಿದ ರೀತಿಗೆ ಸಾಕ್ಷಿ, ಅನಂತರದ ಸ್ಥಾನ ಡರ್ಬನ್ ಮೂಲದ ಭಾರತೀಯರಿಗೆ ಸಲ್ಲುತ್ತದೆ. ವಿದೇಶಗಳಿಂದ ಆಗಮಿಸಿದ ವೀಕ್ಷಕರ ಸಂಖ್ಯೆ ತೀರಾ ಕಡಿಮೆ.

ಆದರೆ ಯಾವಾಗ ಆರಂಭಿಕ ಪಂದ್ಯದಲ್ಲೇ ಕ್ರಿಸ್ ಗೇಲ್ ಸಿಡಿದರೋ, ಜಿಂಬಾಬ್ವೆ ಬಲಾಢ್ಯ ಆಸ್ಟ್ರೇಲಿಯವನ್ನು ಹೊಡೆದುರುಳಿಸಿತೋ, ಭಾರತ-ಪಾಕಿಸ್ಥಾನ ಪಂದ್ಯ ಟೈ ಆಗಿ ಶೂಟೌಟ್‌ನಲ್ಲಿ ಫಲಿತಾಂಶ ನಿರ್ಧಾರಗೊಂಡಿತೋ.. ವಿಶ್ವದೆಲ್ಲೆಡೆಯ ಕ್ರಿಕೆಟ್ ಪ್ರಿಯರು ಚುರುಕಾದರು; ಹುಚ್ಚೆದ್ದರು. ಸಣ್ಣ ಕ್ರಿಕೆಟ್‌ನಲ್ಲೂ ದೊಡ್ಡ ರೋಮಾಂಚನವನ್ನು ಕಂಡು, ಉಂಡು ಧನ್ಯರಾದರು. ಮುಂದೇನು ಸಂಭವಿಸೀತೆಂಬ ಬಗೆಬಗೆಯ ಲೆಕ್ಕಾಚಾರದಲ್ಲಿ ತೊಡಗಿದರು. ಅಲ್ಲಿಗೆ ಟಿ20 ಕ್ರಿಕೆಟ್ ಕೂಡ ಸಾರ್ಥಕ್ಯ ಕಂಡಿತ್ತು.

ಒಂದು ಸಿನಿಮಾ ಶೋ ಮುಗಿಯುವುದ ರೊಳಗಾಗಿ ಎಲ್ಲ ಬಗೆಯ ಕ್ರಿಕೆಟ್ ರಸದೌತಣವನ್ನು ಸವಿಯುವುದಾದರೆ ಈ ಫಾಸ್ಟ್‌ಫುಡ್ ಮಾದರಿಯ ಕ್ರಿಕೆಟ್ ಯಾರಿಗೆ ತಾನೆ ರುಚಿಸದು?! ಐಸಿಸಿ ಮೀಸೆ ತಿರುವಿಕೊಂಡಿತು!

ಬೊಂಬಾಟ್... ಈ ರಬ್ಬರ್ ಬ್ಯಾಟ್!

ಅದು ಪಾಕಿಸ್ಥಾನಿ ಕ್ರಿಕೆಟಿಗರ 2006ರ ಇಂಗ್ಲೆಂಡ್ ಪ್ರವಾಸ. ಆಗ ಬಾಬ್ ವೂಲ್ಮರ್ ತಂಡದ ಕೋಚ್ ಆಗಿದ್ದರು. ಆಗಿನ ಆಂಗ್ಲ ತಂಡದ ಭೀತಿಯೊಡ್ಡುವ ವೇಗಿ ಎಂದು ಸುದ್ದಿಯಲ್ಲಿದ್ದವರು ಸ್ಟೀವ್ ಹಾರ್ಮಿಸನ್. ಅತ್ಯಂತ ಅಪಾಯಕಾರಿಯಾದ ಇವರ ಬೌನ್ಸರ್‌ಗಳನ್ನು ಪಾಕ್ ಬ್ಯಾಟ್ಸ ಮನ್‌ಗಳು ಹೇಗೆ ಎದುರಿಸಿಯಾರೆಂಬುದು ವೂಲ್ಮರ್ ಅವರನ್ನು ಚಿಂತೆಗೀಡುಮಾಡಿತ್ತು.

ಆಗ ವೂಲ್ಮರ್‌ಗೆ ಹೊಳೆದದ್ದು ಸಂಗಮವರಿ ಶಿಲೆ. ಇದನ್ನು ನೆಟ್ಸ್ ವೇಳೆ ಪಿಚ್‌ನಲ್ಲಿರಿಸಿದ ವೂಲ್ಮರ್, ಇದರ ಮೇಲೆಯೇ ಚೆಂಡು ಪಿಚ್ ಆಗುವಂತೆ ಮಾಡಿ ಬ್ಯಾಟ್ಸ್‌ಮನ್‌ಗಳಿಗೆ 'ಹಾರ್ಮಿಸನ್ ಭೀತಿ'ಯನ್ನು ದೂರಾಗುವಂತೆ ಮಾಡಿದ್ದು ಈಗ ಇತಿಹಾಸ.

ಇದಕ್ಕೂ ಒಂದು ವರ್ಷ ಹಿಂದೆ ಹೆನ್ರಿ ಪ್ರಾಯರ್ ಎಂಬ ಕ್ರಿಕೆಟ್ ಪ್ರೇಮಿಯೋರ್ವ ಚೆಂಡೆಸೆಯುವ ಯಂತ್ರವೊಂದನ್ನು ತಯಾರಿಸಿ ಸುದ್ದಿಯಾಗಿದ್ದ. ಇದರಿಂದ ಯಾವುದೇ ರೀತಿಯ ಎಸೆತಗಳನ್ನಿಕ್ಕಲು ಸಾಧ್ಯ ಎಂದಿದ್ದ ಪ್ರಾಯರ್. ಇದಕ್ಕೆ 'ಮೆರ್ಲೀನ್' ಎಂದು ನಾಮಕರಣ ಮಾಡಿದ್ದ. ಇಂಗ್ಲೆಂಡ್ ಬ್ಯಾಟ್ಸ್‌ಮನ್‌ಗಳು ಮೊದಲ ಬಾರಿಗೆ ಶೇನ್ ವಾರ್ನ್ ಅವರ ಸ್ಪಿನ್ ಎಸೆತಗಳನ್ನು ಎದುರಿಸಲು ಇದೇ ಯಂತ್ರವನ್ನು ಬಳಸಿದ್ದನ್ನು ನೆನಪಿಸಿಕೊಳ್ಳಬಹುದು.

ಕಳೆದ ನ್ಯೂಜಿಲ್ಯಾಂಡ್ ಪ್ರವಾಸಕ್ಕೂ ಮೊದಲು ಇಂಗ್ಲೆಂಡ್ ಕ್ರಿಕೆಟಿಗರು 'ಫ್ಯೂಷನ್ ಸ್ಪೋರ್ಟ್ಸ್ ಕಂಪೆನಿ' ತಯಾರಿಸಿದ ವಿಶೇಷ ಮ್ಯಾಟ್ ಒಂದರ ಮೇಲೆ ಅಭ್ಯಾಸ ನಡೆಸಿದ್ದರು. ಚೆಂಡಿನ 'ಸೀಮ್ ಮೂವಮೆಂಟ್'ನ ಸಂಕೇತ ನೀಡುವುದು ಇದರ ವಿಶೇಷವಾಗಿತ್ತು.

ಮೇಲಿನೆಲ್ಲ ಸಂಗತಿಗಳ ತಿರುಳು ಒಂದೇ– ತಮ್ಮ ಅನುಕೂಲಕ್ಕೆ ತಕ್ಕ ಹೊಸ ಹೊಸ ಪರಿಕರಗಳನ್ನು ಬಳಸಿಕೊಂಡು ಕ್ರಿಕೆಟ್ ಅಭ್ಯಾಸ ನಡೆಸುವುದು. ಆಗ ಈ ಸಾಲಿಗೆ ಸೇರ್ಪಡೆಗೊಂಡ ಸಾಧನವೇ ರಬ್ಬರ್ ಬ್ಯಾಟ್!

ನಿಮಗೆ ತಿಳಿದಿರಬಹುದು, ಕ್ರಿಕೆಟಿನ ಕಟ್ಟುನಿಟ್ಟಿನ ನಿಯಮಾವಳಿಗಳಲ್ಲಿ ಬ್ಯಾಟ್ಸ್‌ಮನ್ ಗಳ ಪ್ರಧಾನ ಅಸ್ತ್ರವಾಗಿರುವ ಬ್ಯಾಟ್ ಕೂಡ ಒಳಗೊಂಡಿದೆ. ಯಾವ ಕಾರಣಕ್ಕೂ ಮರದಿಂದ

ತಯಾರಿಸಿದ ಬ್ಯಾಟನ್ನು ಹೊರತುಪಡಿಸಿ ಬೇರೆ ಬ್ಯಾಟ್‌ಗಳನ್ನು ಬಳಸುವಂತಿಲ್ಲ ಎಂಬುದು ಈ ನಿಯಮಗಳಲ್ಲೊಂದು. ಹಾಗಾದರೆ ರಬ್ಬರ್ ಬ್ಯಾಟ್‌ಗಳನ್ನು ಕಟ್ಟಿಕೊಂಡು ಮಾಡುವುದೇನು ಎಂಬುದು ನಿಮ್ಮ ಪ್ರಶ್ನೆಯಲ್ಲವೇ? ಅಲ್ಲೇ ಇರುವುದು ಸ್ವಾರಸ್ಯ!

ಬ್ಯಾಟ್ ಅಂದರೆ ಚೆಂಡನ್ನು ಬಡಿದಟ್ಟಿ ರನ್ ಸಂಪಾದಿಸಲು ಇರುವ ಅಸ್ತ್ರವೆಂಬ ಸಾಮಾನ್ಯ ನಂಬಿಕೆಯನ್ನು ನಾವಿಲ್ಲಿ ಬದಿಗೊತ್ತಬೇಕಾಗುತ್ತದೆ. ಈ ಬ್ಯಾಟ್‌ಗಳ ಬಳಕೆಯಾಗುತ್ತಿರುವುದು ರನ್ ಸಂಪಾದಿಸಲಲ್ಲ, ಕ್ಯಾಚ್ ಪಡೆಯಲು!

ಸಾಮಾನ್ಯ ಭಾಷೆಯಲ್ಲಿ ಈ ರಬ್ಬರ್ ಬ್ಯಾಟಿಗೆ 'ಸ್ಕಾಯರ್' ಎಂಬ ಹೆಸರಿದೆ. ಇಂಗ್ಲೆಂಡ್ ಕ್ರಿಕೆಟಿಗರ ಕಿಟ್‌ನಲ್ಲಂತೂ ಇದು ಖಾಯಂ ಅತಿಥಿ. ಕಳೆದ 'ನ್ಯಾಶನಲ್ ಬ್ಯಾಂಕ್' ಏಕದಿನ ಸರಣಿಯ ವೇಳೆ ಇಂಗ್ಲೆಂಡಿನ ಕೋಚ್ ಮೂರ್ಸ್ ಇದರ ಧಾರಾಳ ಪ್ರಯೋಗ ನಡೆಸಿದ್ದರು. ನೆಟ್ಸ್ ವೇಳೆ ಕೆವಿನ್ ಪೀಟರ್‌ಸನ್ ಅವರ ಹೊಡೆತಗಳೆಲ್ಲ ಮೈದಾನದಾಚೆ ಹೋಗಿ ಬೀಳುತ್ತಿದದ್ದುದನ್ನು ಕಂಡು ಎಲ್ಲರೂ ದಂಗಾಗಿದ್ದರು. ಒಮ್ಮೆ ಲಾರ್ಡ್ಸ್ ಅಂಗಳದಲ್ಲಿ ಅಭ್ಯಾಸ ನಡೆಸುತ್ತಿದ್ದಾಗ ಪೀಟರ್‌ಸನ್ ಹೊಡೆತವೊಂದು ಮೀಡಿಯಾ ಸೆಂಟರ್‌ಗೆ ಹೋಗಿ ಅಪ್ಪಳಿಸಿತ್ತು!

ರಬ್ಬರ್ ಬ್ಯಾಟ್‌ನ ಜನಕನೆಂಬ ಖ್ಯಾತಿ ಜೇಮ್ಸ್ ಕಾನ್‌ಫೋರ್ಡ್ ಎಂಬಾತನದ್ದು. ಸ್ವತಃ ಬ್ಯಾಟ್ಸ್‌ಮನ್ ಆಗಿದ್ದ ಈತ ಇಂಗ್ಲೆಂಡ್‌ನ ಮೈನರ್ ಕೌಂಟಿ ಹಾಗೂ ಸೆಕೆಂಡ್ ಡಿವಿಷನ್ ಇಲೆವೆನ್ ತಂಡಗಳ ಪರ ಆಡಿದ್ದ. ಬಳಿಕ ಮಾರ್ಕ್ ಗಾರ್ವೆ ಎಂಬಾತ ಈ ಬ್ಯಾಟಿನ ವಿನ್ಯಾಸದಲ್ಲಿ ಸಾಕಷ್ಟು ಬದಲಾವಣೆ ತಂದ.

ಕಂದು ಬಣ್ಣದ ಈ ಬ್ಯಾಟಿನ ತೂಕ ಒಂದು ಕೆ.ಜಿ. ಇದರ ತಯಾರಿಗೆ 25 ಮಿ.ಮೀ.ನಷ್ಟು ತೆಳ್ಳಗಿನ ಜರ್ಮನ್ ನಿರ್ಮಿತ ಸಂಶ್ಲೇಷಿತ ರಬ್ಬರ್ ಉಪಯೋಗಿಸಲಾಗುತ್ತಿದೆ. ಇದರಿಂದ ಬಡಿಯಲ್ಪಟ್ಟ ಚೆಂಡು ಸಾಮಾನ್ಯ ಬ್ಯಾಟಿಗಿಂತ ಹೆಚ್ಚಿನ ವೇಗ, ಹೆಚ್ಚಿನ ಎತ್ತರ ಹಾಗೂ ಹೆಚ್ಚು ದೂರಕ್ಕೆ ನಿಖರವಾದ ದಿಕ್ಕಿನಲ್ಲೇ ಸಾಗುತ್ತದೆ. ಆದ್ದರಿಂದಲೇ ಕ್ಷೇತ್ರರಕ್ಷಕರಿಗೆ ಇದು ಅಗ್ನಿಪರೀಕ್ಷೆ, ಕ್ಯಾಚ್ ಪಡೆಯುವುದಂತೂ ದೂರದ ಮಾತು.

ಅಂದ ಹಾಗೆ... ಕ್ರಿಕೆಟ್ ಈಗ ಬ್ಯಾಟ್ಸ್‌ಮನ್‌ಗಳ ಆಟವಾಗಿ ರೂಪಾಂತರಗೊಳ್ಳುತ್ತಿದೆ. ಇಂಗ್ಲೆಂಡ್‌ನ ಕಾರ್ನ್‌ಫೋರ್ಡ್ ಕಂಪೆನಿ ಇದನ್ನು ಮಾರುಕಟ್ಟೆಗೆ ಬಿಡುಗಡೆ ಮಾಡಲು ಹೊರಟಿದೆ. ಎಲ್ಲಾದರೂ ಟಿ20 ಪಂದ್ಯದಲ್ಲಿ ಈ ರಬ್ಬರ್ ಬ್ಯಾಟ್‌ಗಳನ್ನು ಪ್ರಯೋಗಿಸಿದರೆ ಬ್ಯಾಟ್ಸ್‌ಮನ್‌ಗಳ ಸಂಭ್ರಮ, ಕ್ಷೇತ್ರರಕ್ಷಕರ ಪರದಾಟವನ್ನು ಒಮ್ಮೆ ಕಲ್ಪಿಸಿಕೊಳ್ಳಿ!

ಬದಲಾಗಲಿಲ್ಲ ಬ್ಯಾಟ್!

ಪುಣ್ಯಕ್ಕೆ ಹಾಗಾಲಿಲ್ಲ, ಇದು ಸುಮಾರು ಒಂದೂವರೆ ದಶಕದಷ್ಟು ಹಿಂದಿನ ಬರಹ. ಟಿ20 ಎನ್ನುವುದು ಪಕ್ಕಾ ಬ್ಯಾಟ್ಸ್‌ಮನ್‌ಗಳ ಆಟವೇ ಆಗಿದ್ದರೂ ಮರದ ಬ್ಯಾಟನ್ನೇ ಬಳಸಲಾಗುತ್ತಿದೆ. ಐಸಿಸಿ ಇಲ್ಲಿ ಯಾವುದೇ ಬದಲಾವಣೆ ತರಲಿಲ್ಲ, ಹೀಗಾಗಿ ರಬ್ಬರ್ ಬ್ಯಾಟ್ ಬಳಕೆಗೆ ಬರಲಿಲ್ಲ!

ಪೊಲೀಸ್ ಬಳಿ ಕೇಳಿ ತೀರ್ಪು ನೀಡಿದ ಅಂಪಾಯರ್!

ಆಧುನಿಕ ಕ್ರಿಕೆಟ್‌ನಲ್ಲಿ ಅಂಪಾಯರ್‌ಗಳ ಕೆಲಸಕ್ಕೆ ಮರ್ಯಾದೆ ಇಲ್ಲ ಎಂಬ ಸ್ಥಿತಿ ಬಂದೊದಗಿದೆ. ಇವರ ಪ್ರತಿಯೊಂದು ತೀರ್ಪನ್ನೂ ಪ್ರಶ್ನಿಸುವುದು, ತಂತ್ರಜ್ಞಾನದ ನೆರವಿನಿಂದ ಪರಿಶೀಲಿಸುವುದು ನಡೆದೇ ಇದೆ.

ಅಂದು ಒಮ್ಮೆ ಹೀಗಾಗಿತ್ತು...

ಅದು 1996ರ 'ಟೈಟಾನ್ ಕಪ್' ಸರಣಿಯ ಭಾರತ–ದಕ್ಷಿಣ ಆಫ್ರಿಕಾ ನಡುವಿನ ಹೈದರಾಬಾದ್ ಪಂದ್ಯ. ಅನಿಲ್ ಕುಂಬ್ಳೆ ಎಸೆತವೊಂದನ್ನು ಹ್ಯಾನ್ಸಿ ಕ್ರೋನಿಯೆ ಬಲವಾಗಿ ಬಾರಿಸಿದಾಗ ಚೆಂಡು ಸೀಮಾರೇಖೆ ದಾಟಿತು.

ಆದರೆ ಇದು ಬೌಂಡ್ರಿಯೋ, ಸಿಕ್ಸರೋ ಎಂಬುದು ಅಂಪಾಯರ್ ಪ್ರೊ। ಆರ್.ಸಿ. ಶರ್ಮ ಅವರಿಗೆ ಅಂದಾಜಿಸಲಾಗಲಿಲ್ಲ. ಅವರು ತೃತೀಯ ಅಂಪಾಯರ್ ನೆರವು ಪಡೆಯಬಹುದಿತ್ತು. ಆದರೆ ಹಾಗೆ ಮಾಡಲಿಲ್ಲ, ಸೀದಾ ಸೀಮಾರೇಖೆಯತ್ತ ತೆರಳಿದರು. ಅಲ್ಲಿ ಕರ್ತವ್ಯ ನಿಭಾಯಿಸುತ್ತಿದ್ದ ಪೊಲೀಸ್ ಪೇದೆಯೊಬ್ಬರ ಬಳಿ, ಚೆಂಡು ಎಲ್ಲಿ ಬಿತ್ತು, ಹೇಗೆ ಬಿತ್ತು ಎಂದು ವಿಚಾರಿಸಿದರು. ಬಳಿಕ ತೀರ್ಪು ನೀಡಿದರು!

ಅಂಪಾಯರ್ ಶರ್ಮ ಅವರ ಈ ಅವತಾರ ಕಂಡು ತೃತೀಯ ಅಂಪಾಯರ್ ಐ. ಶೇಖರ್ ಹಣೆ ಹಣೆ ಚಚ್ಚಿಕೊಂಡಿರಬೇಕು!

ಗುಜರಾತ್ ರಣಜಿ ಪಟೇಲಗಿರಿ!

ಗುಜರಾತ್ ಅಂದರೆ ಅಲ್ಲಿ ಪಟೇಲರದೇ ದರ್ಬಾರು. ಗುಜರಾತ್ ಕ್ರಿಕೆಟ್‌ನಲ್ಲೂ ಅಷ್ಟೇ. ಒಂದು ಕಾಲದಲ್ಲಿ ಗುಜರಾತ್ ರಣಜಿ ತುಂಬ ಪಟೇಲರೇ ತುಂಬಿರುತ್ತಿದ್ದರು. 1997ರ ನಿದರ್ಶನ ಇದು. ಮುಂಬಯಿ ವಿರುದ್ಧ ಆಡಲಾದ ರಣಜಿ ಪಂದ್ಯದಲ್ಲಿ 6 ಮಂದಿ ಪಟೇಲರು ಏಕಕಾಲದಲ್ಲಿ ಗುಜರಾತ್ ತಂಡದಲ್ಲಿ ಕಾಣಿಸಿಕೊಂಡಿದ್ದರು. ಇವರೆಂದರೆ ಪ್ರತೀಕ್ ಪಟೇಲ್, ನಿಸರ್ಗ್ ಪಟೇಲ್, ಹಿರೇನ್ ಪಟೇಲ್, ಜೆಮಿನ್ ಪಟೇಲ್, ಭವಿಕ್ ಪಟೇಲ್ ಮತ್ತು ಲಲಿತ್ ಪಟೇಲ್!

ಸ್ಕೋರರ್ಸ್ ಫುಲ್ ಕನ್‌ಫ್ಯೂಸ್!

ನೆನಪಿನಂಗಳದಲ್ಲಿ

1983 ವಿಶ್ವಕಪ್

‘**ನೀ**ವು ಬದುಕನ್ನು ಪ್ರೀತಿಸುವವರಾದರೆ ಕ್ರಿಕೆಟನ್ನೂ ಅಷ್ಟೇ ಪ್ರೀತಿಸಿ. ಇಲ್ಲವಾದರೆ ನಿಮ್ಮಲ್ಲಿ ಅಂಥದೊಂದು ಹುರುಪನ್ನು ಬಿತ್ತುವ ಪ್ರಾಮಾಣಿಕ ಪ್ರಯತ್ನವನ್ನು ನಮ್ಮ ತಂಡ ಮಾಡಲಿದೆ ಎಂಬ ಭರವಸೆಯೊಂದನ್ನು ನಿಮಗೆ ನೀಡುತ್ತಿದ್ದೇನೆ. ಹಿಂದಿನೆರಡು ವಿಶ್ವಕಪ್ ಕ್ರಿಕೆಟ್ ಪಂದ್ಯಾವಳಿಗಳ ಕಹಿಯನ್ನು ಮರೆತು ಬಿಡಿ; ನೂತನ ಮನ್ವಂತರದತ್ತ ದೃಷ್ಟಿ ನೆಡಿ. ನಮಗೆ ಶುಭ ಹಾರೈಸಿ...’

1983ರ ಪ್ರುಡೆನ್ಶಿಯಲ್ ವಿಶ್ವಕಪ್ ಕ್ರಿಕೆಟ್ ಪಂದ್ಯಾವಳಿಗಾಗಿ ಲಂಡನ್‌ಗೆ ವಿಮಾನವೇರುವ ಮುನ್ನ ನಾಯಕ ಕಪಿಲ್‌ದೇವ್ ನೀಡಿದ ಈ ಹೇಳಿಕೆಯನ್ನು ಓದಿದಾಗ ನನಗಂತೂ ಭಾರತ ವಿಶ್ವಕಪ್ ಗೆದ್ದಷ್ಟೇ ಖುಷಿಯಾಗಿತ್ತು! ಆಗಷ್ಟೇ ಹೈಸ್ಕೂಲ್ ಮುಗಿಸಿದ್ದರಿಂದ, ಆ 3 ವರ್ಷಗಳ ಕಾಲ ಜೊತೆಗಿದ್ದ ಒಂದಿಷ್ಟು ಮಂದಿ ನೆಚ್ಚಿನ ಕ್ರಿಕೆಟ್ ಅಭಿಮಾನಿಗಳನ್ನು ಕಳೆದುಕೊಂಡ ಬೇಸರದಲ್ಲಿದ್ದ ನನಗೆ, ನನ್ನಂಥ ಬೆರಳೆಣಿಕೆಯಷ್ಟು ದೋಸ್ತಿಗಳಿಗೆ ಹೊಸ ಕ್ರಿಕೆಟ್ ಹುಚ್ಚರನ್ನು ಹುಡುಕುವ ತವಕ. ಆ ಹೊತ್ತಿಗೆ ಸರಿಯಾಗಿ ಕಾಡಿದವರೇ ಈ ಕಪಿಲ್ ಹಾಗೂ 1983ರ ವಿಶ್ವಕಪ್!

ಆಗ ನಮ್ಮ ಹೈಸ್ಕೂಲ್ ಲೈಫ್ ಸಾಗುತ್ತಿದ್ದುದೇ ಪೋರ್ಟೆಬಲ್ ಟಿವಿಯಂಥ ದೈತ್ಯ ರೇಡಿಯೋ ದೊಂದಿಗೆ. ನನಗಿಂತಲೂ ನೂರು ಪಟ್ಟು ಹೆಚ್ಚೆನಿಸುವಷ್ಟು ಕ್ರಿಕೆಟ್ ಹುಚ್ಚು ಅಂಟಿಸಿಕೊಂಡಿದ್ದ ಕೂಸ ನಾಯ್ಕ ಈ ರೇಡಿಯೋವನ್ನು 3 ಕಿ.ಮೀ. ದೂರದ ಮನೆಯಿಂದ ಹೊತ್ತು ತರುತ್ತಿದ್ದ. ಕ್ರಿಕೆಟ್ ಇರುವಾಗ ಆತ ಬುತ್ತಿಯನ್ನಾದರೂ ಮರೆತಾನು, ಈ ರೇಡಿಯೋ ಮರೆತು ಬರುತ್ತಿರಲಿಲ್ಲ!

ಕುಂದಾಪುರ ತಾಲೂಕಿನ ಶಂಕರನಾರಾಯಣದ ಹೈಸ್ಕೂಲ್ ಸಮೀಪದ ಗೇರುತೋಟದಲ್ಲಿ ನಮ್ಮ ಕ್ಯಾಂಪ್. ಆಗ ಟೆಸ್ಟ್ ಪಂದ್ಯಗಳದ್ದೇ ಸಿಂಹಪಾಲು. ಈ 5 ದಿನಗಳ ಪಂದ್ಯವೆಂದರೆ ಈಗಿನ ಟಿ20 ಗಿಂತಲೂ ಹೆಚ್ಚಿನ ಸೆಳೆತ. ಆ ವೀಕ್ಷಕ ವಿವರಣೆಯಲ್ಲಿ ನನ್ನ ಶಿಕ್ಷಣವೂ ಅಡಗಿತ್ತು. ಏಕೆಂದರೆ ನನ್ನ ಅಲ್ಪಸ್ವಲ್ಪ ಹಿಂದಿ ಜ್ಞಾನಕ್ಕೆ ಸ್ಫೂರ್ತಿಯಾದದ್ದೇ ಸುಶೀಲ್ ದೋಶಿ

ಅವರ ಹಿಂದಿ ಕಮೆಂಟ್ರಿ. ಹಿಂದಿ ಅರ್ಥವಾಗದ ಮಂದಿಗೆ ಸ್ಕೋರ್ ವಿವರಿಸಲು ನಾನು ಅನಿವಾರ್ಯ. ಹೀಗಾಗಿ ಆ ಗುಂಪಿನಲ್ಲಿನಾನೇ ಸಣ್ಣಮಟ್ಟದ ಹೀರೋ!

ಆದರೆ 1983ರ ವಿಶ್ವಕಪ್ ವೇಳೆ ನಮ್ಮ ಟೀಮ್ ಸಂಪೂರ್ಣವಾಗಿ ಬೇರ್ಪಟ್ಟಿತ್ತು. ಕೂಸ ನಾಯ್ಕ ಹೈಸ್ಕೂಲಿಗೇ ವಿದ್ಯಾಭ್ಯಾಸ ಮುಗಿಸಿದ್ದ. ಅವನೊಂದಿಗೆ ರೇಡಿಯೋ ಕೂಡ ನಮಗೆ ಗುಡ್‌ಬೈ ಹೇಳಿತ್ತು. ಜೂನ್ ತಿಂಗಳಾದ್ದರಿಂದ ಕಾಲೇಜಿನ ಹೊಸ ವಾತಾವರಣ. ಮುಂಗಾರು ಮಳೆಯ ದಾಂಗುಡಿ. ಗೇರುತೋಟದ ಸಹವಾಸವಂತೂ ಒಲ್ಲದ ಸಂಗತಿಯಾಗಿತ್ತು. ಇಂಗ್ಲೆಂಡ್‌ನ ಪಂದ್ಯಗಳಾದ್ದರಿಂದ ಮಧ್ಯಾಹ್ನ ಮೂರರ ಹೊತ್ತಿಗೆ ಆರಂಭವಾಗುತ್ತಿದ್ದವು. ಹೀಗಾಗಿ ಉಂಡು ಕ್ಲಾಸಲ್ಲಿ ಕುಳಿತವರಿಗೆ ಕ್ರಿಕೆಟ್‌ನದ್ದೇ ಕನವರಿಕೆ. ಟಾಸ್ ವಿಷಯ ಅಧ್ಯಾಪಕರಿಂದಲೇ ತಿಳಿಯುತ್ತಿದ್ದುದರಿಂದ ತುಸು ಸಮಾಧಾನ. ಲೆಕ್ಕದ ಲೆಕ್ಚರರ್ ಸುಬ್ರಹ್ಮಣ್ಯ ಜೋಶಿಯವರಿಂದ ಈ ಪ್ರಾಥಮಿಕ ಮಾಹಿತಿ ಲಭ್ಯವಾಗುತ್ತಿತ್ತು. ಆದರೂ ಎಷ್ಟು ಬೇಗ 4.15 ಆಗುತ್ತದೆ, ಮನೆ ಸೇರಿಕೊಂಡು ರೇಡಿಯೋಗೆ ಕಿವಿಯಾಲಿಸುವುದು ಎಂಬ ಸಹಿಸಲಾಗದ ಕಾತರ, ಉದ್ವೇಗ.

ಆಗ ತಂಡಗಳ ಬಲಾಬಲ ಅರಿಯುವಷ್ಟು ತಿಳುವಳಿಕೆ ನಮ್ಮಲ್ಲಿರಲಿಲ್ಲ. ನಿಜ ಹೇಳಬೇಕೆಂದರೆ ಭಾರತದ ಸಾಮರ್ಥ್ಯದ ಬಗ್ಗೆಯೂ ಅಂದಾಜಿರಲಿಲ್ಲ, ನಂಬಿಕೆಯೂ ಇರಲಿಲ್ಲ, ಇದಕ್ಕೆ ಹಿಂದಿನೆರಡು ವಿಶ್ವಕಪ್ ಪಂದ್ಯಾವಳಿಗಳೇ ಸಾಕ್ಷಿ, ಆದರೆ ವೆಸ್ಟ್ ಇಂಡೀಸ್ ಮೇಲೆ ಮಾತ್ರ ಎಲ್ಲಿಲ್ಲದ ನಂಬಿಕೆ ಮನೆ ಮಾಡಿಕೊಂಡಿತ್ತು. ಈ ಸಲವೂ ಟ್ರೋಫಿ ವೆಸ್ಟ್ ಇಂಡೀಸಿಗೇ ಕಟ್ಟಿಟ್ಟ ಬುತ್ತಿ ಎಂಬುದೇ ನಮ್ಮೆಲ್ಲರ ಲೆಕ್ಕಾಚಾರವಾಗಿತ್ತು. ಆ ಮಾರ್ಷಲ್, ರಾಬರ್ಟ್ಸ್, ಹೋಲ್ಡಿಂಗ್, ಲಾಯ್ಡ್, ರಿಚರ್ಡ್ಸ್, ಗ್ರೀನಿಜ್, ಹೇನ್ಸ್ .... ಈ ದೈತ್ಯರ ಮುಂದೆ ಉಳಿದವರಿಗೆ ಉಳಿಗಾಲವಾದರೂ ಎಲ್ಲಿತ್ತು?! ಗ್ರಹಚಾರಕ್ಕೆ ಭಾರತವಿದ್ದ 'ಬಿ' ಗುಂಪಿನಲ್ಲೇ ಈ ವಿಂಡೀಸ್ ದೈತ್ಯರೂ ಸೇರಿಕೊಂಡಿದ್ದರು. ಹೇಳಿ ಕೇಳಿ ನಮ್ಮವರಿಗೆ ಮೊದಲ ಪಂದ್ಯವೇ ಈ ಕೆರಿಬಿಯನ್ನರ ವಿರುದ್ಧ! ಹೇಗಿರಬೇಡ ಆ ಗಳಿಗೆ ?!

ಆಡುವುದು ಕಪಿಲ್ ಬಳಗವಾದರೂ ನಾವೇ ವಿಂಡೀಸರ ದಾಳಿಗೆ ತಲೆಯೊಡ್ಡುತ್ತಿದ್ದೇವೆಂಬ ಭೀತಿ. ಆ ಜೂ. 9ರ ಪಂದ್ಯ ಮಗಿದು ಹೋದರೆ ಸಾಕಿತ್ತು... ಎಂಬ ಅಂಜಿಕೆಯಲ್ಲೇ ರೇಡಿಯೋದಿಂದ ದೂರವಿದ್ದೆ! ಆದರೆ ಪ್ರತಿಕೂಲ ಹವಾಮಾನದಿಂದಾಗಿ ಈ ಪಂದ್ಯ ಎರಡನೇ ದಿನಕ್ಕೆ ವಿಸ್ತರಿಸಲ್ಪಟ್ಟಿತ್ತು. ಭಾರತ 8ಕ್ಕೆ 262 ರನ್ ಪೇರಿಸಿತ್ತೆಂಬ ಸುದ್ದಿ ಸಿಕ್ಕಿದ್ದರಿಂದ ಒಂಥರ ಸಾಮಾಧಾನ. ಜೊತೆಗೆ ಲಾಯ್ಡ್ ಬಳಗದ ಘಟಾನುಘಟಿ ಆರಂಭಿಕರಿಬ್ಬರು 62 ರನ್‌ಗೆ ಪೆವಿಲಿಯನ್ ಸೇರಿದ್ದಾರೆಂಬ ಬೋನಸ್ ನ್ಯೂಸ್!

ಮರುದಿನ ಸಂಜೆ ಕಾಲೇಜ್ ಬಿಡುವ ತನಕ ಯಾವುದೇ ನಿಖರ ಮಾಹಿತಿ ಲಭಿಸಿರಲಿಲ್ಲ, ಆದರೆ ಮನೆ ಮುಟ್ಟಿದಾಗ ಕಿವಿಗೆ ಬಿದ್ದದ್ದು ನೂರರೊಳಗೆ ಮತ್ತೆರಡು ವಿಕೆಟ್ ಉರುಳಿವೆ ಎಂಬ ನಂಬಲಾಗದ ಸುದ್ದಿ, ಕಾಫಿ-ತಿಂಡಿ ಏನೂ ಬೇಡವಾಗಿತ್ತು. ಕತ್ತಲು ಆವರಿಸುವುದರೊಳಗೆ ವಿಂಡೀಸ್ 228ಕ್ಕೆ ಆಲೌಟ್ ಆದಾಗ ಇದು ಕನಸೋ ನನಸೋ ಒಂದೂ ಅರ್ಥವಾಗಿರಲಿಲ್ಲ, ನನಗಂತೂ ಅಂದೇ ಭಾರತ ವಿಶ್ವಕಪ್ ಗೆದ್ದಷ್ಟು ಸಂಭ್ರಮ. ನಾವು ಉರುಳಿಸಿದ್ದು ಕಳೆದೆರಡು ಸಲದ, ಸೋಲನ್ನೇ ಅರಿಯದ ಚಾಂಪಿಯನ್ ತಂಡವನ್ನಲ್ಲವೇ?!

ನನ್ನದೊಂದು ಸ್ವಾರ್ಥ!

ಆ ದಿನಗಳಲ್ಲಿ ನನ್ನದೊಂದು ಸ್ವಾರ್ಥವಿತ್ತು. ಅದೆಂದರೆ, ಭಾರತದ ಗೆಲುವಿನಲ್ಲಿ ಕರ್ನಾಟಕದ ಆಟಗಾರರು ಸಕತ್ತಾಗಿ ಮಿಂಚಬೇಕೆಂಬುದು! ಅಂದು ನಮ್ಮ ತಂಡದಲ್ಲಿದ್ದ ಕನ್ನಡಿಗರೆಂದರೆ ಸಯ್ಯದ್ ಕಿರ್ಮಾನಿ ಮತ್ತು ರೋಜರ್ ಬಿನ್ನಿ. ಇವರಲ್ಲಿ ಬಿನ್ನಿ ಆಲ್‌ರೌಂಡರ್ ಆದ್ದರಿಂದ ಸಹಜವಾಗಿಯೇ ಅವರ ಸಾಧನೆಯನ್ನು ನಾನು ಕುತೂಹಲದಿಂದ ಗಮನಿಸುತ್ತಿದ್ದೆ. ವಿಂಡೀಸ್ ವಿರುದ್ಧದ ಈ ಗೆಲುವಿನಲ್ಲಿ ಬಿನ್ನಿ ಪಾತ್ರ ನಿರ್ಣಾಯಕ ವಾಗಿತ್ತೆಂಬುದು ನನ್ನ ಸಂಭ್ರಮವನ್ನು ಇಮ್ಮಡಿಕೊಳಿಸಿತ್ತು. ದ್ವಿತೀಯ ದಿನ ಆರಂಭದಲ್ಲೇ ಅವರು ರಿಚರ್ಡ್ಸ್ ವಿಕೆಟ್ ಉಡಾಯಿಸಿದ್ದರು. ಬಳಿಕ ಲಾಯ್ಡ್, ಡೂಜಾನ್ ಕೂಡ ಬಿನ್ನಿಗೆ ಬಲಿಯಾಗಿದ್ದರು. ಬಿನ್ನಿ ಸಾಧನೆ 48ಕ್ಕೆ 3. ಇದನ್ನು ಎಲ್ಲರಲ್ಲೂ ಹೇಳಿಕೊಂಡು ನಲಿದಿದ್ದೆ.

ಬಿನ್ನಿ ಅವರ ಮುಂದಿನ ಸಾಹಸಕ್ಕೆ ನಿದರ್ಶನ ವಾದದ್ದು ಆಸ್ಟ್ರೇಲಿಯ ಎದುರಿನ ಲೀಗ್ ಹಂತದ ದ್ವಿತೀಯ ಸುತ್ತಿನ ಪಂದ್ಯ. ಭಾರತ ಸೆಮಿಫೈನಲ್ ಪ್ರವೇಶಿಸಬೇಕಾದರೆ ಈ ಪಂದ್ಯವನ್ನು ಜಯಿಸಲೇ ಬೇಕಿತ್ತು. ನಾವು ಪೇರಿಸಿದ ರನ್ 247. ಬಿನ್ನಿ ಕೊಡುಗೆ 21 ರನ್. ಬೌಲಿಂಗ್‌ನಲ್ಲಿ ಬಿರುಗಾಳಿಯಾದ ಅವರು 29 ರನ್ ವೆಚ್ಚದಲ್ಲಿ 4 ವಿಕೆಟ್ ಉಡಾಯಿಸಿದ್ದರು. ಭಾರತದ ಗೆಲುವಿನ ಅಂತರ ಅಷ್ಟಿಷ್ಟಲ್ಲ. ಭರ್ಜರಿ 118 ರನ್. ಬಿನ್ನಿ ಪಂದ್ಯಶ್ರೇಷ್ಠ!

ಮತ್ತೆ ರಿವರ್ಸ್‌ಗೇರ್‌ಗೆ ಬರುತ್ತಿದ್ದೇನೆ...

ಮೊದಲ ಪಂದ್ಯದಲ್ಲೇ ವೆಸ್ಟ್ ಇಂಡೀಸನ್ನು ಮಣ್ಣುಮುಕ್ಕಿಸಿದ ಬಳಿಕ ಭಾರತದ ತಾಕತ್ತಿನ ಮೇಲೆ ಎಲ್ಲರಲ್ಲೂ ದಟ್ಟವಾದ ನಂಬಿಕೆಯೊಂದು ಹುಟ್ಟಿತ್ತು. ಎಲ್ಲರ ಕಿವಿಗಳೂ ರೇಡಿಯೋಗೆ ಅಂಟಿಕೊಂಡಿದ್ದವು... ಜಿಂಬಾಬ್ವೆ ವಿರುದ್ಧದ ಆ ಪಂದ್ಯದಲ್ಲಿ ಭಾರತ 17ಕ್ಕೆ 5 ವಿಕೆಟ್ ಉದುರಿಸಿಕೊಳ್ಳುವ ತನಕ!

ಹೌದು, ಅಂಥ ಬಲಿಷ್ಠ ವಿಂಡೀಸನ್ನೇ ಬಗ್ಗುಬಡಿದ ಭಾರತ, ಏನೂ ಅಲ್ಲದ ಆ ಜಿಂಬಾಬ್ವೆ ವಿರುದ್ಧ ಇಂಥ ಹೀನ ಸ್ಥಿತಿಗೆ ಮುಟ್ಟುವುದೇ ?! ಈ ಕ್ರಿಕೆಟ್, ಈ ಕಮೆಂಟ್ರಿ ಸಹವಾಸವೇ ಬೇಡ ಎಂಬ ತೀರ್ಮಾನಕ್ಕೆ ಬಂದ ನಮ್ಮ ಮನೇಲಿ ರೇಡಿಯೋ ಆಫ್ ಆಗಿತ್ತು. ಹೇಗೂ ಭಾರತ

ನೂರರೊಳಕ್ಕೆ ಕುಸಿದು ಸೋಲುತ್ತದೆಂಬುದೇ ನಮ್ಮ ಲೆಕ್ಕಾಚಾರವಾಗಿತ್ತು. ಹಿಂದಿನ ಪಂದ್ಯದಲ್ಲಿ ಇದೇ ಜಿಂಬಾಬ್ವೆ ಆಸ್ಟ್ರೇಲಿಯಕ್ಕೆ ಆಘಾತವಿಕ್ಕಿದ್ದು ಕೂಡ ಇದಕ್ಕೆ ಕಾರಣ. ಆದರೂ ಕುತೂಹಲಕ್ಕೆ ಬೇಲಿ ಹಾಕಲು ಸಾಧ್ಯವೇ! ನಮ್ಮವರ ಹಣೆಬರಹ ವಿನಾಯಿತೆಂದು 7 ಗಂಟೆಯ ಕ್ರೀಡಾವಾರ್ತೆಯಲ್ಲಿ ತಿಳಿದುಕೊಳ್ಳೋಣ ಎಂದು ರೇಡಿಯೋ ತಿರುಗಿಸಿದಾಗ ಕಿವಿಗೆ ಬಿದ್ದದ್ದು 'ಕಪಿಲ್ ಕೀ ಶಾನ್‌ದಾರ್ ಸೆಂಚುರಿ...!'

ಛೆ, ಎಂಥ ಅದ್ಭುತ ಬ್ಯಾಟಿಂಗನ್ನು ನಾನು ಮಿಸ್ ಮಾಡಿಕೊಂಡೆ! ಇದನ್ನು ನೆನೆದು ಇಂದಿಗೂ ನಾನು ಪಶ್ಚಾತ್ತಾಪಪಡುವುದಿದೆ. ಈ ಸಾಲು ಬರೆಯುವಾಗಲೂ ಹೃದಯ ಭಾರವಾಗುತ್ತದೆ. ಕಪಿಲ್ ಕೊಡುಗೆ ಅಜೇಯ 175 ರನ್. ಅದು ಭಾರತೀಯ ಏಕದಿನ ಇತಿಹಾಸದ ಪ್ರಪ್ರಥಮ ಶತಕ ಹಾಗೂ ಆ ಕಾಲಕ್ಕೆ ವಿಶ್ವದಾಖಲೆ!

ಸೆಮಿಫೈನಲ್ ಬಗ್ಗೆಯೂ ನಮಗೆಲ್ಲ ಅಂಜಿಕೆ ಇದ್ದಿತ್ತು. ಅತಿಥೇಯ ಇಂಗ್ಲೆಂಡ್ ಎದುರಾಳಿಯಾದ್ದರಿಂದಲೇ ಈ ಹೆದರಿಕೆ. ಸಿಂಹವನ್ನು ಅದರ ಗುಹೆಯಲ್ಲೇ ಬೇಟೆಯಾಡಲು ಸಾಧ್ಯವೇ? ಏನೋ ಒಂಥರ ಭಯ ಮಿಶ್ರಿತ ಕುತೂಹಲ. ಪುಣ್ಯಕ್ಕೆ ಓಲ್ಡ್ ಟ್ರಾಫರ್ಡ್ ಅಂಗಳದಲ್ಲಿ ನಮ್ಮ ಬೌಲರ್‌ಗಳು ಬಾಬ್ ವಿಲ್ಲೀಸ್ ಬಳಗಕ್ಕೆ ಶಕ್ತಿ ಮೀರಿ ಕಡಿವಾಣ ಹಾಕಿದ್ದರು. ಅವರ ಮೊತ್ತ 213ರ ಆಚೆ ಬೆಳೆಯಲಿಲ್ಲ; ಆ ಇನ್ನಿಂಗ್ಸ್‌ನಲ್ಲಿ ಒಂದೂ ಶತಕಾರ್ಧ ದಾಖಲಾಗಿರಲಿಲ್ಲ.

ನಮ್ಮನ್ನೆಲ್ಲ ಅಂದು ಮೋಡಿಗೈದವರು ಸಂದೀಪ್ ಪಾಟೀಲ್. ಭಾರತದ ಯಶಸ್ವೀ ಚೇಸಿಂಗ್ ವೇಳೆ ಅವರು ಬಾಬ್ ವಿಲ್ಲೀಸ್ ಅವರ ಒಂದೇ ಓವರಿನಲ್ಲಿ 24 ರನ್ ಸೂರೆಗೈದದ್ದು, ಕೊನೆಯಲ್ಲಿ ಅವರದೇ ಎಸೆತದಲ್ಲೇ ಗೆಲುವಿನ ರನ್ ಅಗತ್ಯವಿದ್ದಾಗ ವಿಲ್ಲೀಸ್ ತಮ್ಮ ಆಟಗಾರರನ್ನೆಲ್ಲ ಸರ್ಕಲ್ ಒಳಗೆ ಕರೆಸಿಕೊಂಡದ್ದನ್ನೆಲ್ಲ ಕೇಳುವಾಗ ಅದೆಂಥ ರೋಮಾಂಚನ! ಭಾರತ ಫೈನಲ್ ಪ್ರವೇಶಿಸಿತು ಎಂಬುದನ್ನು ನಂಬುವುದಾದರೂ ಹೇಗೆ ?!

ಅಂದೇ ನಡೆದ ಇನ್ನೊಂದು ಸೆಮಿಫೈನಲ್‌ನಲ್ಲಿ ವೆಸ್ಟ್ ಇಂಡೀಸ್ ತಂಡ ಪಾಕಿಸ್ಥಾನವನ್ನು ಉರುಳಿಸಿತ್ತು. ಮತ್ತೆ ಭಾರತ-ವಿಂಡೀಸ್ ಎದುರಾಳಿ! ಪುನಃ ಕೇಳಿಬಂತಲ್ಲ ಎದೆಯಲ್ಲಿ ಅವಲಕ್ಕಿ ಕುಟ್ಟುತ್ತಿದ್ದ ಶಬ್ದ ...! ಲೀಗ್ ಹಂತದ ದ್ವಿತೀಯ ಸುತ್ತಿನಲ್ಲಿ ಭಾರತವನ್ನು ಮಣಿಸುವ ಮೂಲಕ ಲಾಯ್ಡ್ ಬಳಗ ಸೇಡು ತೀರಿಸಿಕೊಂಡಿತ್ತು. ಫೈನಲ್‌ನಲ್ಲಿ ಬಿಟ್ಟೀತೇ?

ಜೂನ್ 25, 1983. ಅಂದು ಶನಿವಾರ. ಕ್ಲಾಸ್‌ನಲ್ಲಿದ್ದರೂ ಹೇಳಲಾಗದ, ಸಹಿಸಿಕೊಳ್ಳಲಾಗದ ಚಡಪಡಿಕೆ. ಮ್ಯಾತ್ಸ್ ಕ್ಲಾಸ್‌ಲ್ಲಂತೂ ಕ್ರಿಕೆಟಿನದ್ದೇ ಪ್ಲಸ್-ಮೈನಸ್. ಭಾರತ ಕಳೆದುಕೊಳ್ಳುವಂಥದ್ದೇನಿಲ್ಲ, ಹೀಗಾಗಿ ಗಳಿಸುವುದೊಂದೇ ಬಾಕಿ. ನೀವು ನಿರ್ಭೀತರಾಗಿ ಕಮೆಂಟ್ರಿ ಕೇಳಿ. ಸೋಮವಾರ ಶುಭ ಸಮಾಚಾರದೊಂದಿಗೆ ಮುಖಾಮುಖಿಯಾಗೋಣ ಎಂದು ಸ್ವತಃ ಜೋಶಿ ಅವರು ಅಭಯವಿತ್ತಾಗ ಒಂದಿಷ್ಟು ರಿಲ್ಯಾಕ್ಸ್.

ಆದರೆ ಭಾರತ ಸಂಜೆಯೊಳಗಾಗಿ 183 ರನ್‌ಗಳ ಸಾಮಾನ್ಯ ಮೊತ್ತಕ್ಕೆ ಆಲೌಟಾದಾಗ ಮತ್ತೆ ಭೀತಿಯ ಕಾರ್ಮೋಡ. ಅಂಗಡಿಯಲ್ಲಿ ರೇಡಿಯೋ ಹಾಕಿಕೊಂಡು ಕುಳಿತಿದ್ದ ಅಪ್ಪ 'ನಮಗೆ ಕಷ್ಟವಿದೆ' ಎಂದು ಹೇಳಿದಾಗ ಸುತ್ತಲೂ ಶೂನ್ಯವೊಂದು ಆವರಿಸಿತ್ತು.

ಆ ವೇಳೆ ಧೈರ್ಯ ಹೇಳಲು, ಚರ್ಚೆ ನಡೆಸಲು ಸಮೀಪದಲ್ಲಿ ಕ್ರಿಕೆಟ್ ಹುಚ್ಚರ್‍ಯಾರೂ ಇರಲಿಲ್ಲ.

ನಾನು, ತಂಗಿ ಹಾಗೂ ಅಪ್ಪ ಮಾತ್ರವೇ ಕುಳಿತು ಮೌನಕ್ಕೆ ಶರಣಾಗಿದ್ದೆವು. ಆದರೆ ಯಾವಾಗ ನಮ್ಮ ಸೀಮರ್‌ಗಳು ಒಂದೊಂದೇ ವಿಕೆಟ್ ಕಿತ್ತುರುಳಿಸಲಾರಂಭಿಸಿದರೋ, ಅಲ್ಲಿಗೆ ಹೋದ ಜೀವ ನಿಧಾನವಾಗಿ ಮರಳಲಾರಂಭಿಸಿತು. 'ಈಗ ಅವರಿಗೆ ಕಷ್ಟ ಇದೆ' ಎಂದು ಅಪ್ಪ ಹಿಂದಿನ ಡೈಲಾಗನ್ನೇ ತಿರುಗಿಸಿ ಹೇಳಿದ್ದರು. ದೂರದ ಲಂಡನ್‌ನಲ್ಲಿ ಸಂಧು, ಮದನ್‌ಲಾಲ್, ಮೊಹಿಂದರ್ ಸೇರಿಕೊಂಡು ಪಂದ್ಯವನ್ನೇ ತಿರುಗಿಸಿದ್ದರು!

ಮರೆಯಲುಂಟೇ ಆ ಸ್ಮರಣೀಯ ಗಳಿಗೆಯನ್ನು! ಕಪಿಲ್ ಡೆವಿಲ್ಸ್ ಆ ಐತಿಹಾಸಿಕ ಲಾರ್ಡ್ಸ್ ಬಾಲ್ಕನಿಯಲ್ಲಿ ನಿಂತು ಮಿರುಗುವ ಪ್ರುಡೆನ್ಶಿಯಲ್ ವಿಶ್ವಕಪ್ ಎತ್ತಿ ಹಿಡಿಯುತ್ತಿದ್ದ ರೋಮಾಂಚಕ ಕ್ಷಣವನ್ನು ಆಲಿಸುವಾಗ ನಾನೇ ಲಂಡನ್‌ನಲ್ಲಿದ್ದೇನೋ ಎಂಬ ಕನಸಿನ ಲೋಕದಲ್ಲಿ ತೇಲುತ್ತಿದ್ದೆ. ಸೋಮವಾರದ 'ಉದಯವಾಣಿ'ಯಲ್ಲಿ ನಮ್ಮವರ ಯಶೋಗಾಥೆಯ ಕಪ್ಪುಬಿಳುಪು ಚಿತ್ರಗಳನ್ನು ಕಾಣುವಾಗ, ವರದಿಯನ್ನು ಓದುವಾಗ ವಿಶ್ವವಿಜೇತರೇ ನಮ್ಮ ಬಳಿ ಇದ್ದಷ್ಟು ಸಡಗರ! ಅಂದಹಾಗೆ, ಭಾರತ ಜಯಭೇರಿ ಮೊಳಗಿಸುವಾಗ ಆಗಲೇ ರಾತ್ರಿಯಾದ್ದರಿಂದ ಇದರ ವರದಿ ಒಂದು ದಿನ ವಿಳಂಬವಾಗಿ ಪ್ರಕಟಗೊಂಡಿತ್ತು.

ಸೋಮವಾರ ಕಾಲೇಜ್‌ನಲ್ಲಂತೂ ಹಬ್ಬದ ವಾತಾವರಣ. ನಾವೇ ಮೂರ್‍ನಾಲ್ಕು ಮಂದಿ ಸೇರಿ ಎಲ್ಲರಿಗೂ ಚಾಕ್ಲೇಟ್ ಹಂಚಿ ಕ್ರಿಕೆಟ್ ಖುಷಿಯನ್ನಾಚರಿಸಿದೆವು.

ಕಪಿಲ್ ಬಳಗದ ಆ ಮಹಾನ್ ಸಾಧನೆಗೆ 2023ರಲ್ಲಿ 40 ವರ್ಷ ಪೂರ್ತಿಗೊಂಡಿದೆ. ಅಂದು ಈ ಪಂದ್ಯಾವಳಿಯನ್ನು ಟಿವಿಯಲ್ಲಿ ನೋಡುವ ಅವಕಾಶ ನಮಗಿಲ್ಲವಾದರೂ ರೇಡಿಯೋ ಕಮೆಂಟ್ರಿಯಲ್ಲೇ ದೃಶ್ಯಾವಳಿಯನ್ನು ಕಲ್ಪಿಸಿಕೊಳ್ಳುತ್ತಿದ್ದ ಆನಂದ, ರೋಮಾಂಚನ, ಕೌತುಕಕ್ಕೆ ಇಂದಿನ ಯಾವ ಕ್ರಿಕೆಟ್ ಕೂಡ ಸಾಟಿಯಲ್ಲ!

ಕಪಿಲ್‌ದೇವ್ ಮತ್ತು ಅವರ ತಂಡಕ್ಕೊಂದು ಸಲಾಂ. ಈ ತಂಡದ ಹೀರೋ, ವೆಸ್ಟ್ ಇಂಡೀಸ್ ಎದುರಿನ ಮೊದಲ ಲೀಗ್ ಪಂದ್ಯವನ್ನೇ ಗೆಲ್ಲಿಸಿಕೊಟ್ಟ ಪಂದ್ಯಶ್ರೇಷ್ಠ ಆಟಗಾರ ಯಶ್ಪಾಲ್ ಶರ್ಮ ಈಗ ಇಲ್ಲ ಎಂಬುದಷ್ಟೇ ನೋವಿನ ಸಂಗತಿ.

ಶಿವಸೇನೆಯ ಮಂದಿ ವಾಂಖೇಡೆ ಪಿಚ್ ಅಗೆದದ್ದೇಕೆ?!

ಕ್ರಿಕೆಟಿಗೂ ವಿವಾದಕ್ಕೂ ಬಲವಾದ ಬೆಸುಗೆ. ವಿವಾದವಿಲ್ಲದೆ ಕ್ರಿಕೆಟ್ ಇಲ್ಲ ಎಂದರೂ ತಪ್ಪಲ್ಲ. ಆಧುನಿಕತೆಯ ಮೆರುಗನ್ನು ತನ್ನದಾಗಿಸಿಕೊಳ್ಳುತ್ತ, ಕ್ರಿಕೆಟ್ ಬೆಳೆಯುತ್ತಲೇ ಹೋದಂತೆ ಹೊಸ ಹೊಸ ವಿವಾದಗಳೂ ಸೃಷ್ಟಿಯಾಗಿ ಇದರ ಬೆನ್ನುಹತ್ತಿರುವುದು ಸಹಜವೆನಿಸಿದೆ. ಇದೆಲ್ಲ ಸರ್ವೇಸಾಮಾನ್ಯ ಎಂಬಷ್ಟರ ಮಟ್ಟಿಗೆ ಕ್ರಿಕೆಟ್ ಮತ್ತು ಹಗರಣಗಳ ನಂಟು ಬೆಳೆದಿದೆ. ಹೀಗಾಗಿ ಈಗೀಗ ಕ್ರಿಕೆಟ್ ಅಭಿಮಾನಿಗಳು ಇದರ ಬಗ್ಗೆ ಹೆಚ್ಚು ತಲೆ ಕೆಡಿಸಿಕೊಳ್ಳುವುದಿಲ್ಲ.

ಆದರೆ ಕುತೂಹಲ ಎನ್ನುವುದೊಂದಿದೆಯಲ್ಲ! ಈ ವಿವಾದಗಳ ಮೂಲ ಎಲ್ಲಿ ಹುದುಗಿದೆ? ಇದರಲ್ಲಿ ಯಾರ ಯಾರ ಕೈವಾಡವಿದೆ? ನಾಳೆ ಇದು ಯಾವ ತಿರುವನ್ನು ಪಡೆದೀತು? ಎಂದೆಲ್ಲ ಹಲವರು ಆಸಕ್ತಿ ವ್ಯಕ್ತಪಡಿಸುವುದುಂಟು. ಮತ್ತೆ ಕೆಲವರು ಗತಕಾಲದ ಹಗರಣಗಳನ್ನು ವರ್ತಮಾನದಲ್ಲಿ ಕುಳಿತು ಮೆಲುಕು ಹಾಕುವುದೂ ಇದೆ. ಇಂಥವರಿಗಾಗಿಯೇ ಒಂದು ಪುಸ್ತಕವಿದೆ. ಹೆಸರು– 'ಡೈರೆಕ್ಟರ್ಸ್ ಸ್ಪೆಷಲ್ ಬುಕ್ ಆಫ್ ಕ್ರಿಕೆಟಿಂಗ್ ಕಾಂಟ್ರವರ್ಸೀಸ್'. ಲೇಖಕರು– ಕೋಲ್ಕತಾದ ಹೆಸರಾಂತ ಕ್ರೀಡಾ ಅಂಕಣಕಾರ ರವಿಕಾಂತ್ ಶ್ರೀವಾಸ್ತವ. ನೀವು ಕ್ರಿಕೆಟ್ ವಿವಾದ ಪ್ರಿಯರಾದರೆ ಈ ಪುಸ್ತಕ ಓದಲೇಬೇಕು.

ಏನೇನಿದೆ ಇದರಲ್ಲಿ?

ಕಳೆದ 25 ವರ್ಷಗಳ ಕ್ರಿಕೆಟ್ ಇತಿಹಾಸದಲ್ಲಿ, ಅಂದರೆ ಸ್ಪಾಟ್ ಫಿಕ್ಸಿಂಗ್‌ಗೂ ಮೊದಲು ಎಷ್ಟೆಲ್ಲ ವಿವಾದಗಳು, ಹಗರಣಗಳು ಸೃಷ್ಟಿಯಾಗಿವೆಯೋ ಅವೆಲ್ಲದರ ಕಿರು ಅವಲೋಕನ ಈ ಹೊತ್ತಗೆಯಲ್ಲಿ ಅತ್ಯಂತ ಸ್ವಾರಸ್ಯಕರವಾಗಿ ಮೂಡಿಬಂದಿವೆ. ಇವುಗಳ ಆಳವನ್ನು ಶೋಧಿಸಿ, ಕಾರಣಕರ್ತರನ್ನು ಸಂಧಿಸಿ ವಿದೇಶಿ ಪತ್ರಕರ್ತರನ್ನು ಭೇಟಿಯಾಗಿ ವಿಷಯವನ್ನೆಲ್ಲ ಕಲೆಹಾಕಿದ್ದರಿಂದ ಶ್ರೀವಾಸ್ತವ ಅವರ ಈ ಪುಸ್ತಕ ಓದುಗರ ಮುಂದೆ ಅಪರೂಪದ, ಅಷ್ಟೇ ವಿಶೇಷವಾದ ಘಟನಾವಳಿಗಳನ್ನು ಅನಾವರಣಗೊಳಿಸುವುದರಲ್ಲಿ ಸಂಶಯವಿಲ್ಲ. ಈ ವಿವಾದಗಳ ನ್ಯಾಯ ತೀರ್ಮಾನ ಲೇಖಕರ ಉದ್ದೇಶವಲ್ಲವಾದ್ದರಿಂದ ಘಟನೆಗಳು ಎಲ್ಲೂ ಏಕಪಕ್ಷೀಯವಾಗಿ ದಾಖಲಿಸಿದಂತೆ ಕಾಣದಿರುವುದೊಂದು ವಿಶೇಷ. ಪುಸ್ತಕವನ್ನು ಪರಿಚಯಿಸುತ್ತ ಲೇಖಕರು ಬರೆದ ವಾಕ್ಯಗಳೇ ಅದಕ್ಕೆ ಸಾಕ್ಷಿ.

ಇದು ಮೂರು ದಶಕಗಳ ಹಿಂದಿನ ಪುಸ್ತಕವೊಂದರ ಪರಿಚಯ. 1993ರ ಎಪ್ರಿಲ್ ತಿಂಗಳ 'ರಾಜು ಪತ್ರಿಕೆ'ಯಲ್ಲಿ ಇದು ಪ್ರಕಟಗೊಂಡಿತ್ತು. ಅಂದು ನಾನು ಈ ಲೇಖನಕ್ಕೆ ಯಾವ ಶೀರ್ಷಿಕೆ ನೀಡಿದ್ದೆ ಎಂಬುದು ನೆನಪಿಲ್ಲ, ಆದರೆ 'ರಾಜು ಪತ್ರಿಕೆ'ಯ ಸಂಪಾದಕರು ಇದಕ್ಕೆ 'ಶಿವಸೇನೆಯ ಮಂದಿ ಪಿಚ್ಚನ್ನು ಅಗೆದದ್ದೇಕೆ?' ಎಂಬ 'ಕ್ಯಾಚಿ ಹೆಡ್ಡಿಂಗ್' ನೀಡಿ ಲೇಖನವನ್ನು ಹೆಚ್ಚು ಆಕರ್ಷಿಸುವಂತೆ ಮಾಡಿದ್ದರು. ಇಲ್ಲಿ ಶೀರ್ಷಿಕೆಯನ್ನು ತುಸು ಬದಲಿಸಿದ್ದೇನೆ. ಮತ್ತೆಲ್ಲವೂ ಯಥಾವತ್ ಸಾಲುಗಳೇ ಆಗಿವೆ...

'ಯಾವ ಘಟನೆಯ ಕುರಿತೂ ನಿರ್ದಿಷ್ಟವಾದ ತೀರ್ಮಾನಕ್ಕೆ ಬರುವುದು ನನ್ನ ಉದ್ದೇಶವಲ್ಲ. ಏಕೆಂದರೆ ತಪ್ಪನ್ನು ಒಪ್ಪಿಕೊಳ್ಳುವುದರಲ್ಲಿ ಹಾಗೂ ಆಡಿದ ಮಾತನ್ನು ಮರೆಯುವುದರಲ್ಲಿ ಕ್ರಿಕೆಟಿಗರು ಇತರರಿಗಿಂತಲೂ ಒಂದು ಹೆಜ್ಜೆ ಮುಂದಿದ್ದಾರೆ. ಕ್ರಿಕೆಟ್ ಪ್ರೇಮಿಗಳೂ ಇದಕ್ಕೆ ಹೊರತಲ್ಲ. ಹೀಗಾಗಿ ಇಂದು ಒಬ್ಬ ಕ್ರಿಕೆಟಿಗನನ್ನು ಬೈಯುವ, ಟೀಕಿಸುವ ಮಂದಿ ನಾಳೆ ಅದೇ ಆಟಗಾರರನ್ನು 'ಹೀರೋ' ಎಂದು ಮೆರೆದಾಡಿಸುತ್ತಾರೆ. ಕ್ರಿಕೆಟ್ ಮಂಡಳಿ, ಕ್ರಿಕೆಟ್ ಅಧಿಕಾರಿಗಳು, ಆಯ್ಕೆಗಾರರು ಕೂಡ ಇದೇ ಜಾಯಮಾನದವರು. ಇಲ್ಲವಾದಲ್ಲಿ ಕೆರ್ರಿ ಪ್ಯಾಕರ್ ಸರಣಿಗೆ ತನ್ನೆಲ್ಲ ಯೋಗದಾನವನ್ನು ಸಲ್ಲಿಸಿದ ಟೋನಿ ಗ್ರೆಗ್ ಅವರನ್ನು ಬಿ.ಬಿ.ಸಿ.ಯಲ್ಲಿ ವೀಕ್ಷಕ ವಿವರಣೆ ಕೊಡಲು ಆಹ್ವಾನಿಸುತ್ತಿದ್ದರೆ? ಜಗಳಗಂಟ ಸರ್ಫರಾಜ್ ನವಾಜ್ ಅವರನ್ನು ಪಾಕಿಸ್ತಾನಿ ಕ್ರಿಕೆಟ್ ಮಂಡಳಿ ತನ್ನ ಗೆಣೆಗಾರನನ್ನಾಗಿ ಸ್ವೀಕರಿಸುತ್ತಿತ್ತೇ?' ಎನ್ನುತ್ತಾರೆ ಲೇಖಕ ಶ್ರೀವಾಸ್ತವ.

ರವಿಕಾಂತ್ ಶ್ರೀವಾಸ್ತವ ಅವರು ಇಲ್ಲಿ ಘಟನಾವಳಿಗಳನ್ನು ಒಟ್ಟು 12 ಅಧ್ಯಾಯಗಳನ್ನಾಗಿ ವಿಂಗಡಿಸಿದ್ದಾರೆ. ದಕ್ಷಿಣ ಆಫ್ರಿಕಾದ ಕ್ರಿಕೆಟ್ ರಾಜಕೀಯದ ಸಂಪೂರ್ಣ ದಾಸ್ತಾನು ಮೊದಲ ಅಧ್ಯಾಯದ ವಸ್ತು. ಬಾಸಿಲ್ ಡಿ ಒಲಿವೆರ ಘಟನೆಯಿಂದ ಆರಂಭವಾಗಿ ಅಂತಾರಾಷ್ಟ್ರೀಯ ಕ್ರಿಕೆಟ್ ರಂಗಕ್ಕೆ ದಕ್ಷಿಣ ಆಫ್ರಿಕಾದ ಪುನರ್ ಪ್ರವೇಶದವರೆಗಿನ ವಿದ್ಯಮಾನಗಳೆಲ್ಲ ಇಲ್ಲಿ ದಾಖಲಾಗಿವೆ. ದ್ವಿತೀಯ ಅಧ್ಯಾಯದಲ್ಲೂ ದಕ್ಷಿಣ ಆಫ್ರಿಕಾ ಕುರಿತ ಪ್ರಸ್ತಾವವಿದ್ದು, ಇಲ್ಲಿ ರಾಬಿನ್ ಜಾಕ್‌ಮನ್ ವಿವಾದಕ್ಕೆ ಹೆಚ್ಚು ಒತ್ತು ಕೊಡಲಾಗಿದೆ. ಮೂಲತಃ ದಕ್ಷಿಣ ಆಫ್ರಿಕಾದವರಾದ ಜಾಕ್‌ಮನ್ 1980–81ರಲ್ಲಿ ವೆಸ್ಟ್ ಇಂಡೀಸ್ ಪ್ರವಾಸ ಮಾಡಿದ ಇಂಗ್ಲೆಂಡ್ ತಂಡದಲ್ಲಿ ಸ್ಥಾನ ಪಡೆದುದನ್ನು ಸಹಿಸದ ಗಯಾನಾ ಸರಕಾರ ಇವರಿಗೆ ತನ್ನ ನೆಲದಲ್ಲಿ ಕಾಲೂರಲು ಬಿಟ್ಟಿರಲಿಲ್ಲ. ಇದು ಭಾರೀ ದೊಡ್ಡ ವಿವಾದವಾಗಿ ಬೆಳೆದಿತ್ತು.

ಕ್ಲೈವ್ ಲಾಯ್ಡ್ ಪ್ರಕರಣ

1975-76ರಲ್ಲಿ ತನ್ನ ಮಾರಕ ವೇಗಿಗಳಿಂದ 'ಸಬೀನಾ ಪಾರ್ಕ್'ನಲ್ಲಿ ಭಾರತೀಯ ಕ್ರಿಕೆಟಿಗರ ನೆತ್ತರು ಹರಿಸಿ ಕ್ರಿಕೆಟಿನ ಸೌಮ್ಯ ಪರಂಪರೆಗೆ ಕಿಚ್ಚು ಹೊತ್ತಿಸಿದ ಕ್ಲೈವ್ ಲಾಯ್ಡ್ ಅವರ ಸೊಕ್ಕನ್ನು ಯಾರು ತಾನೆ ಮರೆತಾರು? ಇದರ ಹಿನ್ನಲೆ ತೃತೀಯ ಅಧ್ಯಾಯದಲ್ಲಿದೆ. ಅನಂತರದ್ದು ಜಾನ್ ಲೀವರ್ ಅವರ ವ್ಯಾಸ್‌ಲಿನ್ ಪ್ರಕರಣ. 1976-77ರ ಭಾರತ-ಇಂಗ್ಲೆಂಡ್ ಸರಣಿಯ ಮದ್ರಾಸ್ ಟೆಸ್ಟ್ ಪಂದ್ಯದ ವೇಳೆ ನಾಯಕ ಬಿಷನ್ ಸಿಂಗ್ ಬೇಡಿ ಅವರು ಈ ರಹಸ್ಯವನ್ನು ಬಯಲು ಮಾಡಿದ್ದರು. ಆದರೂ ಬೇಡಿ ನಮ್ಮ ಕ್ರಿಕೆಟ್ ಮಂಡಳಿಯಿಂದ ಅವಮಾನಿತರಾದರೇಕೆ? ಇದರ ವಿವರ ನಾಲ್ಕನೇ ಅಧ್ಯಾಯದಲ್ಲಿದೆ. ಕೆರ್ರಿ ಪ್ಯಾಕರ್ ಕಥನಕ್ಕೆ ಐದನೇ ಅಧ್ಯಾಯ ಮೀಸಲು.

ರಂಜನೀಯ ವಿವಾದಗಳು

ಎಂಟನೇ ಅಧ್ಯಾಯದಲ್ಲಿ ಕ್ರಿಕೆಟಿಗೆ ಸಂಬಂಧಿಸಿದ ರಂಜನೀಯ ವಿವಾದಗಳ ಸರಮಾಲೆಯೇ ಇದೆ. 1984ರ ಭಾರತ-ಆಸ್ಟ್ರೇಲಿಯ ನಡುವಿನ ಜಮ್ಷೆಡ್‌ಪುರದ ಏಕದಿನ ಪಂದ್ಯ ನಾಲ್ಕು ಗಂಟೆಗಳಷ್ಟು ವಿಳಂಬವಾಗಿ ಪ್ರಾರಂಭವಾದದ್ದೇಕೆ? 1974ರ ಇಂಗ್ಲೆಂಡ್ ಪ್ರವಾಸದ ವೇಳೆ ನಮ್ಮ ಕ್ರಿಕೆಟಿಗರು ಭಾರತೀಯ ಹೈಕಮಿಷನರ್ ಏರ್ಪಡಿಸಿದ ಔತಣ ಕೂಟದಿಂದ ವಾಕ್‌ಔಟ್ ಮಾಡಿದ್ದಕ್ಕೆ ಏನು ಕಾರಣ? 1979ರಲ್ಲಿ ಡೆನ್ನಿಸ್ ಲಿಲ್ಲಿ ಅಲ್ಯೂಮಿನಿಯಂ ಬ್ಯಾಟ್ ಹಿಡಿದು ಕ್ರೀಸಿಗೆ ಬಂದದ್ದೇಕೆ? ಅತ್ತ ತಮಾಷೆಯೂ, ಇತ್ತ ವಿವಾದಾತ್ಮಕವೂ ಎನಿಸಿದ ಇಂತಹ ಅನೇಕ ಘಟನೆಗಳು ಈ ಅಧ್ಯಾಯದಲ್ಲಿ ಸ್ಥಾನ ಪಡೆದುಕೊಂಡಿದೆ.

ಕ್ರಿಕೆಟ್ ಜಗತ್ತಿನಲ್ಲಿ ವಿವಾದಗಳನ್ನು ಸೃಷ್ಟಿಸಲೆಂದೇ ಹುಟ್ಟಿಕೊಂಡ ಕೆಲವು ಭೂಪರಿದ್ದಾರೆ. ಇವರ ಚಿತ್ರಣ 9ನೇ ಅಧ್ಯಾಯದಲ್ಲಿ ಮೂಡಿಬಂದಿದೆ. ಹತ್ತನೇ ಅಧ್ಯಾಯದಲ್ಲಿ ಇಬ್ಬರು ಕ್ರಿಕೆಟಿಗರ ಮಧ್ಯೆ ಮೈದಾನದಲ್ಲಿ ನಡೆದ ಜಟಾಪಟಿಯ ಚಿತ್ರಣವಿದೆ. ಕ್ರಿಕೆಟ್ ನಿಯಮದಿಂದಾಗಿ ಉದ್ಭವಿಸಿದ ವಿವಾದಗಳನ್ನು 11ನೇ ಅಧ್ಯಾಯದಲ್ಲಿ ಕಾಣಬಹುದು.

ಕಡೆಯ ಅಧ್ಯಾಯ ಕ್ರಿಕೆಟ್ ವಿರೋಧಿ ಶಕ್ತಿಗಳ ಕುರಿತದ್ದು. ಇವರು ಕ್ರಿಕೆಟ್ ಪಂದ್ಯವೊಂದನ್ನು ಸುಸೂತ್ರವಾಗಿ ನಡೆಯದಂತೆ ಮಾಡಲು ಎಂತೆಂಥ ಕುಟಿಲ ಯೋಜನೆಗಳನ್ನು ರೂಪಿಸುತ್ತಾರೆ ಎಂಬುದು ಇಲ್ಲಿನ ತಿರುಳು. ಉದಾಹರಣೆಗೆ 1975ರಲ್ಲಿ ಕೆಲವು ದುಷ್ಕರ್ಮಿಗಳು ಲೀಡ್ಸ್ ಮೈದಾನದ ಪಿಚ್ ಅಗೆದು ತೈಲ ಸುರಿದದ್ದು! ವಿದ್ಯಾರ್ಥಿಗಳ ದಂಗೆಯಿಂದಾಗಿ 1982-83ರ ಭಾರತ-ಪಾಕಿಸ್ತಾನ ನಡುವಿನ ಕರಾಚಿ ಟೆಸ್ಟ್ ಪಂದ್ಯ ನಿಲುಗಡೆಯಾದದ್ದು, ಮುಂಬಯಿಯಲ್ಲಿ ಪಾಕಿಸ್ತಾನದ ವಿರುದ್ಧ ಪಂದ್ಯ ನಡೆಯ ಬಾರದೆಂದು ಶಿವಸೇನೆಯಿಂದ ವಾಂಖೇಡೆ ಸ್ಟೇಡಿಯಂನ ಪಿಚ್ ಹಾಳುಗೆಡವಿದ್ದು... ಇತ್ಯಾದಿ.

ಕೋಲ್ಕತಾದ 'ಶಾ ವ್ಯಾಲೇಸ್ ಆ್ಯಂಡ್ ಕಂಪೆನಿ'ಯ ಪರವಾಗಿ 'ರಿದಮ್ ಕಮ್ಯೂನಿಕೇಷನ್ಸ್' ಹೊರತಂದಿರುವ 170 ಪುಟಗಳ ಈ ಪುಸ್ತಕದ ಬೆಲೆ 50 ರೂ. ಮಾತ್ರ. ಕ್ರಿಕೆಟ್ ವಿವಾದಗಳಲ್ಲಿ ಆಸಕ್ತಿಯಿದ್ದರೆ ಈ ಪುಸ್ತಕವನ್ನು ತಪ್ಪದೇ ಓದಿ!

ಕರ್ನಾಟಕದ ಕ್ರಿಕೆಟ್ ಕುಟುಂಬ

ಇದು ನನ್ನದೇ ಕಲ್ಪನೆ. ನಾವು ಕ್ರಿಕೆಟಿಗರ ಸಾಧನೆ, ಅವರ ದಾಖಲೆ, ಇತಿಹಾಸವನ್ನಷ್ಟೇ ಬರೆಯುವುದು ಮಾಮೂಲು. ಇದಕ್ಕೆ ಹೊರತಾಗಿ ಬೇರೇನು ಬರೆಯಲು ಸಾಧ್ಯ ಎಂದು ಯೋಚಿಸಿದಾಗ ಹೊಳೆದದ್ದೇ ಈ 'ಕರ್ನಾಟಕದ ಕ್ರಿಕೆಟ್ ಕುಟುಂಬ' ಲೇಖನ ಮಾಲೆ.

ಹೌದು, ಈ ಪ್ರತಿಭಾನ್ವಿತ ಆಟಗಾರರನ್ನು ದೇಶಕ್ಕೆ ಕೊಡುಗೆಯಾಗಿತ್ತ ಹೆತ್ತವರು, ಒಡಹುಟ್ಟಿದವರ ಕುರಿತು ಏಕೆ ಬರೆಯಬಾರದು? ಇವರು ತಮ್ಮ ಮಕ್ಕಳ ಬಗ್ಗೆ ಯಾವ ರೀತಿಯ ಅಭಿಪ್ರಾಯ ವ್ಯಕ್ತಪಡಿಸಬಹುದು? ಇವರ ಸಂತಸ, ಕೌತುಕವೆಲ್ಲ ಯಾವ ಮಟ್ಟದಲ್ಲಿರಬಹುದು? ಇದನ್ನೆಲ್ಲ ಒಟ್ಟು ಸೇರಿಸಿ ಲೇಖನ ಮಾಲೆಯ ರೂಪ ಕೊಟ್ಟರೆ ಅದು ನಮ್ಮ ಓದುಗರ ಪಾಲಿಗೊಂದು ರಸದೌತಣ ಆಗುವುದರಲ್ಲಿ ಅನುಮಾನವೇ ಇರಲಿಲ್ಲ. ಇದನ್ನು 'ತರಂಗ' ಸಂಪಾದಕರಾದ ಶ್ರೀ ಗುಲ್ವಾಡಿಯವರ ಜೊತೆ ಕುಳಿತು ಚರ್ಚಿಸಿದೆ. 'ಹೌದಲ್ಲ, ಒಳ್ಳೆಯ ಐಡಿಯಾ...' ಅಂದವರೇ 'ಯಸ್' ಹೇಳಿಬಿಟ್ಟರು. ಧಣಿಗಳಾದ ಶ್ರೀ ಮೋಹನದಾಸ ಪೈ ಅವರಿಗೆ ಒಂದು ಮಾತು ತಿಳಿಸಿದರು. ನಾನು ಸಂಪಾದಕರು ನೀಡಿದ ಗುರುತುಪತ್ರವೊಂದನ್ನು ಹಿಡಿದು ಬೆಂಗಳೂರು ಬಸ್ ಹತ್ತಿಯೇ ಬಿಟ್ಟೆ!

ಈ ಸಂದರ್ಭದಲ್ಲಿ ಒಂದೆರಡು ಅಂಶಗಳನ್ನು ಉಲ್ಲೇಖಿಸಬೇಕು. ನಾನು ಆಗಿನ್ನೂ 'ತರಂಗ' ಸೇರಿರಲಿಲ್ಲ, ವೃತ್ತಿಪರ ಪತ್ರಕರ್ತನಾಗಿರಲಿಲ್ಲ, ಕರ್ನಾಟಕ ಕ್ರಿಕೆಟ್ ಕುಟುಂಬದವರ ವಿಳಾಸವಾಗಲೀ, ದೂರವಾಣಿ ಸಂಖ್ಯೆಯಾಗಲೀ ನನ್ನಲ್ಲಿರಲಿಲ್ಲ, ಅಂದಮೇಲೆ ಇವರ ಅಪಾಯಿಂಟ್‌ಮೆಂಟ್ ಪಡೆದಿರಲು ಸಾಧ್ಯವೇ ಇರಲಿಲ್ಲ, ಒಂಥರ ಹುಚ್ಚು ಧೈರ್ಯ. ಖಂಡಿತ ನಿರಾಸೆಯಾಗದು, ನನ್ನ ಯೋಜನೆ ವಿಫಲವಾಗದು ಎಂಬ ಗಟ್ಟಿ ನಂಬಿಕೆ.

ಆನಂದರಾವ್ ಸರ್ಕಲ್‌ನ ಹೋಟೆಲ್ ಒಂದರಲ್ಲಿ ಉಳಿದು ಟೆಲಿಫೋನ್ ಡೈರೆಕ್ಟರಿಯಲ್ಲಿ ನಂಬರ್ ಹುಡುಕತೊಡಗಿದೆ. ಅದು 1997ರ ಸಮಯ. ಅನಿಲ್ ಕುಂಬ್ಳೆ, ಜಾವಗಲ್ ಶ್ರೀನಾಥ್, ವೆಂಕಟೇಶ ಪ್ರಸಾದ್, ರಾಹುಲ್ ದ್ರಾವಿಡ್, ಸುನೀಲ್ ಜೋಶಿ ಅವರೆಲ್ಲ ಭಾರತ ತಂಡವನ್ನು ಪ್ರತಿನಿಧಿಸುತ್ತಿದ್ದ ಕಾಲ. ಇವರಲ್ಲಿ ಒಂದು ಕುಟುಂಬದವರ ನಂಬರ್ ಸಿಕ್ಕಿದರೂ ಸಾಕಿತ್ತು. ಮುಂದಿನದ್ದೆಲ್ಲ ಸರಾಗವಾಗಿ ನಡೆದು ಹೋಗಲಿದೆ ಎಂದು ದೃಢವಾಗಿ ನಂಬಿದೆ. ಎಂದಿನಂತೆ ಚಂದ್ರಪಾಲ್ ಸಿಂಗ್ ಇದ್ದರು, ಅವರ ಸ್ಕೂಟರ್ ಇತ್ತು!

ನನ್ನ ಯಾವುದೇ ಯೋಜನೆ ಹುಸಿಯಾಗಲಿಲ್ಲ. ಮೊದಲು ವೆಂಕಟೇಶ ಪ್ರಸಾದ್ ಅವರ ಮನೆ ನಂಬರ್ ಸಿಕ್ಕಿತು. ಮಾತಾಡಿದೆ. ವಿಷಯ ತಿಳಿಸಿದೆ. ವಿಳಾಸ ಕೇಳಿದೆ. ಅವರು ಬಹಳ ಖುಷಿಯಿಂದ ಎಲ್ಲ ಮಾಹಿತಿ ನೀಡಿದರು. ನಮ್ಮ ಸುತ್ತಾಟಕ್ಕೆ ಚಾಲನೆ ಲಭಿಸಿತು!

ಪ್ರಸಾದ್ ಮನೆಯ ಮುಂದೆ...

ಕ್ರಿಕೆಟಿಗರು ಮನೆಯಲ್ಲಿ ಇಲ್ಲದ ಸಂದರ್ಭದಲ್ಲಿ ನಾನು ಅವರ ಕುಟುಂಬದವರನ್ನು ಸಂದರ್ಶಿಸಿದ್ದೆ. ಮೊದಲು ಪ್ರಸಾದ್ ಮನೆಗೆ ಲಗ್ಗೆ. ತಂದೆ ಕೃಷ್ಣ ರಾವ್, ತಾಯಿ ವಸಂತಾ ಕೆ. ರಾವ್, ತಂಗಿ ಕುಮಾರಿ ಅನಿತಾ ಅವರು ಆದರದಿಂದ ಬರಮಾಡಿಕೊಂಡರು. ನನಗೋ ನೆರೆಮನೆಗೆ ಬಂದ ಆತ್ಮೀಯ ಅನುಭವ. ಇದಕ್ಕೂ ಮಿಗಿಲಾಗಿ ಬಣ್ಣಿಸುವುದಾದರೆ, ಬಹಳ ದಿನಗಳ ಬಳಿಕ ನಮ್ಮದೇ ಮನೆಗೆ ಆಗಮಿಸಿದಾಗ ಉಂಟಾಗುವ ಮೇರೆ ಮೀರಿದ ಸಡಗರ. ಎಲ್ಲರೂ ಮಾತಿನ ಪೈಪೋಟಿಯನ್ನೇ ನಡೆಸಿದರು. ನನಗೆ ಭರಪೂರ ಮಾಹಿತಿ ಲಭಿಸಿತು. ಇನ್ನೊಂದೆಡೆ ಚಂದ್ರಪಾಲ್ ಸಿಂಗ್ ಅವರು ಫೋಟೋಗಳನ್ನು ಕ್ಲಿಕ್ಕಿಸುತ್ತಲೇ ಹೋದರು. ಅವರ ಆಲ್ಬಂನಲ್ಲಿ ಬಾಲ್ಯದ ಅಪರೂಪದ ಚಿತ್ರಗಳೂ ಸಿಕ್ಕಿದವು.

ಎಲ್ಲ ಕಡೆಗಳಲ್ಲೂ ಇದೇ ಅನುಭವ. ತಾವು ವಿಶ್ವವಿಖ್ಯಾತ ಕ್ರಿಕೆಟಿಗರ ಹೆತ್ತವರು ಎಂಬ ಗತ್ತು, ಗೈರತ್ತು ಯಾರಲ್ಲೂ ಇರಲಿಲ್ಲ, ಅಷ್ಟೊಂದು ಸರಳತೆ. ಅತಿಥಿಗಳಂತೆ ನಮ್ಮನ್ನು ನೋಡಿಕೊಂಡರು. ಖಂಡಿತವಾಗಿಯೂ ಕನ್ನಡದ ಕ್ರಿಕೆಟ್ ಪ್ರೇಮಿಗಳಿಗೆ ಇದೊಂದು ವಿನೂತನ ಅನುಭವ ನೀಡಲಿದೆ ಎಂಬುದು ಆಗಲೇ ಖಾತ್ರಿಯಾಯಿತು.

ಓನ್ಲಿ ಫಾರ್ ಸೊಹೈಲ್ಸ್ ವಿಕೆಟ್!

ಬೆಂಗಳೂರಿನಲ್ಲಿ ನಡೆದ 1996ರ ಭಾರತ-ಪಾಕಿಸ್ಥಾನ ನಡುವಿನ ವಿಶ್ವಕಪ್ ಕ್ವಾರ್ಟರ್ ಫೈನಲ್ ಪಂದ್ಯವನ್ನು ಮರೆಯಲು ಸಾಧ್ಯವಿಲ್ಲ. ಈ ಪಂದ್ಯಕ್ಕೆ ತಿರುವು ನೀಡಿದ್ದೇ ವೆಂಕಟೇಶ ಪ್ರಸಾದ್. ಇವರೊಂದಿಗೆ ಅಮಿರ್ ಸೊಹೈಲ್ ಅದೇನೋ ಕಿರಿಕ್ ಮಾಡಿದ್ದು, ಪ್ರಸಾದ್ ಇದನ್ನೇ ಚಾಲೆಂಜ್ ಆಗಿ ತೆಗೆದುಕೊಂಡದ್ದು, ಮರು ಎಸತದಲ್ಲೇ ಸೊಹೈಲ್ ಅವರನ್ನು ಬೌಲ್ಡ್ ಮಾಡಿದ್ದೆಲ್ಲ ಈ ಪಂದ್ಯದ ಮರೆಯಲಾಗದ ನೆನಪುಗಳು. ಅಂದು ಎಜಾಜ್ ಅಹ್ಮದ್, ಇಂಝುಮಾಮ್ ಉಲ್ ಹಕ್ ಅವರನ್ನೂ ಬೆನ್ನು ಬೆನ್ನಿಗೆ ಔಟ್ ಮಾಡಿದ ಪ್ರಸಾದ್ ತವರಿನಂಗಳದಲ್ಲಿ ದೊಡ್ಡ ಹೀರೋ ಆಗಿ ಮೆರೆದಿದ್ದರು. ಪಾಕ್ ಸೋತು ಹೋಗಿತ್ತು.

ಅಂದು ರಾತ್ರಿ ಪ್ರಸಾದ್ ಮನೆಯ ಮುಂದೆ ಸಾವಿರಾರು ಕ್ರಿಕೆಟ್ ಅಭಿಮಾನಿಗಳು ಹುಚ್ಚೆದ್ದು

ಅಣ್ಣನೊಂದಿಗೆ ಬೈಕ್ ಏರಿರುವ ಅನಿಲ್
– ಆಲ್ಬಂನ ಅಪರೂಪದ ಫೋಟೋ.

ಕುಣಿಯುತ್ತಿದ್ದರು. ರಾತ್ರಿ ಎರಡು ಗಂಟೆಯ ತನಕ ಪಟಾಕಿ ಸಿಡಿತ. ಮರುದಿನ ಬೆಳಗ್ಗಿನಿಂದಲೇ ಕ್ರಿಕೆಟ್ ಪ್ರೇಮಿಗಳು ಪ್ರಸಾದ್ ಮನೆಗೆ ಲಗ್ಗೆ ಹಾಕಿದ್ದರು. ಎಲ್ಲರ ಕೈಯಲ್ಲೂ ಒಂದೊಂದು ಉಡುಗೊರೆ. ಅಭಿಮಾನದ ಕಾಣಿಕೆ. ಎಲ್ಲರದೂ ಒಂದೇ ಮಂತ್ರ–'ದಿಸ್ ಈಸ್ ಓನ್ಲೀ ಫಾರ್ ಸೊಹೈಲ್ಸ್ ವಿಕೆಟ್...'.

ಈ ಘಟನೆಯನ್ನು ಪ್ರಸಾದ್ ಕುಟುಂಬದವರು ಬಹಳ ಖುಷಿಯಿಂದ ಹೇಳಿಕೊಂಡರು.

ಕುಂಬ್ಳೆ ಮನೆಯವರ ಆತಿಥ್ಯ

ಅನಿಲ್ ಕುಂಬ್ಳೆ ಅವರ ಮನೆಯ ಕಾಲಿಂಗ್ ಬೆಲ್ ಒತ್ತಿದಾಗ ಸ್ವಾಗತಿಸಿದವರು ತಂದೆ ಕೃಷ್ಣಸ್ವಾಮಿ, ತಾಯಿ ಸರೋಜಾ ಸ್ವಾಮಿ. ಆಸ್ಟ್ರೇಲಿಯ ವಿರುದ್ಧದ ಅಂದಿನ 'ಟೈಟನ್ ಕಪ್' ಸರಣಿಯ ಪಂದ್ಯದಲ್ಲಿ ನಮಗೆಲ್ಲ ತೀವ್ರ ಕುತೂಹಲ ಹುಟ್ಟಿಸಿದ ಮಹಿಳೆ, ಈಗ ನಮ್ಮೆದುರು ನಗುತ್ತ ನಿಂತಿದ್ದರು!

ಇಬ್ಬರೂ ಮಗ ಅನಿಲ್ ಕುಂಬ್ಳೆ ಕುರಿತು ಬಾಯ್ತುಂಬ ಮಾತಾಡಿದರು. ಆಗಷ್ಟೇ ಅನಿಲ್ ಕುಂಬ್ಳೆ ಭಾರತ ತಂಡದ ಉಪನಾಯಕರಾಗಿ ಆಯ್ಕೆಯಾಗಿದ್ದರು. ಸಹಜವಾಗಿಯೇ ಹೆತ್ತವರ ಖುಷಿ ಇಮ್ಮಡಿಗೊಂಡಿತ್ತು.

ಮಾತುಕತೆ ಮುಗಿದ ಬಳಿಕ ಅವರು ತಮ್ಮ ಇನ್ನೊರ್ವ ಪುತ್ರ, ಅನಿಲ್ ಅವರ ಅಣ್ಣ ದಿನೇಶ್ ಅವರನ್ನೂ ಭೇಟಿ ಮಾಡುವಂತೆ ಸಲಹೆ ನೀಡಿ ವಿಳಾಸ ನೀಡಿದರು. ದಿನೇಶ್ ಕುಂಬ್ಳೆ ಮತ್ತು ಅವರ ಪತ್ನಿ ಬಿಂದು ಆದರದಿಂದಲೇ ಬರಮಾಡಿಕೊಂಡರು.

ನಿಜಕ್ಕಾದರೆ ಅನಿಲ್ ಕುಂಬ್ಳೆ ಅವರ ಯಶಸ್ಸಿಗೆ ಪ್ರೇರಕ ಶಕ್ತಿಯೊಂದಿದ್ದರೆ ಅದು ಅಣ್ಣ ದಿನೇಶ್

ಅವರದು. ಬಾಲ್ಯದಲ್ಲಿ ಇಬ್ಬರೂ ಒಟ್ಟಿಗೇ ಕ್ರಿಕೆಟ್ ಆಡಿದವರು. ದಿನೇಶ್ ಬ್ಯಾಟಿಂಗ್ ಮತ್ತು ಕೀಪಿಂಗ್ ಮಾಡಿದರೆ, ಅನಿಲ್ ಅವರದು ಮೀಡಿಯಂ ಪೇಸ್ ಬೌಲಿಂಗ್! ಈ ಶೈಲಿಯನ್ನು ಬದಲಿಸಿ ಲೆಗ್‌ಸ್ಪಿನ್ ಮಾಡುವಂತೆ ಸಲಹೆ ನೀಡಿದ್ದೇ ದಿನೇಶ್. ಮುಂದಿನದು ಇತಿಹಾಸ. 'ಸಲಹೆಯೇನೋ ನನ್ನದು, ಸಾಧನೆ ಅವನದ್ದು' ಎಂದು ದಿನೇಶ್ ನಗುತ್ತಲೇ ಹೇಳಿದ್ದರು.

ಪಯಣ ಮೈಸೂರಿನತ್ತ...

ಜಾವಗಲ್ ಶ್ರೀನಾಥ್ ಅವರ ತಂದೆ ಜಾವಗಲ್ ಚಂದ್ರಶೇಖರ್ ಅವರನ್ನೂ ನಾವು ಬೆಂಗಳೂರಿನಲ್ಲೇ ಭೇಟಿ ಮಾಡಿದೆವು. ಆದರೆ ಅವರ ಪತ್ನಿ ಭಾಗ್ಯಲಕ್ಷ್ಮೀ ಚಂದ್ರಶೇಖರ್ ಮೈಸೂರಲ್ಲಿದ್ದರು. 'ನೀವು ಕೇವಲ ನನ್ನನ್ನು ಮಾತಾಡಿಸಿದರೆ ಸಾಲದು, ಮಗನ ಬಗ್ಗೆ ಅಮ್ಮನ ಅಭಿಪ್ರಾಯ ಬಹಳ ಮುಖ್ಯ. ದಯವಿಟ್ಟು ಮೈಸೂರಿನ ಮನೆಗೆ ಬನ್ನಿ' ಎಂದು ಆಹ್ವಾನಿಸಿದರು. ಅವರು ಅದೇ ದಿನ ಮೈಸೂರಿಗೆ ತೆರಳಿ ಸಂದರ್ಶನಕ್ಕೆ ಸಜ್ಜಾದರು. ನಾವು ಮರುದಿನ ರೈಲು ಏರಿದೆವು.

ಈ ಮಾತುಕತೆಯ ವೇಳೆ ಶ್ರೀನಾಥ್ ಬಲ ಭುಜದ ಶಸ್ತ್ರಚಿಕಿತ್ಸೆಗೊಳಗಾಗಿ ವಿಶ್ರಾಂತಿಯಲ್ಲಿದ್ದರು. ಮರಳಿ ಭಾರತ ತಂಡಕ್ಕೆ ಲಗ್ಗೆ ಇಡುವ ಶ್ರೀನಾಥ್ ನಿಮಗೆಲ್ಲ ಅಚ್ಚರಿ ನೀಡಲಿದ್ದಾನೆ ಎಂಬ ವಿಶ್ವಾಸದಲ್ಲಿದ್ದರು ಹೆತ್ತವರು. ತಮ್ಮ ಹಾಗೂ ಜಾವಗಲ್ ನಂಟು, ಶ್ರೀನಾಥ್ ಅವರಿಂದಾಗಿ ವಿಶ್ವ ಮಟ್ಟದಲ್ಲಿ ಖ್ಯಾತಿ ಪಡೆದ ಜಾವಗಲ್‌ನಲ್ಲಿ ಕ್ರಿಕೆಟ್ ಸ್ಟೇಡಿಯಂ ನಿರ್ಮಿಸುವ ಯೋಜನೆ ಕುರಿತು ಚಂದ್ರಶೇಖರ್ ಹೇಳಿಕೊಂಡರು.

'ಗೋಡೆ'ಯ ತುಂಬ ಪೇಂಟಿಂಗ್

'ಗೋಡೆ' ಖ್ಯಾತಿಯ ರಾಹುಲ್ ದ್ರಾವಿಡ್ ಕುಟುಂಬದ ಒಪ್ಪಿಗೆ ಸಿಕ್ಕಿದರೂ ಮಾತುಕತೆ ಸ್ವಲ್ಪ ವಿಳಂಬಗೊಂಡಿತ್ತು. ಬಳಿಕ ಇದರ ಪೂರ್ಣ ಜವಾಬ್ದಾರಿಯನ್ನು ಚಂದ್ರಪಾಲ್ ಸಿಂಗ್ ಅವರೇ ವಹಿಸಿಕೊಂಡರು.

ಆಗ ತಂದೆ ಶರದ್ ದ್ರಾವಿಡ್, ತಾಯಿ ಪುಷ್ಪಾ ದ್ರಾವಿಡ್, ರಾಹುಲ್ ಮತ್ತು ಅವರ ಸಹೋದರ ವಿಜಯ್ ದ್ರಾವಿಡ್ ಒಟ್ಟಿಗೇ ಲಭಿಸಿದರು. ಆಗಷ್ಟೇ ರಾಹುಲ್ ಟೆಸ್ಟ್ ಅಂಗಳಕ್ಕಿಳಿದು ಒಂದು ವರ್ಷ ಆಗಿತ್ತಷ್ಟೇ. ಇದು ರಾಹುಲ್‌ನ ಆರಂಭ ಮಾತ್ರ, ಆತ ಬಹಳಷ್ಟು ಸಾಧಿಸಲಿಕ್ಕಿದೆ ಎಂದಿದ್ದರು ತಂದೆ ಶರದ್ ದ್ರಾವಿಡ್. ಅವರ ನಿರೀಕ್ಷೆ ಹುಸಿಯಾಗಲಿಲ್ಲ.

ಇದೇ ವೇಳೆ ತಾಯಿ ಪುಷ್ಪಾ ದ್ರಾವಿಡ್ ಅವರ ಕಲಾಲೋಕವನ್ನು ಕಣ್ತುಂಬಿಸಿಕೊಳ್ಳುವ ಅವಕಾಶವೂ ಸಿಕ್ಕಿತು. ಪುಷ್ಪಾ ಅಪೂರ್ವ ಕಲಾವಿದೆ. ಅವರು ಆ ಕಾಲದಲ್ಲಿ 800ಕ್ಕೂ ಅಧಿಕ ಕಲಾಕೃತಿಗಳನ್ನು ರಚಿಸಿ ಜನಪ್ರಿಯರಾಗಿದ್ದರು.

ಅಂದು ಸುನೀಲ್ ಜೋಶಿ ಅವರ ಮನೆಯನ್ನೂ ಹುಡುಕಿಕೊಂಡು ಹೋದೆವು. ಆದರೆ ಅವರು ಊರಿಗೆ (ಗದಗ) ಹೋಗಿದ್ದರು. ಹೀಗಾಗಿ ಈ ಲೇಖನ ಮಾಲೆ ನಾಲ್ವರು ಕ್ರಿಕೆಟಿಗರಿಗಷ್ಟೇ ಸೀಮಿತಗೊಂಡಿತು. 1997ರಲ್ಲಿ ಮೂಡಿಬಂದ ಈ ಅತ್ಯಪರೂಪದ ಸರಣಿ ತರಂಗ ಹಾಗೂ ಕನ್ನಡ ಕ್ರೀಡಾ ಬರಹಗಳ ಇತಿಹಾಸ ದಲ್ಲೇ ಒಂದು ಮೈಲುಗಲ್ಲಾಯಿತು. ಇದಕ್ಕೆ ಬಂದ ಪ್ರತಿಕ್ರಿಯೆ ನಮ್ಮೆಲ್ಲರನ್ನೂ ದಂಗುಬಡಿಸಿತ್ತು. ಇದನ್ನು ಓದಿದ ಕ್ರಿಕೆಟ್ ಕುಟುಂಬದವರೂ ಕರೆ ಮಾಡಿ ಮೆಚ್ಚುಗೆ ಸಲ್ಲಿಸಿದರು. ನನ್ನ ಕ್ರೀಡಾ ಬರವಣಿಗೆಗೆ ಸಾರ್ಥಕ್ಯ ಕಂಡಿತ್ತು!

TIMELESS TEST

12 ದಿನ ನಡೆದರೂ ಈ ಟೆಸ್ಟ್ ಪಂದ್ಯಕ್ಕೆ ಫಲಿತಾಂಶ ಬರಲಿಲ್ಲ, ಪಂದ್ಯ 13ನೇ ದಿನಕ್ಕೆ ಮುಂದುವರಿಯಲಿಲ್ಲ!

ಟೈಮ್‌ಲೆಸ್ ಟೆಸ್ಟ್

ಐಸಿಸಿ 4 ದಿನಗಳ ಟೆಸ್ಟ್ ಪಂದ್ಯದ ಬಗ್ಗೆ ಯೋಚಿಸುತ್ತಿದೆ ಎಂಬುದು ಕಳೆದ ಕೆಲವು ತಿಂಗಳ ಹಿಂದಿನ ಕುತೂಹಲದ ಸುದ್ದಿಗಳಲ್ಲೊಂದು. ಮೊದಲು ಏಕದಿನ, ಈಗ ಟಿ20 ಕ್ರೇಝ್‌ನಿಂದಾಗಿ ನೆಲೆ ಕಳೆದುಕೊಳ್ಳುವ ಭೀತಿಯಲ್ಲಿರುವ ಟೆಸ್ಟ್ ಪಂದ್ಯಕ್ಕೆ ನೂತನ ಆಯಾಮ ಒದಗಿಸುವುದು ಐಸಿಸಿಯ ಉದ್ದೇಶವಾಗಿರಬಹುದು, ಇರಲಿ...

ಆದರೆ ಶತಮಾನಕ್ಕೂ ಹೆಚ್ಚಿನ ಇತಿಹಾಸ ಹೊಂದಿರುವ ಟೆಸ್ಟ್ ಕ್ರಿಕೆಟ್ ಕಾಲಕಾಲಕ್ಕೆ ಪರಿವರ್ತನೆಯ ಹೆಗ್ಗುರುತನ್ನು ಮೂಡಿಸುತ್ತಲೇ ಬಂದಿದೆ. 6 ದಿನಗಳ ಟೆಸ್ಟ್, 4 ದಿನಗಳ ಟೆಸ್ಟ್, 5 ದಿನಗಳ ಟೆಸ್ಟ್.... ಹೀಗೆ ಎಲ್ಲವನ್ನೂ ಕಂಡಿದೆ. ಈ ಮಧ್ಯೆ 'ಟೈಮ್ ಲೆಸ್' ಪಂದ್ಯಗಳಿಗೂ ಸಾಕ್ಷಿಯಾಗಿದೆ.

ಹಾಂ... 'ಏನಿದು ಟೈಮ್‌ಲೆಸ್ ಟೆಸ್ಟ್' ಎನ್ನುವುದು ನಿಮ್ಮ ಪ್ರಶ್ನೆಯೇ? ಇದು ಕಾಲಮಿತಿಗೆ ಹೊರತಾದ ಪಂದ್ಯ. ಸ್ಪಷ್ಟ ಫಲಿತಾಂಶ ಲಭಿಸುವ ತನಕ ಆಡುತ್ತಲೇ ಹೋಗುವುದು ಇದರ ವಿಶೇಷ. ಟೆಸ್ಟ್ ಪಂದ್ಯವನ್ನು ಕಿರಿದುಗೊಳಿಸುವ ಕುರಿತು ಐಸಿಸಿ ನೀಡಿದ ಹೇಳಿಕೆ ಎನ್ನುವುದು ಈ ಟೈಮ್‌ಲೆಸ್ ಪಂದ್ಯವನ್ನು ನೆನಪಿಸುವಂತೆ ಮಾಡಿದೆ.

ಟೆಸ್ಟ್ ಇತಿಹಾಸದಲ್ಲಿ ಆಡಲಾದ 'ಟೈಮ್ ಲೆಸ್' ಪಂದ್ಯಗಳ ಸಂಖ್ಯೆ ವಿರಳ. ಇವುಗಳಿಗೆಲ್ಲ 1938-39ರ ಋತುವಿನಲ್ಲಿ ದಕ್ಷಿಣ ಆಫ್ರಿಕಾ-ಇಂಗ್ಲೆಂಡ್ ಮಧ್ಯೆ ಡರ್ಬನ್‌ನ 'ಕಿಂಗ್ಸ್‌ಮೀಡ್ ಸ್ಟೇಡಿಯಂ'ನಲ್ಲಿ ನಡೆದ ಪಂದ್ಯವೇ ಕಿಂಗ್. ಯಾಕೆ ಅಂತೀರಾ? ಇದು ಟೆಸ್ಟ್ ಇತಿಹಾಸದ ಅತಿ ದೊಡ್ಡ ಪಂದ್ಯ!

ಈ ಟೆಸ್ಟ್ 1939ರ ಮಾ. 3ರಿಂದ ಮೊದಲ್ಗೊಂಡು ಮಾ. 14ರ ತನಕ ಸಾಗಿತ್ತು. 2 ವಿರಾಮ ದಿನ

ಮರೆತು ಹೋಗದವರು

ಈ ಮ್ಯಾರಥಾನ್ ಟೆಸ್ಟ್‌ನಲ್ಲಿ ಪಾಲ್ಗೊಂಡ ಆಟಗಾರರು ಸುಲಭದಲ್ಲಿ ಮರೆತು ಹೋಗುವವರಲ್ಲ. ಇವರಲ್ಲಿ ಕೆಲವರನ್ನು ಗಮನಿಸಿ...ದಕ್ಷಿಣ ಆಫ್ರಿಕಾದ ನಾರ್ಮನ್ ಗಾರ್ಡನ್ ಈ ಪಂದ್ಯದಲ್ಲಿ ಸರ್ವಾಧಿಕ 92.2 ಓವರ್ ಎಸೆದಿದ್ದರು. ಅದು ಕೂಡ 8 ಎಸೆತಗಳ ಓವರ್. 256 ರನ್ ನೀಡಿದ ಅವರು ಒಂದೇ ವಿಕೆಟ್‌ಗೆ ತೃಪ್ತಿಪಡಬೇಕಾಯಿತು. ಗಾರ್ಡನ್ 102 ವರ್ಷಗಳ ಕಾಲ ಬದುಕಿ 2014ರಲ್ಲಿ ಕೊನೆಯುಸಿರೆಳೆದರು.

ಗಳೂ ಸೇರಿದಂತೆ ಒಟ್ಟು 12 ದಿನಗಳ ಕಾಲ ನಡೆದ ಕ್ರಿಕೆಟ್ ಸ್ಪರ್ಧೆ ಇದು. ಆದರೂ ಟೆಸ್ಟ್ ಇತಿಹಾಸದ ಈ 271ನೇ ಪಂದ್ಯ ಫಲಿತಾಂಶವನ್ನೇ ಕಾಣಲಿಲ್ಲ ಎಂಬುದು ಮಾತ್ರ ನಂಬಲೇಬೇಕಾದ ಸತ್ಯ.

ಇಂಥದೊಂದು ಟೆಸ್ಟ್ ಪಂದ್ಯವನ್ನು ಆಡಿಸುವ ಉದ್ದೇಶವಾದರೂ ಏನಿತ್ತು ? ಕೇಳಿ...

ಇದು ದ್ವಿತೀಯ ಮಹಾಯುದ್ಧದ ಆರಂಭಕ್ಕೂ ಮೊದಲಿನ ಕೊನೆಯ ಸರಣಿಗಳಲ್ಲೊಂದಾಗಿತ್ತು. ಇಂಗ್ಲೆಂಡಿಗೆ ವಾಲಿ ಹ್ಯಾಮಂಡ್, ದಕ್ಷಿಣ ಆಫ್ರಿಕಾಕ್ಕೆ ಎಲನ್ ಮೆಲ್ವಿಲೆ ನಾಯಕರಾಗಿದ್ದರು. ಗಮನಿಸಬೇಕಾದ ಕುತೂಹಲದ ಸಂಗತಿ ಏನು ಗೊತ್ತೇ ? ಇದು 4 ದಿನಗಳ ಟೆಸ್ಟ್ ಪಂದ್ಯದ ಸರಣಿಯಾಗಿತ್ತು!

5 ಪಂದ್ಯಗಳ ಈ ಸರಣಿಯ ಮೊದಲ 4 ಮುಖಾಮುಖಿಗಳು ಅಷ್ಟೇನೂ ರೋಚಕವಾಗಿರಲಿಲ್ಲ, ಒಂದರಲ್ಲಿ ಜಯಿಸಿದ್ದ ಇಂಗ್ಲೆಂಡ್ 1-0 ಮುನ್ನಡೆಯಲ್ಲಿತ್ತು. ಡರ್ಬನ್‌ನಲ್ಲಾದರೂ ಸ್ಪಷ್ಟ ಫಲಿತಾಂಶ ಲಭಿಸಲಿ ಎಂಬ ಉದ್ದೇಶದಿಂದ ಇದನ್ನು ಸಮಯದ ಮಿತಿಯಿಂದ ಹೊರಗಿಡಲಾಯಿತು. ಅಷ್ಟೇ!

ಈ ಪಂದ್ಯಕ್ಕೆ 2 ವಿರಾಮ ದಿನಗಳಿದ್ದವು (ಮಾ. 5 ಮತ್ತು 12). ಮಾ. 11ರ ಆಟ ಮಳೆಯಿಂದಾಗಿ ರದ್ದುಗೊಂಡಿತ್ತು. ಸ್ಕೋರ್: ದಕ್ಷಿಣ ಆಫ್ರಿಕಾ-530 ಹಾಗೂ 481. ಇಂಗ್ಲೆಂಡ್-316 ಹಾಗೂ 5ಕ್ಕೆ 654. ಉರುಳಿದ ವಿಕೆಟ್ 35, ಒಟ್ಟುಗೂಡಿದ ರನ್ 1,981. ಎಸೆತಗಳು 5,447. ಬಳಸಲಾದ ಚೆಂಡುಗಳ ಸಂಖ್ಯೆ 12. ಇವೆಲ್ಲ ಇಂದಿಗೂ ವಿಶ್ವದಾಖಲೆಯಾಗಿಯೇ ಉಳಿದಿವೆ!

ಪಂದ್ಯದ 9ನೇ ದಿನ ದ್ವಿತೀಯ ಇನ್ನಿಂಗ್ಸ್ ಆರಂಭಿಸಿದ ಇಂಗ್ಲೆಂಡ್ 696 ರನ್ನುಗಳ ಗೆಲುವಿನ ಗುರಿ ಪಡೆದಿತ್ತು. 12ನೇ ದಿನ ಮಳೆಯ ಅಡಚಣೆಯಿಂದಾಗಿ ಆಟಕ್ಕೆ ಮಂಗಳ ಹಾಡುವಾಗ ಇಂಗ್ಲೆಂಡ್ ಸ್ಕೋರ್ 5ಕ್ಕೆ 654. ಅಂದರೆ ಗೆಲುವಿನಿಂದ ಅದು ಕೇವಲ 42 ರನ್ ದೂರದಲ್ಲಿತ್ತು. ಮಳೆ ನಿಂತ ಬಳಿಕ ಕನಿಷ್ಠ ಒಂದು ಗಂಟೆ ಆಡಿದರೂ ಇಂಗ್ಲೆಂಡ್ ಗೆದ್ದು ಬರುತ್ತಿತ್ತು.

ಹಾಗಾದರೆ 'ಟೈಮ್ ಲೆಸ್' ಪಂದ್ಯವನ್ನು ಸ್ಪಷ್ಟ ಫಲಿತಾಂಶ ಬರುವ ತನಕ ಆಡಲಿಲ್ಲವೇಕೆ? ಇದು 13ನೇ ದಿನಕ್ಕೆ ಮುಂದುವರಿಯಲಿಲ್ಲವೇಕೆ? ಇಲ್ಲಿ ಮತ್ತೊಂದು ಕಂತಿನ ಸ್ವಾರಸ್ಯ ಬಿಚ್ಚಿಕೊಳ್ಳತೊಡಗುತ್ತದೆ.

ತವರಿಗೆ ಹೊರಡುವ ತರಾತುರಿ

ಇಂಗ್ಲೆಂಡ್ ತಂಡ ತವರಿಗೆ ವಾಪಸಾಗುವ ಗಡಿಬಿಡಿಯಲ್ಲಿದ್ದುದೇ ಇದಕ್ಕೆ ಕಾರಣ. ಅಂದು ರಾತ್ರಿ 8 ಗಂಟೆಗೆ ಡರ್ಬನ್‌ನಿಂದ ಕೇಪ್‌ಟೌನ್‌ಗೆ ಹೋಗುವ ರೈಲನ್ನು ಇವರು ಹಿಡಿಯಬೇಕಿತ್ತು. ಬಳಿಕ ಇಲ್ಲಿಂದ ಇಂಗ್ಲೆಂಡ್‌ಗೆ ಹಡಗನ್ನೇರಬೇಕಿತ್ತು. ಇದು ತಪ್ಪಿದರೆ ಮತ್ತೊಂದು ಹಡಗಿಗಾಗಿ ಭರ್ತಿ ಒಂದು ತಿಂಗಳು ಕಾಯಬೇಕಾದ ಅನಿವಾರ್ಯತೆ. ಅಷ್ಟು ದಿನಗಳ ಕಾಲ ಇಂಗ್ಲೆಂಡ್ ಕ್ರಿಕೆಟಿಗರು ದಕ್ಷಿಣ ಆಫ್ರಿಕಾದಲ್ಲಿ ಕುಳಿತು ಮಾಡುವುದಾದರೂ ಏನು? ಜತೆಗೆ ಮಹಾಯುದ್ಧದ ಕರಿಛಾಯೆ. ಹೀಗಾಗಿ ಹ್ಯಾಮಂಡ್ ಬಳಗಕ್ಕೆ ಪಂದ್ಯವನ್ನು ತ್ಯಜಿಸದೆ ಅನ್ಯ ಮಾರ್ಗವೇ ಇರಲಿಲ್ಲ. ನೆನಪಿರಲಿ... ಈ ಜಯವನ್ನು ಪೂರೈಸಿದ್ದೇ ಆದರೆ ಸರ್ವಾಧಿಕ ಮೊತ್ತವನ್ನು ಯಶಸ್ವಿಯಾಗಿ ಬೆನ್ನಟ್ಟಿದ ವಿಶ್ವದಾಖಲೆ ಇಂದಿಗೂ ಇಂಗ್ಲೆಂಡ್ ಹೆಸರಲ್ಲೇ ಉಳಿಯುತ್ತಿತ್ತು!

ಹುತಾತ್ಮ ಕ್ರಿಕೆಟಿಗರು

ಈ ಪಂದ್ಯ ಮುಗಿದ ಆರೇ ತಿಂಗಳಲ್ಲಿ ಮಹಾಯುದ್ಧ ಆರಂಭಗೊಂಡಿತು. ಟೈಮ್‌ಲೆಸ್ ಟೆಸ್ಟ್‌ನಲ್ಲಿ ಆಡಿದ ಮೂವರು ಕ್ರಿಕೆಟಿಗರು ಈ ಕದನದಲ್ಲಿ ಹೋರಾಡುವ ವೇಳೆ ಹುತಾತ್ಮರಾದುದನ್ನು ಸ್ಮರಿಸದೇ ಇರುವಂತಿಲ್ಲ. ಇಂಗ್ಲೆಂಡ್‌ನ ಎಡಗೈ ಆಫ್‌ಸ್ಪಿನ್ನರ್ ಹ್ಯಾಡ್ಲಿ ವೆರಿಟಿ ಇಟಲಿಯಲ್ಲಿ, ವೇಗಿ ಕೆನ್ ಫೇಮ್ಸ್ ವಿಮಾನ ಪತನದಲ್ಲಿ ಮೃತರಾದರು. ದಕ್ಷಿಣ ಆಫ್ರಿಕಾದ ಬೌಲರ್ ಸಿ. ಲ್ಯಾಂಗ್ಟನ್ ಯುದ್ಧದಲ್ಲಿ ಅನುಭವಿಸಿದ ತೀವ್ರ ಸ್ವರೂಪದ ಗಾಯಗಳಿಂದ 1942ರಲ್ಲಿ ಇಹಲೋಕ ತ್ಯಜಿಸಿದರು.

ಇಂಗ್ಲೆಂಡ್‌ನ ಡಬ್ಲ್ಯು ಜೆ. ಎಡ್ರಿಚ್ ಈ ಸಮರದ ವೇಳೆ ಯುದ್ಧ ವಿಮಾನದ ಪೈಲಟ್ ಆಗಿ ಸೇವೆ ಸಲ್ಲಿಸಿದರೆ, ದಕ್ಷಿಣ ಆಫ್ರಿಕಾದ ಆರಂಭಕಾರ ವಾನ್ ಡರ್ ಬಿಜ್ಲ್ ಯುದ್ಧ ಖೈದಿಯಾಗಿ ಸೆರೆಮನೆವಾಸವನ್ನೂ ಅನುಭವಿಸಿದರು!

...ಹೀಗೆ ಅನೇಕ ಕೌತುಕಗಳಿಗೆ, ಆಟಗಾರರ ದೇಶಪ್ರೇಮಕ್ಕೆ ಸಾಕ್ಷಿಯಾಗಿರುವ ಈ ಟೆಸ್ಟ್ ಪಂದ್ಯ ಮರೆತು ಹೋದೀತಾದರೂ ಹೇಗೆ!

ಸಿಡ್ನಿ!

ಇದೆಂಥ ಶೀರ್ಷಿಕೆ? ಇದು ಆಸ್ಟ್ರೇಲಿಯದ ಖ್ಯಾತ ಕ್ರಿಕೆಟ್ ತಾಣವಲ್ಲವೇ? ಇವೆಲ್ಲ ನಿಮ್ಮ ಪ್ರಶ್ನೆ ತಾನೆ? ಹೌದು. ಆದರೆ ಇದು ವೆಸ್ಟ್ ಇಂಡೀಸ್‌ನ ಮಾಜಿ ಕ್ರಿಕೆಟಿಗ ಬ್ರಿಯಾನ್ ಲಾರಾ ಅವರ ಮಗಳ ಹೆಸರೂ ಹೌದು! ಲಾರಾ ತಮ್ಮ ಮಗಳಿಗೆ ಸಿಡ್ನಿ ಎಂದೇಕೆ ನಾಮಕರಣ ಮಾಡಿದರು? ಸ್ವಾರಸ್ಯ ಇರುವುದೇ ಇಲ್ಲಿ. ಲಾರಾ ತಮ್ಮ ಮೊದಲ ಟೆಸ್ಟ್ ಶತಕ ಬಾರಿಸಿದ್ದು ಆಸ್ಟ್ರೇಲಿಯದ 'ಸಿಡ್ನಿ ಕ್ರಿಕೆಟ್ ಗ್ರೌಂಡ್'ನಲ್ಲಿ. ಇದರ ಸವಿನೆನಪಿಗಾಗಿ ಮಗಳಿಗೆ 'ಸಿಡ್ನಿ' ಎಂಬ ಹೆಸರನ್ನಿಟ್ಟಿದ್ದಾರೆ! ಒಂದು ವೇಳೆ ಲಾರಾ ತಮ್ಮ ಮೊದಲ ಶತಕವನ್ನು ಭಾರತ ಅಥವಾ ಪಾಕಿಸ್ಥಾನದಲ್ಲಿ ಬಾರಿಸಿದ್ದರೆ ಆಗ ಏನು ಹೆಸರಿಡುತ್ತಿದ್ದರೆಂಬುದು ಕೇವಲ ಒಂದು ಕುತೂಹಲ!

ಸ್ಟೀವ್ ವೋ ಬಿಲ್ಲಿ ಬೌಡೆನ್ ಭಾವನಾತ್ಮಕ ಸನ್ನಿವೇಶ

ಆಸ್ಟ್ರೇಲಿಯದ ಖ್ಯಾತ ಬ್ಯಾಟರ್ ಹಾಗೂ ನಾಯಕರಾಗಿದ್ದ ಸ್ಟೀವ್ ವೋ 2004ರ ಭಾರತ ತಂಡದ ಪ್ರವಾಸದ ವೇಳೆ ಸಿಡ್ನಿಯಲ್ಲಿ ಅಂತಿಮ ಟೆಸ್ಟ್ ಆಡಿದರು. ಪಂದ್ಯದ ಬಳಿಕ ಅಂಪಾಯರ್ ಬಿಲ್ಲಿ ಬೌಡೆನ್, ವೋ ಅವರನ್ನು ಆಲಂಗಿಸಿಕೊಂಡು ಶುಭ ವಿದಾಯ ಹೇಳಿದ ಭಾವುಕ ಸನ್ನಿವೇಶಕ್ಕೆ ಸಿಡ್ನಿ ಅಂಗಳ ಸಾಕ್ಷಿಯಾಯಿತು.

ಆಗ ಬಿಲ್ಲಿ ಬೌಡೆನ್ ಈ ಟೆಸ್ಟ್ ಪಂದ್ಯದ ಸವಿನೆನಪಿಗಾಗಿ ಎರಡು ಸ್ಟಂಪ್‌ಗಳನ್ನು ತಮ್ಮ ಬಳಿ ಇರಿಸಿಕೊಂಡಿದ್ದರು. ಆದರೆ ಸ್ಟೀವ್ ವೋ ಕೈಯಲ್ಲಿ ಮಾತ್ರ ಏನೂ ಇರಲಿಲ್ಲ, ಇದು ಬೌಡೆನ್ ಗಮನಕ್ಕೆ ಬಂತು. ಕೂಡಲೇ ಒಂದು ಸ್ಟಂಪ್ ಅನ್ನು ವೋಗೆ ನೀಡಿ ತಮ್ಮ ಕ್ರೀಡಾಸ್ಫೂರ್ತಿ ತೋರಿದರು.

ಈ ಸಂದರ್ಭದಲ್ಲಿ ಬೌಡೆನ್ ಆಡಿದ ಮಾತುಗಳು, ಇದೇ ಸರಣಿಯಲ್ಲಿ ವಿದಾತ್ಮಕ ಅಂಪಾಯರಿಂಗ್ ನಡೆಸಿದ ಸ್ಟೀವ್ ಬಕ್ನರ್ ಅವರಿಗೊಂದು ಪಾಠದಂತಿತ್ತು–'ನಾನು ಜೋಕರ್ ಅಲ್ಲ, ಸರಿಯಾದ ತೀರ್ಪು ನೀಡುವುದಕ್ಕೆ ನನ್ನ ಮೊದಲ ಆದ್ಯತೆ. ಇದನ್ನು ನಿರ್ವಹಿಸಿದ ಬಳಿಕವಷ್ಟೇ ನಾನು ಭಾವನೆಗಳನ್ನು ವ್ಯಕ್ತಪಡಿಸುತ್ತೇನೆ. ನಾನು ಅಂಪಾಯರಿಂಗ್ ನಡೆಸುತ್ತ ಕ್ರಿಕೆಟ್‌ನ ಆನಂದವನ್ನೂ ಸವಿಯಲು ಬಯಸುತ್ತೇನೆ. ವೀಕ್ಷಕರಿಗೂ ಮನರಂಜನೆ ಒದಗಿಸುತ್ತೇನೆ...'

ಗರ್ಲ್‌ಫ್ರೆಂಡ್ ಜೊತೆ ಕ್ರಿಕೆಟ್ ಪಂದ್ಯ ವೀಕ್ಷಿಸಲು ಬಂದವನಿಗೆ ಆಡುವ ಅವಕಾಶ!

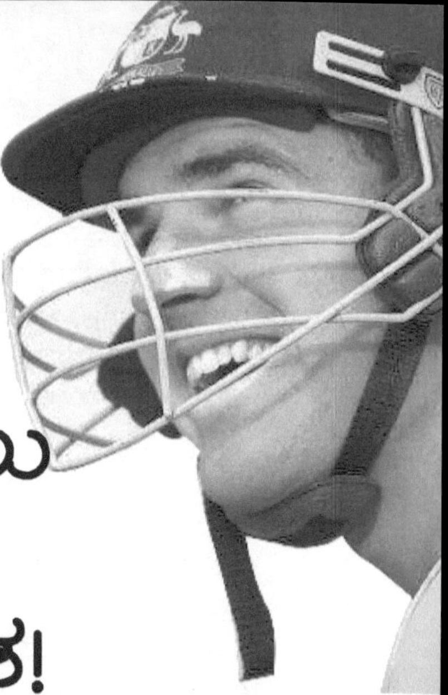

ಕ್ರಿಕೆಟ್‌ನಲ್ಲಿ ಯಾರಿಗೆ ಹೇಗೆ ಅವಕಾಶಗಳು ಒಲಿದು ಬರಲಿವೆ ಎಂಬುದು ಒಂದು ರೀತಿಯಲ್ಲಿ ಯಕ್ಷಪ್ರಶ್ನೆ. ಭಾರತದಲ್ಲಾದರೆ ಕೆಲವರು ರಣಜಿ ಆಡುವುದಕ್ಕಿಂತ ಮೊದಲೇ ಅಂತಾರಾಷ್ಟ್ರೀಯ ಪಂದ್ಯಗಳನ್ನಾಡುವ ಚಾನ್ಸ್ ಪಡೆಯುತ್ತಾರೆ. ಮತ್ತೆ ಕೆಲವರು ಸಹಸ್ರಗಟ್ಟಲೆ ರನ್ ಪೇರಿಸಿಯೂ ನೂರಾರು ವಿಕೆಟ್ ಉರುಳಿಸಿಯೂ ದೇಶವನ್ನು ಪ್ರತಿನಿಧಿಸುವ ಅವಕಾಶದಿಂದ ದೂರವೇ ಉಳಿಯುತ್ತಾರೆ.

ಆದರೆ ಆಸ್ಟ್ರೇಲಿಯದ ಲ್ಯೂಕ್ ಪಾಮರ್ಸ್ ಬಾಶ್ ಹಾಗಲ್ಲ, ಇವರು ಕ್ರಿಕೆಟ್ ನಿಷೇಧದ ನಡುವೆಯೇ ರಾಷ್ಟ್ರೀಯ ತಂಡಕ್ಕೆ ಕರೆ ಪಡೆದ ಅದೃಷ್ಟಶಾಲಿ! ಚಾಪೆಲ್-ಹ್ಯಾಡ್ಲಿ ಸರಣಿಗೂ ಮುನ್ನ ಪರ್ತ್‌ನಲ್ಲಿ ನಡೆದ ಟಿ20 ಪಂದ್ಯಕ್ಕೆಂದು ಪಾಮರ್ಸ್‌ಬಾಶ್ ಅವರನ್ನು ದಿಢೀರನೆ ತಂಡಕ್ಕೆ ಸೇರ್ಪಡೆಗೊಳಿಸುವಾಗ ಅವರು ಪಶ್ಚಿಮ ಆಸ್ಟ್ರೇಲಿಯದಿಂದ ಕ್ರಿಕೆಟ್ ನಿಷೇಧದ ಶಿಕ್ಷೆಗೆ ಗುರಿಯಾಗಿದ್ದರು. ದಕ್ಷಿಣ ಆಫ್ರಿಕಾ ಪ್ರವಾಸಕ್ಕೆ ತೆರಳಿದ ವೇಳೆ ಕರ್ಫ್ಯೂ ಉಲ್ಲಂಘಿಸಿದ ಪಾಮರ್ಸ್ ಬಾಶ್ ರಾತ್ರಿಯಿಡಿ ನೈಟ್‌ಕ್ಲಬ್‌ನಲ್ಲಿ ಮೋಜು ಉಡಾಯಿಸಿ ಈ ಶಿಕ್ಷೆಗೊಳಪಟ್ಟಿದ್ದರು.

ಟಿ20 ಪಂದ್ಯಕ್ಕೂ 2 ಗಂಟೆ ಮೊದಲು ಬ್ರಾಡ್ ಹಾಗ್ ಗಾಯಾಳಾಗಿ ಹುರಗುಳಿಯುವಂತಾದಾಗ ತಂಡದ ಆಡಳಿತ ಮಂಡಳಿ ದಿಕ್ಕೆಟ್ಟಿತು. ಅಲ್ಲಿ ಹೆಚ್ಚುವರಿ ಆಟಗಾರರಿರಲಿಲ್ಲ, ಅನೇಕರಿಗೆ ಕರೆ ಹೋಯಿತು. ಆದರೆ ಎಲ್ಲರೂ ಪರ್ತ್‌ನಿಂದ ಅದೆಷ್ಟೋ ದೂರದಲ್ಲಿದ್ದರು.

ಕೊನೆಯ ಕರೆ ಪಡೆದವರು ಪಾಮರ್ಸ್‌ಬಾಶ್. ಆಗ ಅವರು ತಮ್ಮ ಗರ್ಲ್‌ಫ್ರೆಂಡ್ ಜೊತೆ ಇದೇ ಪಂದ್ಯ ವೀಕ್ಷಿಸಲು ಸ್ಟೇಡಿಯಂನ ಹೊರಗಡೆ ಕಾರನ್ನು ಪಾರ್ಕಿಂಗ್ ಮಾಡುತ್ತಿದ್ದರಷ್ಟೇ. ಆ ಕರೆಯನ್ನು ಒಂದು ಜೋಕ್ ಎಂದೇ ಅವರು ಪರಿಗಣಿಸಿದರು. ಆದರೆ ಮತ್ತೆ ಮೊಬೈಲ್ ಕರೆ ಬಂದಾಗ ಅವರು ಡ್ರೆಸ್ಸಿಂಗ್ ರೂಮಿಗೆ ತೆರಳಲೇಬೇಕಾಯಿತು. ಅವರ ಮನೆಯಿಂದಲೇ ಕಿಟ್ ಬಂತು. ಪಾಮರ್ಸ್ ಬಾಶ್ ಕ್ರೀಸ್ ಇಳಿದರು. 7 ಎಸೆತಗಳಿಂದ 15 ರನ್ ಬಾರಿಸಿದರು. ತಮಾಷೆಯೆಂದರೆ, ಅವರಿಗೆ ನಿಷೇಧ ಹೇರಲ್ಪಟ್ಟ ವಿಷಯ ತಂಡದ ಆಡಳಿತ ಮಂಡಳಿಯ ಗಮನಕ್ಕೆ ಬಂದಿರಲಿಲ್ಲ!

ಆಸ್ಟ್ರೇಲಿಯದವರೇ ಆದ ವೇಗಿ ಮೈಕ್ ವಿಟ್ನಿ ಅವರದು ಇನ್ನೊಂದು ರೀತಿಯ ಅದೃಷ್ಟ. 1981ರಲ್ಲಿ ಅವರು ಗ್ಲೂಸ್ಟರ್‌ಶೈರ್ ಕೌಂಟಿ ಪರ ಆಡುತ್ತಿದ್ದರು. ಆಗ ಆ್ಯಶಸ್ ಸರಣಿಗೆಂದು ಆಸ್ಟ್ರೇಲಿಯ ತಂಡ ಇಂಗ್ಲೆಂಡಿಗೆ ಬಂದಿತ್ತು. ತಂಡದ ವೇಗಿಗಳಿಗೆ ಒಂದಲ್ಲ ಒಂದು ಸಮಸ್ಯೆ, ಫಿಟ್‌ನೆಸ್ ಕೊರತೆ. ಕೂಡಲೇ ಮ್ಯಾನೇಜರ್ ಫ್ರೆಂಡ್ ಬೆನೆಟ್ ಅವರು ವಿಟ್ನಿಗೆ ಕರೆ ಕಳುಹಿಸಿದರು. ಕೇವಲ ಒಂದೇ ಒಂದು ಕೌಂಟಿ ಪಂದ್ಯವಾಡಿದ ವಿಟ್ನಿ ಓಲ್ಡ್ ಟ್ರಾಫರ್ಡ್‌ನ 5ನೇ ಪಂದ್ಯದಲ್ಲಿ ಟೆಸ್ಟ್‌ಕ್ಯಾಪ್ ಧರಿಸಿಯೇ ಬಿಟ್ಟರು!

ದಕ್ಷಿಣ ಆಫ್ರಿಕಾದ ಜಸ್ಟಿನ್ ಆನ್‌ಟಾಂಗ್ ಅವರ ನಸೀಬು ನೋಡಿ...

2001–02ರಲ್ಲಿ ದಕ್ಷಿಣ ಆಫ್ರಿಕಾ ತಂಡ ಆಸ್ಟ್ರೇಲಿಯಕ್ಕೆ ಆಗಮಿಸಿತ್ತು. ಸಿಡ್ನಿಯ ತೃತೀಯ ಟೆಸ್ಟ್ ವೇಳೆ ಜಾಕ್ ರುಡಾಲ್ಫ್ ಅವರನ್ನು ಆಡಿಸುವುದೆಂದು ನಿರ್ಧರಿಸಲಾಯಿತು. ತಂಡದ ಪಟ್ಟಿ ಮಂಡಳಿಯ ಅಧ್ಯಕ್ಷ ಪರ್ಸಿಸನ್ ಕೈಸೇರಿತು. ಅವರು ರುಡಾಲ್ಫ್ ಹೆಸರು ಹೊಡೆದುಹಾಕಿ ಜಸ್ಟಿನ್ ಆನ್‌ಟಾಂಗ್ ಹೆಸರು ಸೇರಿಸಿದರು. ಆನ್‌ಟಾಂಗ್ ಇದನ್ನು ಕನಸಿನಲ್ಲೂ ನಿರೀಕ್ಷಿಸರಲಿಲ್ಲ!

1984ರ ವೆಸ್ಟ್ ಇಂಡೀಸ್ ವಿರುದ್ಧದ ಟೆಸ್ಟ್ ಪಂದ್ಯವೊಂದರಲ್ಲಿ ಆಕಸ್ಮಿಕ ಕರೆ ಪಡೆದ ಇಂಗ್ಲೆಂಡಿನ ಆ್ಯಂಡಿ ಲಾಯ್ಡ್ ಇನ್ನಿಂಗ್ಸ್ ಆರಂಭಿಸಿದರು. ಮಾಲ್ಕಂ ಮಾರ್ಷಲ್ ಅವರ ಬೌನ್ಸರ್ ಒಂದು ತಲೆಗೆ ಬಂದಪ್ಪಳಿಸಿತು. ಲಾಯ್ಡ್ ನೇರವಾಗಿ ಆಸ್ಪತ್ರೆ ಸೇರಿದರು. ಪ್ರಥಮ ಇನ್ನಿಂಗ್ಸ್‌ನಲ್ಲೇ ನಾಟೌಟ್ ಆಗುಳಿದು ಮತ್ತೆಂದೂ ಕ್ರೀಸ್ ಇಳಿಯದ ಟೆಸ್ಟ್ ಚರಿತ್ರೆಯ ಏಕಮಾತ್ರ ಆಟಗಾರನೆಂಬ ಕಾರಣಕ್ಕೆ ಲಾಯ್ಡ್ ನೆನಪಿನಲ್ಲಿ ಉಳಿಯುತ್ತಾರೆ.

ಕ್ರಿಕೆಟ್ ಎನ್ನುವುದು ಅದೃಷ್ಟದಾಟವಷ್ಟೇ ಅಲ್ಲ, ಅದೃಷ್ಟಶಾಲಿಗಳ ಆಟವೂ ಹೌದು.
ಆದರೆ ಆ್ಯಂಡಿ ಲಾಯ್ಡ್ ಅವರನ್ನು ಹೊರತುಪಡಿಸಿ!

ಟಾಸ್ ಹಾರಿಸಲು ನಿರಾಕರಿಸಿದ ನಾಯಕರು!

ಇದು 1995ರ ಇಂಗ್ಲೆಂಡ್–ವೆಸ್ಟ್ ಇಂಡೀಸ್ ನಡುವಿನ ಮೊದಲ ಟೆಸ್ಟ್ ಪಂದ್ಯದ ವೇಳೆ ನಡೆದ ಸ್ವಾರಸ್ಯಕರ ಪ್ರಸಂಗ. ನಾಯಕರಾದ ಮೈಕ್ ಆಥರ್ಟನ್ ಮತ್ತು ರಿಚಿ ರಿಚರ್ಡ್‌ಸನ್ ಟಾಸ್‌ಗೆಂದು ಅಂಗಳಕ್ಕಿಳಿದಿದ್ದರು. ಆದರೆ ಇಬ್ಬರೂ ಟಾಸ್ ಹಾರಿಸಲು ನಿರಾಕರಿಸಿ ರೆಫ್ರಿಯನ್ನು ಗೊಂದಲಕ್ಕೆ ಸಿಲುಕಿಸಿದರು. ಕಾರಣ ವಿಚಿತ್ರವಾಗಿತ್ತು.

ಈ ಟೆಸ್ಟ್ ಪಂದ್ಯಕ್ಕೆ ನ್ಯೂಜಿಲ್ಯಾಂಡ್‌ನ ಮಾಜಿ ಕ್ರಿಕೆಟಿಗ ಜಾನ್ ರೀಡ್ ರೆಫ್ರಿ ಆಗಿದ್ದರು. ಅವರು ದೇಶದ ಮೇಲಿನ ಪ್ರೀತಿಯಿಂದಲೋ ಏನೋ, ಟಾಸ್‌ಗಾಗಿ ನ್ಯೂಜಿಲ್ಯಾಂಡ್ ನಾಣ್ಯವನ್ನು ಕೊಟ್ಟರು. ಟೆಸ್ಟ್ ಪಂದ್ಯ ಇಂಗ್ಲೆಂಡ್‌ನಲ್ಲಿ ನಡೆಯುತ್ತಿರುವಾಗ ನ್ಯೂಜಿಲ್ಯಾಂಡ್‌ನ ನಾಣ್ಯ ಏಕೆ ಎಂಬುದು ಇಬ್ಬರೂ ನಾಯಕರ ವಾದವಾಗಿತ್ತು! ಇವರು ಹೀಗೆ ಮುಷ್ಕರ ಹೂಡಿ ಕುಳಿತರೆ ಪಂದ್ಯ ಆರಂಭ ಆಗುವುದಾದರೂ ಹೇಗೆ? ಕೊನೆಗೆ ಬ್ರಿಟನ್ ನಾಣ್ಯವೊಂದನ್ನು ತಂದ ಬಳಿಕವೇ ಟಾಸ್ ಹಾರಿಸಿದ್ದು!

ಬ್ಯಾಟ್ಸ್‌ಮನ್ನೇ ಅಂಪಾಯರ್ ಆದ ಸೋಜಿಗ!

ಟೆಸ್ಟ್ ಆಡುತ್ತಿರುವಾಗಲೇ ಆ ಪಂದ್ಯದ ಬ್ಯಾಟ್ಸ್‌ಮನ್ ಓರ್ವ ಅಂಪಾಯರ್ ಆಗಿ ಕರ್ತವ್ಯ ನಿಭಾಯಿಸಿದ ಸೋಜಿಗವಿದು. ಇದಕ್ಕೆ ಸಾಕ್ಷಿಯಾದದ್ದು 1984-85ರ ಆಸ್ಟ್ರೇಲಿಯ-ಇಂಗ್ಲೆಂಡ್ ನಡುವಿನ ಸರಣಿ. ಅದು ಸರಣಿಯ 5ನೇ ಟೆಸ್ಟ್. ಪಂದ್ಯದ ತಾಣ ಮೆಲ್ಬರ್ನ್. ಈ ಪಂದ್ಯದ ಓರ್ವ ಅಂಪಾಯರ್ ಆಸ್ಟ್ರೇಲಿಯದ ಜಾರ್ಜ್ ಹಾಜಸ್. ಇವರ ತೀರ್ಪುಗಳು, ಕಾರ್ಯವೈಖರಿ ಆಂಗ್ಲರಿಗೆ ಸಮಾಧಾನ ನೀಡುತ್ತಿರಲಿಲ್ಲ. ಹಾಜಸ್ ವಿರುದ್ಧ ಪ್ರತಿಭಟನೆ ನಡೆಸಿದರು. ಆದರೆ ಅಲ್ಲಿ ಬದಲಿ ಅಂಪಾಯರ್ ಇರಲಿಲ್ಲ.

ಇನ್ನೇನು ಮಾಡುವುದು? ಆಸ್ಟ್ರೇಲಿಯ ಕ್ರಿಕೆಟ್ ಮಂಡಳಿಯ ಒಪ್ಪಿಗೆ ಮೇರೆಗೆ ಈ ಪಂದ್ಯದ ಸದಸ್ಯನೂ ಆಗಿದ್ದ ಟಿ.ಡಬ್ಲ್ಯು. ಗ್ಯಾರೆಟ್ ಕಪ್ಪು ಪ್ಯಾಂಟ್, ಬಿಳಿ ಶರ್ಟ್ ಧರಿಸಿ ಅಂಪಾಯರ್ ಆಗಿಯೇ ಬಿಟ್ಟರು! ಗ್ಯಾರೆಟ್ ಆಸ್ಟ್ರೇಲಿಯ ಪರ 19 ಟೆಸ್ಟ್ ಆಡಿದ ಅನುಭವಿಯಾಗಿದ್ದರು.

ಗ್ರೇಮ್ ಹಿಕ್... ಕೈಕೊಟ್ಟ ಲಕ್ !

ವಿಶ್ವಕಪ್ ಕ್ರಿಕೆಟ್ ಇತಿಹಾಸದಲ್ಲಿ ಎರಡು ದೇಶಗಳನ್ನು ಪ್ರತಿನಿಧಿಸಿದ ಏಕೈಕ ಆಟಗಾರನೆಂದರೆ ಕೆಪ್ಲರ್ ವೆಸಲ್ಸ್. 1983ರ ವಿಶ್ವಕಪ್‌ನಲ್ಲಿ ಅವರು ಆಸ್ಟ್ರೇಲಿಯ ಪರ 3 ಪಂದ್ಯಗಳನ್ನಾಡಿದ್ದರು. ಅನಂತರ 1992ರ ವಿಶ್ವಕಪ್‌ಗೆ ದಕ್ಷಿಣ ಆಫ್ರಿಕಾದ ಪ್ರವೇಶವಾದಾಗ ಆ ತಂಡದ ನೇತೃತ್ವ ವಹಿಸಿ 9 ಪಂದ್ಯಗಳಲ್ಲಿ ಕಾಣಿಸಿಕೊಂಡರು.

ಇಂಥದೇ ಹಿರಿಮೆಗೆ ಪಾತ್ರರಾಗಲಿದ್ದ ಮತ್ತೋರ್ವ ಕ್ರಿಕೆಟಿಗನೆಂದರೆ ಗ್ರೇಮ್ ಹಿಕ್. ಅವರು 1983ರಲ್ಲಿ ಜಿಂಬಾಬ್ವೆ ವಿಶ್ವಕಪ್ ತಂಡದಲ್ಲಿದ್ದರು. ಆದರೆ ಆಡುವ ಅವಕಾಶ ಮಾತ್ರ ಸಿಗಲೇ ಇಲ್ಲ. ಬಳಿಕ ಇಂಗ್ಲೆಂಡ್ ಪೌರತ್ವ ಪಡೆದರು. ಇಂಗ್ಲೆಂಡ್ ಪರ ವಿಶ್ವಕಪ್ ಪಂದ್ಯಗಳಲ್ಲೂ ಪಾಲ್ಗೊಂಡರು. 1983ರಲ್ಲಿ ಜಿಂಬಾಬ್ವೆ ತಂಡದ ಹನ್ನೊಂದರ ಬಳಗದಲ್ಲಿ ಕಾಣಿಸಿಕೊಂಡಿದ್ದೇ ಆದರೆ ವೆಸಲ್ಸ್‌ಗಿಂತ ಮೊದಲು ಹಿಕ್ ಇತಿಹಾಸ ನಿರ್ಮಿಸುತ್ತಿದ್ದರು. ಆದರೆ ಗ್ರೇಮ್ ಹಿಕ್‌ಗೆ ಲಕ್ ಇರಲಿಲ್ಲ!

ಸಂಧು ಅವರನ್ನು ದೊಡ್ಡ ಜನ ಮಾಡಿದ್ದೇ ಗಾರ್ಡನ್ ಗ್ರೀನಿಜ್!

1983ರ ವಿಶ್ವಕಪ್ ಫೈನಲ್‌ನಲ್ಲಿ ಹಿಂದಿನೆರಡು ಬಾರಿಯ ಚಾಂಪಿಯನ್ ತಂಡವಾದ ಬಲಾಢ್ಯ ವೆಸ್ಟ್ ಇಂಡೀಸನ್ನು ಮಣಿಸಿದ ಭಾರತ ಕಪ್ ಎತ್ತಿದ್ದು ಈಗ ಇತಿಹಾಸ. ಕೆಲವು ವರ್ಷಗಳ ಹಿಂದೆ ಅಂದಿನ ವಿಂಡೀಸ್ ತಂಡದ ಆಟಗಾರ ಗಾರ್ಡನ್ ಗ್ರೀನಿಜ್ ಭಾರತಕ್ಕೆ ಆಗಮಿಸಿದ್ದರು. 'ಗ್ರೇಸಿಂ ಮಿಸ್ಟರ್ ಇಂಟರ್‌ನ್ಯಾಶನಲ್' ಸ್ಪರ್ಧೆಯ ತೀರ್ಪುಗಾರನ ಕೆಲಸ ನಿಭಾಯಿಸಲು ಇವರನ್ನು ಆಹ್ವಾನಿಸಲಾಗಿತ್ತು. ಗಾರ್ಡನ್ ಗ್ರೀನಿಜ್‌ಗೆ ಅಚ್ಚರಿ ತಂದ ವಿದ್ಯಮಾನವೆಂದರೆ, ದಶಕಗಳು ಉರುಳಿದ ಮೇಲೂ ವಿಶ್ವಕಪ್ ಫೈನಲ್‌ನಲ್ಲಿ ತಾನು ಔಟಾದುದನ್ನು ಭಾರತದ ಅಭಿಮಾನಿಗಳು ಇನ್ನೂ ನೆನಪಲ್ಲಿರಿಸಿಕೊಂಡದ್ದು. ಅಂದು ಬಲ್ವಿಂದರ್ ಸಿಂಗ್ ಸಿಂಧು ಅವರು ಗಾರ್ಡನ್ ಗ್ರೀನಿಜ್ ವಿಕೆಟ್ ಹಾರಿಸಿ ವಿಂಡೀಸ್ ಪತನಕ್ಕೆ ಮುಹೂರ್ತವಿರಿಸಿದ್ದರು. ಭಾರತೀಯರ ಈ ಸ್ಮರಣಶಕ್ತಿಗೆ ಸ್ಪಂದಿಸಿದ ಗಾರ್ಡನ್ ಗ್ರೀನಿಜ್ ತಮಾಷೆಯಾಗಿ ಪ್ರತಿಕ್ರಿಯಿಸಿದ್ದು ಹೀಗೆ-'ಈ ದೇಶದಲ್ಲಿ ಬಲ್ವಿಂದರ್ ಸಿಂಗ್ ಸಂಧು ಎಂಬ ಕ್ರಿಕೆಟಿಗನನ್ನು ಮಹಾನ್ ವ್ಯಕ್ತಿಯನ್ನಾಗಿ ರೂಪಿಸಿದ್ದಕ್ಕೆ ನನಗೆ ಹೆಮ್ಮೆಯಾಗುತ್ತಿದೆ!'

ಬಿಬಿಸಿಯಲ್ಲಿ ನೇರ ಪ್ರಸಾರ ಕಂಡಿತು

ಗ್ರಹಾಂ ಗೂಚ್ ಪೊದೆಮೀಸೆ ಹರಾಜು!

ನಮ್ಮ ಸಿನೆಮಾ ತಾರೆಗಳಂತೆ ಕ್ರಿಕೆಟಿಗರು ಕೂಡ ಸಮಾಜಸೇವೆಯಲ್ಲಿ ಹಿಂದೆ ಎಂಬುದನ್ನು ಎಲ್ಲರೂ ಬಲ್ಲರು. ಆರ್ಥಿಕ ನೆರವು ಒದಗಿಸಬೇಕಾದ ಸಂದರ್ಭಗಳಲ್ಲೆಲ್ಲ ತಾವು ಬಳಸಿದ ಬ್ಯಾಟ್, ಪ್ಯಾಡ್, ಜೆರ್ಸಿಗಳನ್ನೆಲ್ಲ ಹರಾಜು ಹಾಕಿಯೇ ಇವರು ದಾನಶೂರರ ಫೋಸ್ ಕೊಡುತ್ತಾರೆಯೇ ಹೊರತು, ಸಂಪಾದಿಸಿದ ದುಡ್ಡಿನ ಗಂಟನ್ನು ಮಾತ್ರ ಬಿಚ್ಚುವುದಿಲ್ಲ!

ಈ 'ಹರಾಜು' ಎಂಬ ಶಬ್ದ ಕೇಳಿದೊಡನೆ ಕ್ರಿಕೆಟಿನ ಕೆಲವು ವಿಚಿತ್ರ ಹರಾಜು ಪ್ರಸಂಗಗಳು ನೆನಪಾಗುತ್ತವೆ. ಇವುಗಳಲ್ಲೊಂದು ಗ್ರಹಾಂ ಗೂಚ್ ಅವರ ಪೊದೆಮೀಸೆ!

ಇಂಗ್ಲೆಂಡ್‌ನ ಮಾಜಿ ಆರಂಭಕಾರ ಗ್ರಹಾಂ ಗೂಚ್ ಮೀಸೆಪ್ರಿಯ. ಹುಲುಸಾದ ಮೀಸೆ ಇವರ ಟ್ರೇಡ್‌ಮಾರ್ಕ್ ಆಗಿತ್ತು. ಇದರ ಪೋಷಣೆಗಾಗಿ ಪ್ರತೀ ವಾರ ಕೆಲವು ಪೌಂಡ್‌ಗಳನ್ನು ವ್ಯಯಿಸುತ್ತಿದ್ದರು. ಇಂಥ ಪ್ರೀತಿಯ ಮೀಸೆಯನ್ನವರು ಒಮ್ಮೆ ಹರಾಜು ಹಾಕಿದ್ದರೆಂಬುದು ಕ್ರಿಕೆಟಿನ ಸ್ವಾರಸ್ಯಕರ ಪ್ರಸಂಗಗಳಲ್ಲೊಂದು.

ಮೀಸೆಯ ಹರಾಜಿಗೆ ಕಾರಣ ಮೇಲೆ ಉಲ್ಲೇಖಿಸಿದ್ದೇ, ಅನಾರೋಗ್ಯಪೀಡಿತ ಮಕ್ಕಳಿಬ್ಬರಿಗೆ ಆರ್ಥಿಕ ನೆರವು ಒದಗಿಸುವುದು. 1995ರಲ್ಲಿ ನಡೆದ ಈ ಮೀಸೆ ಏಲಂ ಅದೆಷ್ಟು ಜನಪ್ರಿಯಗೊಂಡಿತೆಂಬುದಕ್ಕೆ ಇದು ಬಿಬಿಸಿಯಲ್ಲಿ ನೇರ ಪ್ರಸಾರಗೊಂಡದ್ದೇ ಸಾಕ್ಷಿ. ಬ್ರಿಟನ್ ರಾಜಕುಮಾರರಾದ ಆ್ಯಂಡ್ರೂ ಮತ್ತು ಎಡ್ವರ್ಡ್ ಅವರ ಖಾಸಗಿ ಕ್ಷೌರಿಕ ಈ ಮೀಸೆಯನ್ನು ಬೋಳಿಸಿದ್ದು ಮತ್ತೊಂದು ಹೆಗ್ಗಳಿಕೆ. ಈ ಹರಾಜಿನಿಂದ ಲಭಿಸಿದ ಮೊತ್ತ 500 ಪೌಂಡ್. ಮೀಸೆಯನ್ನು ಕೊಂಡವರು ಇದನ್ನೇನು ಮಾಡಿದರು ಎಂಬುದು ಮಾತ್ರ ಗೊತ್ತಿಲ್ಲ!

ವೀರೇಂದ್ರ ಸೆಹವಾಗ್ ವಿಷಯದತ್ತ ಬನ್ನಿ. ಮುಲ್ತಾನ್‌ನಲ್ಲಿ ಪಾಕ್ ಎದುರು 309 ರನ್ ಬಾರಿಸಿದ ಬಳಿಕ ಸೆಹವಾಗ್ ಮಾಡಿದ್ದೇನು ಗೊತ್ತೇ? ಪಶ್ಚಿಮ ದಿಲ್ಲಿಯಲ್ಲಿ 'ಸೆಹವಾಗ್ ಫೇವರೆಟ್ಸ್' ಎಂಬ ಹೊಟೇಲ್ ಆರಂಭಿಸಿದ್ದು. ಇಲ್ಲಿ ಬ್ಯಾಟ್ ಹಾಗೂ ಚೆಂಡಿನಾಕೃತಿಯ ಬಟ್ಟಲಲ್ಲಿ ಊಟ ವಿತರಿಸುವುದೊಂದು ವಿಶೇಷ. 309 ರನ್ನಿನ ನೆನಪಿಗೆ 'ಸುಲ್ತಾನ್ ಕೀ ಟಿಕ್ಕಿ' ಎಂಬ ಹೆಸರಿನ ವಿಶೇಷ ಭೋಜನ ಇಲ್ಲಿ ಜನಪ್ರಿಯ. ಬೆಲೆಯೂ ಅಷ್ಟೇ, 309 ರೂ!

ಆದರೆ ವಿಷಯ ಅದಲ್ಲ. ತ್ರಿಶತಕದ ವೇಳೆ ಹಾಕಿಕೊಂಡ ಗ್ಲೌಸ್‌ಗಳನ್ನು ಸೆಹವಾಗ್ ಹರಾಜು ಹಾಕಿದ್ದಾರೆ! ಇದು 1.10 ಲಕ್ಷ ರೂ. ದಾಖಲೆ ಬೆಲೆಗೆ ಮಾರಾಟವಾಗಿತ್ತು. ಕೋಲ್ಕತಾದ 'ಫೋಟೋಗ್ರಾಫರ್ಸ್ ಅಸೋಸಿಯೇಶನ್' ಏರ್ಪಡಿಸಿದ ಈ ಏಲಂ ಕಾರ್ಯಕ್ರಮದಲ್ಲಿ ಸೌರವ್ ಗಂಗೂಲಿ 1999ರ ವಿಶ್ವಕಪ್ ವೇಳೆ ಧರಿಸಿದ ಜೆರ್ಸಿ 70 ಸಾವಿರ ರೂ.ಗೆ ಅಭಿಮಾನಿಯೊಬ್ಬ ಖರೀದಿಸಿದ್ದ.

ಅಚ್ಚರಿ ಹುಟ್ಟಿಸುವ ಇನ್ನೊಂದು ಏಲಂ ಸುದ್ದಿ ಓದಿ...

ಇಂಗ್ಲೆಂಡ್‌ನ ಬೌಲರ್ ಎರಿಕ್ ಹೋಲಿಜ್ ಅಷ್ಟೇನೂ ಜನಪ್ರಿಯರಲ್ಲ. ಆದರೆ ಕ್ರಿಕೆಟ್ ಇತಿಹಾಸ ಇವರನ್ನು ನೆನಪಿಸುವುದೇಕೆ ಗೊತ್ತೇ? ಬ್ರಾಡ್‌ಮನ್ ಅವರನ್ನು ಕಟ್ಟಕಡೆಯ ಟೆಸ್ಟ್ ಇನ್ನಿಂಗ್ಸ್‌ನಲ್ಲಿ ಶೂನ್ಯಕ್ಕೆ ಬೌಲ್ಡ್ ಮಾಡಿದರೆಂಬ ಕಾರಣಕ್ಕಾಗಿ! ಸರಾಸರಿಯನ್ನು ನೂರಕ್ಕೆ ಏರಿಸಿಕೊಳ್ಳಲು ಕೇವಲ 4 ರನ್ ಗಳಿಸಬೇಕಿದ್ದ ಬ್ರಾಡ್‌ಮನ್ 1948ರ ಓವಲ್ ಟೆಸ್ಟ್‌ನಲ್ಲಿ ಹೋಲಿಜ್ ಎಸೆತಕ್ಕೆ ಖಾತೆ ತೆರೆಯುವ ಮೊದಲೇ ಬೌಲ್ಡ್ ಆಗಿದ್ದರು. ಹೀಗಾಗಿ ಬ್ರಾಡ್‌ಮನ್ ಸರಾಸರಿ 99.94ರಲ್ಲೇ ಉಳಿದುಕೊಂಡಿತು.

ಈ ಟೆಸ್ಟ್ ಮುಗಿದೊಡನೆ ಹೋಲಿಜ್ ತಮ್ಮ ಕ್ಯಾಪ್ ಅನ್ನು ಆಸ್ಟ್ರೇಲಿಯದ ಆರಂಭಕಾರ ಆರ್ಥರ್ ಮಾರಿಸ್ ಅವರಿಗೆ ನೀಡಿದ್ದರು. ಕೆಲವು ವರ್ಷಗಳ ಹಿಂದೆ ಆಸ್ಟ್ರೇಲಿಯದಲ್ಲಿ ಈ ಕ್ಯಾಪ್ ಅನ್ನು ಹರಾಜಿಗೆ ಹಾಕಲಾಯಿತು. ಕನಿಷ್ಠ 25-30 ಸಾವಿರ ಡಾಲರ್ ಸಿಗಬಹುದೆಂಬುದು ಸಂಘಟಕರ ನಿರೀಕ್ಷೆಯಾಗಿತ್ತು. ಆಚ್ಚರಿಯೆಂದರೆ, ಅಂದಿನ ಏಲಂನಲ್ಲಿ ಇದನ್ನು ಯಾರೂ ಖರೀದಿಸಲಿಲ್ಲ!

ಕ್ರಿಕೆಟಿನ ಜೀವದ ಗೆಳೆಯರು

ಫಾರುಕ್ ಇಂಜಿನಿಯರ್ -ವೆಸ್ಲಿ ಹಾಲ್

ಕ್ರಿಕೆಟ್‌ನಲ್ಲಿ ಇತ್ತಂಡಗಳ ಆಟಗಾರರ ನಡುವಿನ ಸಂಬಂಧ ಹೇಗಿರುತ್ತದೆ ಎಂಬುದು ಅನೇಕರ ಕೌತುಕ. ಆದರೆ ಅಂಗಳದಲ್ಲಿ ಬದ್ಧ ವೈರಿಗಳಂತೆ ಕಾದಾಡುವ ಆಟಗಾರರ ತೆರೆಯ ಹಿಂದಿನ ಸಂಬಂಧ ನಿಜಕ್ಕೂ ಅತ್ಯಂತ ಕುತೂಹಲಕರ. ಇಲ್ಲಿ ಸ್ನೇಹಕ್ಕೆ ಹೆಚ್ಚಿನ ಬೆಲೆ. ಅದರಲ್ಲೂ ವೆಸ್ಟ್‌ಇಂಡೀಸ್ ಕ್ರಿಕೆಟಿಗರ ಸ್ನೇಹ-ಸಂಬಂಧ ಇತರರಿಗೊಂದು ಮಾದರಿ.

ಇಂಥ ಒಂದು ಸ್ನೇಹಕ್ಕೆ ಕ್ರಿಕೆಟ್ ಇತಿಹಾಸದಲ್ಲಿ ಸಿಗುವ ಉದಾಹರಣೆ ವೆಸ್ಟ್ ಇಂಡೀಸಿನ ವೆಸ್ಲಿ ಹಾಲ್ ಮತ್ತು ಭಾರತದ ಫಾರುಕ್ ಇಂಜಿನಿಯರ್. ಇಬ್ಬರೂ ಜೀವದ ಗೆಳೆಯರು. 2007ರ ಕೆರಿಬಿಯನ್ ವಿಶ್ವಕಪ್ ಪಂದ್ಯಾವಳಿಯ ಪ್ರಚಾರಕ್ಕಾಗಿ ಬಾರ್ಬಡಾಸ್‌ನ ಗತಕಾಲದ ಮಹಾನ್ ವೇಗಿಗಳಾದ ವೆಸ್ಲಿಹಾಲ್ ಮತ್ತು ಜೋಯೆಲ್ ಗಾರ್ನರ್ ಭಾರತಕ್ಕೂ ಬಂದಿದ್ದರು. ಆಗ ಹಾಲ್ ಈ ಸ್ವಾರಸ್ಯಕರ ಘಟನೆಯನ್ನು ಬಣ್ಣಿಸಿದ್ದರು.

ಅದು 1966-67ರ ಭಾರತ-ವೆಸ್ಟ್‌ಇಂಡೀಸ್ ನಡುವಿನ ಟೆಸ್ಟ್ ಸರಣಿ. ವಿಂಡೀಸ್ ತಂಡ ಗ್ಯಾರಿ ಸೋಬರ್ಸ್ ನೇತೃತ್ವದಲ್ಲಿ ಭಾರತಕ್ಕೆ ಆಗಮಿಸಿತ್ತು. ಆಗ ನಮ್ಮ ವಿಕೆಟ್ ಕೀಪರ್-ಬ್ಯಾಟ್ಸ್‌ಮನ್ ಫಾರುಕ್ ಇಂಜಿನಿಯರ್ ಫಾರ್ಮ್‌ನಲ್ಲಿಲ್ಲದೆ ಚಡಪಡಿಸುತ್ತಿದ್ದರು. ಚೆನ್ನೈ ಟೆಸ್ಟ್ ಪಂದ್ಯದಲ್ಲೂ ರನ್ ಗಳಿಸದೆ ಹೋದರೆ ಮುಂದಿನ ಇಂಗ್ಲೆಂಡ್ ಪ್ರವಾಸಕ್ಕೆ ಇಂಜಿನಿಯರ್ ಅವರಿಗೆ ಖಂಡಿತ ಸ್ಥಾನವಿಲ್ಲ ಎಂಬಂಥ ಸ್ಥಿತಿ.

ಈ ಒತ್ತಡ ಎನ್ನುವುದು ಇಂಜಿನಿಯರ್ ಅವರನ್ನು ಮತ್ತಷ್ಟು ಅಧೀರನನ್ನಾಗಿಸಿತ್ತು. ಆಗ ಅವರ ನೆರವಿಗೆ ಬಂದದ್ದು ಯಾರು ಗೊತ್ತೇ ? ಆತ್ಮೀಯ ಮಿತ್ರ ವೆಸ್ಲಿ ಹಾಲ್. ತನ್ನ ಪರಿಸ್ಥಿತಿಯನ್ನು ಹಾಲ್ ಮುಂದೆ ತೆರೆದಿಟ್ಟಾಗ ಅವರು ಇಂಜಿನಿಯರ್‌ಗೆ ಪುಸ್ತಕವೊಂದನ್ನು ಓದಲು ಕೊಟ್ಟರು. ಅದರ ಹೆಸರು 'ಪವರ್ ಆಫ್ ಪೊಸಿಟೀವ್ ಥಿಂಕಿಂಗ್'.

ಪಂದ್ಯಕ್ಕೆ ಉಳಿದದ್ದು ಒಂದೇ ದಿನದ ಅವಧಿ. ಆದರೆ ಅಂದು ಕ್ರೀಸಿಗೆ ಇಳಿಯುವಾಗ ಇಂಜಿನಿಯರ್ ಅವರಲ್ಲಿ ಹೊಸ ಜೋಶ್ ತುಂಬಿತ್ತು. ಇದು ಆಕರ್ಷಕ ಶತಕವಾಗಿ ಪರಿವರ್ತನೆಗೊಂಡಿತ್ತು!

ಆದರೆ ಈ ಸಹಾಯಹಸ್ತ ವೆಸ್ಲಿ ಹಾಲ್ ಅವರಿಗೆ ತಿರುಗುಬಾಣವಾಗಬೇಕೇ! ಹಾಲ್ ಅವರ ಈ ನೆರವು ಹೇಗೋ ನಾಯಕ ಗ್ಯಾರಿ ಸೋಬರ್ಸ್ ಅವರಿಗೆ ತಿಳಿಯಿತು. ಎದುರಾಳಿ ತಂಡದ ಆಟಗಾರನೊಬ್ಬನಿಗೆ ನೀನೇಕೆ ಸಹಾಯ ಮಾಡಬೇಕು ಎಂಬುದು ಅವರ ಪ್ರಶ್ನೆಯಾಗಿತ್ತು. ಈ ಘಟನೆಯ ಬಳಿಕ ಸೋಬರ್ಸ್ ಸ್ವಲ್ಪ ಕಾಲ ಹಾಲ್ ಜೊತೆ ಮುನಿಸಿಕೊಂಡಿದ್ದರು.

ಇದಕ್ಕೆ ಹಾಲ್ ಪ್ರತಿಕ್ರಿಯಿಸುವುದು ಹೀಗೆ, 'ಅಂದು ಇಂಜಿನಿಯರ್ ನಾನು ಕೊಟ್ಟ ಪುಸ್ತಕ ಓದಿದರೋ ಇಲ್ಲವೋ ನನಗೆ ಗೊತ್ತಿಲ್ಲ, ಆದರೆ ಈ ಆಧುನಿಕ ಕ್ರಿಕೆಟ್ ಜಗತ್ತಿನಲ್ಲಿ ಒಬ್ಬರಿಗೊಬ್ಬರು ಸಹಾಯ ಮಾಡಬಾರದೆಂಬ ಪಾಠವನ್ನು ನಾನು ಕಲಿತುಕೊಂಡೆ...'

ಹಾಲ್ ಅವರ ಈ ಮಾತನ್ನು ಅಕ್ಷರಶಃ ಪಾಲಿಸುವುದೆಂದರೆ ಆಸ್ಟ್ರೇಲಿಯನ್ನರು. ಮೆಲ್ಬರ್ನ್‌ನಲ್ಲಿ ನಡೆದ 'ಕಾಮನ್ವೆಲ್ತ್ ಸೀರಿಸ್' ಪಂದ್ಯವೊಂದರ ವೇಳೆ ಬೌನ್ಸರ್ ಒಂದನ್ನು ತಲೆಗೆ ಹೊಡೆಸಿಕೊಂಡ ಕೆವಿನ್ ಪೀಟರ್‌ಸನ್ ನೆಲಕ್ಕೆ ಕುಸಿದರೂ ಒಬ್ಬನೇ ಒಬ್ಬ ಆಸ್ಟ್ರೇಲಿಯನ್ ಆಟಗಾರ ಅವರ ನೆರವಿಗೆ ಧಾವಿಸಿರಲಿಲ್ಲ!

ಅಂದು ರಿಕಿ ಪಾಂಟಿಂಗ್ ಬಳಗದ ಈ ವರ್ತನೆ ಭಾರೀ ಟೀಕೆಗೊಳಗಾಗಿತ್ತು. ಇದಕ್ಕೆ ಪಾಂಟಿಂಗ್ ಪ್ರತಿಕ್ರಿಯೆ ಹೀಗಿತ್ತು, 'ಪೀಟರ್‌ಸನ್ ನೆಲಕ್ಕೆ ಬಿದ್ದಿದ್ದರು ನಿಜ. ಆದರೆ ಅವರಿಗೆ ಗಂಭೀರ ಪೆಟ್ಟು ಬಿದ್ದಿದೆ ಎಂದು ನಾವು ಭಾವಿಸಿರಲಿಲ್ಲ. ಇಷ್ಟಕ್ಕೂ ಸಿಡ್ನಿ ಟೆಸ್ಟ್ ವೇಳೆ ಬ್ರೆಟ್ ಲೀ ಎಸೆತವೊಂದು ಸ್ಟಾಸ್‌ಗೆ ಬಡಿದಾಗ ಮೊದಲು ನೆರವಿಗೆ ನಿಂತವರು ನಾವೇ ಅಲ್ಲವೇ ?!'

ಇದು ಕಾಂಗರೂ ಕ್ರಿಕೆಟಿಗರ ಸ್ನೇಹ-ಸಂಬಂಧ!

ಟೆಸ್ಟ್ ಕ್ಯಾಪ್ ಧರಿಸದ ಬದಲಿ ಕೀಪರ್

ಭಾರತದಿಂದಲೇ ಆರಂಭಿಸೋಣ....

ಮಹೇಂದ್ರ ಸಿಂಗ್ ಧೋನಿ ಭಾರತ ತಂಡದಲ್ಲಿ ಕಾಣಿಸಿಕೊಳ್ಳುವುದಕ್ಕಿಂತ ಮೊದಲು ನಮ್ಮಲ್ಲಿ ಖಾಯಂ ವಿಕೆಟ್ ಕೀಪರ್‌ಗಳ ಸಮಸ್ಯೆ ಗಂಭೀರವಾಗಿತ್ತು. ಭಾರೀ ಭರವಸೆ ಮೂಡಿಸಿದ ಪಾರ್ಥಿವ್ ಪಟೇಲ್, ಬಂಗಾಲದ ದೀಪ್ ದಾಸ್‌ಗುಪ್ತ ಬಂದಷ್ಟೇ ಬೇಗ ಮಾಯವಾದರು. ಒಂದು ಸಮಯದಲ್ಲಂತೂ ಏಕದಿನ ಕ್ರಿಕೆಟ್‌ನಲ್ಲಿ ರಾಹುಲ್ ದ್ರಾವಿಡ್ ಕೈಗೆ ಗ್ಲೌಸ್ ತೊಡಿಸಿದ ತಂಡ ನಮ್ಮದು !

ಧೋನಿ ಆಗಮನದ ಬಳಿಕ ಪರಿಸ್ಥಿತಿ ಬದಲಾಯಿತು. ಎಲ್ಲಿಯ ತನಕ ಅಂದರೆ, ಭಾರತದಲ್ಲಿನ್ನು ವಿಕೆಟ್ ಕೀಪರ್ ಆದವರಿಗೆ ಬೆಲೆ ಇಲ್ಲ ಎಂಬಷ್ಟರ ಮಟ್ಟಿಗೆ! ತಂಡವೊಂದರಲ್ಲಿ ಬ್ಯಾಟ್ಸ್‌ಮನ್ ಹಾಗೂ ಬೌಲರ್‌ಗಳಿಗೆ ಸಾಕಷ್ಟು ಸ್ಥಾನವಿದ್ದರೂ ವಿಕೆಟ್ ಕೀಪಿಂಗ್ ಜಾಗ ಮಾತ್ರ ಒಬ್ಬನಿಗೇ ಮೀಸಲು ತಾನೆ? ಹೀಗಾಗಿ ಧೋನಿ ಇರುವಷ್ಟು ಕಾಲ ಬೇರೆಯವರಿಗೆ ಅವಕಾಶವಾದರೂ ಎಲ್ಲಿ ?!

ಆದರೆ ದಿನೇಶ್ ಕಾರ್ತಿಕ್ ಬಹಳ ಅದೃಷ್ಟವಂತ. ಅವರು ಬ್ಯಾಟಿಂಗ್ ಬಲದಿಂದಲೇ ಭಾರತ ತಂಡಕ್ಕೆ ಪ್ರವೇಶ ಪಡೆದರು. ಒಂದು ಕಾಲದಲ್ಲಂತೂ ಟೆಸ್ಟ್ ಆರಂಭಿಕನಾಗಿ ಸ್ಥಾನ ಗಟ್ಟಿ ಮಾಡಿಕೊಳ್ಳುವ ಭರವಸೆಯನ್ನೂ ಮೂಡಿಸಿದ್ದರು. ಧೋನಿ ಹಾಗೂ ಕಾರ್ತಿಕ್ ಇರುವ ತನಕ ಭಾರತದಲ್ಲಿ ಉಳಿದ ಕೀಪರ್‌ಗಳಿಗೆ ಬೆಲೆಯಿಲ್ಲ ಎಂಬ ಕಾಲವೊಂದಿತ್ತು, ಇರಲಿ...

ಒಬ್ಬನೇ ಕೀಪರ್‌ನನ್ನು ನಂಬಿಕೊಂಡು ಕಣಕ್ಕಿಳಿದರೆ, ಆತ ನಡುವಲ್ಲೇ ಗಾಯಾಳಾದರೆ ತಂಡ ಸಂದಿಗ್ಧ ಪರಿಸ್ಥಿತಿಯನ್ನು ಎದುರಿಸಬೇಕಾಗುತ್ತದೆ. ಇದನ್ನು ನಿಭಾಯಿಸಲು ತಂಡದ ಹೊರಗಿನ ಕೀಪರ್‌ನನ್ನು ಆಡಿಸುವ ಅವಕಾಶ ಇರುವುದಿಲ್ಲ . ಜೊತೆಗೆ ಎಲ್ಲ ತಂಡದಲ್ಲೂ 'ದ್ರಾವಿಡ್' ಇರುವುದಿಲ್ಲವಲ್ಲ! ಆದರೆ ನಾಯಕ ಧಾರಾಳ ಮನಸ್ಸಿನವನಾದರೆ ಈ ನಿಯಮವನ್ನು ಮೀರಿ ನಿಲ್ಲಲು ಸಾಧ್ಯ.

ಇದಕ್ಕೆ ಉದಾಹರಣೆಯಾಗುವುದು ಇಂಗ್ಲೆಂಡ್-ನ್ಯೂಜಿಲ್ಯಾಂಡ್ ನಡುವಿನ 1986ರ ಲಾರ್ಡ್ಸ್ ಟೆಸ್ಟ್, ಆಗ ರಿಚರ್ಡ್ ಹ್ಯಾಡ್ಲಿ ಬ್ಯಾಟಿಂಗ್ ನಡೆಸುತ್ತಿದ್ದರು. ಇವರ ಒಂದು ಹೊಡೆತ ನೇರವಾಗಿ ಇಂಗ್ಲೆಂಡ್ ವಿಕೆಟ್ ಕೀಪರ್ ಬ್ರೂಸ್ ಫ್ರೆಂಚ್ ತಲೆಗೆ ಹೋಗಿ ಬಡಿಯಿತು. ಗಾಯಾಳಾದ ಅವರು ಹೊರನಡೆಯುವುದು ಅನಿವಾರ್ಯವಾಯಿತು. ಆಗ ಬಿಲ್ ಆ್ಯಥಿ ಸ್ವಲ್ಪ ಹೊತ್ತು ಕೀಪಿಂಗ್ ಕಾಯಕ ನಿಭಾಯಿಸಿದರು. ಆದರೆ ಬಹಳ ಒದ್ದಾಡಿದರು!

ನ್ಯೂಜಿಲ್ಯಾಂಡ್ ನಾಯಕ ಜೆರೆಮಿ ಕೋನಿ ಅವರಿಗೆ ಇಂಗ್ಲೆಂಡಿನ ಕಷ್ಟ ಅರಿವಾಯಿತು. ಅವರು ಬದಲಿಯಾಗಿ ಹೊರಗಿನ ಕೀಪರ್‌ನನ್ನು ಆಡಿಸಲು ಅನುಮತಿಯಿತ್ತರು. ಆದರೆ ಒಮ್ಮಿಂದೊಮ್ಮೆಲೇ ಕೀಪರ್‌ನನ್ನು ಎಲ್ಲಿ ಹುಡುಕುವುದು? ಇಂಗ್ಲೆಂಡಿನ ಅದೃಷ್ಟ ಚೆನ್ನಾಗಿತ್ತು. ಟೆಸ್ಟ್ ವೀಕ್ಷಿಸಲು ಬಂದವರಲ್ಲಿ ಇಂಗ್ಲಂಡಿನ ಮಾಜಿ ಕೀಪರ್ ಬಾಬ್ ಟೇಲರ್ ಕೂಡ ಇದ್ದರು. ಕೂಡಲೇ ಟೇಲರ್‌ಗೆ ಕರೆ ಹೋಯಿತು. ಅವರು ದಿನದ ಉಳಿದ ಅವಧಿಯ ಆಟದಲ್ಲಿ ಕೀಪಿಂಗ್ ನಡೆಸಿದರು. ನಿಮಗೆ ಗೊತ್ತಿರಲಿ, ಆಗ ಬಾಬ್ ಟೇಲರ್ ವಯಸ್ಸು 45 ವರ್ಷ!

ಮರುದಿನವೂ ಬ್ರೂಸ್ ಫ್ರೆಂಚ್ ಅಂಗಳಕ್ಕಿಳಿಯುವ ಸ್ಥಿತಿಯಲ್ಲಿರಲಿಲ್ಲ. ಆಗ ಹ್ಯಾಂಪಶೈರ್ ಕೌಂಟಿಯ ವಿಕೆಟ್ ಕೀಪರ್ ಬಾಬ್ಬಿ ಪಾರ್ಕ್ಸ್ ಅವರನ್ನು ಕರೆಸಿಕೊಳ್ಳಲಾಯಿತು. ಪಾರ್ಕ್ಸ್ ಈ ಟೆಸ್ಟ್ ಪಂದ್ಯದ ನಾಲ್ಕನೇ ಕೀಪರ್ ಆಗಿ ಇಂಗ್ಲೆಂಡ್ ಪರ ಡ್ಯೂಟಿ ನಿಭಾಯಿಸಿದರು. ಇಂದಿಗೂ ಟೆಸ್ಟ್ ಕ್ಯಾಪ್ ಧರಿಸದ ಪಾರ್ಕ್ಸ್ ಪಾಲಿಗೆ ಟೆಸ್ಟ್ ಕ್ರಿಕೆಟ್‌ನಲ್ಲಿ ಬದಲಿಯಾಗಿ ಕೀಪಿಂಗ್ ನಡೆಸಿದ್ದೇ ಒಂದು ಸೌಭಾಗ್ಯ!

ವಿಶ್ವನಾಥ್ ಎಂಬ ಜಂಟ್ಲ್‌ಮನ್

ಕ್ರೀಡಾ ಮನೋಭಾವ ನಶಿಸುತ್ತಿದೆ, ಆಟಗಾರರಲ್ಲಿ ಕ್ರೀಡಾಸ್ಪೂರ್ತಿ ಇಲ್ಲ ಎಂಬುದೆಲ್ಲ ಇಂದಿನ ಕ್ರೀಡಾ ಜಗತ್ತಿನ ಮಾಮೂಲು ದೂರುಗಳು. ಇದಕ್ಕೆ ಕ್ರಿಕೆಟ್ ಹೊರತಾಗುವುದಾದರೂ ಹೇಗೆ?

ನಿಜಕ್ಕಾದರೆ ಕ್ರಿಕೆಟಿನಲ್ಲಿ ಇಂಥ ಮನೋಭಾವ ಪ್ರದರ್ಶಿಸಲು, ಸ್ಫೂರ್ತಿ ತೋರಲು ಇರುವ ಅವಕಾಶಗಳು ಹೆಚ್ಚು. ಪ್ರಾಮಾಣಿಕತೆ ತೋರ್ಪಡಿಸಿ ದೊಡ್ಡವರೆನಿಸಿಕೊಳ್ಳಲು ಕ್ರಿಕೆಟ್ ನಿಜಕ್ಕೂ ಒಂದು ದೊಡ್ಡ ವೇದಿಕೆ. ಆದರೆ ಹೇಗಾದರೂ ಗೆಲ್ಲಲೇಬೇಕೆಂಬ ಹಪಾಹಪಿಯ ನಡುವೆ ಇಂದು ಆಟಗಾರರ ಪ್ರಾಮಾಣಿಕತೆ ಹಳ್ಳ ಹಿಡಿದಿದೆ.

ಈ ಕುರಿತು ತಿಳಿದುಕೊಳ್ಳಬೇಕಾದರೆ ಕ್ರಿಕೆಟ್ ಇತಿಹಾಸದ ಪುಟಗಳನ್ನೇ ಹುಡುಕಬೇಕು. ಆಗ ಜಿ.ಆರ್. ವಿಶ್ವನಾಥ್, ಕೋರ್ಟ್ನಿ ವಾಲ್ಶ್ ಅವರಂಥ ಬೆರಳೆಣಿಕೆಯಷ್ಟು ಜಂಟ್ಲ್‌ಮನ್‌ಗಳು ಕಾಣಸಿಗುತ್ತಾರೆ.

ನಮಗೆ ವಿಶ್ವನಾಥ್ ಎಂದೊಡನೆ ನೆನಪಾಗುವುದು 1980ರ ಭಾರತ-ಇಂಗ್ಲೆಂಡ್‌ನಡುವಿನ 'ಗೋಲ್ಡನ್ ಜ್ಯುಬಿಲಿ' ಟೆಸ್ಟ್. ಮುಂಬಯಿಯ ವಾಂಖೇಡೆ ಸ್ಟೇಡಿಯಂನಲ್ಲಿಸಾಗಿದ ಈ ಪಂದ್ಯದಲ್ಲಿ ಭಾರತವನ್ನು ಮುನ್ನಡೆಸಿದವರು ಗುಂಡಪ್ಪ ವಿಶ್ವನಾಥ್. ಇಂಗ್ಲೆಂಡಿಗೆ ಮೈಕ್ ಬ್ರೇಯರ್ಲಿ ಸಾರಥ್ಯ.

ಭಾರತದ 242 ರನ್ನುಗಳ ಪ್ರಥಮ ಇನ್ನಿಂಗ್ಸ್ ಮೊತ್ತಕ್ಕೆ ಜವಾಬು ನೀಡುತ್ತಿದ್ದ ಇಂಗ್ಲೆಂಡ್ ಒಂದು ಹಂತದಲ್ಲಿ 58 ರನ್ನಿಗೆ ಐವರನ್ನು ಕಳೆದುಕೊಂಡು ಸಂಕಟ ಅನುಭವಿಸುತ್ತಿತ್ತು. ಇಂಥ ಸಂದಿಗ್ಧ ಸ್ಥಿತಿಯಲ್ಲೇ ಬಾಬ್ ಟೇಲರ್ ಕೂಡ ಕಾಟ್ ಬಿಹೈಂಡ್ ಆಗಿ ಪೆವಿಲಿಯನ್‌ನತ್ತ ಸಾಗುತ್ತಿದ್ದರು. ಆದರೆ ವಿಶ್ವನಾಥ್‌ಗೆ ಅಂಪಾಯರ್ ತೀರ್ಪಿನ ಮೇಲೆ ಏನೋ ಅನುಮಾನ. ಟೇಲರ್ ಔಟಲ್ಲ ಎಂದು ಅವರ ಮನಸ್ಸು ಹೇಳುತ್ತಿತ್ತು. ಕೂಡಲೇ ಟೇಲರ್ ಅವರನ್ನು ವಾಪಸ್ ಕರೆಸಿಕೊಂಡ ವಿಶಿ ಬ್ಯಾಟಿಂಗ್ ಮುಂದುವರಿಸುವಂತೆ ಕೇಳಿಕೊಂಡರು.

ಮುಂದಿನದು ಇತಿಹಾಸ. ಟೇಲರ್-ಬೋಥಂ 6ನೇ ವಿಕೆಟಿಗೆ 171 ರನ್ ಪೇರಿಸಿದ್ದು, ಬಳಿಕ ಬೋಥಂ 7 ವಿಕೆಟ್ ಉಡಾಯಿಸಿ ಭಾರತವನ್ನು 149ಕ್ಕೆ ನಿಯಂತ್ರಿಸಿದ್ದು, ಇಂಗ್ಲಂಡ್ 10 ವಿಕೆಟ್ ಜಯಭೇರಿ ಮೊಳಗಿಸಿದ್ದು.... ಎಲ್ಲವೂ ಭಾರತದ ಮಟ್ಟಿಗೆ ಕಹಿ ನೆನಪುಗಳು.

ಆದರೆ ಈ ಪಂದ್ಯ ಇಂದಿಗೂ ಗುರುತಿಸಲ್ಪಡುವುದು ವಿಶ್ವನಾಥ್ ಅವರ ಜಂಟ್ಲ್‌ಮನ್ ಗುಣಕ್ಕಾಗಿ. ಒಂದು ವೇಳೆ ಅವರು ಟೇಲರ್ ಅವರನ್ನು ಮರಳಿ ಬ್ಯಾಟಿಂಗ್‌ಗೆ ಆಹ್ವಾನಿಸದೇ ಹೋಗಿದ್ದರೆ ಬಹುಶಃ ಪಂದ್ಯದ ಚಿತ್ರಣವೇ ಬದಲಾಗುತ್ತಿತ್ತು.

ಬಳಿಕ ಈ ಘಟನೆ ನೆನಪಾಗಲು ಕಾರಣ ಆಸ್ಟ್ರೇಲಿಯದ ಬ್ಯಾಟ್ಸ್‌ಮನ್ ಮೈಕಲ್ ಹಸ್ಸಿ ಅವರಿಗೆ ಸಂಬಂಧಿಸಿದ ವಿದ್ಯಮಾನ. ಸಂದರ್ಭ, 2007ರ ತ್ರಿಕೋನ ಏಕದಿನ ಸರಣಿ.

ಅಂದು ಆಸ್ಟ್ರೇಲಿಯ-ಇಂಗ್ಲೆಂಡ್ ನಡುವಿನ ಪಂದ್ಯವೊಂದು ಬ್ರಿಸ್ಟ್‌ಲ್‌ನಲ್ಲಿ ನಡೆಯುತ್ತಿತ್ತು. ಜೇಮ್ಸ್ ಆ್ಯಂಡರ್ಸನ್ ಎಸೆತವೊಂದು ಮೈಕಲ್ ಹಸ್ಸಿ ಅವರ ಬ್ಯಾಟಿಗೆ ಸವರಿ ಸ್ಲಿಪ್‌ನಲ್ಲಿ ಕ್ಯಾಚ್ ಆಯಿತು. ಆದರೆ ಅಂಪಾಯರ್ ಹಾರ್ಪರ್ ಔಟ್ ನೀಡಲಿಲ್ಲ. ಬಹುಶಃ ಹಸ್ಸಿ ಅವರಿಗೂ ತಾನು ಔಟ್ ಎಂಬುದು ಗೊತ್ತಿರಲಿಕ್ಕೂ ಸಾಕು. ಆದರೂ ಅವರು ಕ್ರೀಸ್ ಬಿಡಲಿಲ್ಲ.

ಮರುದಿನ ಹಸ್ಸಿ ಅವರ ಮೊಬೈಲ್‌ನಲ್ಲಿ ಒಂದು ಮೆಸೇಜ್ ಕಂಡುಬಂತು– 'ಬ್ರದರ್, ನೀನೊಬ್ಬ ಅಪ್ರಾಮಾಣಿಕ. ನೀನು ಔಟ್ ಆದದ್ದು ಸ್ಪಷ್ಟವಾಗಿತ್ತು. ಇದು ನಿನಗೂ ಗೊತ್ತಿತ್ತು. ಅಂಪಾಯರ್ ತೀರ್ಪನ್ನು ಕಡೆಗಣಿಸಿ ನೀನು ಪೆವಿಲಿಯನ್‌ಗೆ ಹೋಗಬೇಕಿತ್ತು...' ಎಂಬ ಸಂದೇಶ ಅದಾಗಿತ್ತು.

ಈ ಸಂದೇಶ ಕಳುಹಿಸಿದವರು ಬೇರೆ ಯಾರೂ ಅಲ್ಲ, ಮೈಕಲ್ ಹಸ್ಸಿ ಅವರ ಸಹೋದರ ಡೇವಿಡ್ ಹಸ್ಸಿ! ಇದಕ್ಕೆ ಜವಾಬಾಗಿ ಮೈಕಲ್ ಹಸ್ಸಿ ಹೇಳಿದ್ದಿಷ್ಟು– 'ನಾವಿಬ್ಬರು ಯಾವತ್ತೂ ಔಟ್ ಆಗಬಾರದು. ನನ್ನ ಜಾಗದಲ್ಲಿ ನೀನಿದ್ದರೂ ಹೀಗೆಯೇ ಮಾಡುತ್ತಿದ್ದೆ...!'

ಇದನ್ನೆಲ್ಲ ಡೇವಿಡ್ ಹಸ್ಸಿ ರೇಡಿಯೋ ಸಂದರ್ಶನ ವೊಂದರಲ್ಲಿ ಹೇಳಿಕೊಂಡಿದ್ದರು. ವಿಶ್ವನಾಥ್‌ಗೂ ಮೈಕಲ್ ಹಸ್ಸಿಗೂ ಎಷ್ಟೊಂದು ವ್ಯತ್ಯಾಸ! ಕ್ರಿಕೆಟ್ ಎಂಬುದು ನಿಜಕ್ಕೂ ಜಂಟ್ಲ್‌ಮನ್ ಗೇಮ್ ಆಗಿ ಉಳಿದಿದೆಯೇ?

ಕ್ರಿಕೆಟಿಗರಿಗೆ ಇಂಗ್ಲಿಷ್ ಕಡ್ಡಾಯ!

ಪಾಕಿಸ್ಥಾನ್ ಕ್ರಿಕೆಟಿಗರ ಇಂಗ್ಲಿಷ್ ನಾಲೇಜ್ ಕುರಿತಾದ ಜೋಕ್ ಒಂದು ಹೀಗಿದೆ....

ಅದೊಂದು ಕ್ರಿಕೆಟ್ ಗೆಲುವಿನ ಸಮರಾಂಭ. ಮೈದಾನದ ವೇದಿಕೆಯಲ್ಲಿ ಗಣ್ಯರೆಲ್ಲ ನೆರೆದಿದ್ದರು. ಟೋನಿ ಗ್ರೆಗ್ ವಿಜೇತ ಪಾಕಿಸ್ಥಾನಿ ತಂಡದ ನಾಯಕನ ಅಭಿಪ್ರಾಯ ತಿಳಿಯಲು ಸಿದ್ಧರಾಗಿ ನಿಂತಿದ್ದರು. ಅದಕ್ಕಿಂತ ಮೊದಲು, ಎರಡನೇ ಮಗುವಿನ ತಂದೆಯಾದ ಪಾಕ್ ನಾಯಕನಿಗೆ ಗ್ರೆಗ್ ಕಂಗ್ರಾಟ್ಸ್ ಹೇಳಿದರು.

ಟೋನಿ ಗ್ರೆಗ್ ತಮ್ಮ ತಂಡದ ಗೆಲುವಿಗಾಗಿ ಕಂಗ್ರಾಟ್ಸ್ ಹೇಳಿದರೆಂದೇ ಅರ್ಥೈಸಿಕೊಂಡ ಆ ನಾಯಕ ಎಂದಿನಂತೆ ತನಗೆ ತಿಳಿದಿದ್ದ ಅರ್ಧಂಬರ್ಧ ಇಂಗ್ಲಿಷ್‌ನಲ್ಲಿ ಪ್ರತಿಕ್ರಿಯೆ ನೀಡತೊಡಗಿದ– 'ಥ್ಯಾಂಕ್ಯೂ. ಬಹಳ ಸಂತೋಷವಾಗಿದೆ. ಆದರೆ ಇದರಲ್ಲಿ ನನ್ನ ಪಾತ್ರ ಕಡಿಮೆ. ಎಲ್ಲ ಹೆಗ್ಗಳಿಕೆ ತಂಡದ ಹುಡುಗರಿಗೆ ಸಲ್ಲಬೇಕು...' ಎನ್ನುತ್ತ ಆಟಗಾರರೆಲ್ಲರ ಗುಣಗಾನ ಮಾಡುತ್ತ ಹೋದ. ಪರಿಸ್ಥಿತಿ ಹಳಿ ತಪ್ಪಿತ್ತು!

ಕ್ರಿಕೆಟಿಗರಿಗೆ ಇಂಗ್ಲಿಷ್ ಬಾರದೇ ಹೋದರೆ ಎಷ್ಟೊಂದು ಅಭಾಸವಾಗುತ್ತದೆ ಎಂಬುದನ್ನು ಇದು ಬಹಳ ವ್ಯಂಗ್ಯವಾಗಿ ಅಷ್ಟೇ ಗಂಭೀರವಾಗಿ ಹೇಳಿದೆ.

ನಿಮಗೆ ಗೊತ್ತಿರಬಹುದು... ಕ್ರಿಕೆಟಿಗರ ಇಂಗ್ಲಿಷ್ ನಾಲೇಜ್ ವಿಷಯಕ್ಕೆ ಬಂದಾಗ ಏಷ್ಯನ್ನರು ಹಿಂದುಳಿದವರ ಸಾಲಿಗೆ ಸೇರುತ್ತಾರೆ. ಅದರಲ್ಲೂ ಪಾಕ್ ಹಾಗೂ ಬಾಂಗ್ಲಾ ಕ್ರಿಕೆಟಿಗರು ಮತ್ತಷ್ಟು ಹಿಂದೆ. ಲಂಕನ್ನರ ಇಂಗ್ಲಿಷ್ ಕೂಡ ಡೇಂಜರಸ್. ಇದ್ದುದರಲ್ಲಿ ಭಾರತವೇ ಪರ್ವಾಗಿಲ್ಲ, ಉತ್ತರ

ಭಾರತದವರು ಮಾತ್ರ ಇದಕ್ಕೆ ಅಪವಾದ. ಅಲ್ಲಿ ಹಿಂದಿಗೆ ಅಗ್ರ ಮಣೆ. ಅಂಥ ಗ್ರೇಟ್ ಕಪಿಲ್ ಕೂಡ ತಡವರಿಸಿ ಇಂಗ್ಲಿಷ್ ಮಾತಾಡುವುದನ್ನು ನೀವು ಗಮನಿಸಿರಬಹುದು. ಅದೇ ಉತ್ತರದ ಗಡಿ ದಾಟಿ ಬನ್ನಿ... ಗಾವಸ್ಕರ್, ದ್ರಾವಿಡ್ ಅವರ ಇಂಗ್ಲಿಷ್ ಕೇಳಿದ್ದೀರಲ್ಲ, ನಿಜಕ್ಕೂ ಸೂಪರ್ಬ್!

ಮತ್ತೆ ಪಾಕಿಸ್ತಾನ ಕ್ರಿಕೆಟ್‌ನತ್ತ ಬರೋಣ. ಇಲ್ಲಿನ ಆಟಗಾರರ ಮುಖ್ಯ ಭಾಷೆ ಉರ್ದು. ಯಾವುದೇ ಪತ್ರಿಕಾಗೋಷ್ಠಿ ಆಗಲಿ, ಗೆಲುವಿನ ಸಮಾರಂಭವಾಗಲಿ, ಉರ್ದು ಭಾಷೆಗೆ ಅಗ್ರ ಪ್ರಾಶಸ್ತ್ಯ. ಸ್ವದೇಶಿ ಸರಣಿಯಲ್ಲಾದರೆ ಇದನ್ನು ಸಹಿಸಿಕೊಳ್ಳಬಹುದು. ಆದರೆ ಏಷ್ಯಾ ಹೊರತುಪಡಿಸಿ ಇತರೆಡೆ ಪ್ರವಾಸಗೈದಾಗ ಉರ್ದು ಮಾತಾಡಿದರೆ ಅದಕ್ಕೊಬ್ಬ ಭಾಷಾಂತರಕಾರನನ್ನು ನೇಮಿಸಬೇಕಾಗುತ್ತದೆ. ಇಂಗ್ಲಿಷ್ ಮಾಧ್ಯಮದವರೆಂದರೆ ಮಾರು ದೂರ ಓಡುವ ನಮ್ಮ ನರೇಂದ್ರ ಹಿರ್ವಾನಿಗೆ ಇಂಗ್ಲಿಷ್ ಬಿಡಿಸಿ ಹೇಳಲು ಸಹ ಆಟಗಾರರು ನೆರವಿಗೆ ಬರುತ್ತಿದ್ದುದು ನೆನಪಿದೆಯೇ?!

ಪಾಕಿಸ್ತಾನದ ಇಂಗ್ಲಿಷ್ ವೈಫಲ್ಯ ಬಹಿರಂಗಗೊಂಡದ್ದು 2007ರ ವಿಶ್ವಕಪ್ ಕ್ರಿಕೆಟ್ ಪಂದ್ಯಾವಳಿಯಲ್ಲಿ. ಆಗ ಪಾಕ್ ತಂಡದ ಆಡಳಿತ ಮಂಡಳಿ ಉರ್ದುವನ್ನೇ ಕಡ್ಡಾಯ ಮಾಡಿತ್ತು. ಪತ್ರಿಕಾಗೋಷ್ಠಿಗಳಲ್ಲಿ ನಾಯಕ ಹಾಗೂ ಆಟಗಾರರಿಗೆಲ್ಲ ಕೇವಲ ಉರ್ದುವನ್ನೇ ಮಾತಾಡುವಂತೆ ಅದು ಸೂಚಿಸಿತ್ತು. ಆಗೆಲ್ಲ ತಂಡದ ಮೀಡಿಯಾ ಮ್ಯಾನೇಜರ್ ಪರ್ವೇಜ್ ಮೀರ್ 'ದುಭಾಷಿ'ಯ ಪಾತ್ರ ವಹಿಸುತ್ತಿದ್ದರು. ಅರ್ಧ ಗಂಟೆಯಲ್ಲಿ ಮುಗಿಯುತ್ತಿದ್ದ ಪ್ರೆಸ್ ಮೀಟ್ ಒಂದು ಗಂಟೆ ಕಾಲ ಎಳೆಯಲ್ಪಡುತ್ತಿತ್ತು.

ಆದರೆ ಆಗ ಐಸಿಸಿ ಈ ಕುರಿತು ಏನೂ ಆದೇಶ ಹೊರಡಿಸಿರಲಿಲ್ಲ. ಪಾಕ್ ಕೂಡ ಕೂಟದಿಂದ ಬೇಗನೇ ಗಂಟುಮೂಟೆ ಕಟ್ಟಿತ್ತು. ಅನಂತರ 'ಅಂತಾರಾಷ್ಟ್ರೀಯ ಮಾನ್ಯತೆಯುಳ್ಳ ಭಾಷೆ'ಯಲ್ಲೇ ಪ್ರೆಸ್ ಕಾನ್ಫರೆನ್ಸ್ ನಡೆಸಬೇಕು ಎಂದು ಐಸಿಸಿ ಪಾಕಿಸ್ತಾನ ಕ್ರಿಕೆಟ್ ಮಂಡಳಿಗೆ ಸೂಚಿಸಿತು. ಪಿಸಿಬಿ ಕೂಡ ಎಚ್ಚೆತ್ತುಕೊಂಡಿತು. ಅದು ತನ್ನ ಆಟಗಾರರಿಗೆ ಇಂಗ್ಲಿಷ್ ಕಡ್ಡಾಯಗೊಳಿಸಿತು.

ಇಂಗ್ಲಿಷ್ ಕಲಿಕೆಗೆ ಶ್ರೀಕಾರ ಹಾಕಿದವರು ಅಂದಿನ ನಾಯಕ ಶೋಯಿಬ್ ಮಲಿಕ್. ಆಗ ಅವರು ಇಂಗ್ಲಿಷ್ ಟ್ಯೂಶನ್ ಕ್ಲಾಸ್‌ಗೆ ಹೋಗಲಾರಂಭಿಸಿದರು. ಉಳಿದ ಆಟಗಾರರ ಸಲುವಾಗಿ ನ್ಯಾಶನಲ್ ಕ್ರಿಕೆಟ್ ಅಕಾಡೆಮಿ ಹಾಗೂ ತರಬೇತಿ ಶಿಬಿರಗಳಲ್ಲೆಲ್ಲ ಇಂಗ್ಲಿಷ್ ತರಬೇತಿಗಳನ್ನು ಆರಂಭಿಸಲಾಯಿತು.

ಇನ್ನೊಂದೆಡೆ ಅಂದಿನ ಕೋಚ್ ಜೆಫ್ ಲಾಸನ್ ಕೂಡ ಪಾಕ್ ಕ್ರಿಕೆಟಿಗರಿಗೆ ಇಂಗ್ಲಿಷ್ ಪಾಠ ಹೇಳಿ ಕೊಡಲಾರಂಭಿಸಿದರು. ಸಂವಹನ ಸುಲಭಗೊಳ್ಳಲಿ ಎಂಬ ಕಾರಣಕ್ಕಾಗಿ ಲಾಸನ್ ಪ್ರಮುಖ ಉರ್ದು ಶಬ್ದಗಳನ್ನೂ ಕಲಿತದ್ದು ವಿಶೇಷ.

ಪಂದ್ಯವನ್ನೇ ಪಾಕಿಸ್ತಾನಕ್ಕೆ ಬಿಟ್ಟುಕೊಟ್ಟ ಕ್ಯಾಪ್ಟನ್ ಬೇಡಿ!

'**ಪಾ**ಕಿಸ್ತಾನವನ್ನು ಅವರ ಅಂಗಳದಲ್ಲಿ ಎದುರಿಸು ವುದು ಸುಲಭವಲ್ಲ, ಅಲ್ಲಿನ ಅಂಪಾಯರ್ ಗಳ ದೇಶಪ್ರೇಮ ವಿಪರೀತ. ನೀವಿದನ್ನು ಸಹಿಸಿಕೊಂಡು ಮುಂದುವರಿಯಬೇಕೇ ಹೊರತು ಯಾವುದೇ ಕ್ರೀಡಾಸ್ಫೂರ್ತಿಯನ್ನು ನಿರೀಕ್ಷಿಸುವಂತಿಲ್ಲ...'

ಹೀಗೆಂದು 1978ರಲ್ಲಿ ಪಾಕಿಸ್ತಾನ ಕ್ರಿಕೆಟ್ ಪ್ರವಾಸಕ್ಕೆ ಹೊರಟುನಿಂತಿದ್ದ ಬಿಷನ್ ಸಿಂಗ್ ಬೇಡಿ ನಾಯಕತ್ವದ ಭಾರತ ತಂಡಕ್ಕೆ ಆಡಳಿತ ಮಂಡಳಿ ಮೊದಲೇ ಸೂಚಿಸಿತ್ತು. ಬೇಡಿ ನೇರಾನೇರ ಸ್ವಭಾವದವರಾದ್ದರಿಂದ ಅಲ್ಲಿ ಏನೂ ಸಂಭವಿಸಬಹುದೆಂಬ ಮುನ್ನೆಚ್ಚರಿಕೆಯೊಂದನ್ನು ನೀಡಿತ್ತು.

ಆದರೆ ಅಲ್ಲಿ ಅಹಿತಕರ ಘಟನೆಯೊಂದು ನಡೆದೇ ಹೋಯಿತು!

ಅದು 40 ಓವರ್‌ಗಳ ಮಾದರಿಯ ಏಕದಿನ ಸರಣಿ. ಕ್ವೆಟ್ಟಾದಲ್ಲಿ ನಡೆದ ಮೊದಲ ಪಂದ್ಯವನ್ನು ಭಾರತ ಕೇವಲ 4 ರನ್ ಅಂತರದಿಂದ ಗೆದ್ದಿತು. ಸಿಯಾಲ್‌ಕೋಟ್‌ನಲ್ಲಿ 70 ರನ್ನಿಗೆ ಕುಸಿದು ಪಂದ್ಯವನ್ನು ಪಾಕ್‌ಗೆ ಒಪ್ಪಿಸಿತು. ಸಾಹಿವಾಲ್‌ನಲ್ಲಿ ನಿರ್ಣಾಯಕ ಮುಖಾಮುಖಿ. ಪಾಕ್ 7ಕ್ಕೆ 205 ರನ್ ಗಳಿಸಿತ್ತು. ಅಂಶುಮನ್ ಗಾಯಕ್ವಾಡ್ ಸಾಹಸದಿಂದ ಭಾರತ 2ಕ್ಕೆ 183 ರನ್ ಗಳಿಸಿ ಗೆಲುವನ್ನು ಸಮೀಪಿಸಿತ್ತು. ಆಗ ಶುರುವಾಯಿತು ನೋಡಿ ಪಾಕ್ ಬೌಲರ್‌ಗಳ ರಣಾತ್ಮಕ ಕಾರ್ಯತಂತ್ರ. ಸರ್ಫರಾಜ್ ನವಾಜ್ 38ನೇ ಓವರ್‌ನಲ್ಲಿ ಗಾಯಕ್ವಾಡ್‌ಗೆ ಸತತ 4 ಬೌನ್ಸರ್ ಎಸೆದರು. ಅಂಪಾಯರ್‌ಗಳಾದ ಜಾವೇದ್ ಅಖ್ತರ್, ಖೈಜರ್ ಹಯಾತ್ ಮಿಸುಕಾಡಲಿಲ್ಲ, ಅವರ ಪ್ರಕಾರ ಎಲ್ಲವೂ ಸರಿಯಾದ ಎಸೆತಗಳೇ ಆಗಿದ್ದವು!

ಆದರೆ ಕ್ಯಾಪ್ಟನ್ ಬೇಡಿ ಸುಮ್ಮನುಳಿಯಲಿಲ್ಲ, ಅವರ ಆಕ್ರೋಶ ಏರುತ್ತ ಹೋಯಿತು. ಪಾಕ್ ಬೌಲರ್‌ಗಳ ಈ ಕುಟಿಲ ಕಾರ್ಯತಂತ್ರಕ್ಕೆ ಕಣ್ಣುಮುಚ್ಚಿ ಸಹಕಾರ ನೀಡಿದ ಅಂಪಾಯರ್‌ಗಳ

ವಿರುದ್ಧ ರೋಸಿಹೋದರು. ಕ್ರೀಸ್‌ನಲ್ಲಿದ್ದ ಗಾಯಕ್ವಾಡ್ ಮತ್ತು ಜಿ.ಆರ್. ವಿಶ್ವನಾಥ್ ಅವರನ್ನು ವಾಪಸ್ ಕರೆಸಿಕೊಂಡರು. ಪಂದ್ಯವನ್ನು ಪಾಕಿಸ್ತಾನಕ್ಕೆ ಬಿಟ್ಟುಕೊಟ್ಟು ತಮ್ಮ ಪ್ರತಿಭಟನೆಯ ಕಾವನ್ನು ಕ್ರಿಕೆಟ್ ಜಗತ್ತಿಗೆ ಪರಿಚಯಿಸಿದರು. ಸರಣಿ 2-1 ಅಂತರದಿಂದ ಪಾಕ್ ಪಾಲಾಯಿತು. ಆಗ 14 ಎಸೆತಗಳಿಂದ 23 ರನ್ ಗಳಿಸುವ ಸವಾಲು ಭಾರತದ ಮುಂದಿತ್ತು.

ಇದು ಏಕದಿನ ಇತಿಹಾಸದಲ್ಲಿ ತಂಡವೊಂದು ಪ್ರತಿಭಟನೆಯ ಮೂಲಕ ಪಂದ್ಯವನ್ನು ಎದುರಾಳಿಗೆ ಬಿಟ್ಟುಕೊಟ್ಟ ಏಕೈಕ ನಿದರ್ಶನ!

ಪಾಕ್ ವಿರುದ್ಧವೇ ಪಾಕಪ್ರೇಮ!

ಕ್ರಿಕೆಟ್ ಹಾಗೂ ಕ್ರಿಕೆಟ್ ಮಂಡಳಿಗಳ ಅನ್ಯಾಯವನ್ನು ಮುಖಕ್ಕೆ ಹೊಡೆದಂತೆ ಹೇಳುತ್ತಿದ್ದ ಬಿಷನ್ ಸಿಂಗ್ ಬೇಡಿ ಉಳಿದಂತೆ ಸ್ವಭಾವತಃ ಸ್ನೇಹಮಯಿ. ಎಷ್ಟರ ಮಟ್ಟಿಗೆಂದರೆ, ಅಂದು ಸಾಹಿವಾಲ್ ಪಂದ್ಯದ ವೇಳೆ ಮೋಸ ಮಾಡಿದ ಪಾಕಿಸ್ತಾನಿ ಕ್ರಿಕೆಟಿಗರಿಗೇ ಔತಣ ಕೂಟವನ್ನು ಏರ್ಪಡಿಸುವಷ್ಟು ಆತ್ಮೀಯತೆ ಈ ಸರ್ದಾರ್ಜಿಯದ್ದಾಗಿತ್ತು.

ಕಳೆದ ವರ್ಷ ಬೇಡಿಗೆ 75 ವರ್ಷ ತುಂಬಿದ ಸಂದರ್ಭ ಪುಸಕ್ತವೊಂದನ್ನು ಹೊರತರಲಾಗಿತ್ತು. ಇದರ ಹೆಸರು–'ದ ಸರ್ದಾರ್ ಆಫ್ ಸ್ಪಿನ್: ಎ ಸೆಲಬ್ರೇಶನ್ ಆಫ್ ದ ಆರ್ಟ್ ಆ್ಯಂಡ್ ಆಫ್ ಬಿಷನ್ ಸಿಂಗ್ ಬೇಡಿ'. ಕಪಿಲ್‌ದೇವ್ ಅವರ ಮುನ್ನುಡಿ ಹೊಂದಿರುವ ಈ ಪುಸ್ತಕದಲ್ಲಿ ಖ್ಯಾತ ಕ್ರಿಕೆಟಿಗರಾದ ಸುನೀಲ್ ಗಾವಸ್ಕರ್, ಇ.ಎ.ಎಸ್. ಪ್ರಸನ್ನ, ಫಾರುಕ್ ಇಂಜಿನಿಯರ್ ಮೊದಲಾದವರ ಸಂದೇಶವಿದೆ. ಪುತ್ರಿ ನೇಹಾ ಬೇಡಿ ತಂದೆ ಕುರಿತು ಆಪ್ತವಾಗಿ ಬರೆದಿದ್ದಾರೆ. ಸಚಿನ್ ತೆಂಡುಲ್ಕರ್, ರಾಮಚಂದ್ರ ಗುಹಾ, ಅನಿಲ್ ಕುಂಬ್ಳೆ, ಗ್ರೆಗ್ ಚಾಪೆಲ್ ಸೇರಿದಂತೆ ಅನೇಕರು ಸ್ಪಿನ್ ಸರ್ದಾರ್ಜಿ ಕುರಿತು ಸೊಗಸಾಗಿ ಅನುಭವಗಳನ್ನು ಹಂಚಿಕೊಂಡಿದ್ದಾರೆ.

ಇದರಲ್ಲಿ 'ಬಿಷ್: ಟೇಕಿಂಗ್ ಅಸ್ ಫ್ರಮ್ ಕ್ಲಬ್ ಕ್ಲಾಸ್ ಟು ವರ್ಲ್ಡ್ ಕ್ಲಾಸ್' ಎಂಬ ಸುಂದರಂ ಅವರ ಲೇಖನವೊಂದು ಸ್ವಾರಸ್ಯಭರಿತವಾಗಿದೆ. ಇದರಲ್ಲಿ ಬೇಡಿ ಅವರ ಪಾಕಪ್ರೇಮ ಗಮನ ಸೆಳೆಯುತ್ತದೆ.

ಸುಂದರಂ ಆಗ ಆಸ್ಟ್ರೇಲಿಯದ ಟಾಸ್ಮೇನಿಯ ಪ್ರಾಂತ್ಯದ ದೂರದ ಬರ್ನಿ ಎಂಬಲ್ಲಿದ್ದರು. ಹಾಗೆಯೇ ಪಾಕಿಸ್ತಾನ ತಂಡ ಟಾಸ್ಮೇನಿಯ ವಿರುದ್ಧ ಪಂದ್ಯವೊಂದನ್ನು ಆಡುವುದಿತ್ತು. ಈ ಸಂದರ್ಭದಲ್ಲಿ ಆಸ್ಟ್ರೇಲಿಯದಲ್ಲಿದ್ದ ಬೇಡಿ ಪಾಕ್ ಕ್ರಿಕೆಟಿಗರೂ ಸೇರಿದಂತೆ ಸುಮಾರು 25 ಮಂದಿಗೆ ಔತಣವೊಂದನ್ನು ಏರ್ಪಡಿಸುವ ಕುರಿತು ಕರೆ ಮಾಡಿ ಸುಂದರಂ ಅವರನ್ನು ಆಹ್ವಾನಿಸುತ್ತಾರೆ. ಮೊದಲೇ ಬೇಡಿ ಅವರ ಪಾಕರುಚಿ ಸವಿದಿದ್ದ ಸುಂದರಂ 70 ಕಿ.ಮೀ. ಪ್ರಯಾಣ ಮಾಡಿ ಕೂಟವನ್ನು ಸೇರಿಕೊಳ್ಳುತ್ತಾರೆ.

ಪಾಕ್ ಕ್ರಿಕೆಟಿಗರಾದ ಜಹೀರ್ ಅಬ್ಬಾಸ್, ಜಾವೇದ್ ಮಿಯಾಂದಾದ್, ಮುದಸ್ಸರ್ ನಜರ್, ಶಫಾಖತ್ ರಾಣಾ, ಇಕ್ಬಾಲ್ ಖಾಸಿಂ ಮೊದಲಾದವರು ಬೇಡಿ ಆಹ್ವಾನವನ್ನು ಸ್ವೀಕರಿಸಿ ಆಗಮಿಸಿದ್ದರು.

ಅಂದು ಸಾಹಿವಾಲ್‌ನಲ್ಲಿ ಪಾಕಿಸ್ತಾನ ವಿರುದ್ಧ ಹರಿಹಾಯ್ದು ಪಂದ್ಯವನ್ನು ಬಿಟ್ಟುಕೊಟ್ಟ ಬೇಡಿ ಇಂದು ಅದೇ ಪಾಕ್ ಕ್ರಿಕೆಟಿಗರಿಗೆ ಔತಣ ನೀಡಿ, ತಮ್ಮ ಆಕ್ರೋಶವೇನಿದ್ದರೂ ಕ್ರಿಕೆಟ್ ಅಕ್ರಮದ ವಿರುದ್ಧವೇ ಹೊರತು ಆಟಗಾರರ ಮೇಲಲ್ಲ ಎಂದು ತೋರಿಸಿ ದೊಡ್ಡತನ ಮೆರೆದಿದ್ದರು!

ದುಡ್ಡು ನೀಡಿ, ಸಂದರ್ಶನ ನಡೆಸಿ!

ಇಂದು ಕ್ರಿಕೆಟ್ ಬುನಾದಿಯೇ ದುಡ್ಡಿನ ಮೇಲೆ ನಿಂತಿದೆ. ಜಾಗತಿಕ ಕ್ರಿಕೆಟ್‌ನಲ್ಲಿ ಕಾಂಚಾಣದ್ದೇ ಜಣಜಣ. ರಾಶಿ ರಾಶಿ ಮೊತ್ತ ಸಿಗುವುದಾದರೆ ಪಂದ್ಯದ ಫಲಿತಾಂಶವನ್ನೇ ಮಾರಬಲ್ಲ ಖೂಳರನ್ನೂ ನಾವು ಕಂಡಿದ್ದೇವೆ. 'ಮ್ಯಾಚ್ ಫಿಕ್ಸಿಂಗ್' ಎಂಬ ಕರಾಳ ಅಧ್ಯಾಯ ಇಂದು ಕ್ರಿಕೆಟ್ ಹೊತ್ತಗೆಯಲ್ಲಿ ಕಾಣಿಸಿಕೊಳ್ಳಲು ಇಂಥ ಕ್ರಿಕೆಟ್ ಖಳರೇ ಕಾರಣ. ಜೊತೆಗೆ ಇದಕ್ಕೆಂದೇ ಹುಟ್ಟಿಕೊಂಡಿರುವ ಸಾಲು ಸಾಲು ಟಿ20 ಲೀಗ್‌ಗಳು!

ಈಗೇನಾಗಿದೆಯೆಂದರೆ, ಪ್ರತಿಯೊಂದು ಕ್ರಿಕೆಟ್ ಪಂದ್ಯದ ಫಲಿತಾಂಶದ ಮೇಲೂ ಫಿಕ್ಸಿಂಗ್‌ನ ಕಮಟು ವಾಸನೆ. ತಂಡವೊಂದು ಸೋತರೂ ಅನುಮಾನ, ಗೆದ್ದರೂ ಅನುಮಾನ! ದೊಡ್ಡ ಪಂದ್ಯಾವಳಿಯಲ್ಲಿ ಸಾಮಾನ್ಯ ಮಟ್ಟದ ತಂಡವೊಂದು ಪ್ರಬಲ ತಂಡವನ್ನು ಉರುಳಿಸಿದರಂತೂ 'ಖಂಡಿತ ಫಿಕ್ಸಿಂಗೇ ಇರಬೇಕು' ಎಂಬ ಸಂಶಯ ಹೆಡೆಯೆತ್ತುತ್ತದೆ. ಅಷ್ಟರ ಮಟ್ಟಿಗೆ ಕ್ರಿಕೆಟ್ ಈಗ ಕುಲಗೆಟ್ಟಿದೆ1

ಇಲ್ಲಿ ಕ್ರಿಕೆಟನ್ನು ಆವರಿಸಿರುವ ದುಡ್ಡಿನ ಇನ್ನೊಂದು ಮುಖದ ಪರಿಚಯ ಮಾಡಿಕೊಳ್ಳಿ...

ಕೆಲವು ವರ್ಷಗಳ ಹಿಂದೆ ಚಾಂಪಿಯನ್ಸ್ ಟ್ರೋಫಿ ಪಂದ್ಯಾವಳಿಗೆಂದು ಭಾರತಕ್ಕೆ ಬಂದ ಪಾಕಿಸ್ಥಾನ ತಂಡ ಮೊಹಾಲಿಯಲ್ಲಿ ತಂಗಿತ್ತು. ಆಗ ನಮ್ಮ ಮಾಧ್ಯಮದವರೊಬ್ಬರು ಪಾಕ್ ಕ್ರಿಕೆಟಿಗ ಶೋಯಿಬ್ ಮಲಿಕ್ ಅವರ ಸಂದರ್ಶನಕ್ಕೆಂದು ಆಗಮಿಸಿದರು. ಆದರೆ ಮಲಿಕ್ ಇದಕ್ಕೆ ಒಪ್ಪಲಿಲ್ಲ. ಕೊನೆಗೆ ಆ ಪತ್ರಕರ್ತ ಪಾಕ್ ತಂಡದ ಮ್ಯಾನೇಜರ್‌ಗೆ ವಿಷಯ ತಿಳಿಸಿದ. ಮ್ಯಾನೇಜರ್ ಮೂಲಕ ಮಲಿಕ್ ಹೇಳಿ ಕಳುಹಿಸಿದ್ದಿಷ್ಟು– 'ಸಂದರ್ಶನ ನೀಡಲು ನಾನು ಸಿದ್ಧನಿದ್ದೇನೆ. ಆದರೆ

ಇದಕ್ಕಾಗಿ ನನಗೆ 500 ಡಾಲರ್ ನೀಡಬೇಕು. ಮಾಧ್ಯಮದವರು ಒಂದು ತಂಡವಾಗಿ ಬಂದರೆ 1,500 ಡಾಲರ್ ಕೊಡಬೇಕಾಗುತ್ತದೆ...!'

ಇದನ್ನು ಕೇಳಿದ ಆ ಪತ್ರಕರ್ತ ಹೌಹಾರಿದ. ಆತನಿಗೆ ಇದೊಂದು ಹೊಸ ಅನುಭವ. ಆತ ಮಲಿಕ್ ಅವರ ಸಂದರ್ಶನ ನಡೆಸಿದನೋ ಇಲ್ಲವೋ ಗೊತ್ತಿಲ್ಲ, ಆದರೆ ಮಲಿಕ್ ಮಾಡಿದ 'ಡಿಮಾಂಡ್' ಭಾರೀ ಚರ್ಚೆಗೆ ಕಾರಣವಾಯಿತು. ವಿಪರ್ಯಾಸವೆಂದರೆ, ಪಾಕ್ ಟೀಮ್ ಮ್ಯಾನೇಜ್‌ಮೆಂಟ್ ಇದಕ್ಕೆ ತಲೆಕೆಡಿಸಿಕೊಳ್ಳಲೇ ಇಲ್ಲ. ನಾಯಕ ಯೂನಿಸ್ ಖಾನ್ ಅವರಂತೂ ದುಡ್ಡು ಕೇಳಿದರೆ ತಪ್ಪೇನು ಎಂಬಂಥ ಪ್ರಶ್ನೆಯನ್ನೆಸೆದು ಬಾಯಿ ಮುಚ್ಚಿಸಿದರು !

ಪಾಕಿಸ್ತಾನಿ ಕ್ರಿಕೆಟಿಗರ ಮಟ್ಟಿಗೆ ಇಂಥದೊಂದು ವ್ಯವಹಾರ ಹೊಸತು. ನಿಮಗೆ ನೆನಪಿರಬಹುದು, ಭಾರತ ತಂಡದ ಪಾಕ್ ಪ್ರವಾಸದ ವೇಳೆ ನಾಯಕ ಇಂಝಮಾಮ್ ಉಲ್ ಹಕ್ ಒಂದು ಡೈಲಾಗ್ ಉದುರಿಸಿದ್ದರು– 'ಪ್ರತಿಯೊಂದು ಕೆಲಸಕ್ಕಾಗಿ ನಮಗೆ ದುಡ್ಡಿನ ರುಚಿ ತೋರಿಸಿದ್ದೇ ಭಾರತೀಯ ಕ್ರಿಕೆಟಿಗರು' ಎಂದು! ಹಾಗಾದರೆ ನಮ್ಮ ಕ್ರಿಕೆಟಿಗರು ಮಾಧ್ಯಮದವರಲ್ಲಿ ದುಡ್ಡು ಕೇಳುವ ಪರಿಪಾಠ ಇರಿಸಿಕೊಂಡಿದ್ದಾರೆಯೇ? ಗೊತ್ತಿಲ್ಲ.

ಇನ್ನೊಂದು ಘಟನೆ. ಇಂಗ್ಲೆಂಡ್ ಪ್ರವಾಸದ ವೇಳೆ ಪಾಕಿಸ್ಥಾನ ತಂಡ ಕ್ಯಾಂಟರ್‌ಬರಿಯಲ್ಲಿತ್ತು. ಆಗ 'ಸ್ಕೈ' ಟಿವಿಯ ಕ್ಯಾಮರಾಮನ್ ಪಾಕ್ ಕ್ರಿಕೆಟಿಗರ 'ಗ್ರಾಫಿಕ್ ಪ್ಯಾಕೇಜ್'ಗಾಗಿ ವೀಡಿಯೋ ಚಿತ್ರೀಕರಣಕ್ಕೆಂದು ಬಂದಿದ್ದ. ಆದರೆ ಇಂಝಮಾಮ್ ಇದಕ್ಕೆ ಒಪ್ಪಲಿಲ್ಲ, ಹಕ್ ಹಣ ಕೇಳಿದರು ಎಂಬುದು ಆ ಕ್ಯಾಮರಾಮನ್ ದೂರು. ಆದರೆ ಆಗ ಇಂಗ್ಲೆಂಡ್‌ನಿಂದ ಕೇಳಿ ಬಂದ ಸುದ್ದಿಯ ಪ್ರಕಾರ, ಅಲ್ಲಿನ ಮಾಧ್ಯಮದವರು ಒಂದೊಂದು ಸಂದರ್ಶನಕ್ಕಾಗಿ ಕ್ರೀಡಾಪಟುಗಳಿಗೆ 350 ಪೌಂಡ್ ನೀಡುವುದು ಮಾಮೂಲಂತೆ!

ಆಸ್ಟ್ರೇಲಿಯದ ತಮಾಷೆಯೊಂದನ್ನು ಇದಕ್ಕೆ ಲಿಂಕ್ ಮಾಡಬಹುದು. ಉತ್ತಮ ಫಾರ್ಮ್‌ನಲ್ಲಿದ್ದರೂ ಡೆಮೀನ್ ಮಾರ್ಟಿನ್ ನಿವೃತ್ತಿಯಾದರಷ್ಟೇ? ಇದಕ್ಕೆ ಮಾರ್ಟಿನ್ ಹಾಗೂ ಮ್ಯಾಥ್ಯೂ ಹೇಡನ್ ನಡುವೆ ಆ್ಯಶಸ್ ಸರಣಿಯ ಸಿಡ್ನಿ ಟೆಸ್ಟ್ ವೇಳೆ ಡ್ರೆಸ್ಸಿಂಗ್ ರೂಮ್‌ನಲ್ಲಿ ನಡೆದ ಜಗಳವೇ ಕಾರಣ ಎಂದು 'ಚಾನೆಲ್ 9' ತನ್ನ '60 ಮಿನಿಟ್' ಎಂಬ ಕಾರ್ಯಕ್ರಮದಲ್ಲಿ ವರದಿ ಮಾಡಿತು. ಈ 'ಸ್ಕೂಪ್' ಹೇಗೆ ಸಿಕ್ಕಿತು ಅಂತೀರಾ? ಈ ರಹಸ್ಯವನ್ನು ಬಹಿರಂಗಗೊಳಿಸಲು ಮಾರ್ಟಿನ್ ಟೆಲಿವಿಷನ್ ಮಾಧ್ಯಮದವರಿಂದ 30 ಸಾವಿರ ಡಾಲರ್ ವಸೂಲು ಮಾಡಿದ್ದರಂತೆ!

ಒನ್ ಡೇ ಆಡದವರ ಒನ್ ಡೇ ಟೀಮ್!

ಅಂದು ಸ್ಪಿನ್ ಮಾಂತ್ರಿಕ ಬಿ.ಎಸ್. ಚಂದ್ರಶೇಖರ್ ಅವರನ್ನು ಸಂದರ್ಶಿಸುವಾಗ ನಾನೊಂದು ಪ್ರಶ್ನೆ ಕೇಳಿದ್ದೆ–'ಏಕದಿನ ಕ್ರಿಕೆಟ್ ಆಡದಿರುವ ಬಗ್ಗೆ ನಿಮಗೆ ಬೇಸರವಿದೆಯೇ?' ಎಂದು.

'ಅವಕಾಶ ಸಿಕ್ಕಿದರೆ ನಾನೂ ಆಡುತ್ತಿದ್ದೆ. ಆದರೆ ನಮ್ಮದು ಟೆಸ್ಟ್ ಕ್ರಿಕೆಟ್ ಕಾಲಘಟ್ಟ. ಹೀಗಾಗಿ ಏಕದಿನ ಕ್ರಿಕೆಟ್ ಆಡದಿರುವ ಬಗ್ಗೆ ಬೇಸರವೇನೂ ಇಲ್ಲ' ಎಂದು ಉತ್ತರಿಸಿದ್ದರು 'ಚಂದ್ರು'.

ಟೆಸ್ಟ್ ಕ್ರಿಕೆಟ್ ಆರಂಭಗೊಂಡು ಸರಿಯಾಗಿ ಒಂದು ಶತಮಾನದ ಬಳಿಕ ಈ ಏಕದಿನ ಕ್ರಿಕೆಟ್ ಹುಟ್ಟಿಕೊಂಡಿತ್ತು. ಸಹಜವಾಗಿಯೇ ಟೆಸ್ಟ್ ಕ್ರಿಕೆಟಿನ ಮಹಾನ್ ಸಾಧಕರಿಗೆ ಏಕದಿನದಲ್ಲಿ ಆಡುವ ಅವಕಾಶ ಲಭಿಸಿರಲಿಲ್ಲ. ಇದಕ್ಕೆ ಟೆಸ್ಟ್ ಹಾಗೂ ಏಕದಿನ ಕ್ರಿಕೆಟಿನ ಬ್ಯಾಟಿಂಗ್ ಶೈಲಿಯೂ ಕಾರಣ. ಏಕದಿನ ಕ್ರಿಕೆಟ್ ಎನ್ನುವುದು ಬೀಸು ಹೊಡೆತಗಾರರಿಗೆ, ಪಕ್ಕಾ ಆಲ್‌ರೌಂಡರ್‌ಗಳಿಗಷ್ಟೇ ಸಲ್ಲುವ ಆಟ ಎಂದು ಬ್ರ್ಯಾಂಡ್ ಆಗಿತ್ತು. ಉಲ್ಲೇಖನೀಯವೆಂದರೆ, ಅಂದಿನ ಟೆಸ್ಟ್ ಕ್ರಿಕೆಟ್‌ನಲ್ಲೂ

ಪರಿಪೂರ್ಣ ಆಲ್‌ರೌಂಡರ್‌ಗಳಿಗೆ, ಸ್ಫೋಟಕ ಬ್ಯಾಟ್ಸ್‌ಮನ್‌ಗಳಿಗೆ ಕೊರತೆ ಏನೂ ಇರಲಿಲ್ಲ. ಗ್ಯಾರಿ ಸೋಬರ್ಸ್, ಬ್ಯಾರ್ರಿ ರಿಚರ್ಡ್ಸ್, ಕ್ಲೈಡ್ ವಾಲ್ಕಾಟ್, ವಿನೂ ಮಂಕಡ್ ಅವರನ್ನೆಲ್ಲ ಈ ಯಾದಿಯಲ್ಲಿ ಪರಿಗಣಿಸಬಹುದಿತ್ತು. ಆದರೆ ಏಕದಿನ ಕ್ರಿಕೆಟ್ ಜನ್ಮತಾಳುವ ವೇಳೆ ಇವರೆಲ್ಲ ಅಂತಾರಾಷ್ಟ್ರೀಯ ಕ್ರಿಕೆಟ್‌ನಿಂದ ದೂರ ಸರಿದಾಗಿತ್ತು.

ಇವರಲ್ಲಿ ಸಣ್ಣ ಮಟ್ಟದ ಅದೃಷ್ಟ ಹೊಂದಿದವರು ಗ್ಯಾರಿ ಸೋಬರ್ಸ್, ಟೆಸ್ಟ್ ಕ್ರಿಕೆಟಿನ ಈ ಮಹಾನ್ ಸವ್ಯಸಾಚಿಗೆ ಒಂದೇ ಒಂದು ಏಕದಿನ ಅಂತಾರಾಷ್ಟ್ರೀಯ ಪಂದ್ಯವಾಡುವ ಅವಕಾಶ ಎದುರಾಗಿತ್ತು. ಅದು 1973ರ ಇಂಗ್ಲೆಂಡ್ ಪ್ರವಾಸದ ವೇಳೆ ಲೀಡ್ಸ್‌ನಲ್ಲಿ ಆಡಲಾದ ಪಂದ್ಯ. ಅಂದು 6ನೇ ಕ್ರಮಾಂಕದಲ್ಲಿ ಆಡಲಿಳಿದ ಸೋಬರ್ಸ್ 6 ಎಸೆತ ಎದುರಿಸಿ ರನ್ ಖಾತೆ ತೆರೆಯದೆ ವಾಪಸಾಗಿದ್ದರು. 10.3 ಓವರ್ ಎಸೆದು 31 ರನ್ನಿಗೆ ಒಂದು ವಿಕೆಟ್ ಉರುಳಿಸಿದ್ದರು.

ಏಕದಿನ ಕ್ರಿಕೆಟ್ ಆಡುವ ಸಾಮರ್ಥ್ಯವಿದ್ದೂ ಈ ಸೀಮಿತ ಓವರ್‌ಗಳ ಪಂದ್ಯಗಳಲ್ಲಿ ಪಾಲ್ಗೊಳ್ಳಲು ಸಾಧ್ಯವಾಗದ ಟೆಸ್ಟ್ ಹೀರೋಗಳನ್ನೆಲ್ಲ ಸೇರಿಸಿಕೊಂಡು ತಂಡವೊಂದನ್ನು ರಚಿಸಿದರೆ ಅದರ ಸ್ವರೂಪ ಹೇಗಿದ್ದೀತು ಎಂಬ ಕುತೂಹಲಕ್ಕಾಗಿ ಇಷ್ಟು ದೊಡ್ಡ ಪೀಠಿಕೆ ಹಾಕಬೇಕಾಯಿತು!

ಲಂಡನ್‌ನ ಕ್ರಿಕೆಟ್ ಪರಿಣಿತರೆಲ್ಲ ಸೇರಿಕೊಂಡು ಇಂಥದೊಂದು ತಂಡವನ್ನು ರಚಿಸಿದ್ದರು. ಇದು 'ನಾನ್ ಒನ್‌ಡೇ ಪ್ಲೇಯರ್ಸ್ ಟೀಮ್'. 2007ರ ವೇಳೆ ಈ ತಂಡ ಪ್ರಕಟಗೊಂಡಿತ್ತು. ಇಂದಿಗೂ ಇದು ಸಾರ್ವಕಾಲಿಕ ತಂಡವಾಗಿಯೇ ಉಳಿದಿದೆ. ಒಂದು ಏಕದಿನ ಪಂದ್ಯವಾಡಿದ ಗ್ಯಾರಿ ಸೋಬರ್ಸ್ ಅವರಿಗೂ ಈ ತಂಡದಲ್ಲಿ ಸ್ಥಾನ ಕಲ್ಪಿಸಲಾಗಿದೆ.

ಕೀತ್ ಮಿಲ್ಲರ್ ಅವರ ನಾಯಕತ್ವವನ್ನು ಹೊಂದಿದ ಈ ತಂಡದ ಉಳಿದ ಸದಸ್ಯರೆಂದರೆ ಗ್ರೇಮ್ ಪೊಲಕ್, ಬ್ಯಾರ್ರಿ ರಿಚರ್ಡ್ಸ್, ಡಾನ್ ಬ್ರಾಡ್‌ಮನ್, ಗ್ಯಾರಿ ಸೋಬರ್ಸ್, ಜಾರ್ಜ್ ಹ್ಯಾಡ್ಲಿ, ರಿಚೀ ಬೆನೊ, ಕ್ಲೈಡ್ ವಾಲ್ಕಾಟ್ (ವಿ.ಕೀ.), ಹೆರಾಲ್ಡ್ ಲಾರ್‌ವುಡ್, ಬಿಲ್ ಓ'ರಿಲಿ, ರೇ ಲಿಂಡ್‌ವಾಲ್. ನಾಲ್ವರು ಮೀಸಲು ಕ್ರಿಕೆಟಿಗರನ್ನೂ ಹೆಸರಿಸಲಾಗಿದೆ. ಇವರೆಂದರೆ ಹನೀಫ್ ಮೊಹಮ್ಮದ್, ಸಲೀಂ ದುರಾನಿ, ವೆಸ್ಲಿ ಹಾಲ್ ಮತ್ತು ಜಿಮ್ ಲೇಕರ್.

ಇದೊಂದು ಪರಿಪೂರ್ಣ ತಂಡವೆಂದಲ್ಲ, ಒಂದು ಕುತೂಹಲವನ್ನು ತಣಿಸುವ ಪ್ರಯತ್ನ ಅಷ್ಟೇ. ಮುಖ್ಯವಾಗಿ, ಎಂದೂ ರಾಷ್ಟ್ರೀಯ ತಂಡವನ್ನು ಮುನ್ನಡೆಸದ ಕೀತ್ ಮಿಲ್ಲರ್ ಅವರನ್ನು ಈ ತಂಡದ ನಾಯಕನನ್ನಾಗಿ ನೇಮಿಸಲಾಗಿದೆ. ಇದಕ್ಕೆ ಮುಖ್ಯ ಕಾರಣ, ಅವರ ಆಕ್ರಮಣಕಾರಿ ಬ್ಯಾಟಿಂಗ್. ಬ್ರಾಡ್‌ಮನ್, ಹ್ಯಾಡ್ಲಿ ಕೂಡ ಬಿರುಸಿನ ಆಟಕ್ಕೆ ಹೆಸರಾದವರಾದ್ದರಿಂದ ಲೆನ್ ಹಟನ್, ಜಾಕ್ ಹಾಬ್ಸ್ ಹೊರಗುಳಿಯಬೇಕಾಯಿತು. ಹಾಗೆಯೇ ವಿನೂ ಮಂಕಡ್ ಅವರನ್ನು ಕಡೆಗಣಿಸಿ ಸಲೀಂ ದುರಾನಿಗೆ ಚಾನ್ಸ್ ನೀಡಲು ಮುಖ್ಯ ಕಾರಣವೆಂದರೆ, ಅವರ ಸಿಕ್ಸರ್ ಬಾರಿಸುವ ತಾಕತ್ತು!

ಬ್ಯಾರ್ರಿ ರಿಚರ್ಡ್ಸ್ ಕೇವಲ 4 ಟೆಸ್ಟ್ ಆಡಿದರೂ ಇಂಗ್ಲೆಂಡ್ ಕೌಂಟಿಯಲ್ಲಿ ಅವರು ಹರಿಸಿದ ರನ್ ಪ್ರವಾಹ ಈ ಆಯ್ಕೆಯಲ್ಲಿ ನಿರ್ಣಾಯಕ ಪಾತ್ರ ವಹಿಸಿತು.

ಇವರೆಲ್ಲ ಒಂದು ತಂಡವಾಗಿ ಏಕದಿನ ಪಂದ್ಯವಾಡಿದರೆ ಅದೆಷ್ಟು ರೋಚಕವಾಗಿರುತ್ತಿತ್ತು ಎಂಬುದು ನಿಮ್ಮ ಕಲ್ಪನೆಗೆ ಬಿಟ್ಟ ಸಂಗತಿ!

ವಿಶ್ವಕಪ್ ಗೆಲುವಿನ 40ನೇ ವರ್ಷಾಚರಣೆ

“ಒಗ್ಗಟ್ಟಿನಿಂದ ಆಡಿ ಚಾಂಪಿಯನ್ ಆದೆವು”

WORLD CUP VICTORY

ಅಬ್ಬಬ್ಬ... ಭಾರತ ವಿಶ್ವಕಪ್ ಗೆದ್ದು 40 ವರ್ಷವಾಯಿತೇ?! ಮೊನ್ನೆ ಮೊನ್ನೆ ರೇಡಿಯೋದಲ್ಲಿ ನಮ್ಮವರ ಯಶೋಗಾಥೆಗೆ ಕಿವಿಯಾಲಿಸಿದಂತಿದೆ. ಕಪಿಲ್ ಜತೆ ಲಾರ್ಡ್ಸ್ ಗ್ಯಾಲರಿಯಲ್ಲಿ ನಿಂತು ನಾವೇ ವಿಶ್ವಕಪ್ ಎತ್ತಿ ಸಂಭ್ರಮಿಸಿದಂತಿತ್ತು ಆ ರೋಮಾಂಚಕ ಕ್ಷಣ! ಆಗಲೇ 4 ದಶಕಗಳು ಉರುಳಿ ಹೋಗಿವೆ. ಅಂದು ಪ್ರತಿಯೊಂದು ಎಸೆತವನ್ನೂ ಕಲ್ಪಿಸಿ ಕೊಂಡು ಸಂಭ್ರಮಿಸಿದವರಿಗಷ್ಟೇ ಗೊತ್ತು ಕ್ರಿಕೆಟ್ ಮಹಿಮೆ ಏನು ಎಂಬುದು. ಕಾಲಚಕ್ರ ಉರುಳಿದಂತೆಲ್ಲ ಅಂದಿನ ಕಾಲಘಟ್ಟದ ಕ್ರಿಕೆಟ್ ಪ್ರೇಮಿಗಳ ನೆನಪಿನಂಗಳದಲ್ಲಿ ಕಪಿಲ್ಸ್ ಡೆವಿಲ್ಸ್ ಸಾಧನೆಯ ದೃಶ್ಯಾವಳಿ ಸುರುಳಿ ಸುರುಳಿಯಾಗಿ ಬಿಚ್ಚಿಕೊಳ್ಳುತ್ತಲೇ ಇದೆ. ಮೊಗೆದಷ್ಟೂ ನೆನಪುಗಳು ಉಕ್ಕುತ್ತವೆ. ಈ 40 ವರ್ಷಾಚರಣೆಯ ಸಂಭ್ರಮವನ್ನು ಕಪಿಲ್ ಪಡೆ ಕಳೆದ ಜೂನ್ 25ರ ರಾತ್ರಿ ಮುಂಬಯಿಯಲ್ಲಿ ಆಚರಿಸಿತು. ಅಂದಿನ ಒಂದು ಝಲಕ್ ಇಲ್ಲಿದೆ...

'**ನಾ**ವು ಒಗ್ಗಟ್ಟಿನಿಂದ ಆಡಿ ವಿಶ್ವಕಪ್ ಗೆದ್ದೆವು. ನಮ್ಮ ಸಾಧನೆ 40 ವರ್ಷಗಳ ಬಳಿಕವೂ ದೇಶದ ಗಮನ ಸೆಳೆಯುತ್ತಿದೆ. ತಂಡಸ್ಫೂರ್ತಿಯನ್ನು ದೇಶ ಈಗಲೂ ನೆನೆಸಿಕೊಳ್ಳುತ್ತಿದೆ' ಎಂಬುದಾಗಿ 1983ರ ವಿಶ್ವಕಪ್ ವಿಜೇತ ತಂಡದ ನಾಯಕ ಕಪಿಲ್‌ದೇವ್ ತುಂಬು ಉತ್ಸಾಹದಲ್ಲಿ ಹೇಳಿದಾಗ ಅಲ್ಲಿ ಕರತಾಡನ ಮುಗಿಲು ಮುಟ್ಟಿತ್ತು. ವಿಶ್ವಕಪ್ ಗೆಲುವಿನ 40ನೇ ವರ್ಷಾಚರಣೆಯ ಸಂದರ್ಭದಲ್ಲಿ ಕಪಿಲ್ ಅಂದಿನ ಮಹತ್ಸಾಧನೆಯನ್ನು ನೆನಪಿಸಿಕೊಂಡ ಕ್ಷಣವದು.

ಮುಂಬಯಿಯಲ್ಲಿ ಒಗ್ಗೂಡಿದ ಅಂದಿನ ವಿಶ್ವಕಪ್ ವಿಜೇತ ತಂಡದ ಸದಸ್ಯರೆಲ್ಲ 1983ರ ಯಶೋಗಾಥೆಯನ್ನು ಮೆಲುಕು ಹಾಕಿದರು. ಅಂದಿನ ತಂಡದ ಸದಸ್ಯ ರವಿಶಾಸ್ತ್ರಿ ಲಂಡನ್‌ನಲ್ಲಿದ್ದ ಕಾರಣ ಸಮಾರಂಭದಲ್ಲಿ ಉಪಸ್ಥಿತರಿರಲಿಲ್ಲ, ಕಾರ್ಯಕ್ರಮಕ್ಕೂ ಮುನ್ನ 1983ರ ವಿಶ್ವಕಪ್ ಗೆಲುವಿನ ರೂವಾರಿ ಯಶ್ಪಾಲ್ ಶರ್ಮ ಅವರ ಅಗಲಿಕೆಗೆ ಒಂದು ನಿಮಿಷ ಮೌನ ಪ್ರಾರ್ಥನೆ ಸಲ್ಲಿಸಲಾಯಿತು. ಯಶ್ಪಾಲ್ 2021ರಲ್ಲಿ ತೀವ್ರ ಹೃದಯಾಘಾತದಿಂದ ನಿಧನ ಹೊಂದಿದ್ದರು.

ಅಂದು 'ಗೆಲುವಿನ ತಂಡ'ವನ್ನು ಆಯ್ದು ಆಯ್ಕೆ ಸಮಿತಿ ಸದಸ್ಯರಾಗಿದ್ದ ಚಂದು ಬೋರ್ಡೆ ಮತ್ತು ಬಿಷನ್ ಸಿಂಗ್ ಬೇಡಿ ಅವರಿಗೂ ಸಮಾರಂಭಕ್ಕೆ ಆಹ್ವಾನ ನೀಡಿದ್ದು ವಿಶೇಷವಾಗಿತ್ತು. ಬೇಡಿ ಹೊಸದಿಲ್ಲಿಯಲ್ಲಿದ್ದ ಕಾರಣ ಬರಲಿಲ್ಲ, ಆದರೆ ಚಂದು ಬೋರ್ಡೆ ಬಹಳ ಉಮೇದಿನಿಂದಲೇ ಆಗಮಿಸಿದ್ದರು. ತಂಡದ ಮ್ಯಾನೇಜರ್ ಮಾನ್ ಸಿಂಗ್ ಕೂಡ ಉಪಸ್ಥಿತರಿದ್ದರು.

'ನಾವೆಲ್ಲ ತಂಡವಾಗಿ ಆಡಿ, ಒಗ್ಗಟ್ಟಿನಿಂದ ದುಡಿದು ಈ ವಿಶ್ವಕಪ್ ಗೆದ್ದೆವು. ನಾನು ಈ ತಂಡದ ಒಂದು ಭಾಗವಾಗಿದ್ದೆ, ಯಶ್ಪಾಲ್ ಶರ್ಮ ನಮ್ಮನ್ನೆಲ್ಲ ಮೇಲಿನಿಂದ ಹಾರೈಸುತ್ತಿದ್ದಾರೆ' ಎಂದು ಕಪಿಲ್ ಖುಷಿಯಿಂದ, ಅಷ್ಟೇ ಭಾವುಕರಾಗಿ ನುಡಿದರು.

ಆಲ್‌ರೌಂಡರ್‌ಗಳಿಗೆ ಆದ್ಯತೆ

'ನಾನು ಅಂದಿನ ಕೆಲವು ವಿಶ್ವಕಪ್ ತಂಡದ ಸದಸ್ಯರನ್ನು 40 ವರ್ಷಗಳ ಬಳಿಕ ಭೇಟಿ ಆಗುತ್ತಿದ್ದೇನೆ' ಎಂದವರು ಅಂದಿನ ಆಯ್ಕೆ ಸಮಿತಿ ಸದ್ಯರಲ್ಲಿ ಒಬ್ಬರಾಗಿದ್ದ ಚಂದು ಬೋರ್ಡೆ. ಗುಲಾಂ ಅಹ್ಮದ್ ಅಂದಿನ ಆಯ್ಕೆ ಸಮಿತಿಯ ಅಧ್ಯಕ್ಷರಾಗಿದ್ದರು. ಚಂದು ಬೋರ್ಡೆ, ಬಿಷನ್ ಸಿಂಗ್ ಬೇಡಿ, ಚಂದು ಸರ್ವಟೆ ಮತ್ತು ಪಂಕಜ್ ರಾಯ್ ಆಯ್ಕೆ ಸಮಿತಿಯ ಉಳಿದ ಸದಸ್ಯರಾಗಿದ್ದರು. ಇವರಲ್ಲಿ ಗುಲಾಂ ಅಹ್ಮದ್, ಚಂದು ಸರ್ವಟೆ ಮತ್ತು ಪಂಕಜ್ ರಾಯ್ ಈಗಿಲ್ಲ.

'ನಾವು ಇಂಗ್ಲೆಂಡ್ ವಾತಾವರಣಕ್ಕೆ ಸೂಕ್ತವಾಗಬಲ್ಲ ಆಟಗಾರರನ್ನು ಆರಿಸಲು ನಿರ್ಧರಿಸಿದೆವು. ಸ್ಪೆಷಲಿಸ್ಟ್ ಆಟಗಾರರಿಗಿಂತ ಮಿಗಿಲಾಗಿ ಆಲ್‌ರೌಂಡರ್‌ಗಳ ಆಯ್ಕೆಗೆ ಒತ್ತು ಕೊಟ್ಟೆವು. ಈ ತಂಡವನ್ನು ವಿಶ್ವವೇ ಕೊಂಡಾಡುತ್ತಿದೆ. ಅಭಿಮಾನದಿಂದ ನನ್ನನ್ನು ಆಹ್ವಾನಿಸಿದ್ದಕ್ಕೆ ಧನ್ಯವಾದಗಳು' ಎಂಬುದಾಗಿ ಚಂದು ಬೋರ್ಡೆ ಹೇಳಿದರು.

ಆಯ್ಕೆ ಸಮಿತಿ ಪಾತ್ರ

1983ರ ಹೀರೋಗಳಲ್ಲಿ ಒಬ್ಬರಾಗಿದ್ದ ಮೊಹಿಂದರ್ ಅಮರನಾಥ್ ಕೂಡ ಆಯ್ಕೆ ಮಂಡಳಿಯನ್ನು ಮೊದಲು ಸ್ಮರಿಸಿಕೊಂಡರು. 'ಚಂದು ಬೋರ್ಡೆ ನನ್ನ ರೋಲ್ ಮಾಡೆಲ್.

ಅವರ ಬೌಲಿಂಗ್ ಶೈಲಿಯನ್ನೇ ನಾನು ಅನುಸರಿಸುತ್ತಿದ್ದೆ. ನಮ್ಮ ಗೆಲುವಿನಲ್ಲಿ ಆಯ್ಕೆ ಸಮಿತಿ ವಹಿಸಿದ ಪಾತ್ರ ಸದಾ ಸ್ಮರಣೀಯ' ಎಂದರು. ಸೆಮಿಫೈನಲ್ ಮತ್ತು ಫೈನಲ್ ಪಂದ್ಯಗಳೆರಡರಲ್ಲೂ ಪಂದ್ಯಶ್ರೇಷ್ಠರೆನಿಸಿದ ಹೆಗ್ಗಳಿಕೆ ಮೊಹಿಂದರ್ ಅಮರನಾಥ್ ಅವರದಾಗಿತ್ತು.

ಪತ್ನಿಯರಿಗೂ ಅವಕಾಶ!

ತಂಡದ ಮ್ಯಾನೇಜರ್ ಆಗಿದ್ದ ಮಾನ್ ಸಿಂಗ್ ಸ್ವಾರಸ್ಯವೊಂದನ್ನು ಬಿಚ್ಚಿಟ್ಟರು. 'ಅಂದು ಆಟಗಾರರ ಪತ್ನಿಯರಿಗೆ ಬಸ್ಸಿನಲ್ಲಿ, ಹೊಟೇಲ್‌ನಲ್ಲಿ ಒಟ್ಟಿಗೆ ಇರಲು ಅವಕಾಶ ಇರಲಿಲ್ಲ. ಇದು ಬಿಸಿಸಿಐ ನಿಯಮವಾಗಿತ್ತು. ಆದರೆ ಈ ನಿಯಮವನ್ನು ನಾನು ಮುರಿದೆ. ಇದರಿಂದ ಹೆಚ್ಚಿನ ಲಾಭವಾದದ್ದು ನವವಿವಾಹಿತ ಕೆ. ಶ್ರೀಕಾಂತ್ ಅವರಿಗೆ. ನವದಂಪತಿಗೆ ನಾನು ನನ್ನ ಕೋಣೆಯನ್ನು ಬಿಟ್ಟುಕೊಟ್ಟಿದ್ದೆ' ಎಂದು ಚಟಾಕಿ ಹಾರಿಸಿದರು.

ಅಸಾಮಾನ್ಯ ತಂಡಸ್ಫೂರ್ತಿ

1983ರ ವಿಶ್ವಕಪ್‌ನಲ್ಲಿ ಅತ್ಯಧಿಕ 18 ವಿಕೆಟ್ ಉರುಳಿಸಿದ ರೋಜರ್ ಬಿನ್ನಿ ಕೂಡ ತಂಡದ ಸ್ಫೂರ್ತಿಯನ್ನು ಕೊಂಡಾಡಿದರು. 'ತಂಡದ ಇಚ್ಛಾಶಕ್ತಿ ಮುಗಿಲೆತ್ತರದಲ್ಲಿತ್ತು. ಕಪಿಲ್‌ದೇವ್ ಜಿಂಬಾಬ್ವೆ ವಿರುದ್ಧ ತೋರ್ಪಡಿಸಿದ ಬ್ಯಾಟಿಂಗ್ ಜೋಶ್ ಮತ್ತು ಫೈನಲ್‌ನಲ್ಲಿ ಹೊರಹೊಮ್ಮಿದ ತಂಡದ ಕೆಚ್ಚು ಅಸಾಮಾನ್ಯವಾಗಿತ್ತು' ಎಂದರು. ಬಿಸಿಸಿಐ ಅಧ್ಯಕ್ಷ ಗಾದಿಯನ್ನು ಅಲಂಕರಿಸಿದ 1983ರ ವಿಶ್ವಕಪ್ ವಿಜೇತ ತಂಡದ ಏಕೈಕ ಸದಸ್ಯನೆಂಬುದು ರೋಜರ್ ಬಿನ್ನಿ ಪಾಲಿನ ಹೆಗ್ಗಳಿಕೆಯಾಗಿದೆ.

ಎಂದಿನಂತೆ ಕೆ. ಶ್ರೀಕಾಂತ್ ತಮ್ಮ ಅರೆಬರೆ ಹಿಂದಿ ಮೂಲಕ ಹಾಸ್ಯ ಚಟಾಕಿ ಹಾರಿಸುತ್ತ ಇಡೀ ಸಮಾರಂಭದ ಕೇಂದ್ರಬಿಂದು ಎನಿಸಿದರು.

ವಿಶ್ವಕಪ್, ದ್ವಿಶತಕ, 400 ರನ್... ಎಲ್ಲದರಲ್ಲೂ ಲೇಡೀಸ್ ಫಸ್ಟ್!

ಕ್ರಿಕೆಟ್ ಎಂಬುದು ಪುರುಷ ಪ್ರಧಾನ ಕ್ರೀಡೆ ಎಂದೇ ಜನಪ್ರಿಯ. ಪುರುಷರ ಕ್ರಿಕೆಟ್ ಅಬ್ಬರದ ನಡುವೆ ವನಿತಾ ಕ್ರಿಕೆಟ್ ಬಹಳ 'ಡಲ್', ಮಹಿಳಾ ಕ್ರಿಕೆಟ್‌ಗೆ ಸಿಗಬೇಕಾದ ಸ್ಥಾನಮಾನ ಇನ್ನೂ ಸರಿಯಾಗಿ ಸಿಕ್ಕಿಲ್ಲ ಎಂಬ ಮಾತಿನಲ್ಲಿ ಹುರುಳಿಲ್ಲದಿಲ್ಲ, ಈಗೀಗ ವನಿತಾ ಕ್ರಿಕೆಟ್ ಪಂದ್ಯಗಳು ಹೆಚ್ಚು ಜನಪ್ರಿಯಗೊಳ್ಳುತ್ತಿರುವುದು ಒಳ್ಳೆಯ ಬೆಳವಣಿಗೆ.

ಆದರೆ ಕ್ರಿಕೆಟ್ ಇತಿಹಾಸದ ಬಹುತೇಕ 'ಮೊದಲು'ಗಳಿಗೆ ವನಿತೆಯರೇ ಒಡತಿಯರು ಎಂಬುದನ್ನು ಮರೆಯುವಂತಿಲ್ಲ, ಇದು ಕ್ರಿಕೆಟಿನ ಅಚ್ಚರಿ ಹಾಗೂ ಹೆಮ್ಮೆಯ ಸಂಗತಿ.

ಮೊದಲು ವಿಶ್ವಕಪ್ ಆಡಿದ್ದು, ಏಕದಿನದಲ್ಲಿ ಮೊದಲ ದ್ವಿಶತಕ ದಾಖಲಾದದ್ದು, ವಿಶ್ವಕಪ್‌ನಲ್ಲಿ ಪ್ರಪ್ರಥಮ ಡಬಲ್ ಸೆಂಚುರಿ ಸಿಡಿಸಿದ್ದು, ತಂಡವೊಂದು ಮೊದಲ ಬಾರಿಗೆ 400 ರನ್ ರಾಶಿ ಹಾಕಿದ್ದು... ಈ ಎಲ್ಲ ಸಾಧನೆ ಹಾಗೂ ದಾಖಲೆಗಳ ಹೆಗ್ಗಳಿಕೆ ವನಿತಾ ಕ್ರಿಕೆಟಿಗರದ್ದು ಎಂಬುದು ವಿಶೇಷ.

ಮೂಲಗಳ ಪ್ರಕಾರ ಪುರುಷರ ಕ್ರಿಕೆಟ್ 1646ರಲ್ಲಿ ಇಂಗ್ಲೆಂಡ್‌ನ ಕೆಂಟ್‌ನಲ್ಲಿ ಹುಟ್ಟಿಕೊಂಡಿತು. ವನಿತಾ ಕ್ರಿಕೆಟ್ ಪಂದ್ಯವನ್ನು ಮೊದಲ ಸಲ 1745ರಲ್ಲಿ ಸರ್‍ರೆಯಲ್ಲಿ ಆಡಲಾಯಿತು. ಆದರೆ ಕೆಲವು ಪ್ರಮುಖ ದಾಖಲೆಗಳ ವಿಚಾರದಲ್ಲಿ ಮಹಿಳಾ ಕ್ರಿಕೆಟ್ ಅದೆಷ್ಟೋ ಮುಂದಿದೆ. ಕೆಲವನ್ನು ಗಮನಿಸೋಣ.

ಮೊದಲ ದ್ವಿಶತಕ

ನಿಮಗೆ ಗೊತ್ತು. ಪುರುಷರ ಕ್ರಿಕೆಟ್‌ನಲ್ಲಿ ಮೊದಲ ದ್ವಿಶತಕ ದಾಖಲಾದದ್ದು 2009ರಲ್ಲಿ, ದಕ್ಷಿಣ ಆಫ್ರಿಕಾ ಎದುರಿನ ಗ್ವಾಲಿಯರ್ ಪಂದ್ಯದಲ್ಲಿ ಸಚಿನ್ ತೆಂಡುಲ್ಕರ್ 200 ರನ್ ಬಾರಿಸಿ ಇತಿಹಾಸ ನಿರ್ಮಿಸುತ್ತಾರೆ. ಆದರೆ ವನಿತಾ ಏಕದಿನದಲ್ಲಿ ಇದು 1997ರಲ್ಲೇ ದಾಖಲಾಗಿತ್ತು. ಈ ಸಾಧಕಿ ಆಸ್ಟ್ರೇಲಿಯದ ನಾಯಕಿ ಆಗಿದ್ದ ಬೆಲಿಂಡಾ ಕ್ಲಾರ್ಕ್. ಡೆನ್ಮಾರ್ಕ್ ಎದುರಿನ ವಿಶ್ವಕಪ್ ಪಂದ್ಯದಲ್ಲಿ ಬೆಲಿಂಡಾ ಅಜೇಯ 229 ರನ್ ಬಾರಿಸಿ ಇತಿಹಾಸವೊಂದನ್ನು ಸೃಷ್ಟಿಸಿದರು. ಇದು ಏಕದಿನ ವಿಶ್ವಕಪ್ ಚರಿತ್ರೆಯಲ್ಲಿ ದಾಖಲಾದ ಮೊದಲ ದ್ವಿಶತಕ ಎಂಬ ಗೌರವಕ್ಕೂ ಪಾತ್ರವಾಗಿದೆ. ಪುರುಷರ ವಿಶ್ವಕಪ್‌ನಲ್ಲಿ ದ್ವಿಶತಕ ಸಿಡಿದದ್ದು 2015ರಲ್ಲಿ, ಅಂದರೆ ಬೆಲಿಂಡಾ ಸಾಧನೆಗೈದ 18 ವರ್ಷಗಳ ತರುವಾಯ! ಜಿಂಬಾಬ್ವೆ ವಿರುದ್ಧದ ಪಂದ್ಯದಲ್ಲಿ ಕ್ರಿಸ್ ಗೇಲ್ 215 ರನ್ ಬಾರಿಸುತ್ತಾರೆ. ವಿಶ್ವಕಪ್‌ನಲ್ಲಿ ದಾಖಲಾದ ಗರಿಷ್ಠ ವೈಯಕ್ತಿಕ ಗಳಿಕೆಯ ದಾಖಲೆ ಇಂದಿಗೂ ಬೆಲಿಂಡಾ ಕ್ಲರ್ಕ್ ಹೆಸರಲ್ಲೇ ಉಳಿದುಕೊಂಡಿದೆ!

400 ರನ್ ರಾಶಿ

ಪುರುಷರ ಏಕದಿನದಲ್ಲಿ ಮೊದಲ ಸಲ ತಂಡವೊಂದು 400 ರನ್ ರಾಶಿ ಹಾಕಿದ್ದು 2006ರಲ್ಲಿ. ಅಂದಿನ ದಕ್ಷಿಣ ಆಫ್ರಿಕಾ–ಆಸ್ಟ್ರೇಲಿಯ ನಡುವಿನ ಜೊಹಾನ್ಸ್‌ಬರ್ಗ್ ಮುಖಾಮುಖಿಯಲ್ಲಿ ಎರಡೂ ತಂಡಗಳು 400 ರನ್ ಗಡಿ ದಾಟಿದ್ದವು. ಆದರೆ ವನಿತೆಯರು ಇದನ್ನು 1997ರಲ್ಲೇ ಸಾಧಿಸಿದ್ದನ್ನು ಮರೆಯುವಂತಿಲ್ಲ!

ಅಂದು ನ್ಯೂಜಿಲ್ಯಾಂಡ್ ತಂಡ ಪಾಕಿಸ್ಥಾನ ವಿರುದ್ಧ 5 ವಿಕೆಟಿಗೆ 455 ರನ್ ಪೇರಿಸಿತ್ತು. ಜವಾಬಿತ್ತ ಪಾಕ್ ಜುಜುಬಿ 47 ರನ್ನಿಗೆ ಗಂಟುಮೂಟೆ ಕಟ್ಟಿತ್ತು. ನ್ಯೂಜಿಲ್ಯಾಂಡ್ ತಂಡದ ಗೆಲುವಿನ ಅಂತರ 408 ರನ್. ಇದು ಇಂದಿಗೂ ಏಕದಿನ ಇತಿಹಾಸದ ರನ್ ಅಂತರದ ಅತೀ ದೊಡ್ಡ ಜಯವಾಗಿದೆ! ಪುರುಷರ ಕ್ರಿಕೆಟ್‌ನಲ್ಲಿ ಯಾವ ತಂಡವೂ 400 ರನ್ ಅಂತರದಿಂದ ಗೆದ್ದಿಲ್ಲ. 2023ರಲ್ಲಿ ಶ್ರೀಲಂಕಾ ವಿರುದ್ಧ ಭಾರತ 317 ರನ್ನುಗಳಿಂದ ಜಯಿಸಿದ್ದೇ ದಾಖಲೆ.

ಸತತ 3 ಪಂದ್ಯಗಳಲ್ಲಿ 400 ರನ್!

ಅಮೇಲಿಯಾ ಕೆರ್

ಪುರುಷರ ಏಕದಿನದಲ್ಲಿ ಯಾವ ತಂಡವೂ ಈವರೆಗೆ ಸತತ 2 ಪಂದ್ಯಗಳಲ್ಲಿ 400 ರನ್ ಬಾರಿಸಿಲ್ಲ. ಆದರೆ ನ್ಯೂಜಿಲ್ಯಾಂಡ್ ವನಿತೆಯರು ಸತತ 3 ಮುಖಾಮುಖಿಗಳಲ್ಲಿ 400 ಪ್ಲಸ್ ರನ್ ಪೇರಿಸಿದ ಅಮೋಘ ದಾಖಲೆ ಹೊಂದಿದ್ದಾರೆ. 2018ರ ಐರ್ಲೆಂಡ್ ಎದುರಿನ ಸರಣಿಯಲ್ಲಿ 'ವೈಟ್ ಫೆದರ್ಸ್' ಖ್ಯಾತಿಯ ಕಿವೀಸ್ ಈ ಮೈಲುಗಲ್ಲು ನೆಟ್ಟಿತ್ತು. ಕ್ರಮವಾಗಿ 4ಕ್ಕೆ 490, 418 ಮತ್ತು 3ಕ್ಕೆ 440 ರನ್ ಬಾರಿಸಿ ಮೆರೆದಿತ್ತು.

3ನೇ ಪಂದ್ಯದಲ್ಲಿ ಬೆಲಿಂಡಾ ಕ್ಲಾರ್ಕ್ ಅವರ 21 ವರ್ಷಗಳ ಹಳೆಯ ಸರ್ವಾಧಿಕ ರನ್ ದಾಖಲೆಯನ್ನು ಅಮೇಲಿಯಾ ಕೆರ್ ಮುರಿದರು. ಕೆರ್ ಗಳಿಕೆ 232 ರನ್. ಈ ಸಾಧನೆಯ ವೇಳೆ ಕೆರ್ ವಯಸ್ಸು ಕೇವಲ 17 ವರ್ಷ, 243 ದಿನ. ಪುರುಷರ ಹಾಗೂ ಮಹಿಳೆಯರ ಕ್ರಿಕೆಟ್‌ಗಳೆರಡನ್ನೂ ಸಮೀಕರಿಸಿ ಹೇಳುವುದಾದರೆ, ಏಕದಿನ ಅಂತಾರಾಷ್ಟ್ರೀಯ ಕ್ರಿಕೆಟ್‌ನಲ್ಲಿ ದ್ವಿಶತಕ ಹೊಡೆದ ಅತ್ಯಂತ ಕಿರಿಯ ಆಟಗಾರ್ತಿ ಎಂಬ ದಾಖಲೆಯಲ್ಲಿ ಅಮೇಲಿಯಾ ಕೆರ್ ಹೆಸರು ರಾರಾಜಿಸುತ್ತದೆ.

ಮೊದಲ ಪಂದ್ಯದಲ್ಲಿ ನ್ಯೂಜಿಲ್ಯಾಂಡ್ 490 ರನ್ ಹೊಡೆದಾಗ ಇದು ಏಕದಿನ ಕ್ರಿಕೆಟ್‌ನ ಸರ್ವಾಧಿಕ ಮೊತ್ತವಾಗಿತ್ತು. 4 ವರ್ಷಗಳ ಕಾಲ ಈ ದಾಖಲೆ ಉಳಿದುಕೊಂಡಿತ್ತು. 2022ರ ನೆದರ್ಲೆಂಡ್ಸ್ ಎದುರಿನ ಪುರುಷರ ಪಂದ್ಯದಲ್ಲಿ ಇಂಗ್ಲೆಂಡ್ 4ಕ್ಕೆ 498 ರನ್ ಬಾರಿಸುವುದರೊಂದಿಗೆ ವನಿತಾ ದಾಖಲೆ ಪತನಗೊಂಡಿತು.

ಮಿಥಾಲಿ ಮಿಂಚು

ಏಕದಿನ ಇತಿಹಾಸದ ಅತ್ಯಂತ ಕಿರಿಯ ಶತಕದ ದಾಖಲೆಗೆ ಭಾರತದ ಮಿಥಾಲಿ ರಾಜ್ ಕೂಡ ಸ್ವಲ್ಪ ದಿನ ಒಡತಿಯಾಗಿದ್ದರು. ಐರ್ಲೆಂಡ್ ವಿರುದ್ಧ 1999ರಲ್ಲಿ 114 ರನ್ ಬಾರಿಸುವಾಗ ಮಿಥಾಲಿ ವಯಸ್ಸು ಕೇವಲ 16 ವರ್ಷ, 205 ದಿನ. ಆಗ ಅವರು ಶಾಹಿದ್ ಅಫ್ರಿದಿ ಅವರ ದಾಖಲೆಗೆ ಗಂಡಾಂತರ ತಂದಿದ್ದರು. ಬಳಿಕ 2021ರಲ್ಲಿ ಐರ್ಲೆಂಡ್‌ನ ಆ್ಯಮಿ ಹಂಟರ್ ಜಿಂಬಾಬ್ವೆ ವಿರುದ್ಧದ ಹರಾರೆ ಪಂದ್ಯದಲ್ಲಿ ಮಿಥಾಲಿ ದಾಖಲೆ ಮುರಿದರು. ಹಂಟರ್ ಅಜೇಯ 121 ರನ್ ಬಾರಿಸುವಾಗ ಅವರ ವಯಸ್ಸು ಭರ್ತಿ 16 ವರ್ಷ!

ಮಿಥಾಲಿ ರಾಜ್

ವಿಶ್ವಕಪ್ ದಾಖಲೆ

ಅತೀ ಹೆಚ್ಚು ಟಿ20 ವಿಶ್ವಕಪ್ ಗೆದ್ದ ಹಿರಿಮೆ ಆಸ್ಟ್ರೇಲಿಯ ವನಿತಾ ತಂಡದ್ದು. ಅದು 7 ಫೈನಲ್‌ಗಳಲ್ಲಿ ಆಡಿ 6 ಸಲ ಟ್ರೋಫಿ ಎತ್ತಿದೆ. ಪುರುಷರ ಟಿ20 ವಿಶ್ವಕಪ್‌ನಲ್ಲಿ ಶ್ರೀಲಂಕಾ, ಪಾಕಿಸ್ಥಾನ ಮತ್ತು ಇಂಗ್ಲೆಂಡ್ ತಲಾ 3 ಫೈನಲ್ ಕಂಡಿರುವುದೇ ಉತ್ತಮ ಸಾಧನೆ. ಇಂಗ್ಲೆಂಡ್ ಮತ್ತು ವೆಸ್ಟ್ ಇಂಡೀಸ್ 2 ಸಲ ಕಪ್ ಗೆದ್ದಿರುವುದೇ ಪುರುಷರ ದಾಖಲೆ. ಅತೀ ಹೆಚ್ಚು ಟಿ20 ವಿಶ್ವಕಪ್ ಪಂದ್ಯಗಳಲ್ಲಿ ಆಡಿದ ದಾಖಲೆ ಆಸ್ಟ್ರೇಲಿಯದ ಎಲ್ಲಿಸ್ ಪೆರ್ರಿ ಅವರದ್ದಾಗಿದೆ. ಪೆರ್ರಿ 42 ಪಂದ್ಯಗಳಲ್ಲಿ ಆಡಿದ್ದಾರೆ. ಪುರುಷರ ವಿಭಾಗದ ದಾಖಲೆ ರೋಹಿತ್ ಶರ್ಮ ಹೆಸರಲ್ಲಿದೆ (39 ಪಂದ್ಯ). ಹೀಗೆ ಸಾಗುತ್ತದೆ 'ಲೇಡೀಸ್ ಫಸ್ಟ್' ರೆಕಾರ್ಡ್ಸ್...

ಸುವರ್ಣ ಸಂಭ್ರಮ

ಅಂದಹಾಗೆ ವನಿತಾ ವಿಶ್ವಕಪ್ ಕ್ರಿಕೆಟ್ ಪಂದ್ಯಾವಳಿಗೆ ಈಗ ಸುವರ್ಣ ಸಂಭ್ರಮ (1973-2023). ಇದು ಆರಂಭಗೊಂಡು 50 ವರ್ಷಗಳು ಪೂರ್ತಿಗೊಂಡಿವೆ! ಜಾಕ್ ಹೇವಾರ್ಡ್ ಮತ್ತು ರಶೆಲ್ ಹೇವೊ ಫ್ಲಿಂಟ್ ಅವರನ್ನು ಉಲ್ಲೇಖಿಸಿದೆ ವನಿತಾ ವಿಶ್ವಕಪ್ ಕ್ರಿಕೆಟ್ ಪಂದ್ಯಾವಳಿಯ ಯಶೋಗಾಥೆ ಪರಿಪೂರ್ಣಗೊಳ್ಳದು.

ಮೊದಲ ವನಿತಾ ವಿಶ್ವಕಪ್ ಆಯೋಜಿಸಿದ್ದು ಓರ್ವ ಕ್ರಿಕೆಟ್ ಪ್ರೇಮಿ!

ಪುರುಷರ ಏಕದಿನ ವಿಶ್ವಕಪ್‌ಗಿಂತ ಮೊದಲೇ ವನಿತಾ ವಿಶ್ವಕಪ್ ಪಂದ್ಯಾವಳಿ ಆರಂಭಗೊಂಡಿತ್ತು ಎಂಬ ಸಂಗತಿ ಇಂದಿಗೂ ಬಹುತೇಕ ಮಂದಿಗೆ ತಿಳಿದಿಲ್ಲ. 1975ರಲ್ಲಿ ಪುರುಷರ ವರ್ಲ್ಡ್‌ಕಪ್ ಮೊದಲ ಬಾರಿಗೆ ಆಯೋಜನೆಗೊಂಡಿತ್ತು. ಆದರೆ ಮಹಿಳೆಯರ ವಿಶ್ವಕಪ್ ಇದಕ್ಕೂ ಎರಡು ವರ್ಷ ಮೊದಲೇ, 1973ರಲ್ಲಿ ನಡೆದಿತ್ತು. ಇದು ಸರ್ ಜಾಕ್ ಹೇವಾರ್ಡ್ ಎಂಬ ಕ್ರಿಕೆಟ್ ಅಭಿಮಾನಿಯೊಬ್ಬರ ಉಮೇದುವಾರಿಕೆಯ ಫಲ ಎಂಬುದನ್ನು ಬಲ್ಲಿರಾ?

ಚೊಚ್ಚಲ ವನಿತಾ ವಿಶ್ವಕಪ್ ಪಂದ್ಯಾವಳಿ 1973ರ ಜೂ. 20ರಿಂದ ಜು. 28ರ ತನಕ ಇಂಗ್ಲೆಂಡ್‌ನಲ್ಲಿ ನಡೆದಿತ್ತು. ಇದರ ಎಲ್ಲ ಖರ್ಚನ್ನು ಜಾಕ್ ಹೇವಾರ್ಡ್ ಅವರೇ ಭರಿಸಿದ್ದು ಕ್ರಿಕೆಟಿನ ಸೋಜಿಗ. ಖ್ಯಾತ ಉದ್ಯಮಿಯಾಗಿದ್ದ ಹೇವಾರ್ಡ್ ಈ ಪಂದ್ಯಾವಳಿಗಾಗಿ 40 ಸಾವಿರ ಪೌಂಡ್ ಮೊತ್ತವನ್ನು ನೀಡಿದ್ದರು. ಇದರ ಹಿನ್ನೆಲೆ ಬಹಳ ಸ್ವಾರಸ್ಯಕರವಾಗಿದೆ.

ಆಗ ವಿಶ್ವ ವನಿತಾ ಕ್ರಿಕೆಟ್ ಅಸೋಸಿಯೇಶನ್ (ಡಬ್ಲ್ಯುಸಿಎ) ಹೆಸರಿಗೆ ಮಾತ್ರ ಎಂಬಂತಿತ್ತು. ಆರ್ಥಿಕ ಸ್ಥಿತಿ ಬಗ್ಗೆ ಹೇಳುವುದೇ ಬೇಡ. ಆದರೆ ಇಂಗ್ಲೆಂಡ್ ತಂಡದ ಲೆಜೆಂಡ್ರಿ ನಾಯಕಿ ರಶೆಲ್ ಹೇವೊ ಫ್ಲಿಂಟ್ ಅವರದು ಒಂದೇ ಹಠ, ಮಹಿಳಾ ಕ್ರಿಕೆಟನ್ನು ಜಾಗತಿಕ ಮಟ್ಟದಲ್ಲಿ ಬಹಳ ಎತ್ತರಕ್ಕೆ ಏರಿಸಬೇಕು, ಜತೆಗೆ ವನಿತಾ ವಿಶ್ವಕಪ್ ಪಂದ್ಯಾವಳಿಯೊಂದನ್ನು ಆಯೋಜಿಸಬೇಕು ಎಂಬುದು.

ಇಂಥದೊಂದು ಕನಸು ಕಾಣುತ್ತಲೇ ಅವರು 70ರ ದಶಕದ ಆರಂಭದಲ್ಲಿ ಇಂಗ್ಲೆಂಡ್‌ನ ಖಾಸಗಿ ತಂಡವನ್ನು ಜಮೈಕಾ ಪ್ರವಾಸಕ್ಕೆ ಸಜ್ಜುಗೊಳಿಸಿದರು. ಆದರೆ ಖರ್ಚು ವೆಚ್ಚ? ಅಂದಿನ ಕೋಟ್ಯಧಿಪತಿ, ಖ್ಯಾತ ಉದ್ಯಮಿ ಚಾರ್ಲ್ಸ್ ಹೇವಾರ್ಡ್ ಅವರಿಗೆ ಅಕ್ಷರಶಃ ಬೇಡಿಕೊಂಡ ರೀತಿಯಲ್ಲಿ ಆರ್ಥಿಕ ನೆರವನ್ನು ಕೋರಿ ಪತ್ರವೊಂದನ್ನು ಬರೆದರು. ಅದೃಷ್ಟವಶಾತ್ ಇದು ಅವರ ಮಗ, ಕ್ರೀಡಾಪ್ರೇಮಿ ಜಾಕ್ ಹೇವಾರ್ಡ್ ಅವರ ಕೈಸೇರಿತು. ಅವರು ಇಂಗ್ಲೆಂಡ್ ತಂಡದ ಜಮೈಕಾ ಪ್ರವಾಸಕ್ಕೆ 1,700 ಪೌಂಡ್ ಆರ್ಥಿಕ ಸಹಾಯ ಒದಗಿಸಿದರು. ಪ್ರವಾಸ ಯಶಸ್ವಿಯಾಯಿತು.

ಮುಂದಿನದು ಇನ್ನೂ ದೊಡ್ಡ ಯೋಜನೆ. ಅದು ವನಿತಾ ವಿಶ್ವಕಪ್. 1971ರಲ್ಲಿ ರಶೆಲ್ ಹೇವೊ ಫ್ಲಿಂಟ್ ಮತ್ತು ಜಾಕ್ ಹೇವಾರ್ಡ್ ಸುದೀರ್ಘ ಮಾತುಕತೆಯೊಂದರಲ್ಲಿ ತೊಡಗಿದಾಗ ವರ್ಲ್ಡ್‌ಕಪ್ ಕನಸು ಗರಿಗೆದರಿತು. 'ನಾನು ಕ್ರಿಕೆಟನ್ನು ಪ್ರೀತಿಸುತ್ತೇನೆ. ಮಹಿಳೆಯರನ್ನೂ ಗೌರವಿಸುತ್ತೇನೆ. ಅಂದಮೇಲೆ ವನಿತಾ ವಿಶ್ವಕಪ್ ಪ್ರಾಯೋಜನೆಯನ್ನು ಏಕೆ ಮಾಡಬಾರದು?' ಎಂಬುದು ಜಾಕ್ ಹೇವಾರ್ಡ್ ಅವರ ನಿಲುವು ಆಗಿತ್ತು. ಇದರ ಆಯೋಜನೆಗೆ ಅವರು ಬರೋಬ್ಬರಿ 40 ಸಾವಿರ ಪೌಂಡ್ ನೀಡಿದರು. ಟೂರ್ನಿ ಯಶಸ್ಸು ಕಂಡಿತು.

ಮಗ ವಿಕೆಟ್ ಬೀಳಿಸುತ್ತಿದ್ದಾಗ ಅಮ್ಮ ಬೀದಿಯಲ್ಲಿ ನಿಂತು ಘಂಟೆ ಬಾರಿಸುತ್ತಿದ್ದಳು!

ಅಂತಾರಾಷ್ಟ್ರೀಯ ಕ್ರಿಕೆಟ್‌ನಲ್ಲಿ ತಮ್ಮ ಮಕ್ಕಳು ಮಿಂಚುವುದು, ಉನ್ನತ ಸಾಧನೆಗೈಯುವುದು ಯಾವ ಹೆತ್ತವವರಿಗೆ ತಾನೆ ಖುಷಿ ಉಂಟುಮಾಡದಿರದು? ಅಂಥದೇ ಒಂದು ಜೋಡಿಯ ಸ್ವಾರಸ್ಯಕರ ವಿದ್ಯಮಾನವಿದು. ಇಲ್ಲಿನ ಮಗ ವೆಸ್ಟ್ ಇಂಡೀಸ್‌ನ ದೈತ್ಯ ವೇಗಿಯಾಗಿದ್ದ ಕರ್ಟ್ಲಿ ಆ್ಯಂಬ್ರೋಸ್, ಅಮ್ಮ ಹಿಲ್ಲಿ.

ಆ್ಯಂಬ್ರೋಸ್ ಅವರ ಮನೆಯಿರುವುದು ಬಾರ್ಬಡಾಸ್‌ನ ಸ್ವೆಟ್ಸ್ ಎಂಬಲ್ಲಿ. ಮಗ ಟೂರ್ ಹೋದಾಗಲೆಲ್ಲ ಅಮ್ಮ ಹಿಲ್ಲಿ ಕ್ರಿಕೆಟ್ ಪಂದ್ಯವನ್ನು ವೀಕ್ಷಿಸಲು ತುದಿಗಾಲಲ್ಲಿ ನಿಂತಿರುತ್ತಿದ್ದರು. ಆದರೆ ತನ್ನ ಮಗ ವಿಕೆಟ್ ಉರುಳಿಸಿದ ಸಂಗತಿ ನೆರೆಹೊರೆಯವರಿಗೆ, ಊರಿನವರಿಗೆಲ್ಲ ತಿಳಿಯಬೇಕಲ್ಲ... ಇದಕ್ಕಾಗಿ ಅವರು ವಿಚಿತ್ರ ಸಂಪ್ರದಾಯವೊಂದನ್ನು ಪಾಲಿಸಿಕೊಂಡು ಬಂದಿದ್ದರು. ಮಗ ವಿಕೆಟ್ ಉರುಳಿಸಿದಾಗಲೆಲ್ಲ ಬೀದಿಗೆ ಬಂದು ಜೋರಾಗಿ ಘಂಟೆಯೊಂದನ್ನು ಬಾರಿಸುತ್ತಿದ್ದರು! ಅದು ಎಷ್ಟೇ ಹೊತ್ತಾಗಿರಲಿ, ಬೇಕಿದ್ದರೆ ನಡುರಾತ್ರಿಯೇ ಆಗಿರಲಿ... ಹಿಲ್ಲಿಯ ಸಂಭ್ರಮ ಘಂಟಾನಾದದ ಮೂಲಕ ಮೊಳಗಬೇಕಿತ್ತು!

ತನ್ನ ಅಮ್ಮನ ಕ್ರಿಕೆಟ್ ಹುಚ್ಚು ವಿಪರೀತ ಎಂದು ಆ್ಯಂಬ್ರೋಸ್‌ಗೆ ತಿಳಿದಿತ್ತು. ಆದರೆ ಬೀದಿಗೆ ಬಂದು ಘಂಟೆ ಹೊಡೆಯುತ್ತಿದ್ದುದು ಮಾತ್ರ ಗೊತ್ತಿರಲಿಲ್ಲ. ಒಮ್ಮೆ ಈ ಸುದ್ದಿಯನ್ನು ಪತ್ರಿಕೆಯಲ್ಲಿ ಓದಿ ಬಳಿಕವೇ ಆ್ಯಂಬ್ರೋಸ್‌ಗೆ ವಿಷಯ ತಿಳಿದದ್ದು. ಅಮ್ಮನಲ್ಲಿ ಕೇಳಿದಾಗ, ಅವರು ಮನೆಯ ಕವಾಟೊಂದರಲ್ಲಿ ಇರಿಸಿದ್ದ ಘಂಟೆಯನ್ನು ತಂದು ಮಗನಿಗೆ ತೋರಿಸಿದರು!

ಪಾಪ... ಇಂಗ್ಲೆಂಡ್ ಎದುರಿನ 1990ರ ಬ್ರಿಜ್‌ಟೌನ್ ಟೆಸ್ಟ್ ಪಂದ್ಯದ ದ್ವಿತೀಯ ಇನ್ನಿಂಗ್ಸ್ ವೇಳೆ ಹಿಲ್ಲಿ ಬಹುಶಃ ರಸ್ತೆಯಲ್ಲೇ ಉಳಿದಿದ್ದರೋ ಏನೋ. ಅಂದು ಆ್ಯಂಬ್ರೋಸ್ 45ಕ್ಕೆ 8 ವಿಕೆಟ್ ಉಡಾಯಿಸಿ ಇಂಗ್ಲೆಂಡನ್ನು ಪುಡಿಗಟ್ಟಿದ್ದರು!

ಬ್ಯಾಟ್, ಪ್ಯಾಡ್ ಜೊತೆಯಲ್ಲಿದ್ದರಷ್ಟೇ ಸುಖ ನಿದ್ದೆ!

ಇದನ್ನು ವೆಸ್ಟ್ ಇಂಡೀಸ್‌ನ ದೈತ್ಯ ಬ್ಯಾಟ್ಸ್‌ಮನ್ ವಿವಿಯನ್ ರಿಚರ್ಡ್ಸ್ ಅವರ ವಿಚಿತ್ರ ಹವ್ಯಾಸವೆನ್ನಿ ಅಥವಾ ಕಾಳಜಿ ಎನ್ನಿ...

ಕ್ರಿಕೆಟ್ ಪಂದ್ಯಗಳಿದ್ದ ವೇಳೆ ಮಲಗಲು ತೆರಳುವಾಗ ಅವರು ಕ್ರಿಕೆಟ್ ಪರಿಕರಗಳಾದ ಬ್ಯಾಟ್ ಮತ್ತು ಪ್ಯಾಡ್‌ಗಳನ್ನೂ ತಮ್ಮ ಪಕ್ಕದಲ್ಲೇ ಇರಿಸಿಕೊಳ್ಳುತ್ತಿದ್ದರು. ಆಗಲೇ ಅವರಿಗೆ ಸಮಾಧಾನ ಹಾಗೂ ಸುಖ ನಿದ್ದೆ!

'ಕ್ರಿಕೆಟ್ ಪರಿಕರಗಳು ನನ್ನ ಪಾಲಿನ ಅವಿಭಾಜ್ಯ ಅಂಗ. ಇವು ಯಾವತ್ತೂ ಸ್ವಚ್ಛವಾಗಿರಬೇಕು. ನಿದ್ರಿಸುವಾಗಲೂ ನನ್ನ ಪಕ್ಕದಲ್ಲೇ ಇರಬೇಕು. ಏಳುವಾಗ ಇವು ನನ್ನ ಕಣ್ಣೆದುರು ಕಾಣಿಸಬೇಕು. ಅದು ಮನೆಯಲ್ಲಿರಬಹುದು, ಪ್ರವಾಸ ಸಂದರ್ಭದಲ್ಲಿರಬಹುದು... ಬ್ಯಾಟ್, ಪ್ಯಾಡ್ ನನ್ನ ಪಕ್ಕದಲ್ಲಿಲ್ಲದೇ ಹೋದರೆ ನನಗೆ ನಿದ್ದೆಯೇ ಬರುವುದಿಲ್ಲ' ಎಂದು ರಿಚರ್ಡ್ಸ್ ಒಮ್ಮೆ ಹೇಳಿಕೊಂಡಿದ್ದರು.

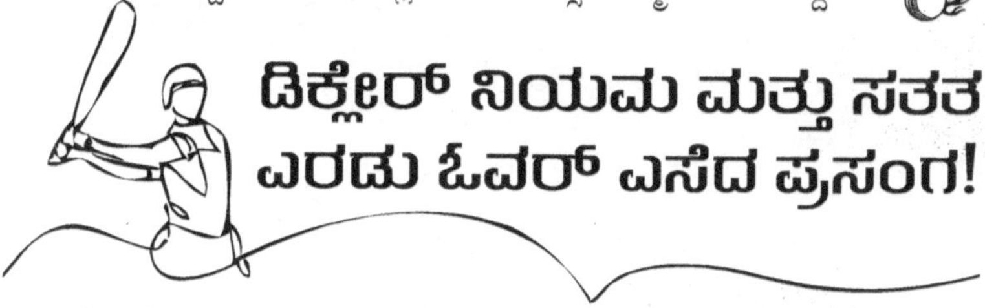

ಡಿಕ್ಲೇರ್ ನಿಯಮ ಮತ್ತು ಸತತ ಎರಡು ಓವರ್ ಎಸೆದ ಪ್ರಸಂಗ!

ಕ್ರಿಕೆಟ್‌ನಲ್ಲಿ ಬೌಲರ್ ಓರ್ವ ಸತತ ಎರಡು ಓವರ್ ಎಸೆದ ಸಾಕಷ್ಟು ಪ್ರಸಂಗಗಳು ನಡೆದಿವೆ. ಇದು 1921ರ ಆ್ಯಶಸ್ ಸರಣಿಯ ಘಟನೆ. ಇಲ್ಲಿ ಡಿಕ್ಲೇರ್ ನಿಯಮವನ್ನೂ ಅರಿಯಬಹುದಾಗಿದೆ. ಅದು ಮ್ಯಾಂಚೆಸ್ಟರ್ ಟೆಸ್ಟ್ ಪಂದ್ಯದ ಕೊನೆಯ ದಿನ. ಸಮಯ ಸಂಜೆ 5.50. ಆಗ ಇಂಗ್ಲೆಂಡ್ ಇನ್ನಿಂಗ್ಸ್ ಡಿಕ್ಲೇರ್ ಮಾಡಿ ಆಸ್ಟ್ರೇಲಿಯಕ್ಕೆ ಬ್ಯಾಟಿಂಗ್ ಬಿಟ್ಟುಕೊಟ್ಟಿತು. ಆದರೆ ಇದಕ್ಕೆ ಆಸೀಸ್ ನಾಯಕ ವಾರ್ವಿಕ್ ಆರ್ಮ್‌ಸ್ಟ್ರಾಂಗ್ ತೀವ್ರ ವಿರೋಧ ವ್ಯಕ್ತಪಡಿಸಿದರು. ಅಂದಿನ ನಿಯಮದ ಪ್ರಕಾರ, ಅಂತಿಮ ಇನ್ನಿಂಗ್ಸ್ ಆಡುವ ತಂಡಕ್ಕೆ ಕನಿಷ್ಠ 100 ನಿಮಿಷಗಳ ಕಾಲಾವಕಾಶ ಇರಬೇಕು. ಆದರೆ ಇಷ್ಟು ಸಮಯ ಇಲ್ಲವಾದ್ದರಿಂದ ಬ್ಯಾಟಿಂಗ್ ನಡೆಸುವುದಿಲ್ಲ ಎಂಬುದು ಆರ್ಮ್‌ಸ್ಟ್ರಾಂಗ್ ವಾದ. ಈ ವಾದ ವಿವಾದದಲ್ಲೇ 25 ನಿಮಿಷ ಉರುಳಿ ಹೋಯಿತು. ಕೊನೆಗೂ ಆರ್ಮ್‌ಸ್ಟ್ರಾಂಗ್ ವಾದವೇ ಗೆದ್ದಿತು. ಇಂಗ್ಲೆಂಡ್ ಬ್ಯಾಟಿಂಗ್ ಮುಂದುವರಿಸುವುದು ಅನಿವಾರ್ಯವಾಯಿತು.

ಮುಂದಿನ ಘಟನೆ ಇನ್ನೂ ಮಜಾ ಇದೆ... ತಾನೇ ಗೆದ್ದೆ ಎಂಬ ಅತ್ಯುತ್ಸಾಹದಲ್ಲಿ ಆರ್ಮ್‌ಸ್ಟ್ರಾಂಗ್ ಬೌಲಿಂಗ್ ಆರಂಭಿಸಿದರು. ಅಚ್ಚರಿಯೆಂದರೆ, ಪಂದ್ಯ ಸ್ಥಗಿತಗೊಳ್ಳುವ ಮೊದಲು ಕೊನೆಯ ಓವರ್ ಕೂಡ ಇವರೇ ಎಸೆದಿದ್ದರು. ಇದನ್ನು ಅಂಪಾಯರ್ ಮರೆತೇ ಬಿಟ್ಟಿದ್ದರು!

ಕ್ರಿಕೆಟ್‌ನಲ್ಲಿ ದಾಖಲೆಗಳಿರುವುದೇ ಮುರಿಯುವುದಕ್ಕೆ ಎಂಬುದು ಸರ್ ಗ್ಯಾರಿ ಸೋಬರ್ಸ್ ಅವರ ಮಾತು. ಟೆಸ್ಟ್ ಇತಿಹಾಸದಲ್ಲಿ ಅಜೇಯ 365 ರನ್ ಬಾರಿಸಿದ ತಮ್ಮ ವಿಶ್ವದಾಖಲೆಯನ್ನು 32 ವರ್ಷಗಳ ಬಳಿಕ ತಮ್ಮದೇ ನಾಡಿನ ಬ್ರಿಯಾನ್ ಲಾರಾ ಮುರಿದಾಗ ಸೋಬರ್ಸ್ ಇಂಥದೊಂದು ಹೇಳಿಕೆ ನೀಡಿದ್ದರು. ಆಗ ಇಂಗ್ಲೆಂಡ್ ಎದುರಿನ ಸೇಂಟ್ ಜಾನ್ಸ್ ಟೆಸ್ಟ್ ಪಂದ್ಯದಲ್ಲಿ ಲಾರಾ 375 ರನ್ ಬಾರಿಸಿ ನೂತನ ವಿಶ್ವದಾಖಲೆ ನಿರ್ಮಿಸಿದ್ದರು (1994).

ಬಳಿಕ ಇದನ್ನು 2003ರಲ್ಲಿ ಮ್ಯಾಥ್ಯೂ ಹೇಡನ್ ಮುರಿದರು. ಜಿಂಬಾಬ್ವೆ ಎದುರಿನ ಪರ್ತ್ ಟೆಸ್ಟ್ ಪಂದ್ಯದಲ್ಲಿ ಹೇಡನ್ 380 ರನ್ ಬಾರಿಸಿ ಲಾರಾ ದಾಖಲೆಗೆ ಸಂಚಕಾರ ತಂದರು. ಆದರೆ ವಿಂಡೀಸಿನ 'ಸಿಡಿಲ ಮರಿ' ಲಾರಾ ಇದನ್ನೇ ಸವಾಲಾಗಿ ಸ್ವೀಕರಿಸಿದರು. ಮರು ವರ್ಷವೇ

400 ರನ್ ವಿಶ್ವದಾಖಲೆ ಮುರಿಯುವವರ್‍ಯಾರು?

ಇಂಗ್ಲೆಂಡ್ ಎದುರು ಅದೇ ಸೇಂಟ್ ಜಾನ್ಸ್ ಅಂಗಳದಲ್ಲಿ ಅಜೇಯ 400 ರನ್ ಬಾರಿಸಿ ಮೆರೆದಾಡಿದರು.

ಈ ವಿಶ್ವದಾಖಲೆ ನಿರ್ಮಾಣಗೊಂಡು 2 ದಶಕ ಸಮೀಪಿಸುತ್ತ ಬಂದರೂ ಇಂದಿಗೂ ಟೆಸ್ಟ್ ಬ್ಯಾಟ್ಸ್‌ಮನ್‌ಗಳಿಗೆ ಸವಾಲಾಗಿಯೇ ಉಳಿದಿದೆ. ಲಾರಾ ಅವರ ಸಮಕಾಲೀನ ಕ್ರಿಕೆಟಿಗ, ದಾಖಲೆಗಳ ವೀರ ಸಚಿನ್ ತೆಂಡುಲ್ಕರ್‌ಗೂ ಇದರ ಸಮೀಪ ಸುಳಿಯಲು ಸಾಧ್ಯವಾಗಿರಲಿಲ್ಲ. ಕ್ರಿಕೆಟ್ ದಾಖಲೆಗಳು ಶಾಶ್ವತವಲ್ಲ ಎಂದೇ ಭಾವಿಸುವುದಾದರೆ ಲಾರಾ ಅವರ 400 ರನ್ನುಗಳ ಮೈಲುಗಲ್ಲನ್ನು ದಾಟಿ ಮುನ್ನಡೆಯುವವರ್‍ಯಾರು ಎಂಬ ಕುತೂಹಲ ಗರಿಗೆದರುವುದು ಸಹಜ.

ಈ ಐವರಿಂದ ಸಾಧ್ಯವೇ?

ಬ್ರಿಯಾನ್ ಲಾರಾ 51ನೇ ಹುಟ್ಟುಹಬ್ಬ ಆಚರಿಸಿದ ಸಂದರ್ಭದಲ್ಲಿ ಮತ್ತೆ ಅವರ 400 ರನ್ನುಗಳ ದಾಖಲೆ ಸುದ್ದಿಯಾಗಿತ್ತು. ಸಮಕಾಲೀನ ಬ್ಯಾಟ್ಸ್‌ಮನ್‌ಗಳಲ್ಲಿ ಇದನ್ನು ಮೀರಿ ನಿಲ್ಲುವ ಸಾಮರ್ಥ್ಯ ಯಾರಿಗಿದೆ ಎಂಬ ಸಮೀಕ್ಷೆಯೂ ನಡೆಯಿತು. ಇವರಲ್ಲಿ ಅಗ್ರಸ್ಥಾನ ಪಡೆದ ಐವರೆಂದರೆ ರೋಹಿತ್ ಶರ್ಮ, ಡೇವಿಡ್ ವಾರ್ನರ್, ಸ್ಟೀವನ್ ಸ್ಮಿತ್, ವಿರಾಟ್ ಕೊಹ್ಲಿ ಮತ್ತು ಕೇನ್ ವಿಲಿಯಮ್ಸನ್. ಈ ಸಂದರ್ಭದಲ್ಲಿ ಸ್ವತಃ ಲಾರಾ ಕೂಡ ರೋಹಿತ್ ಮತ್ತು ಸ್ಮಿತ್ ಹೆಸರನ್ನು ಪ್ರಸ್ತಾವಿಸಿರುವುದು ಉಲ್ಲೇಖನೀಯ.

ಟೆಸ್ಟ್ ಕ್ರಿಕೆಟ್‌ನಲ್ಲಿ 400 ರನ್ ಬಾರಿಸಲು ಅತ್ಯಗತ್ಯವಾಗಿ ಬೇಕಿರುವುದು ಕ್ರೀಸ್ ಆಕ್ರಮಿಸಿಕೊಳ್ಳುವ ಕಲೆಗಾರಿಕೆ, ದೇಹಶಕ್ತಿ, ಏಕಾಗ್ರತೆ ಮತ್ತು ತಾಳ್ಮೆ. ಜತೆಗೆ ಆಗಾಗ ಬಿರುಸಿನಿಂದ ಬ್ಯಾಟ್ ಬೀಸಬೇಕಾದ ಅನಿವಾರ್ಯತೆ. ಈ ಎಲ್ಲ ಗುಣ ಮೇಲಿನ ಐವರಲ್ಲಿ ಇದೆ ಎಂಬುದರಲ್ಲಿ ಎರಡು ಮಾತಿಲ್ಲ. ಆದರೆ ಅದೃಷ್ಟ? ಇದು ಎಲ್ಲಕ್ಕಿಂತ ಮಿಗಿಲಾದುದು!

ರೋಹಿತ್‌ಗೆ ಚಾನ್ಸ್ ಇದೆ

ಈಗ ಟೆಸ್ಟ್ ಆರಂಭಿಕನಾಗಿರುವ ರೋಹಿತ್ ಶರ್ಮ ಏಕದಿನದಲ್ಲಿ ಸರ್ವಾಧಿಕ ರನ್ ವಿಶ್ವದಾಖಲೆ ನಿರ್ಮಿಸಿದ ಸಾಹಸಿಗ. 'ಫುಲ್ ಫ್ಲೋ'ನಲ್ಲಿರುವಾಗ ಇವರನ್ನು ತಡೆಯುವುದು ಕಷ್ಟ ಹೀಗಾಗಿ ರೋಹಿತ್‌ಗೆ ಒಂದು ಚಾನ್ಸ್ ಇದೆ ಎನ್ನುತ್ತಾರೆ ಲಾರಾ.

ಅಪಾಯಕಾರಿ ವಾರ್ನರ್

ಡೇವಿಡ್ ವಾರ್ನರ್ ಈಗಾಗಲೇ ಒಮ್ಮೆ ಲಾರಾ ದಾಖಲೆಗೆ ಗಂಡಾಂತರ ತರುವ ಹಾದಿಯಲ್ಲಿ ಮುನ್ನಡೆದಿದ್ದರು. ಪಾಕಿಸ್ಥಾನ ಎದುರಿನ ಅಡಿಲೇಡ್ ಟೆಸ್ಟ್‌ನಲ್ಲಿ ಅಜೇಯ 335 ರನ್ ಬಾರಿಸಿದ್ದರು. ಆದರೆ ಮಳೆ ಹಾಗೂ ಗೆಲ್ಲುವ ಗುರಿ ಇರಿಸಿಕೊಂಡ ಆಸ್ಟ್ರೇಲಿಯ ಈ ಹಂತದಲ್ಲಿ ಡಿಕ್ಲೇರ್ ಮಾಡಿದ್ದರಿಂದ ವಾರ್ನರ್‌ಗೆ 400ರ ಅವಕಾಶ ತಪ್ಪಿತೆಂದೇ ಹೇಳಬಹುದು. ಆದರೆ ಈಗ ವಾರ್ನರ್ ಅವರ 'ಆಟ' ಬಹುತೇಕ ಮುಕ್ತಾಯದ ಹಂತದಲ್ಲಿದೆ. ಅವರಿಗೆ 400 ಅಲ್ಲ, 100 ರನ್ ಗಡಿ ಮುಟ್ಟಲಿಕ್ಕೂ ಸಾಧ್ಯವಾಗುತ್ತಿಲ್ಲ, ಹೀಗಾಗಿ ವಾರ್ನರ್ ಅವರನ್ನು ಈ ಯಾದಿಯಿಂದ ಹೊರಗಿಡುವುದೇ ಲೇಸು.

ರನ್ ಹಸಿವಿನ ಸ್ಮಿತ್

ರೇಟಿಂಗ್‌ನಲ್ಲಿ ಬ್ರಾಡ್‌ಮನ್ ಅನಂತರ ಆಸ್ಟ್ರೇಲಿಯ ಕಂಡ ಶ್ರೇಷ್ಠ ಬ್ಯಾಟ್ಸ್‌ಮನ್ ಎನಿಸಿರುವ ಸ್ಟೀವನ್ ಸ್ಮಿತ್ ಕೂಡ 400 ರನ್ ಬಾರಿಸಬಲ್ಲ ತಾಕತ್ತುಳ್ಳ ಆಟಗಾರ. ಬ್ಯಾಟಿಂಗ್ ಸರಾಸರಿ 59ರಷ್ಟಿದೆ. ಈಗಾಗಲೇ 32 ಶತಕ ಬಾರಿಸಿದ್ದಾರೆ. ಅಪಾರ ರನ್ ಹಸಿವಿನ ಸ್ಮಿತ್, ತನ್ನ ದಾಖಲೆಯನ್ನು ಮುರಿದರೆ ಅಚ್ಚರಿ ಇಲ್ಲ ಎನ್ನುತ್ತಾರೆ ಲಾರಾ.

ರೇಸ್‌ನಲ್ಲಿದ್ದಾರೆ ಕೊಹ್ಲಿ

ಕ್ರಿಕೆಟ್ ದಾಖಲೆಗಳನ್ನೆಲ್ಲ ಮುರಿದು ಮುನ್ನುಗ್ಗುತ್ತಿರುವ ವಿರಾಟ್ ಕೊಹ್ಲಿ ಈಗಾಗಲೇ ಟೆಸ್ಟ್‌ನಲ್ಲಿ ಅತ್ಯಧಿಕ ದ್ವಿಶತಕ ಬಾರಿಸಿದ ಭಾರತೀಯನೆಂಬ ದಾಖಲೆ ಸ್ಥಾಪಿಸಿದ್ದಾರೆ. ಆಕ್ರಮಣಕಾರಿ ಬ್ಯಾಟಿಂಗ್ ನಡೆಸಬಲ್ಲ ಕೊಹ್ಲಿಗೆ 400 ರನ್ ಗಡಿ ಮುಟ್ಟುವ ತಾಕತ್ತು ಇದೆ ಎನ್ನುವುದು ಸ್ವತಃ ಲಾರಾ ಅಭಿಪ್ರಾಯ.

ವಿಲಿಯಮ್ಸನ್ ಅಚ್ಚರಿಯ ಆಯ್ಕೆ

ನ್ಯೂಜಿಲ್ಯಾಂಡಿನ ಕೇನ್ ವಿಲಿಯಮ್ಸನ್ ಈ ಯಾದಿಯಲ್ಲಿ ಕಾಣಿಸಿಕೊಂಡ ಅಚ್ಚರಿಯ ಹೆಸರು. ಉಳಿದ ನಾಲ್ವರಿಗೆ ಹೋಲಿಸಿದರೆ ಕೇನ್ ಪಾಲಿಗೆ ಇದು ಹೆಚ್ಚು ಕಠಿನವಾದ ಸವಾಲು. ಕಾರಣ, ವಿಲಿಯಮ್ಸನ್ ಒಂದು ಕಡೆಯಿಂದ ಬ್ಯಾಟ್ ಬೀಸುತ್ತ ಹೋದರೂ ಇವರಿಗೆ ಬೆಂಬಲ ಕೊಡಬಲ್ಲ ಆಟಗಾರರು ನ್ಯೂಜಿಲ್ಯಾಂಡ್ ಬಳಿ ಇಲ್ಲ, ಇವರ ಬದಲು ಆಸ್ಟ್ರೇಲಿಯದ ಬ್ಯಾಟಿಂಗ್ ಮೆಶಿನ್ ಆಗಿರುವ ಮಾರ್ನಸ್ ಲಬುಶೇನ್ ಉತ್ತಮ ಆಯ್ಕೆ ಎನ್ನಲಡ್ಡಿಯಿಲ್ಲ.

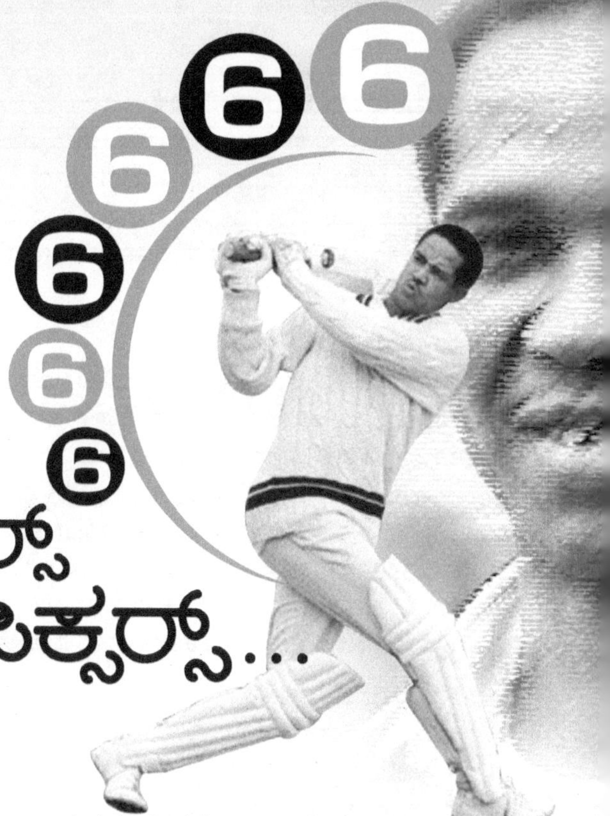

ಸೋಬರ್ಸ್ ಸಿಕ್ಸ್ ಸಿಕ್ಸರ್ಸ್...

6, 6, 6, 6, 6, 6

ಇಂದಿನ ಟಿ20 ಯುಗದಲ್ಲಿ ಸಿಕ್ಸರ್ ಬಾರಿಸುವುದು ದೊಡ್ಡ ಕತೆಯಲ್ಲ, ಓವರಿಗೆ ಆರು ಸಿಕ್ಸರ್ ಸಿಡಿದರೂ ಇದೆಲ್ಲ ಮಾಮೂಲು ಎಂದು ಪರಿಗಣಿಸುವವರೇ ಹೆಚ್ಚು. ಆದರೆ ಆಗಿನ್ನೂ ಸೀಮಿತ ಓವರ್‌ಗಳ ಕ್ರಿಕೆಟ್ ಆರಂಭವಾಗದಿದ್ದ ಕಾಲದಲ್ಲಿ ಇಂಥದೊಂದು ಪರಾಕ್ರಮ ಮೆರೆದರೆ ಅದಕ್ಕೆ ಸಿಗುತ್ತಿದ್ದ ಮಾನ್ಯತೆ, ಗೌರವ, ಪ್ರಶಂಸೆಗಳನ್ನೆಲ್ಲ ಬಹುಶಃ ಕಲ್ಪಿಸಿಕೊಳ್ಳಲಿಕ್ಕೂ ಸಾಧ್ಯವಿರಲಿಲ್ಲ. ಇಂಥದೊಂದು ಗೌರವಕ್ಕೆ ಪಾತ್ರರಾದವರೇ ವೆಸ್ಟ್ ಇಂಡೀಸಿನ ಆಲ್‌ರೌಂಡರ್ ಸರ್ ಗ್ಯಾರಿ ಸೋಬರ್ಸ್!

ಕ್ರಿಕೆಟ್ ಇತಿಹಾಸದಲ್ಲಿ ಓವರಿನ ಆರೂ ಎಸೆತಗಳನ್ನು ಸಿಕ್ಸರ್‌ಗೆ ಬಡಿದಟ್ಟಿದ ಮೊದಲ ಆಟಗಾರನೇ ಗ್ಯಾರಿ ಸೋಬರ್ಸ್. ಬಳಿಕ ರವಿಶಾಸ್ತ್ರಿ, ಯುವರಾಜ್ ಸಿಂಗ್ ಅವರೆಲ್ಲ ಈ ಸಾಹಸವನ್ನು ಪುನರಾವರ್ತಿಸಿದರು. ಆದರೆ ಸೋಬರ್ಸ್ ಅವರ ಆ ಮೊದಲ ಪರಾಕ್ರಮ ಮಾತ್ರ ಸಾಟಿಯಿಲ್ಲದ್ದು, ಕಲ್ಪನೆಗೂ ಮೀರಿದ್ದು.

1968ರ ಇಂಗ್ಲಿಷ್ ಕೌಂಟಿ ಋತುವಿನಲ್ಲಿ ಗ್ಯಾರಿ ಸೋಬರ್ಸ್ 'ಸಿಕ್ಸ್ ಸಿಕ್ಸರ್ಸ್' ಮೂಲಕ ಕ್ರಿಕೆಟ್ ಲೋಕದಲ್ಲಿ ನೂತನ ಸಂಚಲನ ಮೂಡಿಸಿದರು. ನಾಟಿಂಗ್‌ಹ್ಯಾಮ್‌ಶೈರ್ ಕೌಂಟಿಯ ಪ್ರಮುಖ ಸದಸ್ಯರಾಗಿದ್ದ ಅವರು ಆಗಸ್ಟ್ 30ರಂದು ಗ್ಲಾಮರ್ಗನ್ ವಿರುದ್ಧ ಸ್ವಾನ್ಸಿ ಮೈದಾನದಲ್ಲಿ ಈ ಅಸಾಮಾನ್ಯ ಪರಾಕ್ರಮ ಮೆರೆದರು. ಇವರಿಂದ ದಂಡಿಸಲ್ಪಟ್ಟ ಬೌಲರ್, ವೇಗಿ ಮಾಲ್ಕಂ ನಾಶ್.

ಶುರುವಾಯಿತು ಸಿಕ್ಸರ್ ಸುರಿಮಳೆ

ಅದು ಮಾಲ್ಕಂ ನಾಶ್ ಅವರ 4ನೇ ಓವರ್ ಆಗಿತ್ತು. ನಾಶ್ ಅವರ ಹಿಂದಿನ ಓವರ್‌ಗಳಲ್ಲೂ ಸೋಬರ್ಸ್ ಸಿಡಿದು ನಿಂತಿದ್ದರಿಂದ ಈ ಓವರಿನ ಮೊದಲ ಎಸೆತ ಸಿಕ್ಸರ್‌ಗೆ ರವಾನೆಯಾದಾಗ ಯಾರಿಗೂ ಅಚ್ಚರಿ ಆಗಲಿಲ್ಲ. 2ನೇ ಎಸೆತ ಆಫ್ ಸ್ಟಂಪಿನಿಂದ ತುಸು ಹೊರಗಿತ್ತು. ಉತ್ತಮ ನೆಗೆತವೂ ಲಭಿಸಿತು. ಸೋಬರ್ಸ್ ಬಡಿದಟ್ಟಿದ ರಭಸಕ್ಕೆ ಇದು ಲಾಂಗ್‌ಆಫ್ ಮೂಲಕ ಸಾಗಿ ವೀಕ್ಷಕರ ನಡುವೆ ಹೋಗಿ ಬಿತ್ತು. ಸತತ ಎರಡು ಸಿಕ್ಸರ್!

ಹತಾಶರಾಗಿ ಕೆಣಕಿದ ನಾಶ್

ಮಾಲ್ಕಂ ನಾಶ್ ದಿಕ್ಕೆಟ್ಟರು. ಸೀದಾ ನಾಯಕ ಟೋನಿ ಲೂಯಿಸ್ ಬಳಿ ಹೋಗಿ ಏನೋ ಹೇಳಿದರು. ಅವರು ಬೆನ್ನು ತಟ್ಟಿ ಕಳಿಸಿದರು. ಇದರಿಂದ ನಾಶ್‌ಗೆ ಏನನಿಸಿತೋ, ನೇರವಾಗಿ ಸೋಬರ್ಸ್ ಬಳಿ ಹೋಗಿ, 'ಈ ಎಸೆತಕ್ಕೆ ನಿಮ್ಮಿಂದ ಫ್ಲಡ್‌ಲೈಟ್ ಪುಡಿ ಮಾಡಲು ಸಾಧ್ಯವಾಗದು' ಎಂದು ಕೆಣಕಿದರು.

ಸೋಬರ್ಸ್ ಸುಮ್ಮನುಳಿಯಲಿಲ್ಲ, 'ಫ್ಲಡ್‌ಲೈಟ್ ಪುಡಿಗೈಯಬೇಕೆಂದು ನಾನೂ ಎಣಿಸಿದ್ದೆ, ಆದರೆ ನಿಮ್ಮ ಮಾತು ಕೇಳಿ ಈ ನಿರ್ಧಾರವನ್ನು ಬದಲಿಸಲು ತೀರ್ಮಾನಿಸಿದ್ದೇನೆ' ಎಂದರು!

ಮೂರನೇ ಎಸೆತ ಧಾವಿಸಿ ಬಂತು. ಸೋಬರ್ಸ್ ಅವರಿಂದಷ್ಟೇ ಸಾಧ್ಯ ಎಂಬಂತಿದ್ದ ಹುಕ್ ಶಾಟ್ ಅದಾಗಿತ್ತು. ಅವರು ಸಿಕ್ಸರ್‌ಗಳ ಹ್ಯಾಟ್ರಿಕ್ ಪೂರ್ತಿಗೊಳಿಸಿದ್ದರು. ನಾಶ್ ಅವರ 4ನೇ ಎಸೆತವೂ ಸಿಕ್ಸರ್‌ಗೆ ರವಾನೆಯಾದಾಗ ವೀಕ್ಷಕರ ಹರ್ಷೋದ್ಗಾರ ಮುಗಿಲು ಮುಟ್ಟಿತು.

ಸಿಕ್ಕಿತೊಂದು ಜೀವದಾನ!

5ನೇ ಎಸೆತದ ವೇಳೆ ಎಡವಟ್ಟೊಂದು ಸಂಭವಿಸಿತು. ಗುಡ್‌ಲೆಂತ್ ಆಗಿ ಆಫ್‌ಸ್ಟಂಪ್‌ನಿಂದ ಸ್ವಲ್ಪವೇ ಹೊರಗೆ ಹೋಗುತ್ತಿದ್ದ ಚೆಂಡನ್ನು ಸೋಬರ್ಸ್ ಲಾಂಗ್‌ಆಫ್‌ನತ್ತ ಎತ್ತಿ ಬಾರಿಸಿದರು. ಅದು ಗಾಳಿಯಲ್ಲಿ ಹಾರಾಡುತ್ತ ನೇರವಾಗಿ ಫೀಲ್ಡರ್ ರೋಜರ್ ಡೇವಿಸ್ ಕೈಸೇರಿತು. ಸೋಬರ್ಸ್ ಔಟಾಗಬೇಕಿತ್ತು, ಆದರೆ ಆಗಲಿಲ್ಲ. ಕ್ಯಾಚ್ ಪಡೆಯುವಾಗ ನಿಯಂತ್ರಣ ಕಳೆದುಕೊಂಡ ಡೇವಿಸ್ ಬೌಂಡರಿ ಗೆರೆ ದಾಟಿ ಬಿಟ್ಟರು. ನಾಶ್ ಅವರ ಸಂಭ್ರಮ ಕೆಲವೇ ಕ್ಷಣದಲ್ಲಿ ಸರ್ವನಾಶವಾಗಿತ್ತು. ಅವರು ಸೋಬರ್ಸ್‌ಗೆ ಸತತ 5ನೇ ಸಿಕ್ಸರ್ ನೀಡಿದ್ದರು!

ಎರಡು ವಿಶ್ವದಾಖಲೆ

ಮಾಲ್ಕಂ ನಾಶ್ ತೀವ್ರ ಹತಾಶರಾಗಿದ್ದರು. ಸೋಬರ್ಸ್ ವಿಕೆಟ್ ಉರುಳಿಸಲು ಸಾಧ್ಯವಾಗದಿದ್ದರೂ ವಿಶ್ವದಾಖಲೆ ನಿರ್ಮಾಣವಾಗದಂತೆ ತಡೆಯಬೇಕೆಂಬ ತೀರ್ಮಾನಕ್ಕೆ ಬಂದರು. ಹೀಗಾಗಿ ಯಾರ್ಕರ್ ಎಸೆಯಲು ಮುಂದಾದರು. ಆದರೆ ಸಂಪೂರ್ಣವಾಗಿ ಲಯ ತಪ್ಪಿದರು. ಸೋಬರ್ಸ್ ಬ್ಯಾಟಿನಿಂದ ಬಂದೂಕಿನ ಗೋಲಿಯತೆ ಸಿಡಿದ ಆ ಚೆಂಡು ಯಾವ ಮಾರ್ಗವಾಗಿ ಮೈದಾನದಿಂದ ಹಾರಿ ಹೋಯಿತು ಎಂಬುದು ಯಾರಿಗೂ ತಿಳಿಯಲಿಲ್ಲ!

ಹೀಗೆ ಓವರೊಂದರಲ್ಲಿ ಸತತ 6 ಸಿಕ್ಸರ್ ಹಾಗೂ ಓವರಿಗೆ ಅತ್ಯಧಿಕ 36 ರನ್ ಬಾರಿಸಿದ ಅಮೋಘ ವಿಶ್ವದಾಖಲೆಗಳಿಗೆ ಗ್ಯಾರಿ ಸೋಬರ್ಸ್ ಭಾಜನರಾಗಿದ್ದರು. ಕ್ರಿಕೆಟ್ ಜಗತ್ತಿನ ಸಂಭ್ರಮಕ್ಕೆ ಪಾರವಿರಲಿಲ್ಲ!

ಒಲಿಂಪಿಕ್ಸ್‌ನಲ್ಲೂ ಆಡಲಾಗಿತ್ತು ಕ್ರಿಕೆಟ್!

ಕ್ರಿಕೆಟ್ ಮೇಲಿನ ದೊಡ್ಡ ಕಳಂಕವೆಂದರೆ ಅದು 'ಸಮಯ ಕೊಲ್ಲುವ ಕ್ರೀಡೆ' ಎಂಬುದು. ವಿಶ್ವದ ಮಹೋನ್ನತ ಕ್ರೀಡಾಕೂಟವಾದ ಅಂಥ ಒಲಿಂಪಿಕ್ಸ್ ಪಂದ್ಯಾವಳಿಯೇ 15 ದಿನಗಳಲ್ಲಿ ಮುಗಿಯುವಾಗ, ವಿಶ್ವಕಪ್ ಹಾಗೂ ಐಪಿಎಲ್‌ನಂಥ ಕ್ರಿಕೆಟ್ ಟೂರ್ನಿ ಬರೋಬ್ಬರಿ ಒಂದೆರಡು ತಿಂಗಳ ಕಾಲ ಸಾಗುತ್ತದೆ! ಇಂಥ ಕಾರಣಗಳಿಂದಾಗಿಯೇ ಒಲಿಂಪಿಕ್ಸ್‌ನಿಂದ ಕ್ರಿಕೆಟನ್ನು ದೂರವೇ ಇಡಲಾಗಿದೆ.

ಆದರೆ ಈಗ ಕ್ರಿಕೆಟ್ ಆಡಳಿತ ಸಂಸ್ಥೆಯಾದ ಐಸಿಸಿ ಒಲಿಂಪಿಕ್ಸ್ ಬಗ್ಗೆ ಹೆಚ್ಚಿನ ಆಸಕ್ತಿ ತೋರುತ್ತಿದೆ. 2028ರ ಲಾಸ್ ಏಂಜಲೀಸ್ ಒಲಿಂಪಿಕ್ಸ್‌ನಲ್ಲಿ ಕ್ರಿಕೆಟನ್ನು ಪದಕ ಕ್ರೀಡೆಯಾಗಿ ಪರಿಗಣಿಸುವ ಬಗ್ಗೆ ಮುಂದಡಿ ಇಡುತ್ತಿದೆ.

ಇದಕ್ಕೆ ಕಾರಣ, ಕ್ರಿಕೆಟಿನ ಕಿರು ಸ್ವರೂಪ. ಇದೀಗ 5 ದಿನದ ಟೆಸ್ಟ್ ಪಂದ್ಯಗಳಿಂದ ಹಂತ ಹಂತವಾಗಿ 10 ಓವರ್‌ಗಳಿಗೆ ಇಳಿದಿದೆ. ಇದರಿಂದ ಉಳಿದ ಕ್ರೀಡೆಗಳಂತೆಯೇ ಕ್ರಿಕೆಟನ್ನೂ ವಿಶ್ವ ದರ್ಜೆಯ ಕ್ರೀಡಾಕೂಟಗಳಿಗೆ ಸೇರ್ಪಡೆಗೊಳಿಸಬಹುದು ಎಂಬುದು ಐಸಿಸಿ ಲೆಕ್ಕಾಚಾರ.

128 ವರ್ಷಗಳ ಬಳಿಕ...

ಒಂದು ವೇಳೆ 2028ರ ಲಾಸ್ ಏಂಜಲೀಸ್ ಒಲಿಂಪಿಕ್ಸ್‌ನಲ್ಲಿ ಕ್ರಿಕೆಟಿಗೆ ಅವಕಾಶ ನೀಡಿದ್ದೇ ಆದರೆ 128 ವರ್ಷಗಳ ಬಳಿಕ ಒಲಿಂಪಿಕ್ ಕ್ರೀಡಾಕೂಟದಲ್ಲಿ ಬ್ಯಾಟ್-ಬಾಲ್ ಕದನವನ್ನು ಕಾಣಬಹುದಾಗಿದೆ! ಹಾಗಾದರೆ ಈಗಾಗಲೇ ಒಲಿಂಪಿಕ್ಸ್‌ನಲ್ಲಿ ಕ್ರಿಕೆಟ್ ಕಾಣಿಸಿಕೊಂಡಿತ್ತೇ ಎಂಬುದು ನಿಮ್ಮ ಪ್ರಶ್ನೆ ತಾನೆ? ಹೌದು, 1900ರ ಪ್ಯಾರಿಸ್ ಒಲಿಂಪಿಕ್ಸ್‌ನಲ್ಲಿ ಕ್ರಿಕೆಟ್ ಒಂದು ಪದಕ ಸ್ಪರ್ಧೆಯಾಗಿತ್ತು! ಇಲ್ಲಿ ಯಾರು ಚಿನ್ನ ಗೆದ್ದರು ಎಂಬುದನ್ನು ತಿಳಿಯುವ ಮೊದಲು ಇದರ ಸ್ವಾರಸ್ಯಕರ ಹಿನ್ನೆಲೆಯನ್ನೊಮ್ಮೆ ತಿಳಿದುಕೊಳ್ಳೋಣ.

ಒಲಿಂಪಿಕ್ಸ್‌ನಲ್ಲೂ ಕ್ರಿಕೆಟ್ ಆಡಲಾಗಿತ್ತು ಎಂಬ ಕುತೂಹಲವೊಂದು ಸ್ಫೋಟಗೊಂಡದ್ದು 1984ರ ಲಾಸ್ ಏಂಜಲೀಸ್ ಒಲಿಂಪಿಕ್ಸ್ ವೇಳೆ. ಕೂಟಕ್ಕೂ ಮುನ್ನ ಸಂಘಟಕರು ಪುಸ್ತಕವೊಂದನ್ನು ಬಿಡುಗಡೆ ಮಾಡಿದ್ದರು. ಒಲಿಂಪಿಕ್ಸ್‌ನಲ್ಲಿ ಹಿಂದೆ ಆಡಲಾಗಿದ್ದ, ಇಂದು ಅವಕಾಶ ವಂಚಿತವಾದ ಕ್ರೀಡೆಗಳ ಬಗ್ಗೆ ಇದರಲ್ಲಿ ಮಾಹಿತಿ ಇದ್ದಿತ್ತು. ಈ ಯಾದಿಯಲ್ಲಿ ಕ್ರಿಕೆಟ್ ಕೂಡ ಇದ್ದದ್ದು ಬಹಳ ಅಚ್ಚರಿಗೆ ಕಾರಣವಾಗಿತ್ತು. ಹಾಗಾದರೆ ಒಲಿಂಪಿಕ್ಸ್‌ನಲ್ಲಿ ಕ್ರಿಕೆಟ್ ಅಳವಡಿಸಿದ್ದು ಯಾವಾಗ ಎಂಬ ಬಗ್ಗೆ ಎಲ್ಲರೂ ಸಂಶೋಧನೆಗೆ ಇಳಿದರು! ಆಗಲೇ 1900ರ ಇತಿಹಾಸ ಬಿಚ್ಚಿಕೊಳ್ಳತೊಡಗಿದ್ದು.

ಮೊದಲ ಕ್ರಿಕೆಟ್ ಚಿನ್ನ

1978ರಲ್ಲಿ ಇಂಗ್ಲೆಂಡಿನ ಕ್ರೀಡಾ ಪತ್ರಕರ್ತರಾದ ಡೇವಿಡ್ ಟೆರ್ರಿ ಮತ್ತು ಜಾನ್ ಗಿಲ್‌ಸ್ಟೋನ್ ಸೇರಿಕೊಂಡು 'ಒಲಿಂಪಿಕ್ಸ್ ಮತ್ತು ಕ್ರಿಕೆಟ್' ಬಗ್ಗೆ ಅಧ್ಯಯನ ನಡೆಸಿದ್ದರು. 'ಸ್ಪೋರ್ಟ್ಸ್ ಕ್ವಾರ್ಟರ್ಲಿ ಮ್ಯಾಗಜ್ಹಿನ್'ನ 1978ರ ಸಂಚಿಕೆಯೊಂದರಲ್ಲಿ ಈ ಬಗ್ಗೆ ಲೇಖನ ಪ್ರಕಟವಾಗಿತ್ತು.

ಇನ್ನೂ ಆಳಕ್ಕಿಳಿದಾಗ 1882-1914ರ ಅವಧಿಯಲ್ಲಿ ಲಂಡನ್‌ನಿಂದ ಪ್ರಕಟವಾಗುತ್ತಿದ್ದ 'ಕ್ರಿಕೆಟ್: ಎ ವೀಕ್ಲಿ ರೆಕಾರ್ಡ್ ಆಫ್ ದಿ ಗೇಮ್' ಪತ್ರಿಕೆಯಲ್ಲಿ ಇದಕ್ಕೆ ಸಾಕ್ಷ್ಯ ಲಭಿಸುತ್ತದೆ. ಅಷ್ಟೇ ಅಲ್ಲ, 1900ರ ಪ್ಯಾರಿಸ್ ಒಲಿಂಪಿಕ್ಸ್‌ನಲ್ಲಿ ಆಡಲಾದ ಕ್ರಿಕೆಟ್ ಪಂದ್ಯಗಳ ಸ್ಕೋರ್‌ಕಾರ್ಡ್ ಕೂಡ ಇದರಲ್ಲಿ ಸಿಗುತ್ತದೆ!

ಆದರೆ ಇಲ್ಲಿ ಯಾವುದೇ ರಾಷ್ಟ್ರಗಳು ಕ್ರಿಕೆಟ್ ಆಡಿರಲಿಲ್ಲ, ಡೇವನ್ ಕೌಂಟಿ ವಾಂಡರರ್ಸ್ ಮತ್ತು ಆಲ್ ಪ್ಯಾರಿಸ್ ಎಂಬ ತಂಡಗಳೆರಡರ ನಡುವೆ ಮುಖಾಮುಖಿ ಏರ್ಪಟ್ಟಿತ್ತು. ಇತ್ತಂಡಗಳಲ್ಲೂ 12 ಮಂದಿ ಆಟಗಾರರಿದ್ದರು. ಟೆಸ್ಟ್ ಮಾದರಿಯಲ್ಲಿ ನಡೆದ ಈ ಪಂದ್ಯಕ್ಕೆ ಕೇವಲ 2 ದಿನಗಳನ್ನು ಮೀಸಲಿಡಲಾಗಿತ್ತು. ಡೇವನ್ ಕೌಂಟಿ ವಾಂಡರರ್ಸ್ ತಂಡ 158 ರನ್ನುಗಳಿಂದ ಗೆದ್ದು ಸ್ವರ್ಣ ಪದಕವನ್ನು ತನ್ನದಾಗಿಸಿಕೊಂಡಿತ್ತು!

ಅಂದಹಾಗೆ, 1998ರ ಕಾಮನ್ವೆಲ್ತ್ ಗೇಮ್ಸ್ ಏಕದಿನ ಕ್ರಿಕೆಟ್ ಚಿನ್ನ ದಕ್ಷಿಣ ಆಫ್ರಿಕಾ ಪಾಲಾಗಿತ್ತು. ಫೈನಲ್‌ನಲ್ಲಿ ಅದು ಆಸ್ಟ್ರೇಲಿಯವನ್ನು ಮಣಿಸಿತ್ತು. ಇದರಲ್ಲಿ 16 ತಂಡಗಳು ಪಾಲ್ಗೊಂಡಿದ್ದವು. ಅಜಯ್ ಜಡೇಜ ನಾಯಕತ್ವದ ಭಾರತ ಗ್ರೂಪ್ ಹಂತದಲ್ಲೇ ನಿರ್ಗಮಿಸಿತ್ತು!

ಕೀಪರ್ ಕಿರಣ್ ಮೋರೆಯನ್ನು ಅಣಕಿಸಲು ಮಂಗನಂತೆ ಕುಣಿದ ಮಿಯಾಂದಾದ್!

ಪಾಕಿಸ್ಥಾನದ ಜಾವೇದ್ ಮಿಯಾಂದಾದ್ ಓರ್ವ ಲೆಜೆಂಡ್ರಿ ಬ್ಯಾಟ್ಸ್‌ಮನ್ ಎಂಬುದರಲ್ಲಿ ಅನುಮಾನವೇ ಇಲ್ಲ, ಅವರ ಫೈಟಿಂಗ್ ಸ್ಪಿರಿಟ್ ಯುವ ಕ್ರಿಕೆಟಿಗರಿಗೆ ಸದಾ ಸ್ಫೂರ್ತಿ.

ಆದರೆ ಭಾರತೀಯರ ಪಾಲಿಗೆ ಈ ಮಿಯಾಂದಾದ್ ಅಚ್ಚಳಿಯದೇ ಉಳಿದಿರುವುದು ಎರಡು ಕಾರಣಗಳಿಗಾಗಿ. ಒಂದು, ಶಾರ್ಜಾದ ಲಾಸ್ಟ್ ಬಾಲ್ ಸಿಕ್ಸರ್; ಇನ್ನೊಂದು, ಸಿಡ್ನಿ ವಿಶ್ವಕಪ್ ಪಂದ್ಯದ ವೇಳೆ ಮಂಗನಂತೆ ಕುಣಿದದ್ದು!

ಜಾವೇದ್ ಮಿಯಾಂದಾದ್ ಅವರ ಫೇಮಸ್ ಸಿಕ್ಸ್ ಸಿಡಿದದ್ದು ಶಾರ್ಜಾದಲ್ಲಿ ನಡೆದ ಭಾರತದೆದುರಿನ 1986ರ ಏಷ್ಯಾ ಕಪ್ ಕ್ರಿಕೆಟ್ ಫೈನಲ್‌ನಲ್ಲಿ, ಅಂದು ಪಾಕ್ ಗೆಲುವಿಗೆ ಅಂತಿಮ ಎಸೆತದಲ್ಲಿ 4 ರನ್ ಅಗತ್ಯವಿತ್ತು. ಬೌಲರ್ ಚೇತನ್ ಶರ್ಮ. ಎರಡೂ ಕಡೆಯವರು ಉಸಿರು ಬಿಗಿ ಹಿಡಿದು ಪಂದ್ಯದ ಕ್ಲೈಮ್ಯಾಕ್ಸ್ ವೀಕ್ಷಿಸಲು ತುದಿಗಾಲಲ್ಲಿ ನಿಂತಿದ್ದರು. ಮಿಯಾಂದಾದ್ ಸ್ಪಿರಿಟ್ ಏನೆಂಬುದು ಎಲ್ಲರಿಗೂ ಗೊತ್ತು. ಆದರೂ ಭಾರತಕ್ಕೆ ಗೆಲುವಿನ ಮೇಲೆ ಹೆಚ್ಚಿನ ನಂಬಿಕೆ ಇತ್ತು. ಆದರೆ ಚೇತನ್ ಶರ್ಮ ಅವರ ಅಂತಿಮ ಎಸೆತವನ್ನು ಸಿಕ್ಸರ್‌ಗೆ ಬಡಿದಟ್ಟುವ ಮೂಲಕ ಮಿಯಾಂದಾದ್ ಕ್ರಿಕೆಟಿನ ಮಹಾ ಅದ್ಭುತವೊಂದಕ್ಕೆ ಸಾಕ್ಷಿಯಾದರು. ಇದು ಏಕದಿನ ಇತಿಹಾಸದಲ್ಲಿ ಅಂತಿಮ

ಎಸೆತವನ್ನು ಸಿಕ್ಸರ್‌ಗೆ ಬಡಿದಟ್ಟಿ ಒಲಿಸಿಕೊಂಡ ಪ್ರಪ್ರಥಮ ಜಯವಾಗಿತ್ತು. ಹೀಗಾಗಿ ಆ ಕಾಲದಲ್ಲಿ ಇದೊಂದು ಅಸಾ ಮಾನ್ಯ ಸಾಹಸ. ನಂಬಲಾಗದ, ಊಹಿಸಲೂ ಆಗದ ಪರಾಕ್ರಮ. ಈ ಹೊಡಿಬಡಿ ಕಾಲಘಟ್ಟದಲ್ಲಿ ಅದೆಷ್ಟೇ ಸಾಹಸಗಳು ದಾಖಲಾದರೂ, ಮಿಯಾಂದಾದ್ ಅವರ ಈ ಶೌರ್ಯದ ತೂಕವೇ ಬೇರೆ. ಇದು ಇಂದಿಗೂ ಕ್ರಿಕೆಟ್ ಜಗತ್ತಿನಲ್ಲಿ ಪ್ರಶಂಸೆಗೊಳಗಾಗುತ್ತಲೇ ಇದೆ.

ಹಾಗೆಯೇ ಈ ಮಿಯಾಂದಾದ್ ಅವರ 'ಮಂಕಿ ಡ್ಯಾನ್ಸ್' ಕೂಡ ಕ್ರಿಕೆಟ್ ಜಗತ್ತಿನಲ್ಲಿ ಅಷ್ಟೇ ಫೇಮಸ್ ಆಗಿದೆ!

ಇದಕ್ಕೆ ಸಾಕ್ಷಿಯಾದದ್ದು 1992ರ ವಿಶ್ವಕಪ್. ಮಾ. 4ರಂದು ಸಿಡ್ನಿಯಲ್ಲಿ ನಡೆದ ಭಾರತ–ಪಾಕಿಸ್ಥಾನ ನಡುವಿನ ಪಂದ್ಯ. ಇತ್ತಂಡಗಳು ವಿಶ್ವಕಪ್ ಇತಿಹಾಸದಲ್ಲಿ ಮೊಟ್ಟಮೊದಲ ಬಾರಿಗೆ ಎದುರಾದ ಸಂದರ್ಭ. ಎರಡೂ ಲೆಜೆಂಡ್ರಿ ಕ್ರಿಕೆಟಿಗರ ತಂಡವಾಗಿತ್ತು. ನಮ್ಮಲ್ಲಿ ಕಪಿಲ್, ಅಜರುದ್ದೀನ್ (ನಾಯಕ), ಶ್ರೀಕಾಂತ್, ಅಜಯ್ ಜಡೇಜ, ತೆಂಡುಲ್ಕರ್, ಶ್ರೀನಾಥ್; ಅವರಲ್ಲಿ ಇಮ್ರಾನ್ ಖಾನ್ (ನಾಯಕ), ಮಿಯಾಂದಾದ್, ಅಕ್ರಮ್, ಸೊಹೈಲ್, ಸಲೀಂ ಮಲಿಕ್, ಮೊಯಿನ್ ಖಾನ್, ಆಗಷ್ಟೇ ಪದಾರ್ಪಣೆ ಮಾಡಿದ ಇಂಝಮಾಮ್ ಮೊದಲಾದವರೆಲ್ಲ ಇದ್ದರು.

ಅಂದು ಭಾರತ 49 ಓವರ್‌ಗಳಲ್ಲಿ 7 ವಿಕೆಟಿಗೆ 216 ರನ್ ಮಾಡಿತ್ತು. ಪಾಕ್ 17 ರನ್ ಆಗುವಷ್ಟರಲ್ಲಿ 2 ವಿಕೆಟ್ ಕಳೆದುಕೊಂಡು ಸಂಕಟಕ್ಕೆ ಸಿಲುಕಿತು. ಆದರೆ ಮಿಯಾಂದಾದ್–ಸೊಹೈಲ್ ಸೇರಿಕೊಂಡು ಮೊತ್ತವನ್ನು 105ಕ್ಕೆ ತಂದರು. ಸೊಹೈಲ್ ವಿಕೆಟ್ ಪತನ ಕುಸಿತಕ್ಕೂ ಮೂಲವಾಯಿತು. 141ಕ್ಕೆ 6 ವಿಕೆಟ್ ಬಿತ್ತು. ಆದರೆ ಮಿಯಾಂದಾದ್ ಕ್ರೀಸ್ ಕಚ್ಚಿಕೊಂಡು ನಿಂತಿದ್ದರು.

ಸಾಮಾನ್ಯವಾಗಿ ಇಂಥ ಸಂದರ್ಭದಲ್ಲಿ ವಿಕೆಟ್ ಕೀಪರ್‌ಗಳು ಬೌಲರ್‌ಗಳನ್ನು ಉತ್ತೇಜಿಸಲು, ಎದುರಾಳಿ ಬ್ಯಾಟ್ಸ್‌ಮನ್‌ಗಳ ಮೂಡ್ ಆಫ್ ಮಾಡಲು ಬಾಯಿಗೆ ಪುರುಸೊತ್ತು ಕೊಡದೆ ವಟಗುಟ್ಟುತ್ತಲೇ ಇರುತ್ತಾರೆ. ಇದರಲ್ಲಿ ಕಿರಣ್ ಮೋರೆ ಎತ್ತಿದ ಕೈ!

ಆಗ ಮಿಯಾಂದಾದ್ ಮೇಲೆ ವಿಪರೀತ ಒತ್ತಡ ಬಿತ್ತು. ಸಿಂಗಲ್ ಒಂದನ್ನು ತೆಗೆಯಲು ಓಡಿದಾಗ, ಆಚೆ ಕಡೆಯ ಆಟಗಾರ ಮಿಯಾಂದಾದ್ ಅವರನ್ನು ತಡೆದು ವಾಪಸ್ ಕಳುಹಿಸಿದರು. ಮಿಯಾಂದಾದ್ ಕ್ರೀಸ್ ತಲುಪಿದ ಬಳಿಕವೂ ಮೋರೆ ಬೇಲ್ಸ್ ಉದುರಿಸಿ ಅಪೀಲು ಮಾಡಿದರು. ಇದು ಮಿಯಾಂದಾದ್ ಅವರನ್ನು ರೊಚ್ಚಿಗೆಬ್ಬಿಸಿತು. ಮೊದಲೇ ಮೋರೆ ಅವರ ವಟಗುಟ್ಟುವಿಕೆಯಿಂದ ಕುಪಿತ ಗೊಂಡಿದ್ದ ಮಿಯಾಂದಾದ್ ಅವರ ಸಹನೆಯ ಕಟ್ಟೆಯೊಡೆಯಿತು. ಅವರಿಗೆ ಏನು ಮಾಡುವುದೆಂದೇ ತೋಚಲಿಲ್ಲ. ಬ್ಯಾಟನ್ನು ಎರಡೂ ಕೈಗಳಿಂದ ಅಡ್ಡವಾಗಿ ಹಿಡಿದು ಮಂಗನಂತೆ ಮೂರು ಸಲ ನೆಗೆದರು. ಇದು ಎಲ್ಲರಿಗೂ ವಿಚಿತ್ರವಾಗಿ, ಅಷ್ಟೇ ತಮಾಷೆಯಾಗಿ ಕಂಡಿತು. ಮಿಯಾಂದಾದ್ ಅವರ 'ಮಂಕಿ ಡ್ಯಾನ್ಸ್' ಭಾರೀ ಫೇಮಸ್ ಆಯಿತು. ಆದರೆ ಆಸ್ಟ್ರೇಲಿಯನ್ನರು ಇದನ್ನು 'ಕಾಂಗರೂ ಡ್ಯಾನ್ಸ್' ಎಂದೇ ಕರೆಯುತ್ತಾರೆ!

'ನನ್ನನ್ನು ಅಣಕಿಸಲೆಂದೇ ಮಿಯಾಂದಾದ್ ಅಂದು ಹಾಗೆ ಕುಣಿದಿದ್ದರು' ಎಂದು ಕಿರಣ್ ಮೋರೆ ಸಂದರ್ಶನವೊಂದರಲ್ಲಿ ಹೇಳಿಕೊಂಡಿದ್ದಾರೆ. ಆದರೆ ಅಂದು ಮೋರೆ ಏನೆಲ್ಲ ವಟಗುಟ್ಟಿದರು ಎಂಬುದಕ್ಕೆ ಯಾವುದೇ ಸಾಕ್ಷ್ಯಗಳಿಲ್ಲ.

ಅಂದಹಾಗೆ ಭಾರತ ಈ ಪಂದ್ಯವನ್ನು 43 ರನ್ನುಗಳಿಂದ ಗೆದ್ದು ವಿಶ್ವಕಪ್‌ನಲ್ಲಿ ಪಾಕಿಸ್ಥಾನದ ಮೇಲೆ ಸವಾರಿ ಮಾಡಲಾರಂಭಿಸಿತು.

ತೆಂಡುಲ್ಕರ್ ಜತೆಯೇ ಮೊದಲ ಹಾಗೂ ಕೊನೆಯ ಇನ್ನಿಂಗ್ಸ್!

ಎಲ್ಲರಿಗೂ ಸಚಿನ್ ತೆಂಡುಲ್ಕರ್ ಆಗಲು ಸಾಧ್ಯವಿಲ್ಲ, ಹೀಗಿರುವಾಗ ಅವರ ಜತೆ ಆಡಿದ್ದು ಅವರಿರುವ ತಂಡದಲ್ಲಿ ಅವಕಾಶ ಪಡೆದದ್ದು, ಅವರ ವಿರುದ್ಧ ಆಡಿದ್ದು, ಅವರಿಗೆ ಬೌಲಿಂಗ್ ಮಾಡಿದ್ದೇ ಒಂದು ಭಾಗ್ಯ ಎಂಬ ಖುಷಿ, ತೃಪ್ತಿ, ಧನ್ಯತೆ ಅದೆಷ್ಟೋ ಆಟಗಾರರದು.

ಇಲ್ಲಿ ಹೇಳು ಹೊರಟಿರುವ ವಿಷಯ ಸಚಿನ್ ಜತೆಗಿನ ಬಾಂಧವ್ಯದ ಮತ್ತೊಂದು ಸ್ವಾರಸ್ಯಕರ ಸಂಗತಿಗೆ ಸಂಬಂಧಿಸಿದ್ದು. ಒಂದು ಲೆಕ್ಕದಲ್ಲಿ ಇವರೂ ಅದೃಷ್ಟಶಾಲಿಗಳೇ. ಇವರು ಅಂತಾರಾಷ್ಟ್ರೀಯ ಕ್ರಿಕೆಟಿಗೆ ಪದಾರ್ಪಣೆ ಮಾಡಿ ಕ್ರೀಸ್ ಇಳಿಯುವಾಗ ಹಾಗೂ ತಮ್ಮ ಕಟ್ಟಕಡೆಯ ಅಂತಾರಾಷ್ಟ್ರೀಯ ಇನ್ನಿಂಗ್ಸ್ ಆಡಿ ವಾಪಸಾಗುವಾಗ ಕ್ರೀಸಿನ ಇನ್ನೊಂದು ತುದಿಯಲ್ಲಿ ನಿಂತಿದ್ದವರು ಅದೇ ವಾಮನಮೂರ್ತಿ, ಸಚಿನ್ ತೆಂಡುಲ್ಕರ್! ಇಂಥ ನಾಲ್ವರು ಆಟಗಾರರಿಗೆ ಭಾರತ ಸಾಕ್ಷಿಯಾಗಿದೆ. ಇವರೆಂದರೆ ಸೌರವ್ ಗಂಗೂಲಿ, ಸುಜಿತ್ ಸೋಮಸುಂದರ್, ವಿಜಯ್ ದಹಿಯಾ ಮತ್ತು ಸೊಬ್ರೊತೊ ಬ್ಯಾನರ್ಜಿ.

ಸೌರವ್‌ಗೆ ಜತೆಗಾರ

'ದಾದಾ' ಸೌರವ್ ಗಂಗೂಲಿಗೆ ಅದೆಷ್ಟೋ ಸಮಯ ಕಾದ ಬಳಿಕ ಭಾರತ ತಂಡದ ಬಾಗಿಲು ತೆರೆದಿತ್ತು. ಅದು 1992ರ ವಿಶ್ವಕಪ್ ಪಂದ್ಯಾವಳಿಯ ವೆಸ್ಟ್ ಇಂಡೀಸ್ ಎದುರಿನ ಬ್ರಿಸ್ಬೇನ್ ಮುಖಾಮುಖಿ. ಭಾರತ 35 ರನ್ನಿಗೆ 4 ವಿಕೆಟ್ ಕಳೆದುಕೊಂಡು ತೀವ್ರ ಸಂಕಟದಲ್ಲಿತ್ತು. ಈ ಸಮಯದಲ್ಲಿ ಗಂಗೂಲಿ ಅವರ ಪ್ರವೇಶವಾಗುತ್ತದೆ. ಆಗ ತೆಂಡುಲ್ಕರ್ ಇನ್ನೊಂದು ತುದಿಯಲ್ಲಿ ಬ್ಯಾಟ್ ಹಿಡಿದು ನಿಂತಿದ್ದರು. ಸಚಿನ್ 4ನೇ ಕ್ರಮಾಂಕದಲ್ಲಿ ಕ್ರೀಸ್ ಇಳಿದಿದ್ದರೆ, ಗಂಗೂಲಿ 6ನೇ ನಂಬರ್‌ನಲ್ಲಿ ಬಂದಿದ್ದರು. 13 ಎಸೆತ ಎದುರಿಸಿದ ದಾದಾ ಕೇವಲ 3 ರನ್ ಮಾಡಿ ನಿರ್ಗಮಿಸಿದರು. ಆದರೆ ಸಚಿನ್ 77ರ ತನಕ ಬ್ಯಾಟಿಂಗ್ ಬೆಳೆಸಿದರು.

ಸೌರವ್ ಗಂಗೂಲಿ ಅವರ ಕಟ್ಟಕಡೆಯ ಅಂತಾರಾಷ್ಟ್ರೀಯ ಇನ್ನಿಂಗ್ಸಿಗೆ ಸಾಕ್ಷಿಯಾದದ್ದು ಆಸ್ಟ್ರೇಲಿಯ ಎದುರಿನ 2008ರ ನಾಗ್ಪುರ ಟೆಸ್ಟ್. ಮೊದಲ ಸರದಿಯಲ್ಲಿ 85 ರನ್ ಬಾರಿಸಿದ ಗಂಗೂಲಿ, ದ್ವಿತೀಯ ಇನ್ನಿಂಗ್ಸ್‌ನಲ್ಲಿ ಮೊದಲ ಎಸೆತದಲ್ಲೇ ಜಾಸನ್ ಕ್ರೇಝ಼ ಅವರಿಗೆ ರಿಟರ್ನ್ ಕ್ಯಾಚ್ ನೀಡಿ ನಿರ್ಗಮಿಸಿದರು. ಇನ್ನೊಂದು ತುದಿಯಲ್ಲಿ ಸಚಿನ್ ಇದನ್ನು ನೋಡುತ್ತ ನಿಂತಿದ್ದರು. ಕಾಕತಾಳೀಯವೆಂದರೆ, ಏಕದಿನದಲ್ಲೂ ಗಂಗೂಲಿ ಅವರ ಕೊನೆಯ ಜತೆಗಾರನಾಗಿ ತೆಂಡುಲ್ಕರ್ ಅವರೇ ಕಾಣಿಸಿಕೊಂಡದ್ದು! ಅದು ಪಾಕಿಸ್ಥಾನ ವಿರುದ್ಧದ 2007ರ ಗ್ವಾಲಿಯರ್ ಪಂದ್ಯವಾಗಿತ್ತು. ಆಗ ಸಚಿನ್-ಗಂಗೂಲಿ ಆರಂಭಿಕರಾಗಿದ್ದರು.

ಬ್ಯಾನರ್ಜಿಯ ಜತೆಗಾರ

ಬಂಗಾಲದ ಪೇಸ್ ಬೌಲರ್ ಸುಬ್ರೊತೊ ಬ್ಯಾನರ್ಜಿ ಆಡಿದ್ದು ಒಂದೇ ಟೆಸ್ಟ್, ಒಂದೇ ಇನ್ನಿಂಗ್ಸ್. ಈ ಪಂದ್ಯ ಆಸ್ಟ್ರೇಲಿಯ ವಿರುದ್ಧ 1992ರಲ್ಲಿ ಸಿಡ್ನಿಯಲ್ಲಿ ನಡೆದಿತ್ತು. ಬ್ಯಾನರ್ಜಿ 10ನೇ ಕ್ರಮಾಂಕದಲ್ಲಿ ಆಡಲಿಳಿಯುವಾಗ ಸಚಿನ್ ಶತಕ ಬಾರಿಸಿ ಕ್ರೀಸ್ ಆಕ್ರಮಿಸಿಕೊಂಡಿದ್ದರು. ಬ್ಯಾನರ್ಜಿ ಗಳಿಕೆ 3 ರನ್. ಕೊನೆಯಲ್ಲಿ ಶ್ರೀನಾಥ್ ರನೌಟಾದರು. ಸಚಿನ್ 148ರಲ್ಲಿ ಅಜೇಯರಾಗಿ ಉಳಿದರು.

ಕನ್ನಡಿಗನಿಗ ಹೆಮ್ಮೆ...

ಸಚಿನ್ ತೆಂಡುಲ್ಕರ್ ಜತೆ ಮೊದಲ ಹಾಗೂ ಕಡೆಯ ಇನ್ನಿಂಗ್ಸ್ ಆಡಿದ್ದು ಕರ್ನಾಟಕದ ಆರಂಭಕಾರ ಸುಜಿತ್ ಸೋಮಸುಂದರ್ ಪಾಲಿನ ಹೆಮ್ಮೆಯ ಸಂಗತಿ. ಸುಜಿತ್ ಆಡಿದ್ದು 2 ಏಕದಿನ ಪಂದ್ಯ ಮಾತ್ರ. 1996ರ ಟೈಟಾನ್ ಕಪ್ ಸರಣಿಯ ದಕ್ಷಿಣ ಆಫ್ರಿಕಾ ಎದುರಿನ ಹೈದರಾಬಾದ್ ಪಂದ್ಯದಲ್ಲಿಸುಜಿತ್ ಪದಾರ್ಪಣೆ ಮಾಡಿದ್ದರು. ನಾಯಕ ತೆಂಡುಲ್ಕರ್ ಜತೆ ಇನ್ನಿಂಗ್ಸ್ ಆರಂಭಿಸಿದ ಅದೃಷ್ಟ ಈ ಕನ್ನಡಿಗನದ್ದಾಗಿತ್ತು.

ಸರಣಿಯ ದ್ವಿತೀಯ ಪಂದ್ಯ ಆಸ್ಟ್ರೇಲಿಯ ವಿರುದ್ಧ ನಡೆದಿತ್ತು. ತವರಾದ ಬೆಂಗಳೂರಿನಲ್ಲಿ ಆಡುವ ಅವಕಾಶ ಸುಜಿತ್‌ಗೆ ಲಭಿಸಿತ್ತು. ದುರದೃಷ್ಟವಶಾತ್ ಇದೇ ಅವರ ಕಟ್ಟಕಡೆಯ ಅಂತಾರಾಷ್ಟ್ರೀಯ ಪಂದ್ಯವೆನಿಸಿತು. 216 ರನ್ ಚೇಸಿಂಗ್ ವೇಳೆ ಸುಜಿತ್ 7 ರನ್ ಮಾಡಿ ಮೆಕ್‌ಗ್ರಾತ್‌ಗೆ ಬೌಲ್ಡ್ ಆಗಿದ್ದರು. ಜತೆಗಾರ ಸಚಿನ್ 88ರ ತನಕ ಬೆಳೆದು ಭಾರತದ 2 ವಿಕೆಟ್ ಗೆಲುವಿನ ರೂವಾರಿ ಎನಿಸಿದರು

ದಹಿಯಾ-ಏಕೈಕ ಇನ್ನಿಂಗ್ಸ್

ವಿಕೆಟ್ ಕೀಪರ್ ವಿಜಯ್ ದಹಿಯಾ ತನ್ನ ಎರಡೂ ಟೆಸ್ಟ್‌ಗಳನ್ನು 2000-01ರಲ್ಲಿ ಜಿಂಬಾಬ್ವೆ ವಿರುದ್ಧ ಆಡಿದ್ದರು. ಪದಾರ್ಪಣೆ ಮಾಡಿದ್ದು ಹೊಸದಿಲ್ಲಿಯಲ್ಲಾದರೂ ಇವರಿಗೆ ಅಲ್ಲಿ ಬ್ಯಾಟಿಂಗ್ ಅವಕಾಶ ಸಿಕ್ಕಿರಲಿಲ್ಲ. ನಾಗ್ಪುರದಲ್ಲಿ 8ನೇ ಕ್ರಮಾಂಕದಲ್ಲಿ ಕ್ರೀಸ್ ಇಳಿಯುವಾಗ ಆಗಲೇ ಭಾರತ 6ಕ್ಕೆ 601 ರನ್ ಪೇರಿಸಿತ್ತು. ತೆಂಡುಲ್ಕರ್ 195ರಲ್ಲಿದ್ದರು. ಇವರ ದ್ವಿಶತಕ ಪೂರ್ತಿಯಾದೊಡನೆ ಇನ್ನಿಂಗ್ಸ್ ಡಿಕ್ಲೇರ್ ಮಾಡಲಾಯಿತು. ಇಬ್ಬರು ಒಟ್ಟಿಗೇ ಪೆವಿಲಿಯನ್ ಕಡೆ ಹೆಜ್ಜೆ ಹಾಕಿದರು. ಭಾರತಕ್ಕೆ ದ್ವಿತೀಯ ಇನ್ನಿಂಗ್ಸ್ ಬ್ಯಾಟಿಂಗ್ ಸಿಗಲಿಲ್ಲ, ಪಂದ್ಯ ಡ್ರಾಗೊಂಡಿತು. ದಹಿಯಾ ಅವರ ಏಕೈಕ ಟೆಸ್ಟ್ ಇನ್ನಿಂಗ್ಸ್ ತೆಂಡುಲ್ಕರ್ ಜತೆಯೇ ಆರಂಭಗೊಂಡು ಅವರೊಂದಿಗೇ ಮುಗಿದು ಹೋಯಿತು.

ವಿವಿಯನ್ ರಿಚರ್ಡ್ಸ್ ಅಲ್ಲ

ಇದು ಬ್ಯಾರಿ ರಿಚರ್ಡ್ಸ್!

ಕ್ರಿಕೆಟಿಗೆ ಒಬ್ಬನೇ ರಿಚರ್ಡ್ಸ್ ಎಂಬುದು ಲೋಕೋಕ್ತಿ. ಇದು ಬೇರೆ ಯಾರೂ ಅಲ್ಲ, ವೆಸ್ಟ್ ಇಂಡೀಸಿನ ಬ್ಯಾಟಿಂಗ್ ದೈತ್ಯ ಸರ್ ವಿವಿಯನ್ ರಿಚರ್ಡ್ಸ್. ಬೌಲರ್‌ಗಳ ಪಾಲಿಗೆ ಈ ಕೆರಿಬಿಯನ್ ನಾಡಿನ ಬಿಗ್ ಹಿಟ್ಟರ್ ಯಾವತ್ತೂ ಸಿಂಹಸ್ವಪ್ನರಾಗಿದ್ದರು. ವಿವ್ ಕ್ರೀಸಿನಲ್ಲಿರುವಷ್ಟು ಹೊತ್ತು ಯಾವ ತಂಡವೂ ಗೆಲುವಿನ ನಿರೀಕ್ಷೆ ಇರಿಸಿಕೊಳ್ಳುತ್ತಿರಲಿಲ್ಲ. ಭಾರತಕ್ಕೆ 1983ರ ವಿಶ್ವಕಪ್ ಖಾತ್ರಿಯಾದದ್ದು ರಿಚರ್ಡ್ಸ್ ಔಟಾದ ಬಳಿಕವೇ ಎಂಬುದು ಕಪಿಲ್‌ದೇವ್ ಕೂಡ ಒಪ್ಪಿಕೊಂಡ ಸತ್ಯ.

ಆದರೆ ಈ ಕ್ರಿಕೆಟ್ ಜಗತ್ತು ಇನ್ನೂ ಒಬ್ಬ ರಿಚರ್ಡ್ಸ್‌ನ ಆರ್ಭಟದ ನಿರೀಕ್ಷೆಯಲ್ಲಿತ್ತು. ಆದರೆ ಇದು ಕನಸಾಗಿಯೇ ಉಳಿಯಿತೆಂಬುದು ಕ್ರಿಕೆಟಿನ ದುರಂತ. ಇಲ್ಲವಾದರೆ ಕ್ರಿಕೆಟ್ ಲೋಕ ಇಬ್ಬರು ರಿಚರ್ಡ್ಸ್‌ಗಳ ಬ್ಯಾಟಿಂಗ್ ವೈಭವದಿಂದ ರಂಗೇರಿಸಿಕೊಳ್ಳುತ್ತಿತ್ತು. ವರ್ಣ ವೈಷಮ್ಯದ ಉರಿಯಲ್ಲಿ ಕರಟಿ ಹೋದ ಈ ಆಟಗಾರನೇ ದಕ್ಷಿಣ ಆಫ್ರಿಕಾದ ಬ್ಯಾರಿ ರಿಚರ್ಡ್ಸ್!

ಏಕ ಸರಣಿಯ ಸಾರ್ವಭೌಮ

ಬ್ಯಾರಿ ರಿಚರ್ಡ್ಸ್ ಅವರನ್ನು ಕ್ರಿಕೆಟ್ ಜಗತ್ತು ಗುರುತಿಸುವುದು 'ಏಕ ಸರಣಿಯ ಸಾರ್ವಭೌಮ' ಎಂದು. ಬ್ಯಾರಿ ಒಂದು ಸರಣಿ ಆಡುವುದರೊಳಗಾಗಿ ದಕ್ಷಿಣ ಆಫ್ರಿಕಾವನ್ನು ಜಾಗತಿಕ ಕ್ರಿಕೆಟ್‌ನಿಂದ ದೂರ ಇಡಲಾಯಿತು. ಈ ನಿಷೇಧಕ್ಕೆ ಕಾರಣ, ವರ್ಣ ವೈಷಮ್ಯ ನೀತಿ.

ಈ ಇಬ್ಬರೂ ರಿಚರ್ಡ್ಸ್ ಸಮಕಾಲೀನರೆಂಬುದು ವಿಶೇಷ. 1969-70ರಲ್ಲಿ ಬಿಲ್ ಲಾರಿ ನೇತೃತ್ವದ ಆಸ್ಟ್ರೇಲಿಯ ತಂಡ ದಕ್ಷಿಣ ಆಫ್ರಿಕಾಕ್ಕೆ ಬಂದಾಗ ಬ್ಯಾರಿ ರಿಚರ್ಡ್ಸ್ ಟೆಸ್ಟ್ ಕ್ರಿಕೆಟಿಗೆಪದಾರ್ಪಣೆಮಾಡಿದರು. ಇದೊಂದು ಅಬ್ಬರದ ಆರಂಭವಾಗಿತ್ತು. ಆಡಿದ 4 ಟೆಸ್ಟ್‌ಗಳಲ್ಲಿ 72.57ರ ಸರಾಸರಿಯಲ್ಲಿ ಬರೋಬ್ಬರಿ 508ರನ್ ಸೂರೆಗೈದರು. ಡರ್ಬನ್ ಮತ್ತು ಪೋರ್ಟ್ ಎಲಿಜಬೆತ್ ಟೆಸ್ಟ್‌ಗಳಲ್ಲಿ ಆಕರ್ಷಕ ಶತಕ ಬಾರಿಸಿ ಮೆರೆದರು (140 ಮತ್ತು 126 ರನ್). ಜಾಗತಿಕ ಕ್ರಿಕೆಟ್‌ನಲ್ಲಿ ಮಿಂಚಿನ ಸಂಚಾರವಾಗಿತ್ತು. ಬ್ಯಾರಿ ಒಂದೇ ಸರಣಿಯನ್ನು ಆಡಿ ಮುಗಿಸುವಷ್ಟರಲ್ಲಿ ಬ್ಯಾಟಿಂಗ್ ಹೀರೋ ಆಗುವ ಎಲ್ಲ ಲಕ್ಷಣ ತೋರಿದ್ದರು.

ಆದರೆ ಇದೇ ಕೊನೆ. ಬ್ಯಾರಿ ರಿಚರ್ಡ್ಸ್ ಭರ್ಜರಿ ಓಟ ಬೆಳೆಸಬೇಕೆನ್ನುವಷ್ಟರಲ್ಲಿ ದಕ್ಷಿಣ ಆಫ್ರಿಕಾದ ಮೇಲೆ ನಿಷೇಧದ ಕಾರ್ಮೋಡ ಆವರಿಸಿತು. ವಿಶ್ವ ಕ್ರಿಕೆಟ್‌ನಿಂದ ದಕ್ಷಿಣ ಆಫ್ರಿಕಾವನ್ನು ದೂರ ಇಡಲಾಯಿತು. ಅಂತಾರಾಷ್ಟ್ರೀಯ ಕ್ರಿಕೆಟ್ ಬ್ಯಾರಿ ರಿಚರ್ಡ್ಸ್ ಆಟದಿಂದ ವಂಚಿತವಾಯಿತು.

ಬಿಗ್ ಹಿಟ್ಟಿಂಗ್ ಓಪನರ್

1945ರ ಜುಲೈ 21ರಂದು ನಟಾಲ್‌ನಲ್ಲಿ ಜನಿಸಿದ ಇವರ ಪೂರ್ತಿ ಹೆಸರು ಬ್ಯಾರಿ ಆ್ಯಂಡರ್ಸನ್ ರಿಚರ್ಡ್ಸ್. ಯಾವುದೇ ರೀತಿಯ ಎಸೆತವನ್ನೂ ಲೀಲಾಜಾಲವಾಗಿ ಎದುರಿಸುವ ಎತ್ತರದ ಕಾಯ ಇವರದಾಗಿತ್ತು. ಎದುರಿಸಿದ ಮೊದಲ ಎಸೆತದಿಂದಲೇ ಮುನ್ನುಗ್ಗಿ ಬೀಸುವ ಈ ಆರಂಭಿಕನ ಆಟ ಆ ಕಾಲದ ಕ್ರಿಕೆಟ್ ಅದ್ಭುತಗಳಲ್ಲಿ ಒಂದಾಗಿತ್ತು. ಬ್ಯಾರಿ ಆಡಲಿದ್ದಾರೆ ಎಂದರೆ ಸ್ಟೇಡಿಯಂ ವೀಕ್ಷಕರಿಂದ ಕಿಕ್ಕಿರಿಯುತ್ತಿತ್ತು.

1964ರಿಂದ 1976ರ ವರೆಗೆ ನಿರಂತರವಾಗಿ ಬ್ಯಾಟ್ ಬೀಸುತ್ತಲೇ ಬಂದ ಬ್ಯಾರಿ ದೇಶಿ, ಕೌಂಟಿ ಕ್ರಿಕೆಟ್‌ನಲ್ಲಿ ರನ್ ಪ್ರವಾಹವನ್ನೇ ಹರಿಸಿದರು. ಒಂದು ದಶಕ ಕಾಲ ಇಂಗ್ಲೆಂಡಿನ ಹ್ಯಾಂಪಶೈರ್ ಕೌಂಟಿಯನ್ನು ಪ್ರತಿನಿಧಿಸಿ ಪ್ರಚಂಡ ಪರಾಕ್ರಮ ಮೆರೆದರು. ಮೊದಲ ಋತುವಿನಲ್ಲೇ 47.90ರ ಸರಾಸರಿಯಲ್ಲಿ 2,393 ರನ್ ಪೇರಿಸಿದರು. 10 ಋತುಗಳಲ್ಲಿ 9 ವರ್ಷ ಸಾವಿರ ರನ್ ಗಡಿ ದಾಟಿದ್ದು ಬ್ಯಾರಿ ಬ್ಯಾಟಿಂಗ್ ಸಾಹಸಕ್ಕೆ ಸಾಕ್ಷಿ.

ಆಸ್ಟ್ರೇಲಿಯದ ಶೆಫೀಲ್ಡ್ ಶೀಲ್ಡ್ ಪಂದ್ಯಾವಳಿಯಲ್ಲೂ ಬ್ಯಾರಿ ರಿಚರ್ಡ್ಸ್ ಬೊಂಬಾಟ್ ಆಟವಾಡಿದರು. ಇಲ್ಲಿ ಸೌತ್ ಆಸ್ಟ್ರೇಲಿಯ ಅವರ ತಂಡವಾಗಿತ್ತು. ಪರ್ತ್‌ನಲ್ಲಿ ನಡೆದ ವೆಸ್ಟರ್ನ್ ಆಸ್ಟ್ರೇಲಿಯ ವಿರುದ್ಧದ ಪಂದ್ಯವೊಂದರ ಮೊದಲ ದಿನವೇ ಅಜೇಯ 325 ರನ್ ಸೂರೆಗೈದ ಬ್ಯಾರಿ, ಕಾಂಗರೂ ನಾಡಿನಲ್ಲೂ ಬೌಲರ್‌ಗಳ ಮೇಲೆ ಸವಾರಿ ಮಾಡಿದರು. ಆ ಋತುವಿನಲ್ಲಿ 109.86ರ ಸರಾಸರಿಯಲ್ಲಿ1,538 ರನ್ ರಾಶಿ ಹಾಕಿದ್ದರು. ಇದರೊಂದಿಗೆ ಸೌತ್ ಆಸ್ಟ್ರೇಲಿಯ ಪರ ಡಾನ್ ಬ್ರಾಡ್‌ಮನ್ ಒಂದು ಋತುವಿನಲ್ಲಿ ಗಳಿಸಿದ 1,448 ರನ್ ದಾಖಲೆಯನ್ನು ಮುರಿದಿದ್ದರು!

ಪ್ರಥಮ ದರ್ಜೆ ಕ್ರಿಕೆಟ್‌ನಲ್ಲಿ ಬ್ಯಾರಿ ರಿಚರ್ಡ್ಸ್ 54.75ರ ಸರಾಸರಿಯಲ್ಲಿ 28,358 ರನ್ ಬಾರಿಸಿದ್ದರು. ಶತಕಗಳ ಸಂಖ್ಯೆ 80. ಇದರಲ್ಲಿ 15 ಶತಕಗಳು ಲಂಚ್ ಅವಧಿಗೂ ಮೊದಲೇ ಬಂದಿದ್ದವು. ಆದರೆ ಇವರ ಪರಿಪೂರ್ಣ ಆಟವನ್ನು ಕಾಣದ ಅಂತಾರಾಷ್ಟ್ರೀಯ ಕ್ರಿಕೆಟ್ ಬಡವಾದದ್ದು ಸುಳ್ಳಲ್ಲ!

ದಾರಿ ತಪ್ಪಿದ ಹೋಲ್ಡಿಂಗ್

ವೆಸ್ಟ್ ಇಂಡೀಸ್‌ನ ಘಾತಕ ವೇಗಿ ಮೈಕಲ್ ಹೋಲ್ಡಿಂಗ್ ಬಗ್ಗೆ ಅರಿಯದವರಿಲ್ಲ. ಇವರೊಮ್ಮೆ ದಾರಿ ತಪ್ಪಿದ ಕತೆ ಕೇಳಿ...

90ರ ದಶಕದಲ್ಲಿ ಮೈಕಲ್ ಹೋಲ್ಡಿಂಗ್ 'ಸ್ಕೈ ಟಿವಿ'ಯ ವೀಕ್ಷಕ ವಿವರಣಕಾರರಾಗಿ ಇಂಗ್ಲೆಂಡ್‌ಗೆ ಬಂದಿದ್ದರು. ಅದು ಇಂಗ್ಲೆಂಡ್-ವೆಸ್ಟ್ ಇಂಡೀಸ್ ನಡುವಿನ ಮ್ಯಾಂಚೆಸ್ಟರ್ ಟೆಸ್ಟ್ ಪಂದ್ಯದ ಸಮಯ. ಹೊಟೇಲ್‌ನಲ್ಲಿ ತಂಗಿದ್ದ ಹೋಲ್ಡಿಂಗ್ ಅವರಿಗೆ ಓಲ್ಡ್ ಟ್ರಾಫರ್ಡ್ ಸ್ಟೇಡಿಯಂನ ದಾರಿ ತಿಳಿದಿರಲಿಲ್ಲ. ಏನು ಮಾಡುವುದೆಂದು ಯೋಚಿಸುತ್ತಿರುವಾಗಲೇ, ಅದೇ ಹೊಟೇಲ್‌ನಲ್ಲಿ ತಂಗಿದ್ದ ಇಂಗ್ಲೆಂಡ್ ಬ್ಯಾಟ್ಸ್‌ಮನ್ ಗ್ರೇಮ್ ಹಿಕ್ ತಮ್ಮ ಕಾರಲ್ಲಿ ಹೋಗುತ್ತಿರುವುದನ್ನು ಕಂಡರು. ಸರಿ, ಹಿಕ್ ಅವರನ್ನು ಹಿಂಬಾಲಿಸಿದರೆ ಸ್ಟೇಡಿಯಂ ತಲುಪಬಹುದು ಎಂದು ನಿರ್ಧರಿಸಿ ತಮ್ಮ ಕಾರನ್ನು ಸ್ಟಾರ್ಟ್ ಮಾಡಿದರು. ಆದರೆ ಹಿಕ್ ಅವರನ್ನು ಎಷ್ಟೇ ಹೊತ್ತು ಹಿಂಬಾಲಿಸಿದರೂ ಸ್ಟೇಡಿಯಂ ಮಾತ್ರ ಎದುರಾಗಲಿಲ್ಲ!

ಹೋಲ್ಡಿಂಗ್‌ಗೆ ಅಚ್ಚರಿ. ಇದೇಕೆ ಹೀಗಾಯಿತೆಂದು ಒಮ್ಮೆ ಯೋಚಿಸಿದರು. ಥಟ್ಟನೆ ಹೊಳೆಯಿತು, ಈ ಟೆಸ್ಟ್ ಪಂದ್ಯದಲ್ಲಿ ಗ್ರೇಮ್ ಹಿಕ್ ಆಡುವುದಿಲ್ಲ ಎಂದು! ಹೀಗಾಗಿ ಹಿಕ್ ತಮ್ಮ ಕಾರನ್ನೇರಿ ಮನೆಯತ್ತ ಹೊರಟಿದ್ದರು. ಹೋಲ್ಡಿಂಗ್ ಅವರನ್ನು ಫಾಲೋ ಮಾಡಿದ್ದರು!

ಹೋಲ್ಡಿಂಗ್ ತಮ್ಮ ಕಾರನ್ನು ಆಗಲೇ ಓಲ್ಡ್ ಟ್ರಾಫರ್ಡ್ ಮೈದಾನದ ವಿರುದ್ಧ ದಿಕ್ಕಿಗೆ ಬಹಳ ದೂರ ಚಲಾಯಿಸಿಕೊಂಡು ವೂರ್ಸೆಸ್ಟರ್ ಪ್ರಾಂತ್ಯದ ಅರ್ಧ ಹಾದಿಯನ್ನು ಕ್ರಮಿಸಿ ಆಗಿತ್ತು!

ಗೇಲ್ ಗೇಲ್ ಗೇಲಣ್ಣ...!

ನಾನೇ ಯುನಿವರ್ಸಲ್ ಬಾಸ್!

... ಹೀಗೆಂದು ಸ್ವಯಂ ಘೋಷಿಸಿಕೊಂಡು ಕ್ರಿಕೆಟ್ ಜಗತ್ತಿನಲ್ಲಿ ಮೆರೆದಾಡಿದ, ಇಲ್ಲಿ ಹೆಜ್ಜೆ ಹೆಜ್ಜೆಗೂ ಬ್ಯಾಟಿಂಗ್ ಸೈಕ್ಲೋನ್ ಸೃಷ್ಟಿಸುತ್ತ ಎದುರಾಳಿಗಳ ಮೇಲೆ ಅಪ್ಪಳಿಸುತ್ತಲೇ ಹೋದ ಕ್ರಿಸ್ ಗೇಲ್ ಅವರ ಕ್ರಿಕೆಟ್ ಬದುಕು ಅತ್ಯಂತ ರಂಜನೀಯ. ವೆಸ್ಟ್ ಇಂಡೀಸ್ ಕ್ರಿಕೆಟಿಗನಾದರೂ ಜಗತ್ತಿನ ಎಲ್ಲ ಕ್ರಿಕೆಟ್ ರಾಷ್ಟ್ರಗಳಲ್ಲೂ ಅಪಾರ ಅಭಿಮಾನಿಗಳನ್ನು ಪಡೆದ ಶೋಕಿವಾಲಾ. ಮೂಡಿಯೂ ಹೌದು, ಬಿಂದಾಸ್ ಕೂಡ ಹೌದು. ಜಂಟ್ಲ್‌ಮನ್ ಗೇಮ್ ಆದ ಕ್ರಿಕೆಟನ್ನು ಎಂದೂ ಗಂಭೀರವಾಗಿ ತೆಗೆದುಕೊಳ್ಳದೆ ಇದನ್ನು ಶುದ್ಧ ರಂಜನೆಗಾಗಿ ಬಳಸಿಕೊಂಡು ಮೆರೆದಾಡಿದ ಸಾಹಸಿಗ.

ಕ್ರಿಸ್ ಗೇಲ್ ಕ್ರೀಸ್ ಆಕ್ರಮಿಸಿಕೊಂಡರೆಂದರೆ ಅಲ್ಲಿ ಚಂಡಮಾರುತವೊಂದು ಎದ್ದಿತೆಂದೇ ಅರ್ಥ. ಎದುರಾಳಿ ಬೌಲರ್‌ಗಳು, ಫೀಲ್ಡರ್‌ಗಳೆಲ್ಲ ಚಿಂದಿ ಚಿಂದಿ. ಎಲೆಕ್ಟ್ರಾನಿಕ್ ಸ್ಕೋರ್

ಬೋರ್ಡ್‌ಗೂ ಬಿಡುವಿಲ್ಲದಷ್ಟು ಕೆಲಸ. ಬೀಸಿದರೆ ಕ್ಷಣಾರ್ಧದಲ್ಲಿ ಸೆಂಚುರಿ, ಇಲ್ಲವೇ ಸೊನ್ನೆಯೊಂದಿಗೆ ಪೆವಿಲಿಯನ್ ಸವಾರಿ. ಗೇಲ್‌ಸ್ಟಾರ್ಮ್, ಗೇಲ್‌ಫೋರ್ಸ್, ಮಾಸ್ಟರ್ ಸ್ಟಾರ್ಮ್... ಇವೆಲ್ಲ ಜಮೈಕನ್ ಬ್ಯಾಟಿಂಗ್ ದೈತ್ಯನ ನಿಕ್ ನೇಮ್ಸ್.

ಟೆಸ್ಟ್ ಕ್ರಿಕೆಟಿಗೂ ಸೈ

ಕ್ರಿಸ್ ಗೇಲ್ ಅವರನ್ನು ಏಕದಿನ, ಟಿ20 ಮಾದರಿಗಳಿಗೆ ಹೇಳಿ ಮಾಡಿಸಿದ ಹೊಡಿಬಡಿ ಬ್ಯಾಟ್ಸ್‌ಮನ್ ಎನ್ನುತ್ತಾರೆ. ಆದರೆ ಟೆಸ್ಟ್ ಕ್ರಿಕೆಟ್‌ನಲ್ಲಿ ಗೇಲ್ ಸಾಧನೆ ಕಡಿಮೆಯೇನಲ್ಲ, ಟೆಸ್ಟ್‌ನಲ್ಲಿ 2 ತ್ರಿಶತಕ ಬಾರಿಸಿದ ವಿಶ್ವದ ಕೇವಲ 4ನೇ, ವಿಂಡೀಸಿನ 2ನೇ ಕ್ರಿಕೆಟಿಗನೆಂಬ ಹೆಗ್ಗಳಿಕೆ ಗೇಲ್ ಪಾಲಿಗಿದೆ. ಬ್ರಿಯಾನ್ ಲಾರಾ ಮೊದಲಿಗ. 2005ರಲ್ಲಿ ದಕ್ಷಿಣ ಆಫ್ರಿಕಾ ವಿರುದ್ಧ ತ್ರಿಶತಕ ಸಿಡಿಸಿದ ವಿಶ್ವದ ಮೊದಲ ಕ್ರಿಕೆಟಿಗನೆಂಬುದು ಗೇಲ್ ಸಾಧನೆ.

ಟೆಸ್ಟ್ ಪಂದ್ಯದ ಮೊದಲ ಎಸೆತವನ್ನೇ ಸಿಕ್ಸರ್‌ಗೆ ಬಡಿದಟ್ಟಿದ ವಿಶ್ವದ ಮೊದಲ ಆಟಗಾರ ಬೇರೆ ಯಾರೂ ಅಲ್ಲ, ಅದು ಕ್ರಿಸ್ ಗೇಲ್! 103 ಟೆಸ್ಟ್ ಪಂದ್ಯಗಳಿಂದ 7,214 ರನ್ ಪೇರಿಸಿದ್ದು ಸಾಮಾನ್ಯ ಸಾಧನೆಯಲ್ಲ, ಸರಾಸರಿ 42.18.

ರಾಕೆಟ್ ವೇಗಕ್ಕೂ ಸಾಟಿಯಲ್ಲ

ಇನ್ನು ಏಕದಿನ, ಟಿ20, ಐಪಿಎಲ್‌ನಲ್ಲಿ ಕ್ರಿಸ್ ಗೇಲ್ ಬ್ಯಾಟಿಂಗ್ ಅಬ್ಬರವನ್ನು ರಾಕೆಟ್ ವೇಗಕ್ಕೆ ಹೋಲಿಸಿದರೂ ಕಡಿಮೆಯೇ.

ಜಮೈಕಾ ಟಿ20 ಟ್ರಯಲ್ ಪಂದ್ಯವೊಂದರಲ್ಲಿ 15 ಓವರ್‌ಗಳೊಳಗೆ 196 ರನ್ ಸೂರೆಗೈದ ಗೇಲ್, ಐಪಿಎಲ್‌ನಲ್ಲಿ ಆರ್‌ಸಿಬಿ ಪರ ಆಡುತ್ತಿದ್ದಾಗ ಸಹಾರಾ ಪುಣೆ ವಾರಿಯರ್ಸ್ ವಿರುದ್ಧ 30 ಎಸೆತಗಳಲ್ಲಿ ಶತಕ ಸಿಡಿಸಿ ದಾಖಲೆ ಸ್ಥಾಪಿಸಿದ್ದರು. ಬಳಿಕ 66 ಎಸೆತಗಳಿಂದ 175 ರನ್ ಪೇರಿಸಿ ಮೆಕಲಮ್ ಅವರ ಐಪಿಎಲ್ ದಾಖಲೆಗೂ ಗಂಡಾಂತರ ತಂದಿದ್ದರು.

ಟಿ20 ವಿಶ್ವಕಪ್‌ನಲ್ಲಿ ಮೊದಲ ಶತಕ ಬಾರಿಸಿದ ಹಿರಿಮೆಯೂ ಗೇಲ್ ಅವರದು. 2007ರ ಚೊಚ್ಚಲ ವಿಶ್ವಕಪ್‌ನಲ್ಲಿ ದಕ್ಷಿಣ ಆಫ್ರಿಕಾ ವಿರುದ್ಧ ಈ ಪರಾಕ್ರಮ ದಾಖಲಾಗಿತ್ತು. ಹೀಗೆ ಮೂರೂ ಮಾದರಿಗಳ ಕ್ರಿಕೆಟ್‌ನಲ್ಲಿ ಸೆಂಚುರಿ ಹೊಡೆದ ವಿಶ್ವದ ಮೊದಲ ಕ್ರಿಕೆಟಿಗನಾಗಿ ಮೂಡಿಬಂದಿದ್ದರು. ಇವೆಲ್ಲ ಗೇಲ್‌ಸ್ಟಾರ್ಮ್‌ಗೆ ಉತ್ತಮ ನಿದರ್ಶನ.

ನಂಬಿ ಕೂರುವುದು ಕಷ್ಟ!

ಕ್ರಿಸ್ ಗೇಲ್ ಎಷ್ಟೇ ಸ್ಫೋಟಕ ಬ್ಯಾಟ್ಸ್‌ಮನ್ ಆದರೂ ಇವರನ್ನು ನಂಬಿ ಕೂರುವುದು ಗ್ಯಾಂಬ್ಲಿಂಗ್ ಎನಿಸುತ್ತಿತ್ತು. ಇವರು ತಂಡವನ್ನು ಯಶಸ್ವಿಯಾಗಿ ದಡ ಮುಟ್ಟಿಸಿದ ನಿದರ್ಶನ ಬಹಳ ಕಡಿಮೆ. ಇಲ್ಲವಾದರೆ ಗೇಲ್ ಕಾಲದಲ್ಲಿ ವೆಸ್ಟ್ ಇಂಡೀಸ್ ಒಂದಾದರೂ ಏಕದಿನ ವಿಶ್ವಕಪ್, ಆರ್‌ಸಿಬಿ ಒಮ್ಮೆಯಾದರೂ ಐಪಿಎಲ್ ಗೆಲ್ಲದೇ ಇರುತ್ತಿರಲಿಲ್ಲ. ಅಗತ್ಯ ಸಂದರ್ಭದಲ್ಲಿ ಗೇಲ್ ಕೈಕೊಡುತ್ತಿದ್ದುದೇ ಹೆಚ್ಚು. ಕಾರಣ, ಕ್ರಿಕೆಟನ್ನು ಗಂಭೀರವಾಗಿ ತೆಗೆದುಕೊಳ್ಳದ ಪರಿಣಾಮ. ಗೇಲ್ ಅಂತಲ್ಲ, ಅದು ಈಗಿನ ಪೀಳಿಗೆಯ ಕೆರಿಬಿಯನ್ ಕ್ರಿಕೆಟಿಗರ ಹುಟ್ಟುಗುಣವೇ ಆಗಿದೆ. ಹೇಗಾದರೂ ಮಾಡಿ, ಎದುರಾಳಿಗಳ ಮಂಡೆಯನ್ನಾದರೂ ಒಡೆದು ಗೆಲ್ಲಬೇಕೆಂಬ ಅಂದಿನ ವಿಂಡೀಸ್ ಕ್ರಿಕೆಟಿಗರ ಆ ಛಲ, ರೋಷ, ಕೆಚ್ಚು ಈಗಿನವರಲ್ಲಿ ಇಲ್ಲವೇ ಇಲ್ಲ. ಇದಕ್ಕೆ ಗೇಲ್ ಕೂಡ ಹೊರತಲ್ಲ.

ನಿಮಗೆ ನೆನಪಿರಬಹುದು, 2011ರ ಮೊದಲ ಸುತ್ತಿನ ಐಪಿಎಲ್ ಹರಾಜಿನಲ್ಲಿ ಗೇಲ್ ಅವರನ್ನು ಕೊಳ್ಳುವವರೇ ಇರಲಿಲ್ಲ. ಬಳಿಕ ಡರ್ಕ್ ನ್ಯಾನ್ಸ್‌ಗೆ ಬದಲಿ ಆಟಗಾರನಾಗಿ ಆರ್‌ಸಿಬಿ ಸೇರಿಕೊಂಡರು. ಆ ವರ್ಷ ಐಪಿಎಲ್‌ನಲ್ಲಿ ಅತ್ಯಧಿಕ ರನ್ ಬಾರಿಸಿ ಈ ಆಯ್ಕೆಯನ್ನು ಸಾರ್ಥಕಪಡಿಸಿಕೊಂಡರು.

ಒಟ್ಟು 222 ಟಿ20 ಪಂದ್ಯಗಳನ್ನಾಡಿರುವ ಗೇಲ್ 44.21ರ ಸರಾಸರಿಯಲ್ಲಿ 8,224 ರನ್ ರಾಶಿ ಹಾಕಿದ್ದಾರೆ. ಸ್ಟ್ರೈಕ್‌ರೇಟ್ ಬರೋಬ್ಬರಿ 149.25. ಇದರಲ್ಲಿ 16 ಶತಕ, 52 ಅರ್ಧ ಶತಕ, 586 ಸಿಕ್ಸರ್ ಸೇರಿವೆ. ಈ ಕಾರಣಕ್ಕಾಗಿ ಗೇಲ್ ನಿಜಕ್ಕೂ ಟಿ20 ಕಿಂಗ್!

ನಿಧಾನ ಗತಿಯ ಆರಂಭ

19ರ ಹರೆಯದಲ್ಲಿ (1998–99) ಜಮೈಕಾ ಪರ ಪ್ರಥಮ ದರ್ಜೆ ಕ್ರಿಕೆಟಿಗೆ ಪದಾರ್ಪಣೆ ಮಾಡಿದ ಕ್ರಿಸ್ ಗೇಲ್ ಅದೇ ವರ್ಷ ಲಿಸ್ಟ್–ಎ ಕ್ರಿಕೆಟಿಗೂ ಅಡಿಯಿರಿಸಿದರು. ವೆಸ್ಟ್ ಇಂಡೀಸ್ ಯುವ ತಂಡದಲ್ಲೂ ಕಾಣಿಸಿಕೊಂಡರು.

ಆದರೆ 2001ರ ತನಕ ಗೇಲ್ ಓರ್ವ ಸಾಮಾನ್ಯ ಬ್ಯಾಟ್ಸ್‌ಮನ್ ಆಗಿದ್ದರು. ಅವರ ಬ್ಯಾಟಿಂಗ್‌ನಲ್ಲಿ ಯಾವುದೇ ಅಬ್ಬರವಿರಲಿಲ್ಲ. ಆದರೆ 2002ರಲ್ಲಿ ಗೇಲ್ ಬ್ಯಾಟಿಂಗ್ ಶೈಲಿ ಒಮ್ಮೆಲೇ ಬದಲಾಯಿತು. ಅದು ಸ್ಫೋಟಕ ರೂಪ ಪಡೆದುಕೊಂಡಿತು. ಅಂದು ಅಂತಾರಾಷ್ಟ್ರೀಯ ಕ್ರಿಕೆಟ್‌ನಲ್ಲಿ 4 ಶತಕ, 14 ಅರ್ಧ ಶತಕ ಸಹಿತ 2,013 ರನ್ ಪೇರಿಸಿದ ಪರಾಕ್ರಮ ಇವರದಾಗಿತ್ತು. ಮತ್ತೆ ಗೇಲ್ ತಿರುಗಿ ನೋಡಲಿಲ್ಲ.

ಗಂಗ್ನಮ್ ಡ್ಯಾನ್ಸ್

ಆರಂಭಲ್ಲೇ ಹೇಳಿದಂತೆ ಕ್ರಿಸ್ ಗೇಲ್ ಓರ್ವ ಅಪ್ಪಟ ಶೋಕಿವಾಲಾ. ಬದುಕಿನ ಪ್ರತಿಯೊಂದು ಕ್ಷಣವನ್ನೂ ಎಂಜಾಯ್ ಮಾಡುವುದು ಗೇಲ್ ಸ್ವಭಾವ. ಪಾರ್ಟಿಗಳೆಂದರೆ ಪಂಚಪ್ರಾಣ. ಅಲ್ಲಿ ಹುಡುಗಿಯರಿದ್ದರಂತೂ ಗೇಲ್ ಈ ಲೋಕವನ್ನೇ ಮರೆಯುತ್ತಾರೆ!

ಅಂಗಳದಲ್ಲಿ ವಿಂಡೀಸ್ ಕ್ರಿಕೆಟಿಗರು ಸಂಭ್ರಮಿಸುವುದನ್ನು ಕಾಣುವುದೇ ಕಣ್ಣಿಗೊಂದು ಹಬ್ಬ. ಅದು ಬ್ರಾವೊ ಇರಬಹುದು, ಶೆಲ್ಡನ್ ಕಾಟ್ರೆಲ್ ಇರಬಹುದು... ಕ್ರಿಕೆಟ್ ವೀಕ್ಷಕರಿಗೆ ವೆರೈಟಿ ವೆರೈಟಿ ಮನೋರಂಜನೆ! ಗೇಲ್ ವಿಷಯದಲ್ಲಿ ಇದನ್ನು ಉಲ್ಲೇಖಿಸದೆ ಇರುವಂತಿಲ್ಲ. ಈ ದೈತ್ಯಕಾಯದ ಕ್ರಿಕೆಟಿಗನ 'ಗಂಗ್ನಮ್ ಡ್ಯಾನ್ಸ್' ಮರೆಯಲುಂಟೇ?!

ಹೃದಯ ಶಸ್ತ್ರಚಿಕಿತ್ಸೆ ಬಳಿಕ ಗೇಲ್ ಸಿಡಿತ

ತನ್ನ ವಿಧ್ವಂಸಕ ಬ್ಯಾಟಿಂಗ್ ಮೂಲಕ ಎಲ್ಲರ ಎದೆಬಡಿತವನ್ನು ಏರುಪೇರು ಮಾಡುತ್ತಿದ್ದ ಕ್ರಿಸ್ ಗೇಲ್, ಕ್ರಿಕೆಟ್ ಬದುಕಿನ ಆರಂಭಿಕ ದಿನಗಳಲ್ಲಿ ಅಸಮರ್ಪಕ ಎದೆಬಡಿತದಿಂದ ಹೈರಾಣಾಗಿದ್ದರೆಂಬ ಸಂಗತಿ ಅನೇಕರಿಗೆ ತಿಳಿದಿಲ್ಲ. ಇದೇ ಕಾರಣದಿಂದ ಭಾರತದ ಪ್ರವಾಸದ ವೇಳೆಯೊಮ್ಮೆ ಅನಾರೋಗ್ಯದಿಂದಾಗಿ ನಿವೃತ್ತರಾಗಿದ್ದರು. ಆಸ್ಟ್ರೇಲಿಯಕ್ಕೆ ತೆರಳಿದಾಗಲೂ ಈ ಸಮಸ್ಯೆ ಕಂಡುಬಂದಿತ್ತು. ಬಳಿಕ ಹೃದಯ ಶಸ್ತ್ರಚಿಕಿತ್ಸೆಗೆ ಒಳಗಾದರು. ಅನಂತರವೇ ಗೇಲ್ ಬ್ಯಾಟ್ ಸಿಕ್ಕಾಪಟ್ಟೆ ಮಾತಾಡಲಾರಂಭಿಸಿದ್ದು! ಗೇಲ್ ಹೃದಯವಂತನೂ ಹೌದು. ಬೆಂಗಳೂರಿನಲ್ಲಿ ನಡೆದ ಐಪಿಎಲ್ ಪಂದ್ಯದ ವೇಳೆ ಇವರು ಸಿಕ್ಸರ್ ಸಿಡಿಸಿದಾಗ ಚೆಂಡು 10ರ ಹರೆಯದ ಬಾಲಕಿಯ ಮೂಗಿಗೆ ಹೋಗಿ ಅಪ್ಪಳಿಸಿತ್ತು. ಬಳಿಕ ಆಸ್ಪತ್ರೆಗೆ ತೆರಳಿ, ಆಕೆಯ ಯೋಗಕ್ಷೇಮ ವಿಚಾರಿಸಿ ಶುಭ ಹಾರೈಸಿ ಬಂದಿದ್ದರು ಗೇಲ್.

SPORTS REPORT ಹೇಗಿರಬೇಕು

ಬರವಣಿಗೆಯ ಆರಂಭದ ಒಂದೂವರೆ ದಶಕದ ಕಾಲ ಕ್ರೀಡಾ ಲೇಖಕನಾಗಿ, ಬಳಿಕ ಸುಮಾರು ಎರಡು ದಶಕಕ್ಕೂ ಹೆಚ್ಚು ಕಾಲ 'ಉದಯವಾಣಿ' ಡೆಸ್ಕ್‌ನಲ್ಲಿ ಕ್ರೀಡಾಪುಟದ ಜವಾಬ್ದಾರಿಯನ್ನು ನಿಭಾಯಿಸುತ್ತ ಬಂದ ನನ್ನ ಅನುಭವದ ಮಾತುಗಳಿವು. ಯುವ ಕ್ರೀಡಾ ವರದಿಗಾರರಿಗೆ ಇದರಿಂದ ಲಾಭ ಆಗುವುದಾದರೆ ನನಗೂ ಸಾರ್ಥಕ್ಯ ಭಾವ.

ದಿನಪತ್ರಿಕೆಯ ಓದುಗರು ಕಾತರದಿಂದ ಕಾಯುವ, ಅತ್ಯಂತ ಕುತೂಹಲದಿಂದ ನೋಡುವ ಪುಟಗಳಲ್ಲಿ 'ಸ್ಪೋರ್ಟ್ಸ್ ಪೇಜ್'ಗೆ ವಿಶಿಷ್ಟ ಸ್ಥಾನವಿದೆ. ಕೇವಲ ವಿದ್ಯಾರ್ಥಿಗಳು, ಯುವ ಜನಾಂಗವಷ್ಟೇ ಅಲ್ಲ, ಕ್ರೀಡೆಯಲ್ಲಿ ಆಸಕ್ತಿ ಇರುವ ಎಲ್ಲ ವಯೋಮಾನದವರು, ಸಾಮಾನ್ಯ ಜನರು, ವನಿತೆಯರು ಕೂಡ ಕ್ರೀಡಾಪುಟಗಳತ್ತ ಆಸಕ್ತಿಯ ನೋಟ ಹಾಯಿಸುತ್ತಾರೆ. ಇಲ್ಲಿನ ವರದಿಗಳ ಕುರಿತು ಚರ್ಚಿಸುತ್ತಾರೆ, ಮೆಚ್ಚುಗೆ ವ್ಯಕ್ತಪಡಿಸುತ್ತಾರೆ, ತಪ್ಪುಗಳತ್ತ ಬೆಟ್ಟು ಮಾಡುತ್ತಾರೆ, ತರಾಟೆಗೂ ತೆಗೆದುಕೊಳ್ಳುತ್ತಾರೆ! ಹೀಗಾಗಿ ಕ್ರೀಡಾಪುಟದ ತೂಕ ಯಾವತ್ತೂ ಜಾಸ್ತಿ. ಇದರ ನಿಭಾವಣೆ ಕೂಡ.

ಕ್ರೀಡಾ ವರದಿಗಾರನಲ್ಲಿರಬೇಕಾದ ಮುಖ್ಯ ಅಂಶವೇ ಕ್ರೀಡಾಸಕ್ತಿ. ಹಾಗೆಯೇ ಕ್ರೀಡಾ ಇತಿಹಾಸದ ಬಗ್ಗೆ ಸಾಕಷ್ಟು ತಿಳಿವಳಿಕೆ ಬೇಕೇ ಬೇಕು. ನಿಮ್ಮ ನೆನಪಿನ ಶಕ್ತಿ ಎಷ್ಟು ಉತ್ತಮವಾಗಿದೆಯೋ ಅಷ್ಟರ ಮಟ್ಟಿಗೆ ವರದಿಯ ಮೌಲ್ಯ, ತೂಕ ಜಾಸ್ತಿ.

ಬರವಣಿಗೆಯ ಕಲೆಗಾರಿಕೆ

ಬರವಣಿಗೆಯ ಕಲೆಗಾರಿಕೆ ಸಿದ್ಧಿಸಿರಬೇಕು. ಇದು ಯಾರೂ ಹೇಳಿ ಕೇಳಿ ಬರುವಂಥದ್ದಲ್ಲ. ನೀವೇ ರೂಢಿಸಿಕೊಳ್ಳಬೇಕಾದ ಸಂಗತಿ. ಕ್ರೀಡಾ ಲೇಖನಕ್ಕೂ ವರದಿಗೂ ಸಾಕಷ್ಟು ವ್ಯತ್ಯಾಸವಿದೆ. ಲೇಖನಕ್ಕಾದರೆ ಸಾಕಷ್ಟು ಸಮಯಾವಕಾಶ ಲಭಿಸುತ್ತದೆ. ನಮ್ಮದೇ ಆದ ಶೈಲಿಯನ್ನು ರೂಢಿಸಿಕೊಳ್ಳಬಹುದು. ಆದರೆ ವರದಿ ಹಾಗಲ್ಲ, ಅಲ್ಲಿ ಆಲೋಚನೆಗೆ ಸಮಯವಿಲ್ಲ, ಡೆಡ್‌ಲೈನ್ ಒಳಗಡೆ ಮುಗಿಸಬೇಕಾದ ಒತ್ತಡ ತೀವ್ರವಾಗಿರುತ್ತದೆ. ಕ್ರೀಡೆಯಲ್ಲಿ ಅಂಕಿಅಂಶ, ದಾಖಲೆ, ಸ್ಕೋರ್‌ಬೋರ್ಡ್ ಮುಂತಾದುವಕ್ಕೆ ಹೆಚ್ಚಿನ ಸ್ಕೋಪ್ ನೀಡಬೇಕಾದ್ದರಿಂದ ಗಡಿಬಿಡಿಯಲ್ಲಿ ತಪ್ಪುಗಳಾಗುವ ಸಾಧ್ಯತೆಯೂ ಹೆಚ್ಚು. ಇದನ್ನೆಲ್ಲ ನಿಭಾಯಿಸಿಕೊಂಡು ದಿನವೂ ಪುಟವನ್ನು ರೂಪಿಸುವುದಿದೆಯಲ್ಲ... ಒಂಥರ ದಿನವೂ ಹೆರಿಗೆ ಸಂಕಟ ಅನುಭವಿಸಿದ ಸ್ಥಿತಿ!

ಸುದ್ದಿಗೆ ನೋಟದ ಸ್ಪರ್ಶ

ಸಾಮಾನ್ಯವಾಗಿ ನಮಗೆ ಸುದ್ದಿ ಸಂಸ್ಥೆಗಳಿಂದ, ಈಗ ನಾನಾ ವೆಬ್‌ಸೈಟ್‌ಗಳಿಂದ ಮಾಹಿತಿ ಲಭ್ಯವಾಗುತ್ತದೆ. ಜರೂರು ಸಂದರ್ಭಗಳಲ್ಲಿ ಟಿವಿಯ ನೇರ ಪ್ರಸಾರವನ್ನು ವೀಕ್ಷಿಸುತ್ತ ವರದಿಗೆ ರೆಕ್ಕೆ ಪುಕ್ಕ ಜೋಡಿಸಬೇಕಾಗುತ್ತದೆ. ಕ್ರೀಡಾಸಕ್ತರೆಲ್ಲ ಟಿವಿ ಮುಂದೆ ಕುಳಿತು ಕ್ರೀಡಾ ರಸದೌತಣ ಅನುಭವಿಸುತ್ತಿರುವಾಗ ಇತ್ತ ಕ್ರೀಡಾ ಪತ್ರಕರ್ತರು ಮಾತ್ರ ಪುಟ ಕಟ್ಟುವ ಧಾವಂತದಲ್ಲಿರುತ್ತಾರೆ. ಹೀಗಾಗಿ ಇವರಿಗೆ ಲೈವ್ ಆಗಿ ಕ್ರೀಡೆಯನ್ನು ಆಸ್ವಾದಿಸುವ ಅದೃಷ್ಟ ಇರುವುದಿಲ್ಲ. ನೀವು ಇಂಥದೊಂದು ಮಾನಸಿಕ ಸಿದ್ಧತೆಯನ್ನು ಮಾಡಿಕೊಂಡೇ ಆಟದ ಸುದ್ದಿಗೆ ನೋಟದ ಸ್ಪರ್ಶ ಕೊಡಬೇಕಾಗುತ್ತದೆ.

ಆರಂಭ ಆಕರ್ಷಕವಾಗಿರಲಿ

ವರದಿಯ ಆರಂಭ ಯಾವತ್ತೂ ಆಕರ್ಷಕವಾಗಿರಬೇಕು, ಓದಿಸಿಕೊಂಡು ಹೋಗುವಂತಿರಬೇಕು. ಓದುಗರು ಹಿಂದಿನ ದಿನ ಟಿವಿಯಲ್ಲಿ ಏನು ಕಂಡರೋ ಅದಕ್ಕಿಂತಲೂ ಹೆಚ್ಚಿನ ರೋಚಕ ಸಂಗತಿಗಳು ಮರುದಿನ ಕ್ರೀಡಾಪುಟದಲ್ಲಿ ಕಾಣಿಸಿಕೊಳ್ಳಬೇಕು. ಪಂದ್ಯ ನೋಡಿದರೂ ಪತ್ರಿಕೆಯಲ್ಲಿ ಓದದೇ ಸಮಾಧಾನವಾಗದು ಎಂಬಂಥ ವಾತಾವರಣ ನಿರ್ಮಾಣವಾದರೆ ವರದಿಗಾರಿಕೆಯಲ್ಲಿ ನೀವು ಗೆದ್ದಂತೆ!

ಯಥಾವತ್ ಅನುವಾದ ಬೇಡ

ಸಾಮಾನ್ಯವಾಗಿ ಸುದ್ದಿಯ ಮೂಲಗಳು ಇಂಗ್ಲಿಷ್ ಭಾಷೆಯಲ್ಲಿರುತ್ತವೆ. ಇದರ ಯಥಾವತ್ ಅನುವಾದ ಯಾವತ್ತೂ ಮಾಡಬೇಡಿ. ಇದನ್ನು ಕೇವಲ ಮೂಲವಾಗಿರಿಸಿಕೊಂಡು ನಿಮ್ಮ ಕ್ರೀಡಾಜ್ಞಾನವನ್ನು ತೆರೆದು ತೋರಿಸಿ. ಫಲಿತಾಂಶಕ್ಕೆ ಸಾಣೆ ಹಿಡಿಯುವ ಕೆಲಸ ಮಾಡಿ. ತಂಡಗಳ ಆಯ್ಕೆ ಬಗ್ಗೆ, ಪಂದ್ಯದ ಟರ್ನಿಂಗ್ ಪಾಯಿಂಟ್ ಕುರಿತು ಉಲ್ಲೇಖಿಸಿ. ಈ ಅಭಿಪ್ರಾಯ ಬಹುತೇಕ ಓದುಗರದ್ದೂ ಆಗಿದ್ದರೆ ನೀವು ಇಲ್ಲಿಯೂ ಗೆದ್ದು ಬಂದಂತೆ!

ಡೆಡ್‌ಲೈನ್ ಒತ್ತಡವನ್ನೂ ಆನಂದಿಸಿ

ಸಾಮಾನ್ಯವಾಗಿ ನ್ಯೂಜಿಲ್ಯಾಂಡ್, ಆಸ್ಟ್ರೇಲಿಯದಲ್ಲಿ ಕ್ರಿಕೆಟ್ ಪಂದ್ಯಗಳಿದ್ದರೆ ವರದಿಗಾರರಿಗೆ ಬಂಪರ್. ಅಲ್ಲಿ ರಾತ್ರಿ ಪಂದ್ಯವಿದ್ದರೂ ಇಲ್ಲಿ ಅಪರಾಹ್ನ ಅಥವಾ ಸಂಜೆಯೊಳಗಾಗಿ ಮುಗಿದಿರುತ್ತದೆ. ಯಾವುದೇ ಒತ್ತಡವಿಲ್ಲದೆ ರಿಪೋರ್ಟ್ ಮಾಡಬಹುದು. ವೆಸ್ಟ್ ಇಂಡೀಸ್ ಪಂದ್ಯಗಳಾದರೆ ಇನ್ನೂ ಆರಾಮ್. ವರದಿಯೇನಿದ್ದರೂ ಮರುದಿನಕ್ಕೆ ಮೀಸಲು. ಆದರೆ ಭಾರತದ ಹಗಲು-ರಾತ್ರಿ ಪಂದ್ಯಗಳು, ಐಪಿಎಲ್, ಇಂಗ್ಲೆಂಡ್-ದಕ್ಷಿಣ ಆಫ್ರಿಕಾದಲ್ಲಿ ನಡೆಯುವ ಪಂದ್ಯಗಳು, ವಿಂಬಲ್ಡನ್, ಫ್ರೆಂಚ್ ಓಪನ್‌ಗಳಾದರೆ ಸಂಕಟ ಹೇಳತೀರದು. ಇಂಥ ಸಂದರ್ಭದಲ್ಲಿ ಉಳಿದುದೆಲ್ಲವನ್ನೂ ಮೊದಲೇ ಬರೆದಿಟ್ಟು, ಇದಕ್ಕೆ ತಲೆ ಜೋಡಿಸುವ (ಇಂಟ್ರೊ, ಮೊದಲ ಒಂದೆರಡು ಪ್ಯಾರಾ) ಕೆಲಸವನ್ನಷ್ಟೇ ಬಾಕಿ ಇರಿಸಿಕೊಳ್ಳಬೇಕು. ಏಕಕಾಲದಲ್ಲಿ 2-3 ಪಂದ್ಯಗಳು ಮುಗಿಯುವ ಸಂದರ್ಭವೂ ಎದುರಾಗುವುದುಂಟು. ಇದು ನಿಮ್ಮ ವರದಿಗಾರಿಕೆಯ ಚಾಕಚಕ್ಯತೆಗೊಂದು ಸವಾಲ್. ಡೆಡ್‌ಲೈನ್ ಒತ್ತಡವನ್ನೂ ಆನಂದಿಸಿ!

ನಾಳೆ ಏನೆಂಬುದನ್ನು ಇಂದೇ ಹೇಳಿ!

LONDON 2012
UDAYAVANI
ಪೋಲ್‌ವಾಲ್ಟ್
ಜೆನ್ನಿಫರ್ ಸುರ್ ಸಿಂಗಾರ್
4.75
ಸ್ಯಾಂಚೆಸ್‌ಗೆ ಚಿ
ಸೇಡು ತೀರಿಸಿಕೊಂಡ
ಅಬೋಸ್ ಅಟೋವ್
ವಿಜೇಂದರ್‌ಗೆ ಪದಕವಿಲ್ಲ
13-17 ಅಂಕಗಳಿಂದ ಸೋತ ವಿಜೇಂದರ್ ಸತತ ಎರಡನೇ ಒಲಿಂಪಿಕ್ ಕನಸು ಭಗ್ನ

ನಾಳಿನ ಪಂದ್ಯದ ವರದಿಗಾರಿಕೆ (ಕರ್ಟನ್‌ರೈಸರ್) ಮಾಡುವುದು ಇನ್ನೊಂದು ರೀತಿಯ ಸವಾಲು. ಇಲ್ಲಿ ನಿಮ್ಮ ನಿಜವಾದ 'ಸ್ಪೋರ್ಟ್ಸ್ ಮೈಂಡ್' ಒರೆಗೆ ಹಚ್ಚಲ್ಪಡುತ್ತದೆ. ಇಲ್ಲಿಯೂ ಅಷ್ಟೇ, ಇಂಗ್ಲಿಷ್‌ನ ಮೂಲ ಸರಕನ್ನು ಒಂದೆಡೆ ಇರಿಸಿಕೊಂಡು ನಿಮ್ಮ ಕ್ರೀಡಾಜ್ಞಾನವನ್ನು ಅಕ್ಷರ ರೂಪಕ್ಕೆ ಇಳಿಸಬೇಕು. ಕ್ರಿಕೆಟ್ ಕುರಿತು ಹೇಳುವುದಾದರೆ, ನಾಳಿನ ಪಂದ್ಯದಲ್ಲಿ ಕಣಕ್ಕಿಳಿಯುವ ತಂಡದ ಸ್ವರೂಪ, ಟಾಸ್ ಎಷ್ಟರ ಮಟ್ಟಿಗೆ ನಿರ್ಣಾಯಕ, ಇತಿಹಾಸ ಏನಾಗಿತ್ತು, ಇದಕ್ಕಿಂತ ಮಿಗಿಲಾಗಿ... ನಾನಾ ಲೆಕ್ಕಾಚಾರವನ್ನು ಗುಣಿಸಿ-ಭಾಗಿಸಿ ಫಲಿತಾಂಶದ ಸಾಧ್ಯತೆಯನ್ನು ಊಹಿಸಿ ಬರೆಯುವ ಎದೆಗಾರಿಕೆ ತೋರಿದಿರೋ, ಇದು ನಿಜವಾಯಿತೋ... ಆಗ ನೀವೋರ್ವ ಅತ್ಯುತ್ತಮ ರಿಪೋರ್ಟರ್ ಎಂದರ್ಥ!

ಆಗ ಗೆಲ್ಲುವುದು ನಿಮ್ಮ ಕ್ರೀಡಾಪುಟ ಮತ್ತು ನಿಮ್ಮ ಪತ್ರಿಕೆ. ನೀವು ಮಾತ್ರ ತೆರೆಮರೆಯ ಸಾಧಕರು. ಏಕೆಂದರೆ, ವರದಿಯೊಂದಿಗೆ ನಿಮ್ಮ ಹೆಸರು (ಬೈಲೈನ್) ಪ್ರಕಟವಾಗುವುದಿಲ್ಲ! ವೈವಿಧ್ಯಮಯ ಕ್ರೀಡಾಪುಟದಿಂದ ಪತ್ರಿಕೆಯ ಪ್ರಸಾರ ಸಂಖ್ಯೆ ಹೆಚ್ಚಿದರೆ ಖಂಡಿತವಾಗಿಯೂ ನಿಮ್ಮಗೊಂದು ಕ್ರೆಡಿಟ್ ಇದ್ದೇ ಇರುತ್ತದೆ. ನಿಮ್ಮ ಆತ್ಮಸಂತೋಷಕ್ಕೆ ಇಷ್ಟು ಸಾಕು. ಬೈಲೈನ್ ಹಿಂದೆ ಓಡುವ ಹಪಾಹಪಿ, ಪ್ರಚಾರದ ಗೀಳನ್ನು ಬಿಟ್ಟುಬಿಡಿ.

ಹೆಡ್ಡಿಂಗ್ 'ಕ್ಯಾಚಿ' ಆಗಿರಲಿ...

ಕ್ರೀಡಾ ವರದಿಗಾರಿಕೆಗಿಂತ ಕೆಲವೊಮ್ಮೆ ಈ ಸುದ್ದಿಗೆ ಸೂಕ್ತವಾದ ಶೀರ್ಷಿಕೆ (ಹೆಡ್ಡಿಂಗ್) ನೀಡುವುದೇ ದೊಡ್ಡ ಸಮಸ್ಯೆಯಾಗುತ್ತದೆ. ಎಷ್ಟೇ ಮಾಡಿದರೂ 'ಕ್ಯಾಚಿ ಹೆಡ್ಡಿಂಗ್' ಹೊಳೆಯುವುದಿಲ್ಲ, ಆಕರ್ಷಕ ಶೀರ್ಷಿಕೆಯಿಂದ ಓದುಗರನ್ನು ಸೆರೆಹಿಡಿಯುವಂಥ ಪ್ರಯತ್ನ ಸದಾ ಜಾರಿಯಲ್ಲಿರಬೇಕು. ಸಹೋದ್ಯೋಗಿಗಳೊಂದಿಗೆ ಈ ಕುರಿತು ಚರ್ಚಿಸಿ. ಅವರ ಮಾರ್ಗದರ್ಶನವನ್ನೂ ಪಡೆದುಕೊಳ್ಳಿ.

ರಂಗ್ ಆಯಿತು ಯಂಗ್ ಇಂಡಿಯಾ!

ಗ್ರೇಟ್ ಗೇಲ್

ಎಲ್ಲವೂ ವಿಶ್ವದಾಖಲೆ....

UDAYAVANI

ಶೂಟರ್‌ಗಳಿಗೆ ಶುಭವಾಗಲಿ

77,000

ನಿಮ್ಮ ತಿಳಿವಳಿಕೆಯೇ ಅಂತಿಮವಲ್ಲ

ನೀವು ಕ್ರೀಡಾ ಬರವಣಿಗೆಯಲ್ಲಿ ಎಷ್ಟೇ ಪಳಗಿರಬಹುದು, ಅದೆಷ್ಟೋ ಜನಪ್ರಿಯತೆ ಗಳಿಸಿರಬಹುದು, ಆದರೆ ನಿಮ್ಮ ಕ್ರೀಡಾಜ್ಞಾನವೇ ಅಂತಿಮವಲ್ಲ, ಇಲ್ಲಿ ನಿಮಗಿಂತ ಮಿಗಿಲಾದವರು ಇದ್ದೇ ಇರುತ್ತಾರೆ. ಅವರೆಂದರೆ ಓದುಗರು, ನಿಮ್ಮ ಸುತ್ತಮುತ್ತಲಿನ ಸಾಮಾನ್ಯ ಜನರು, ದಿನನಿತ್ಯದ ಸಹ ಪ್ರಯಾಣಿಕರು... ಇವರಿಗೆ ಕ್ರೀಡೆಯ ಬಗ್ಗೆ ಅಪಾರ ತಿಳುವಳಿಕೆ ಇರುತ್ತದೆ, ಆದರೆ ಬರೆಯುವ ಅವಕಾಶ ಇರುವುದಿಲ್ಲ, ಅಷ್ಟೇ. ಇಂಥವರೊಂದಿಗೆ ಸದಾ ಸಂಪರ್ಕದಲ್ಲಿರಿ. ಚರ್ಚಿಸಿ. ಅವರು ಹೇಳುವ ಕೆಲವು ಅಂಶಗಳು ನಮಗೇ ಹೊಳೆದಿರುವುದಿಲ್ಲ, ಇದನ್ನು ನಿಮ್ಮ ವರದಿಯಲ್ಲಿ ಅಳವಡಿಸಿ. ಆ ರಿಪೋರ್ಟ್‌ನ ಖದರೇ ಬೇರೆ ಇರುತ್ತದೆ!

ಟೈಪ್ ಮಾಡಿದ ಬಳಿಕ ಕನಿಷ್ಠ ಎರಡು ಸಲ ಓದಿ, ಸುದ್ದಿಯ ಪ್ರತಿಯೊಂದನ್ನು ಕ್ರೀಡಾಸಕ್ತರಿಗೆ ಓದಲು ಕೊಡಿ. ನಮ್ಮ ಸುದ್ದಿಯಲ್ಲಿರುವ ತಪ್ಪುಗಳು ಬೇರೆಯವರ ಗಮನಕ್ಕೆ ಬರುವ ಸಾಧ್ಯತೆ ಹೆಚ್ಚು, ನಿಮ್ಮದೇ ಅಂತಿಮ, ನೀವು ಬರೆದದ್ದೇ ಸರಿ ಎಂಬ ತೀರ್ಮಾನಕ್ಕೆ ಯಾವತ್ತೂ ಬರಬೇಡಿ.

ಸೆರೆನಾ ಯುಎಸ್ ರಾಣಿ

4

ಯುಎಸ್

6-2 2-6 7-5

ಜೊಕೋವಿಕ್ ಹ್ಯಾಟ್ರಿಕ್ ಫೈನಲ್

ರಿಯೋದಲ್ಲಿ ಬೆಳಗಲಿ ಭಾರತದ ದೀಪ

ಆರ್ಚರಿ: ತಪ್ಪಿತು ವನಿತೆಯರ ಗು

01 00

ಡ್ರಾ: ಸ್ವಿಸ್ ಪಡೆ ಪಾಸ್

02 02

2 0

ಸುಲಭದಲ್ಲಿ ಮುನ್ನಡೆದ ಬ್ರೆಜಿಲ್

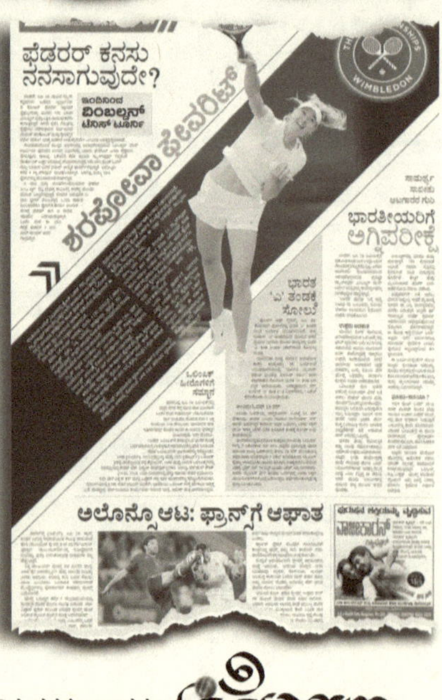

ಫೆಡರರ್ ಕನಸು ನನಸಾಗುವುದೇ?

ಇಂದಿನಿಂದ ವಿಂಬಲ್ಡನ್ ಟೆನಿಸ್ ಟೂರ್ನಿ

ಶರಪೋವಾ ಫೇವರಿಟ್

WIMBLEDON

ಭಾರತೀಯರಿಗೆ ಅಗ್ನಿಪರೀಕ್ಷೆ

ಭಾರತ 'ಎ' ತಂಡಕ್ಕೆ ಸೋಲು

ಅಲೊನ್ಸೊ ಆಟ: ಫ್ರಾನ್ಸ್‌ಗೆ ಆಘಾತ

SPORTS REPORT
ಹೇಗಿರಬೇಕು

ಉದಯವಾಣಿ : UDAYAVANI

ಭಾರತ 7 ವಿಕೆಟ್‌ಗೆ

ಗೆಲುವಿನ ಶಿಖರ

ಸೋತಾಫ್ರಿಕಾ

ಹರಿಣಗಳು ದಿಕ್ಕಾಪಾಲು!

ಶಿಖರ್ ಧವನ್ ಶತಕ ಹೊಡೆದರೆ ಭಾರತಕ್ಕೆ ಸೋಲಿಲ್ಲ!

ಕಿಕ್ ಕೊಟ್ಟ ಸಚಿನ್

ಧವನ್ ಸಾಹಸ: ಧೋನಿ ಮೆಚ್ಚುಗೆ

ವಿನ್ಯಾಸ ಆಕರ್ಷಕ

ನಿಮ್ಮ ಚೆಂದದ ವರದಿಗೆ ಅಷ್ಟೇ ಚೆಂದದ ಪುಟ ವಿನ್ಯಾಸವೂ ಅಗತ್ಯ. ಇದಕ್ಕೊಂದು ಆಯಸ್ಕಾಂತೀಯ ಸ್ಪರ್ಶ ಬೇಕು. ಓದುವುದಕ್ಕಿಂತ ನೋಡುವ ಮೂಲಕವೇ ಸೆಳೆಯುವಂಥ ಗುಣ ಈ ಪುಟಗಳಿಗಿರಬೇಕು. ವೃತ್ತಿಪರ ವಿನ್ಯಾಸಕಾರರಿಗೆ ಕ್ರೀಡಾಪುಟ ಯಾವತ್ತೂ ಆಕರ್ಷಣೆಯ ಕೇಂದ್ರ. ಬೇರೆಲ್ಲ ಪುಟಗಳಿಗಿಂತ ಹೆಚ್ಚು ಸುಂದರವಾಗಿ ರೂಪಿಸುವ ಅವಕಾಶ ಮತ್ತು ಸವಾಲು, ಎರಡೂ ಸ್ಪೋರ್ಟ್ಸ್ ಪೇಜ್‌ನಲ್ಲಿರುತ್ತದೆ. ಉಪಸಂಪಾದಕರು ವಿನ್ಯಾಸಕಾರರಿಗೆ ಸಂಪೂರ್ಣ ಸ್ವಾತಂತ್ರ್ಯ ನೀಡಿದರೆ ಕ್ರೀಡಾಪುಟದ ಸೌಂದರ್ಯಕ್ಕೆ ಖಂಡಿತ ಸಾಟಿ ಇರದು!

ಬೆಸ್ಟ್ ಆಫ್ ಲಕ್!

ಲಾಸ್ಟ್ ಓವರ್...

ಇದು ನನ್ನ ಸಾಗರದ ದೋಸ್ತ್
ಮಾವೆಂಸ ಪ್ರಸಾದ್ ಅವರು 'ಕ್ರಿಕೆಟಾಯಣ'ಕ್ಕೆ ಬರೆದ
ಆತ್ಮೀಯ ಹಾಗೂ ನೇರ ವಾಕ್ಯಗಳ ಸದಾಶಯದ ಬೆನ್ನುಡಿ.
ಮಾವಿನಸರ ವೆಂಕಟೇಶ ಸದ್ಗುರು ಪ್ರಸಾದ್-ಹೆಸರು ಎಷ್ಟು
ದೊಡ್ಡದೋ ಅವರ ಕಾರ್ಯವ್ಯಾಪ್ತಿ ಕೂಡ ಅಷ್ಟೇ ವಿಸ್ತಾರವಾದುದು.
ಮೂಲತಃ ಅವರೋರ್ವ ಕೃಷಿಕ. ಉತ್ತಮ ಕ್ರೀಡಾ ಬರಹಗಾರ.
ಗ್ರಾಹಕ ಜಾಗೃತಿ ವಿಚಾರದಲ್ಲಿ ಮಾಹಿತಿಗಳ ಕಣಜ. ಸಾಗರದ
'ಬಳಕೆ ತಿಳುವಳಿಕೆ' ಪತ್ರಿಕೆಯ ಸಂಪಾದಕ. 'ನಂ ಸಮಾಚಾರ'
ಪತ್ರಿಕೆಯ ಕಾರ್ಯ ನಿರ್ವಾಹಕ ಸಂಪಾದಕ. ಉದಯವಾಣಿಯ
ಸಾಗರ ತಾಲೂಕು ವರದಿಗಾರರೂ ಹೌದು. ಸುಮಾರು ಹತ್ತರಷ್ಟು
ಪುಸ್ತಕಗಳನ್ನು ಬರೆದಿದ್ದಾರೆ. ಇದರಲ್ಲಿ ಮೂರು ಕ್ರೀಡೆಗಳಿಗೆ
ಸಂಬಂಧಿಸಿದ್ದು. ಕೃಷಿ ಹಾಗೂ ಗ್ರಾಹಕ ವಿಚಾರ ಕುರಿತು 4
ಪುಸ್ತಕಗಳನ್ನು ಹೊರತಂದಿದ್ದಾರೆ. ತನ್ನ ಪರಿಚಯ ಇಷ್ಟು
ಸಾಕು ಎಂದು ಅವರಾಗೇ ಕೇಳಿಕೊಂಡಿದ್ದಾರೆ!

ವರದಿಗಾರಿಕೆಯಲ್ಲಿ ಕಳೆದುಹೋದ ಲೇಖಕ...

• ಮಾವೆಂಸ ಪ್ರಸಾದ್, ಸಾಗರ

ಅವತ್ತೊಂದು ದಿನ 'ತರಂಗ' ಸಾಪ್ತಾಹಿಕದಲ್ಲಿ ಎಚ್. ಪ್ರೇಮಾನಂದ ಕಾಮತ್ ಅವರ ವಿಳಾಸ ಸಿಕ್ಕಿತ್ತು. ನಾನು ಹಾಗೂ ಅವರು ಕನ್ನಡದ ಕ್ರೀಡಾ ಪತ್ರಿಕೆಯಲ್ಲಿ ಪುಂಖಾನುಪುಂಖವಾಗಿ ಲೇಖನಗಳನ್ನು ಬರೆಯುತ್ತಿದ್ದ ಕಾಲ. ಪರಸ್ಪರ ಪರಿಚಯವಿರಲಿಲ್ಲ, ಬಹುಶಃ ತರಂಗದ ಕ್ರೀಡಾ ಲೇಖನವೊಂದರ ಜೊತೆ ಅವರ ಹೆಸರು, ವಿಳಾಸ ಪ್ರಕಟವಾಗಿತ್ತು ಎನ್ನಿಸುತ್ತದೆ. ಆ ಕಾಲದಲ್ಲಿ ಲ್ಯಾಂಡ್‌ಲೈನ್ ಫೋನ್ ಹೊರತು ಮೊಬೈಲ್ ರಂಗಪ್ರವೇಶ ಮಾಡಿರಲಿಲ್ಲ, ಅವೆಲ್ಲವಕ್ಕೂ ಮುಖ್ಯವಾಗಿ, ನಮ್ಮಿಬ್ಬರ ನಂಬರ್ ಪರಸ್ಪರರಿಗೆ ಸಿಕ್ಕಿರಲಿಲ್ಲ, ಇವೆಲ್ಲದರ ಫಲವಾಗಿ ನಾವು ಪರಸ್ಪರ ಪರಿಚಯ ಇರುವ ಅಪರಿಚಿತರಾಗಿದ್ದೆವು!

ಇಂತಿಪ್ಪ ವೇಳೆಯಲ್ಲಿ ಪತ್ರಿಕೆಯೊಂದು ನನ್ನ ಹತ್ತಾರು ಬರಹಗಳಿಗೆ ಗೌರವಧನವನ್ನು ರವಾನಿಸಿರಲಿಲ್ಲ, ಅವತ್ತಿನ ಓದುವ ಚಟ, ಇಂಗ್ಲಿಷ್ ಕ್ರೀಡಾಪತ್ರಿಕೆ ಖರೀದಿಸಲಾದರೂ ಈ ದುಡ್ಡು ಬೇಕಿತ್ತು. ನನಗಂತೂ ಸೈ, ಈ ಕಾಮತ್‌ರಿಗೆ ಅವರು ಚೆಕ್ ಕಳುಹಿಸಿದ್ದಾರಾ ಎಂದು ಪರೀಕ್ಷಿಸಲೆಂತೋ, ಆ ಮೂಲಕ ಈ ಕಾಮತ್ ಅವರ ಪರಿಚಯ ಆಗಲಿ ಎಂಬ ನೆಪ ಹುಡುಕಿದೆನೋ... ಗೊತ್ತಿಲ್ಲ, ಪತ್ರ ಬರೆದೆ. ಅವರದಕ್ಕೆ ಉತ್ತರಿಸಿದರು ಎಂಬುದರ ಮೂಲಕ ನಮ್ಮ ಸ್ನೇಹಕ್ಕೆ ಗಣಪತಿ ಪೂಜೆಯಾಯಿತು.

ಎಚ್. ಪ್ರೇಮಾನಂದ ಕಾಮತ್ ಎಂಬ ನಾಮಾಂಕಿತವಲ್ಲದೆ ಪಿ.ಕೆ. ಹಾಲಾಡಿ, ಎಚ್.ಪಿ. ಕಾಮತ್, ಸಹೋದರಿಯರ ಹೆಸರು... ಹೀಗೆ ಅಡ್ಡ ಉದ್ದ ಹೆಸರುಗಳಲ್ಲಿಯೂ ಅವರ ಲೇಖನ ಬರುತ್ತಿತ್ತು. ಪತ್ರಿಕೆಗಳಿಗೆ ಒಂದು ವಿಚಿತ್ರವಾದ ಇಗೋ. ಅವತ್ತಿತ್ತು, ಈಗಲೂ ಇದೆ. ಸಂಚಿಕೆಯೊಂದರಲ್ಲಿ ಅವರು ಒಬ್ಬರೇ ಲೇಖಕರ ಹೆಸರಿನ ಒಂದಕ್ಕಿಂತ ಹೆಚ್ಚು ಲೇಖನ ಹಾಕಲಾರರು. ಇವರ ಪತ್ರಿಕೆಗೆ ಬೇರೆ ಬರೆಯುವವರೇ ಗತಿಯಿಲ್ಲ ಎಂದುಕೊಳ್ಳುತ್ತಾರೇನೋ ಎಂಬ ಹುಸಿ ಪ್ರತಿಷ್ಠೆ ಅವರದು.

ಅವರ ಕ್ರೀಡಾ ಬರಹಗಳಲ್ಲಿರುತ್ತಿದ್ದ ಅಂಕಿಅಂಶಗಳು ನನಗೆ ಯಾವತ್ತೂ ಒಂದು

ಕೌತುಕ. ಆಗೆಲ್ಲ ಕ್ರಿಕೆಟ್ ವರ್ಷದುದ್ದಕ್ಕೂ ನಡೆಯುತ್ತಿರಲಿಲ್ಲವಾದ್ದರಿಂದ ಈ ಅಂಕಿಅಂಶಗಳ ಆಟವೇ ಕ್ರೀಡಾಪುಟಗಳಿಗೆ ದೊಡ್ಡ ಪ್ರಮಾಣದ ಆಹಾರವೂ ಆಗಿತ್ತು. ಆ ಕಾಲದಲ್ಲಿ ಕ್ರಿಕ್‌ಇನ್‌ಫೋ, ವಿಸ್ಡನ್ ತರಹದ ಕ್ಲಿಕ್‌ಗಳಲ್ಲಿ ಅಂಕಿಅಂಶ ಒದಗಿಸುತ್ತಿದ್ದ ವೆಬ್‌ಸೈಟ್‌ಗಳಿರಲಿಲ್ಲ, ಮಾಹಿತಿ ಸಂಗ್ರಹವೇ ಸವಾಲಾಗಿದ್ದ ಕಾಲಘಟ್ಟವದು. ಕಾಮತ್‌ರಿಗೆ ಹಿಂದಿ ಭಾಷೆಯ ಮೇಲಿದ್ದ ಹಿಡಿತದಿಂದಾಗಿ, ಕೇಳುತ್ತಿದ್ದ ರೇಡಿಯೋ ಕ್ರಿಕೆಟ್ ಕಾಮೆಂಟರಿ ಹಾಗೂ ಹಿಂದಿ ಪತ್ರಿಕೆಗಳು, ಮುಖ್ಯವಾಗಿ ನೆನಪಿನ ಶಕ್ತಿಯಿಂದ ದಾಖಲೆಗಳು ಮನಸ್ಸಿನಲ್ಲಿ ಹಸಿಯಾಗಿರುತ್ತಿದ್ದವು. ಆ ದಿನಗಳಲ್ಲಿ ದಾಖಲೆಗಳನ್ನು ಅನುಭವಿಸಲು, ಸಂಭ್ರಮಿಸಲು ಸಮಯವಿತ್ತು. ಹಾಗಾಗಿಯೇ ವಿಶ್ವಕಪ್, ದ್ವಿಪಕ್ಷೀಯ ಸರಣಿ ಮುಂತಾದವು ಮುಗಿದ ಅನಂತರ ಗೆಲುವು, ಸೋಲುಗಳ ವಿಶ್ಲೇಷಣೆ, ಅದ್ಭುತ ಪ್ರದರ್ಶನ ಮಾಡಿದವರ ಕುರಿತ ವ್ಯಕ್ತಿ ಚಿತ್ರ ಸೇರಿದಂತೆ ಬೇರೆ ಬೇರೆ ವಿಷಯಗಳ ಲೇಖನ ಮಾಡಲು ಅವಕಾಶವಾಗುತ್ತಿತ್ತು. ಮುಖ್ಯವಾಗಿ, ಅವುಗಳನ್ನು ಪ್ರಕಟಿಸುವ ಕ್ರೀಡಾ ಪತ್ರಿಕೆ, ಕ್ರೀಡಾಪುಟ, ಪುರವಣಿಗಳಿದ್ದವು!

ಈಗೇನಾಗಿದೆ? ಇಂಡಿಯನ್ ಪ್ರೀಮಿಯರ್ ಲೀಗ್‌ನಂತಹ ನಿಬಿಡ ಪಂದ್ಯಗಳ ಸರಣಿಗಳು ಅವತರಿಸಿದ ಅನಂತರ, ಐಪಿಎಲ್ ಎದುರು ವಿಶ್ವಕಪ್ ಕೂಟಗಳೇ ಮಂಕಾಗಿರುವ ಕಾಲದಲ್ಲಿ ಕ್ರೀಡಾ ಬರಹಗಾರರ ಸಂತತಿಗೇ ಬರ ಬಂದಿದೆ. ಬೇರೇನೂ ಬೇಡ, 2011ರಲ್ಲಿ ಭಾರತೀಯ ತಂಡ ದೇಶದ ಅದ್ವಿತೀಯ ಆಟಗಾರ ಸಚಿನ್ ತೆಂಡುಲ್ಕರ್ ಅವರ ನಿವೃತ್ತಿಯ ದಿನಗಳ ಕೊಡುಗೆಯಂತೆ ಸಿಕ್ಕ ಏಕದಿನ ವಿಶ್ವಕಪ್ ಕಿರೀಟವನ್ನು ಸಂಭ್ರಮಿಸುವ ಹಬ್ಬವನ್ನೇ ಬಿಸಿಸಿಐ ಆಚರಿಸಲಿಲ್ಲ ಅಥವಾ ಅದಕ್ಕೆ ಅದು ಅಗತ್ಯ ಎಂದು ಅನ್ನಿಸಲಿಲ್ಲ, ಕೇವಲ ಆರು ದಿನಗಳ ಅಂತರದಲ್ಲಿ ಆ ವರ್ಷದ ಐಪಿಎಲ್ ಆರಂಭಿಸಿತು. ದುರಂತವೆಂದರೆ, ಇದೇ ಕಾರಣದಿಂದಾಗಿ ಆ ವಿಶ್ವಕಪ್ ಗೆಲುವು ಪತ್ರಿಕೆಗಳ ಪುಟಗಳಲ್ಲಿ ದೊಡ್ಡ ವಿಷಯವೇ ಆಗಲಿಲ್ಲ!

ಯಾಕೋ ನನಗೆ ಈ ತರಹದ ದುರಂತಕ್ಕೂ ಕನ್ನಡದ ಕ್ರೀಡಾ ಬರಹಗಾರರ ಸಂತತಿಯು ನಶಿಸುತ್ತಿರುವುದಕ್ಕೂ ಸಂಬಂಧ ಇದೆ ಎನ್ನಿಸುತ್ತದೆ. ಇನ್ನೂ ಮುಖ್ಯವಾಗಿ, ಪ್ರೇಮಾನಂದರಂತಹ ಒಳಗಿದ್ದ ಅಸಲಿಯತ್ತಾದ ಬರಹಗಾರ ಕಳೆದುಹೋಗಿರುವುದರ ಫ್ಲಾಶ್‌ಬ್ಯಾಕ್‌ಗೆ ಹೋಗಲು ಇದು ಅವಕಾಶವನ್ನು ಕಲ್ಪಿಸುತ್ತದೆ.

1997; ಅವತ್ತಿನ ಲ್ಯಾಂಡ್‌ಲೈನ್‌ನಲ್ಲಿ ಕಾಮತ್ ಫೋನ್ ಮಾಡಿದ್ದರು, ನಾನೀಗ 'ತರಂಗ'ದ ಉಪಸಂಪಾದಕರ ಕುರ್ಚಿಯಲ್ಲಿ ಕುಳಿತಿದ್ದೇನೆ ಎಂದು. ಲೆಕ್ಕಕ್ಕೆ ಪ್ರೇಮಾನಂದರಿಗೆ ದಿನಕ್ಕೆ ನಾಲ್ಕು ಲೇಖನವನ್ನಾದರೂ ಬರೆಯುವ ಸಾಮರ್ಥ್ಯವಿದೆ, ವಿಷಯ ಭಂಡಾರವಿದೆ. ಆದರೆ ಹಾಗೆ ಮಾಡದೆ ತತ್‌ಕ್ಷಣಕ್ಕೇ ಹಲವು ಬೇರೆ ಬೇರೆ ಕ್ರೀಡಾ ಬರಹಗಾರರಿಗೆ ಅವಕಾಶ ಕೊಟ್ಟರು. ಆ ದಿನಗಳಲ್ಲಿ ತರಂಗ ರಾಜ್ಯದ ಅತ್ಯಧಿಕ ಪ್ರಸಾರದ ಸಾಪ್ತಾಹಿಕ. ಪ್ರಸಾರ ಸಂಖ್ಯೆ 2 ಲಕ್ಷ ದಾಟಿತ್ತು. ಅದರಲ್ಲಿ ಬರಹ ಬಂದಿದೆ ಎಂತಾದರೆ ಒಂದು ತರಹದ ಸೆಲೆಬ್ರಿಟಿ ಸ್ಟೇಟಸ್! ಅಂತಹ ಹೆಗ್ಗಳಿಕೆಯನ್ನು ಸಾಹಿತ್ಯಿಕ

ಲೋಕದ ಅಂಕಣ, ಕಥಾ ಪ್ರಕಾರಗಳಲ್ಲಿ ಈಗ ಗುರುತಿಸುವ ಹೆಸರಾದ ದೀಪಾ ಹಿರೇಗುತ್ತಿ, ಒಂಚೂರು ಪ್ರಮಾಣದಲ್ಲಿ ನಾನು. ಇತರರು – ಪಡೆದುಕೊಂಡಿದ್ದೇವೆ ಎಂತಾದರೆ ಅದಕ್ಕೆ ಕಾಮತ್ ಅವರ ನಿಸ್ವಾರ್ಥ ಗುಣವೇ ಕಾರಣ.

ಕ್ರೀಡಾಪುಟಗಳಲ್ಲಿ ನಿಖರತೆಗೆ ಎಲ್ಲಿಲ್ಲದ ಮೌಲ್ಯ. ಒಂದು ಅಂಕಿ ತಪ್ಪಾದರೂ ಅಪಾರ್ಥ, ಅನರ್ಥಗಳಾಗುತ್ತವೆ. ತುಂಬಾ ವರ್ಷ ಒಂದೇ ಕಡೆ ಕೆಲಸ ಮಾಡಿದವರಿಗೆ ಒಂದು ಮಟ್ಟದ ನಿಷ್ಕಾಳಜಿಯ ಭಾವ ಹುಟ್ಟಿರುತ್ತದೆ. ಕ್ರೀಡಾ ವರದಿಯಲ್ಲಿ ಪುಟ್ಟ ಅಂಕಿಅಂಶದ ತಪ್ಪಿದ್ದರೂ ಹೋಗುತ್ತದೆ ಬಿಡು ಮಾರಾಯ ಎಂಬ ವರ್ತನೆ ಹುಟ್ಟುತ್ತದೆ. ಕಾಮತ್ ಇದಕ್ಕೆ ಸ್ಪಷ್ಟ ಅಪವಾದ. ಪುಟ್ಟ ತಪ್ಪು ಗಮನಕ್ಕೆ ಬಂದರೂ ಮುಂದಿನ ಎಡಿಷನ್‌ನಲ್ಲಿ ಆ ತಪ್ಪನ್ನು ಸರಿಪಡಿಸಿಯೇ ಅವರು ಮುಂದಿನ ಹೆಜ್ಜೆ ಇರಿಸುತ್ತಾರೆ. ಖಚಿತ ವಿವರ ಸಿಗುವವರೆಗೆ ಅವರು ಅಶಾಂತರು.

ಉಪಸಂಪಾದಕರನ್ನು ಅತ್ತಿತ್ತ ಮಾಡುವುದು ಎಲ್ಲ ಪತ್ರಿಕೆಗಳೂ ಅನುಸರಿಸುವ ಸಂಪ್ರದಾಯ. ಇದು ಪತ್ರಿಕಾಲಯದ ಆಂತರಿಕ ವಿಚಾರ. ಅಲ್ಲಿನ ಅಗತ್ಯಗಳಿಗೆ ಅವರು ಹೊಂದಾಣಿಕೆ ಮಾಡಿಕೊಳ್ಳಲೇ ಬೇಕಾಗುವುದು ಇದ್ದೀತು. ಒಂದು ಘಟ್ಟದಲ್ಲಿ ಅವರನ್ನು ಉದಯವಾಣಿಯ ಸಾಪ್ತಾಹಿಕಕ್ಕೆ ವರ್ಗಾಯಿಸಲಾಯಿತು. ಅದರಲ್ಲಿನ ಕೆಲಕಾಲದ ಅನಂತರ ಆ ಪತ್ರಿಕೆಯ ದಿನದ ಕ್ರೀಡಾಪುಟಗಳ ವಿಭಾಗಕ್ಕೆ ವರ್ಗಾಯಿಸಲಾಯಿತು. 20 ವರ್ಷಗಳ ಅನಂತರವೂ ಕಾಮತ್ ಅವರು ಆ ಪುಟದಲ್ಲಿಯೇ ಉಳಿದಿದ್ದಾರೆ ಎಂಬುದು ಒಂದರ್ಥದಲ್ಲಿ ವಿಶಿಷ್ಟ ದಾಖಲೆಯೇ. ನೆನಪಿರಲಿ, ದಾಖಲೆಗಳು ಪ್ರೇಮಾನಂದರಿಗೆ ಪ್ರಿಯ!

ಆದರೆ ಪ್ರಭಾವಗಳ ಲೆಕ್ಕಾಚಾರಕ್ಕಿಳಿದರೆ, ಕಾಮತ್ ಅವರನ್ನು ತರಂಗದಲ್ಲಿಯೇ ಉಳಿಸಿಕೊಳ್ಳಬೇಕಾಗಿತ್ತು. ಅಥವಾ ಉದಯವಾಣಿ ಸಾಪ್ತಾಹಿಕದ ಜವಾಬ್ದಾರಿಯನ್ನು ನೀಡಬೇಕಾಗಿತ್ತು. ಹಾಗಾಗಿದ್ದಲ್ಲಿ ಸಾಹಿತ್ಯಿಕವಾಗಿ ಅವರು ಈಗ ಕೊಟ್ಟಿದ್ದಕ್ಕಿಂತ ಹೆಚ್ಚು ಕೊಡುಗೆ ಕೊಡುತ್ತಿದ್ದರು. ಆದರೆ ಆಗಿದ್ದೇನು... ಕ್ರೀಡಾಪುಟದ ಸುದ್ದಿಗಳ ಬ್ಯಾಟಿಂಗ್‌ನಲ್ಲಿ ಲೇಖನಗಳೆಂಬ ಪಿಚ್‌ನಲ್ಲಿ ಕಲಾತ್ಮಕವಾಗಿ ರನ್ ಗಳಿಸುತ್ತಿದ್ದ ಅವರ ಕೌಶಲಕ್ಕೆ ಹಿನ್ನಡೆಯಾಯಿತು. ಅವರ ಕ್ರಿಕೆಟಾಯಣ, ಕ್ರಿಕೆಟ್ ಸುದ್ದಿ ಸ್ವಾರಸ್ಯ, ದಾಖಲೆಗಳನ್ನು ಚೆಂದವಾಗಿ ಲೇಖನಗಳಲ್ಲಿ ಕಟ್ಟುತ್ತಿದ್ದ ಕಲೆ ಓದುಗನಿಗೆ ದೊಡ್ಡ ಪ್ರಮಾಣದಲ್ಲಿ ದಕ್ಕದಂತಾಯಿತು. ಎಲ್ಲೋ ಒಂದಿಷ್ಟು ಚೂರುಪಾರು ಉದಯವಾಣಿಯ ಕ್ರೀಡಾ ಸುದ್ದಿ ಪುಟದಲ್ಲಿ ಕಾಣಿಸಿರಬಹುದು. ಜಾಹೀರಾತುಗಳ ದಾಳಿಯ ನಡುವೆ ಕಾಮತ್ ಅವರು ನಮ್ಮ ಕ್ರೀಡಾಪುಟದಲ್ಲಿ ಜಾಹೀರಾತು ಕಡಿಮೆ ಹಾಕಿ ಎಂದು ಹಠಕ್ಕೆ ಬಿದ್ದು ಹೆಚ್ಚು ಕ್ರೀಡಾ ಸುದ್ದಿಯನ್ನು ಹಾಕಿಸಿರಬಹುದು. ಆದರೆ ಆ ಚೆಂದನೆಯ ಕ್ರೀಡಾ ಲೇಖಕ ಬಹುಪಾಲು ಕಳೆದೇ ಹೋದ!

ಕಾಮತ್ ಅಂದರೆ ನನಗೆ ವಿಚಿತ್ರಗಳ ಸಂತೆ! ಪ್ರವಾಸಗಳೆಂದರೆ ಅವರಿಗೆ ತುಸು ಅಲರ್ಜಿ. ಮಾವನ ಮನೆಯಿರುವ ಕಳಸ, ಕುದುರೆಮುಖ, ಪಶ್ಚಿಮ ಘಟ್ಟವೇ

ಅವರ ಅತಿ ನೆಚ್ಚಿನ ಪ್ರವಾಸ ಸ್ಥಳ. ನಮ್ಮಲ್ಲಿಗೆ ಬಂದದ್ದು ಬರೀ ಒಮ್ಮೆಯೋ, ಎರಡು ಬಾರಿಯೋ. ಆದರೆ ಸ್ವಂತದೂರು ಹಾಲಾಡಿ ಹಾಗೂ ಮಣಿಪಾಲ ಉದಯವಾಣಿ ಆಫೀಸ್ ನಡುವಿನ ಹಾದಿಯೊಂದರಲ್ಲೇ ಈ 25 ವರ್ಷಗಳಲ್ಲಿ ಅವರು ಪ್ರತಿ ದಿನ ಕನಿಷ್ಠ 80 ಕಿ.ಮೀ.ನಂತೆ ಬಸ್‌ನಲ್ಲಿ ಅಥವಾ ಕಾರಿನಲ್ಲಿ ಬರೋಬ್ಬರಿ ಲಕ್ಷ ಗಟ್ಟಲೆ ಕಿ.ಮೀ.ಗೂ ಹೆಚ್ಚು ಸಂಚರಿಸಿದ್ದಾರೆ!

ವೈಣಿಕತೆಯಲ್ಲಿ ಲೆಕ್ಕಕ್ಕೆ ಪ್ರಾಶಸ್ತ್ಯ. ಹಾಲಾಡಿಯಲ್ಲಿ ಅವರದೇ ದಿನಸಿ ಅಂಗಡಿಯೂ ಇದೆ. ದುಬಾರಿ ಫೋನ್ ಕಾಲ್ ಕಾಲದಲ್ಲೂ ನಾವು ಗಂಟೆಗಟ್ಟಲೆ ಮಾತನಾಡುತ್ತಿದ್ದೆವು. ಬಹುಪಾಲು ಸಮಯ ಅವರೇ ಕರೆ ಮಾಡುತ್ತಿದ್ದುದು. ಹಾಗೆ ಮಾಡುವುದು ತಮ್ಮ ಇಗೋಗೆ ಹಿನ್ನಡೆ ಎಂದು ಅವರು ಇವತ್ತಿಗೂ ಅಂದುಕೊಂಡಿಲ್ಲ, ಇಷ್ಟೆಲ್ಲ ಖರ್ಚು ನಾನೇ ಏಕೆ ಮಾಡಬೇಕು ಎಂದು ಲೆಕ್ಕಕ್ಕೆ ಬಿದ್ದವರಲ್ಲ.

ಅವರು ಉದಯವಾಣಿ ಬಳಗದಲ್ಲಿ ಬೆಳ್ಳಿ ವರ್ಷಗಳನ್ನು ಕಳೆದ ಸಂಭ್ರಮದಲ್ಲಿ ಪಾರ್ಟಿ ಕೊಟ್ಟರು. ಅವತ್ತು ಉದಯವಾಣಿ ಬಳಗದವರು ಆಡಿದ ಮಾತುಗಳಿಂದ ಕಾಮತ್ ಅವರಿಗೆ ಸಾರ್ಥಕ್ಯದ ಅನುಭವವಾಯಿತು. ಲಕ್ಷ ಕಿ.ಮೀ. ಸಂಚಾರದ ಸುಸ್ತು ಮರೆತಂತೆ ಅನಿಸಿತು. ಪ್ರೇಮಾನಂದರ ಇಷ್ಟು ವರ್ಷದ ಉದಯವಾಣಿ ಪಯಣಕ್ಕೆ ಇಂಥದೊಂದಿಷ್ಟು ಮಾತು ಬೇಕಿತ್ತು. ನೆನಪಿರಲಿ, ಈ ರೀತಿ ಪಾರ್ಟಿ ಕೊಡುವುದು ಕೂಡ ವಿಶಿಷ್ಟ ಸಂಪ್ರದಾಯವೇ!

ಹವ್ಯಾಸಿಬರಹಗಾರನಿಂದಉದ್ಯೋಗಸ್ಥನಾಗಿಬದಲಾದುದರಿಂದಪ್ರೇಮಾನಂದರ ಬರಹ ಕೃಷಿ ಸೊರಗಿದ್ದಂತೂ ನಿಜ. ಅವರಲ್ಲಿನ ಹಿಂಜರಿಕೆ, ಪ್ರಚಾರದ ಹಪಾಹಪಿ ಇಲ್ಲದಿರುವುದರ ದ್ಯೋತಕವಾಗಿಯೋ ಎಂಬಂತೆ ಬರವಣಿಗೆಗಿಳಿದ ಮೂರೂವರೆ ದಶಕಗಳ ಅನಂತರ ಅವರ ಪ್ರಥಮ ಪುಸ್ತಕದ ಪ್ರಕಟಣೆಗೆ ಕಾಲ ಕೂಡಿಬಂದಿದೆ. ಮೌಲಿಕವಾದುದನ್ನು ಮಾತ್ರ ಕೊಡಬೇಕು ಎಂಬ ಇಂಗಿತದಲ್ಲಿ ವ್ಯತ್ಯಯವಾಗಿಲ್ಲ. ಮನೆ, ಅಂಗಡಿ, ಆಫೀಸು, ರಸ್ತೆ, ಕಾರು, ಡ್ರೈವಿಂಗ್‌ಗಳ ಜಂಝಡದ ನಡುವೆಯೂ ಅವರ ಚೊಚ್ಚಲ ಪುಸ್ತಕ ಅವರಿಗೆ ಹಿಂದಿನ ಜಮಾನದ ಕ್ರಿಕೆಟ್ ಬರಹಗಳ ಲೋಕದ ಎರಡನೇ ಇನ್ನಿಂಗ್ಸ್ ಆರಂಭಿಸುವಂತೆ ಮಾಡಲಿ.

ನೆನಪಾಗುತ್ತದೆ, ಅವತ್ತು ನಾನು 'ನಿಮಗೆ ಸಂಭಾವನೆ ಸಿಕ್ಕಿದೆಯೇ?' ಎಂದು ಪತ್ರದಲ್ಲಿ ಪ್ರಶ್ನಿಸಿದ್ದೆ, ಪ್ರೇಮಾನಂದ ಕಾಮತ್ ಅವರು ತಮ್ಮ ಮುದ್ದು ಅಕ್ಷರಗಳಲ್ಲಿ ಬರೆದಿದ್ದರು, 'ಆ ಪತ್ರಿಕೆ ನೀಡಿದ ಪ್ರೋತ್ಸಾಹದಿಂದಲೇ ನಾನು ಈ ಮಟ್ಟಕ್ಕೆ ಬೆಳೆಯಲು ಕಾರಣವಾಗಿದೆ. ಅದಕ್ಕಾಗಿ ನಾನು ಆ ಪತ್ರಿಕೆಗೆ ಕೃತಜ್ಞ. ಅವರು ಗೌರವಧನ ಕೊಡದಿದ್ದರೂ ನಾನು ಅದನ್ನು ಕೇಳಲು ಹೋಗುವುದಿಲ್ಲ...!'

ವೀರಲೋಕದ ಪ್ರಕಟಣೆಗಳು

1. ಕೈ ಹಿಡಿದು ನೀ ನಡೆಸು ತಂದೆ–**ವಿಶ್ವೇಶ್ವರ ಭಟ್**....................250/–
2. ವಿಶ್ವಸುಂದರಿ–**ಕುಂ. ವೀರಭದ್ರಪ್ಪ**....................160/–
3. ನಿಮಗೆಷ್ಟು ಹಣ ಬೇಕು?–**ಅನಂತ ಹುದೆಂಗಜೆ**....................250/–
4. ಆರ್ಟ್ ಆಫ್ ಸಕ್ಸಸ್–**ರಮೇಶ್ ಅರವಿಂದ್**....................120/–
5. ಮನಿ ಮನಿ ಎಕಾನಮಿ–**ರಂಗಸ್ವಾಮಿ ಮೂಕನಹಳ್ಳಿ**....................160/–
6. ಇವರು ಅವರು ದೇವರು–**ಜೋಗಿ**....................200/–
7. ಲಾಸ್ಟ್ ಡೇಸ್ ಆಫ್ ಲೆಜೆಂಡ್ಸ್–**ಗಣೇಶ್ ಕಾಸರಗೋಡು**....................225/–
8. ಒಳ್ಳೆಯ ಬದುಕಿನ ಸೂತ್ರಗಳು–**ರವಿ ಕೃಷ್ಣಾರೆಡ್ಡಿ**....................150/–
9. ಸೋಲೆಂಬ ಗೆಲುವು–**ದೀಪಾ ಹಿರೇಗುತ್ತಿ**....................150/–
10. ಬೆಳ್ಳಿತೆರೆಯ ಬಂಗಾರದ ಗೆರೆ–**ಗಣೇಶ್ ಕಾಸರಗೋಡು**....................150/–
11. ನಟನ ಕಥೆ–**ಮಂಡ್ಯ ರಮೇಶ್–ಎನ್. ಧನಂಜಯ**....................250/–
12. ತ್ಯಾಗಕ್ಕಿಲ್ಲ ನೂಕುನುಗ್ಗಲು–**ಡಾ. ಗವಿಸ್ವಾಮಿ ಎನ್.**....................140/–
13. ಬದುಕೇ ಭಗವಂತ–**ಡಾ. ಡಿ.ಎಸ್. ಶ್ರೀನಿವಾಸ ಪ್ರಸಾದ್**....................170/–
14. ಮಾದಕ ದೊರೆ–**ಸಂತೋಷಕುಮಾರ ಮೆಹೆಂದಳೆ**....................375/–
15. ದ್ವೈತ–**ರಾಘವ್**....................140/–
16. ಹೃದಯದ ಮಾತು ಕೇಳಿ–**ಮಂಜುನಾಥ್ ಚಾಂದ್**....................150/–
17. ಹಿಂದಿನ ನಿಲ್ದಾಣ–**ಶುಭಶ್ರೀ ಭಟ್ಟ**....................120/–
18. ಪ್ರೀತ್‌ಸು–**ರಾಜೀವ ನಾರಾಯಣ ನಾಯಕ**....................170/–
19. ಕೃಷಿ ಯಾಕೆ ಖುಷಿ?–**ನರೇಂದ್ರ ರೈ ದೇರ್ಲ**....................140/–
20. ಕ್ಷಯ–**ಡಾ. ವಾಸುದೇವ ಶೆಟ್ಟಿ**....................120/–
21. ಅರ್ಧ ಬಿಸಿಲು ಅರ್ಧ ಮಳೆ...–**ಸದಾಶಿವ ಸೊರಟೂರು**....................120/–
22. ಯಾರೂ ಹೇಳದ ಕಥೆಗಳು–**(ಸಂ.) ಸುದರ್ಶನ ಚೆನ್ನಂಗಿಹಳ್ಳಿ**....................150/–
23. ಕಥಾ ಸಾಗರಿ–**ನಾಗವೇಣಿ ವೆಂ. ಹೆಗಡೆ ಹೆಗ್ಗರ್ಸಿಮನೆ**....................120/–
24. ಮೆಮರೀಸ್ ಆಫ್ ಬಾಸರ್ಾ–**ರಂಗಸ್ವಾಮಿ ಮೂಕನಹಳ್ಳಿ**....................160/–
25. ಮೇರುನಟ–**ಡಾ. ಶರಣು ಹುಲ್ಲೂರು**....................120/–
26. ನಾ ಸೆರೆಹಿಡಿದ ಕನ್ಯಾಸ್ತ್ರೀ–**ಶಶಿಧರ ಹಾಲಾಡಿ**....................200/–
27. ಟ್ರಾಯ್–**ಗಾಯಿತ್ರಿ ರಾಜ್**....................200/–
28. ಫಾರೆಸ್ಟರ್ ಪೊನ್ನಪ್ಪ–**ನೌಶಾದ್ ಜನ್ನತ್**....................300/–
29. ವಿಶ್ವಯಾನಕ್ಕೆ ಗಣಿತವಾಹನ–**ಎಸ್.ವಿ. ಶ್ರೀನಿವಾಸಮೂರ್ತಿ**....................200/–
30. ಲೆಟ್ಸ್ ಮೇಕ್ ಎ ಶಾರ್ಟ್ ಫಿಲಂ–**ಜಯರಾಮಾಚಾರಿ**....................120/–
31. ಕುಣಿಗಲ್ ಟು ಕಂದಹಾರ್–**ಮಂಜುನಾಥ್ ಕುಣಿಗಲ್**....................260/–

32. ಗದಾಯುದ್ಧಂ–**ಡಾ. ಎಂ.ಎ. ಜಯರಾಮ್ ರಾವ್** 350/–

33. ಫೀನಿಕ್ಸ್–**ದೀಪಾ ಹಿರೇಗುತ್ತಿ** 120/–

34. ಹಿಟ್ಲರ್ ಲವ್ ಪಾಲಿಟಿಕ್ಸ್–**ಸತೀಶ ಬಳೆಗಾರ** 170/–

35. ಭಾನುಮತಿಯ ಪರಿವಾರ–**ಕುಮಾರಸ್ವಾಮಿ ತೆಕ್ಕುಂಜ** 140/–

36. ನೀ ದೂರ ಹೋದಾಗ–**ಫೌಝಿಯ ಸಲೀಂ** 220/–

37. ವ್ಯಗ್ರ ಮತ್ತು ಇತರ ಕಾದಂಬರಿಗಳು–**ಕುಮಾರ ಬೇಂದ್ರೆ** 180/–

38. ಸತ್ಯದ ಅನಾವರಣ–**ಕೆ.ಎಸ್. ರಮಾಸುಂದರಿ** 100/–

39. ಅಂತಾರಾಷ್ಟ್ರೀಯ ಕುಂಬಳಕಾಯಿ ಮತ್ತು ಇತರ ಕಥೆಗಳು
–ಅಬ್ದುಲ್ ರಶೀದ್ 120/–

40. ಅನಾಥ ಪ್ರೀತಿಯ ಅನುಬಂಧ
–ಬಿ. ಮಂಜುನಾಥ್ ಕಾಮತ್ ಹಾಲಾಡಿ 140/–

41. ಹಕ್ಕಿ ಮತ್ತು ಹುಡುಗಿ (ಕವನ ಸಂಕಲನ)–(ಸಂ.) **ಪ್ರಜಾವಾಣಿ ಬಳಗ**.....150/–

42. ಹಾವಿನ ಮನೆ–**ಅನು ಬೆಳ್ಳೆ (ರಾಘವೇಂದ್ರ ಬಿ. ರಾವ್)**....................250/–

43. ಈಗಲ್ಸ್ ಲೈನ್–**ರಾಜೇಶ್ ಕುಮಾರ್ ಕಲ್ಯಾ**....................220/–

44. ನಂಬಿಕೆಯೆಂಬ ಗಾಳಿಕೊಡೆ–**ಡಾ. ಪ್ರೇಮಲತ ಬಿ.** 180/–

45. 10 ಕುಟುಂಬ 18 ಗೋತ್ರದ ಗೌಡ ಪರಂಪರೆ
–ಪುತ್ತೂರು ಅನಂತರಾಜ ಗೌಡ 300/–

46. ಗಿಳಿಯು ಬಾರದೆ ಇರದು (ಕಥಾಸಂಕಲನ)
–ಪಿ.ಎಸ್. ಶ್ರೀಧರನ್ ಪಿಳ್ಳೆ (ಅನುವಾದ: ಮೇರಿ ಜೋಸೆಫ್).................... 85/–

47. ಒಂದು ಆದಿಮ ಪ್ರೇಮ (ಕವನ ಸಂಕಲನ)–**ನಂದಿನಿ ಹೆದ್ದುರ್ಗ**............150/–

48. ಮಣ್ಣೇ ಮೊದಲು... (ಕವನ ಸಂಕಲನ)–**ಪಾಪುಗುರು** 120/–

49. ಬಿಂಜೆಮುಳ್ಳು (ಕವನ ಸಂಕಲನ)–**ಫಾಲ್ಗುಣ ಗೌಡ ಅಚವೆ**....................120/–

51. ಗಾಯಗೊಂಡ ಸಾಲುಗಳು (ಕವನ ಸಂಕಲನ)
–ಸದಾಶಿವ ಸೊರಟೂರು 110/–

52. ನಿನ್ನ ಧ್ಯಾನದ ನೂರೊಂದು ಹಣತೆ (ಕವನ ಸಂಕಲನ)
–ವಾಸುದೇವ ನಾಡಿಗ್ 170/–

53. ಕ್ರಿಕೆಟಾಯಣ–**ಎಚ್. ಪ್ರೇಮಾನಂದ ಕಾಮತ್**....................230/–

www.ingramcontent.com/pod-product-compliance
Lightning Source LLC
LaVergne TN
LVHW100245051026
849517LV00006B/2003